મહાયોદ્ધા

કલ્કિ

નવલકથાત્રયી ભાગ 3

શિવની તલવાર

AF840004

કેવિન મિસલ

અનુવાદ : ચિરાગ ઠક્કર 'જય'

મુખ્ય પ્રાપ્તિસ્થાન

નવભારત સાહિત્ય મંદિર

જૈન દેરાસર પાસે, ગાંધી રોડ, અમદાવાદ - ૩૮૦ ૦૦૧

૨૦૨, પેલિકન હાઉસ, ગુજરાત ચેમ્બર ઓફ કોમર્સના કંપાઉન્ડમાં,
આશ્રમ રોડ, અમદાવાદ - ૩૮૦ ૦૦૯

☎ (૦૭૯) ૨૨૧૩૯૨૫૩, ૨૨૧૩૨૯૨૧
૯૮૨૫૦ ૩૨૩૪૦
e-mail : info@navbharatonline.com
www.navbharatonline.com
fb.com/NavbharatSahityaMandir

MAHAYODDHA KALKI SWORD OF SHIVA (PART-3)

by Kevin Missal

NAVBHARAT SAHITYA MANDIR

AHMEDABAD

2023

ISBN No. : 978-93-95339-89-6

પ્રથમ આવૃત્તિઃ જૂન, 2023

(સેટનું મૂલ્ય : ₹ 1647/-)

પ્રકાશક

મહેન્દ્ર પી. શાહ

નવભારત સાહિત્ય મંદિર

જૈન દેરાસર પાસે, ગાંધી રોડ, અમદાવાદ-૩૮૦૦૦૧

ફોન : (૦૭૯) ૨૨૧૩૯૨૫૩, ૨૨૧૩૨૯૨૧

E-mail : info@navbharatonline.com

Web : www.navbharatonline.com

fb.com/NavbharatSahityaMandir

મુખપૃષ્ઠ : વી રામાનુજ

www.vramanuj.com

આ વાર્તામાં અટવાયેલા વાચકો માટે,
મારું લખવાનું ચાલુ રાખવાનું કારણ તમે બધા છો.

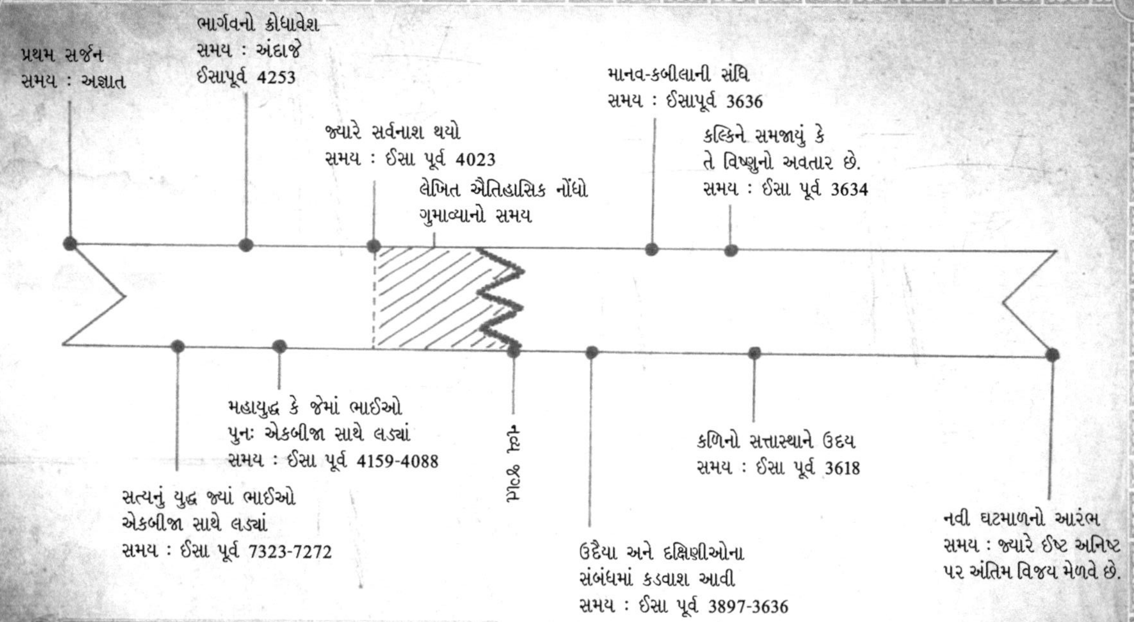

પુસ્તકની ઘટનાઓની સમયરેખા

ભાગ-૫

અમર્ત્યનો અભિશાપ

1

અરજણ જોરદાર ચીસો સાંભળીને જાગી ગયો.

તેના કક્ષમાં વિસ્ફોટકોના તીવ્ર અવાજો થયા બાદ ચીસો અને બૂમો સંભળાતી હતી. તે ઝડપથી પલંગ પરથી ઊઠ્યો અને સીધો બારી તરફ ધસ્યો જેથી ખરેખર બહાર શું થયું છે તેનો ખ્યાલ આવે.

મૃત્યુએ તેનું સ્વાગત કર્યું.

તે મહેલના ત્રીજા માળ પરથી જોઈ શકતો હતો કે ઇન્દ્રગઢ નગર પર કોણે હુમલો કર્યો હતો. તે એક મહિનાથી અહીંયા યક્ષરાજ નલકુબેરને ત્યાં રહેતો હતો જેને તેના કબીલાવાળા ભગવાનની જેમ પૂજતા હતા.

અરજણની નજર ઘેરી જાંબલી રંગની ક્ષિતિજને પાર દેખાતા દુશ્મન સૈનિકોની આસપાસ ફરતી હતી. તેમની પીઠમાંથી નીકળેલી પાંખોમાંથી ભૂરી જ્વાળા નીકળતી હતી. અગ્નિબાણ અને ધનુષ્યથી સજ્જ એ સૈનિકો નગરમાં ઊભેલા સૈનિકો પર તીર વરસાવી રહ્યા હતા.

નગરના પૂર્વ દિશાના દ્વાર નજીક અસંખ્ય કાળાં વસ્ત્રોમાં સજ્જ સૈનિકો નગર-રક્ષકોને કચડીને નગરમાં પ્રવેશ કરી ચૂક્યા હતા જ્યાંથી હુમલાખોરોને પ્રવેશવાનો માર્ગ સરળ થઈ ગયો હતો.

આ બધું શું થઈ રહ્યું છે?

એકદમ તો તેની સમજમાં કશું જ આવ્યું નહીં.

શું આ લોકો હવામાં ઊડી રહ્યા છે?

તે લોકોએ મધ્યરાત્રિએ હુમલો કરવાની યોજના બનાવી હતી. અરજણ રણનીતિક યોજનાઓનો જાણકાર હતો. અંધારી રાત્રે હુમલો કરવાનો ઉપાય ઉત્તમ નીવડતો હોય છે. તેનાથી શત્રુઓને ઘણી આસાનીથી કાબૂમાં કરી શકાય છે.

અરજણને અચાનક દરવાજા પર કોઈનો પગરવ સંભળાયો. તે

જઈને દરવાજો ખોલે તે પહેલાં જ એક ઠીંગણો યક્ષ અંદર પ્રવેશ્યો. યક્ષ ભલે કદમાં નાના હતા, પણ યુદ્ધકૌશલ્યોમાં તેઓ ઘણા નિપુણ હતા. તે સૈનિકના ખભા પર ધનુષ-બાણ બાંધેલાં હતાં.

"મહારાજ, આપણા નગર પર હુમલો થયો છે. મહારાજ નલકુબેર તમને શસ્ત્રાગારમાં મળવા માગે છે. તે બીજા સૈનિકો સાથે ત્યાં છે."

"આ બધું કોણ કરાવી રહ્યું છે? મને તો તેમની ઓળખ માટે કોઈ પતાકા દેખાઈ નહીં."

"આ એક સંધિયુક્ત હુમલો છે. ઊડનારા યોદ્ધાઓ સુપર્ણ છે અને બીજા જે જમીન પરથી હુમલો કરે છે તે...!" યક્ષસૈનિકની આંખોમાં ઘૃણા સ્પષ્ટ વંચાતી હતી, "તે નાગ-લોકો છે."

એક અઠવાડિયા પહેલાં.

અરજણ એક દુઃખદાયી અને અલંકૃત સોનેરી સિંહાસન આગળ ઊભો હતો. આ એ જ સ્થાન હતું જ્યાં ગયા મહિને ઉર્વશી બેઠી હતી અને...

મેં તેને મારી નાખી. મેં તેનું ગળું જ મરડી નાખ્યું. મેં જ તેના પ્રાણ હરી લીધા.

તેની અંદર કેટલી દુષ્ટતા હતી તે વિશે જાણવા મળ્યું હતું. તે છતાં મનમાં રંજ હતો જે તેના હૃદયમાં કોઈક ખૂણે છુપાયેલો હતો.

"આ બધું એક દિવસ તારું થશે." તેને એક અવાજ સંભળાયો.

અરજણે પાછું ફરીને સોનેરી પહેરણમાં સજ્જ વ્યક્તિ તરફ જોયું. તેના માથે એક મુગટ અને ચહેરા પર બકરાદાઢી હતી. તેના શરીરનો ઉપરનો ભાગ નિર્વસ્ત્ર હતો અને નીચેના ભાગમાં પહેરેલા પાયજામા પર બાંધેલો કમરપટ્ટો ઓરડાના રૂપેરી પ્રકાશથી ચમકી રહ્યો હતો.

"મારી કોઈ ઇચ્છા નથી."

"પ્રિય, આ કોઈ ઇચ્છાની વાત નથી." નલકુબેર ઉદાસીન સ્મિત સાથે બોલ્યો, "આ જ કામ કરવાની યોગ્ય વાત છે. આ નગરને એક દેવતા જોઈએ છે. જ્યારે મેં તને કહ્યું હતું કે, હું પરિષદની સભામાં

મારા તરફથી ઉમેદવાર જાહેર કરીશ ત્યારે તું પ્રસન્ન થયો હતો."

"હમ્મ... એ હું જાણું છું... પણ હું ભયભીત છું."

"હું સમજું છું કે ભયનું પણ મહત્ત્વ છે." નલકુબેરની આંખો પહોળી થઈ ગઈ, "તેમને પોતાના માટે કોઈ પણ રાજા નથી જોઈતો. તેમને તારી જરૂર છે. તારી પાસે એવી શક્તિઓનો ભંડાર છે જે બીજા કોઈ સામાન્ય માણસ પાસે ન હોઈ શકે."

મારો ભાઈ તેમાં અપવાદ છે.

"આ નગર પર તું શાસન કરી શકે છે. આ આખું સામ્રાજ્ય તારું થઈ જશે. ફક્ત એકવાર સિંહાસન પર બેસી જા, એ બાદ ચોક્કસપણે તને મારી મદદ જોઈશે."

"હું માનું છું કે પરિષદ મને નહીં સ્વીકારે." અરજણે જવાબ આપ્યો.

"ઓહ! આપણે એકાધિકાર ઇચ્છીએ છીએ તોય પોતાના રાજાને પસંદ કરવા માટે લોકતંત્રની મદદ લઈએ છીએ."

"જો મારે સિંહાસન પર બેસવાનું હોય તો પરિષદના બધા સભ્યોની સંમતિ જોઈએ." અરજણ જાણતો હતો કે આ કામ સહેલું નહોતું. ઉર્વશીએ યેનકેન પ્રકારે એ બધાનો ટેકો લીધો હતો જેથી એ તેના પિતાની ઉત્તરાધિકારી તરીકે ગાદી સંભાળી શકે, "અને કોઈ પણ દરબારી એવા વ્યક્તિને ટેકો ન આપે જે રાણીનો હત્યારો હોય."

નલકુબેર અરજણ પાસે આવીને ઊભો રહ્યો પછી તેની ખુલ્લી છાતીને થપથપાવી બોલ્યો, "આ ચિંતા મારા પર છોડી દે. તારા સિંહાસન પર બેસવાનો નિર્ણય લેવો ખાસ જરૂરી છે. શું આ બાબતે તેં પોતે નિર્ણય લઈ લીધો છે?"

અરજણે તેનું જડબું ભીંસ્યું અને તે કશું બોલે તે પહેલાં જ નલકુબેરે તેના ગાલ ચૂમ્યા અને કાનમાં બોલ્યો, "પોતાની જાતનો સ્વીકાર કર. ફક્ત તું જ એક એવો વ્યક્તિ છું જે આ નગર... આ દુનિયાને બચાવી શકે તેમ છે... મારા વહાલા."

વર્તમાનમાં.

હું તો એવું નથી માનતો કે હું કોઈ તારણહાર કે રક્ષક બનવા માટેની યોગ્યતા ધરાવું છું.

અરજણે નલકુબેર સાથે એક અઠવાડિયા પહેલાં વાત કરી હતી, પણ હજુ તેનું મન કશું સ્વીકારવા તૈયાર નહોતું.

એક મન કહેતું હતું કે એ ભાગીને ભગવાન બજરંગના મંદિરમાં જાય અને મા સાથે ત્યાં જ છુપાઈને રહે અને બીજું મન એમ કહેતું હતું કે તે આ બધા રક્તપાત વચ્ચે રહીને લોકોની રક્ષા કરે.

નગર પર તેની સામે હુમલો થયો હતો. એ અંધારામાં ડૂબી રહ્યું હતું... તે નહોતો જાણતો કે તેને શું કરવાનું છે.

પરંતુ તેને કશુંક તો કરવાનું જ હતું.

તેણે ઝડપથી પલંગ પાસે પડેલો ભાલો ઉઠાવ્યો અને યક્ષસૈનિકને કહ્યું, "નલને મારો સંદેશ આપજે કે મને આવતા વાર લાગશે."

અને તે બારીની બહાર નીકળ્યો અને આગળ નીકળેલા છજાં જેવા ભાગને પકડીને મહેલના ઉપરના ભાગમાં પહોંચી ગયો. હવે તે મજબૂત સપાટી પર ઊભો હતો.

તે મહેલ પરથી ઊડીને પસાર થતા સૈનિકોને જોઈ શકતો હતો જે નીચે ઊભેલા સૈનિકો પર બાણ વરસાવી રહ્યા હતા.

ચંદ્રમાનું અજવાળું તેના પડછાયાને સ્પર્શ્યું અને ખભા સુધીના તેના લાંબા વાળ ફરફર્યા. તેના શરીરનો બાંધો જોઈને જ લાગતું હતું કે તે દરરોજના અતિ અભ્યાસ અને પ્રશિક્ષણની જ દેન હતી.

ઊડી રહેલા સૈનિકોના યંત્રને જોઈને અરજણે અનુમાન લગાવ્યું કે તે સોમના ઇંધણથી જ ઊડી રહ્યા હતા. ભૂરા રંગનું પ્રવાહી જ તેમને આકાશમાં ઊડવાની ક્ષમતા પ્રદાન કરતું હતું.

મેં ક્યારેય એવું નહોતું વિચાર્યું કે સુપર્ણો સાથે પણ લડવાની તક મળશે. આ તો એ જ કબીલો જેના વિશે તે ક્યારેક જાણવા કે શીખવા માગતો હતો.

"ઓય... સાંભળ." અરજણે કિલ્લાને ફરતે ઘેરો કરીને હવામાં ઊભેલા ચાર સૈનિકોને બૂમ પાડી.

તે લોકો તરત જ તેમના બાણ લઈને તેની તરફ હુમલો કરવા માટે ધસ્યા. અરજણે હવામાં છલાંગ લગાવી અને પોતાના ભાલાને કસીને પકડી લીધો. પછી તેનો ભાલો એક સૈનિકના પેટની આરપાર નીકળી ગયો ને તેનાં આંતરડાં બહાર નીકળી ગયાં.

આ જોઈને બાકીના ત્રણ પાછળ હટી ગયા તે અરજણે જોયું. તે એ લોકો તરફ દોડ્યો. મહેલની છતના કિનારા પાસે આવીને તેણે હવામાં છલાંગ લગાવી – તેણે એવી પરવા ન કરી કે તે ત્રણેય સૈનિકને પકડી નહીં શકે તો ત્રીજા માળથી છેક નીચે પડશે.

પણ તે સફળ થયો.

તેણે તેમાંના એકને પકડી લીધો અને તેણે ભાલો ભોંકી દીધો. તેણે મૃતક સૈનિકના ધનુષ્યમાંથી અગ્નિબાણ છોડ્યું અને બીજા એક સૈનિકને માર્યું. તે તરફડીને માર્યો ગયો.

એ પછી તેણે બાકીના સૈનિક પર ધ્યાન ધર્યું અને મુક્કો મારી દીધો. સૈનિકે અરજણને રોકવાનો પ્રયાસ કર્યો, પણ અરજણના માથા પર જાણે ભૂત સવાર થયેલું હતું. એ સૈનિક પણ નીચે પડ્યો અને તેની ખોપરી ફાટી ગઈ.

અરજણ સતત તે સૈનિક પર પ્રહાર કરતો રહ્યો, તેને ખ્યાલ જ નહોતો કે તે સૈનિક તો ક્યારનો મરી ચૂક્યો હતો. અરજણના મુક્કા એટલા શક્તિશાળી હતા કે છત પર તિરાડ પડી ગઈ અને તે નીચેના તળિયે જઈને પડ્યા. તે પથ્થરો અને કાંકરાવાળી જમીન હતી.

અરજણના ઘૂંટણ છોલાઈ ગયા, પણ તેને કોઈ પરવા નહોતી. તેણે તે મરેલા સૈનિકને છોડ્યો.

તે ઊભો થયો અને ભાલો લઈને મહેલના પ્રવેશદ્વાર તરફ ચાલી નીકળ્યો.

અરજણને વિશ્વાસ હતો કે નલકુબેર બધું સંભાળી લેશે. તેને નગરમાં જઈને નાગરિકોની રક્ષા કરવાની હતી.

તે મહેલથી બહાર નીકળ્યો. તેણે પાછું ફરીને જોયું તો પ્રવેશદ્વાર પાસે યક્ષરાજ ઊભેલો હતો.

તેના ચહેરા પર સ્મિત હતું, જાણે કે તે એવું કહેવા માગતો હતો...

"જોયું... તું ભગવાન છે."

કેટલાક દિવસ પહેલાં.

જ્યારે અરજણ બજારમાં ફરી રહ્યો હતો ત્યારે કોઈનું ધ્યાન તેના તરફ જતું નહોતું, પણ ઉર્વશીના મૃત્યુ બાદ પરિસ્થિતિ બદલાઈ ગઈ હતી. યક્ષોને રક્ષક તરીકે નીમવામાં આવ્યા હતા અને માનવસૈનિકોને ફક્ત તેમના સામંતોના ઘરની અને મહેલની સુરક્ષા સોંપવામાં આવી હતી.

તે બજારમાં હતો ત્યારે તેની નજર એક છોકરા પર પડી જે ચામડાના પૂંઠામાં બાંધેલાં પુસ્તકો વેચી રહ્યો હતો. તેનો રંગ શ્યામ અને આંખો કાળી હતી. તેનાં કપડાં ફાટેલાં હતાં. તેનાં બધાં જ પુસ્તકો એક જાજમ પર ગોઠવેલાં હતાં.

અરજણ હસ્યો. જાણે કેટલાય સમયથી તેને એવું થયું નહોતું કે તે પોતાના ઘરમાં આરામથી બેસીને પુસ્તક વાંચે.

ઘર...

હવે કોઈ ઘર જ નહોતું.

હું હત્યારો છું. એક પાગલ માણસ જેને શક્તિઓ સોંપી દેવામાં આવી છે.

"અરે... તમે તો એ જ છો." એ છોકરો બોલી ઊઠ્યો.

"હું... હમ્મ... કોણ..." અરજણની ભ્રમરો ઊંચી થઈ.

"એ જ માણસ, જેણે રાણીને મારી નાખી." એ બોલ્યો, "તમારા વિશે તો કેટલીય અફવાઓ ફેલાયેલી છે. લોકો તમારાથી ડરે છે."

એ લોકો એવા માણસને રાજા ન બનાવે, જેનાથી તેઓ ડરતાં હોય. એક રાજા તો લોકોને પ્રિય હોવો જોઈએ.

અને હું તો એક હત્યારો છું.

"અને તમે બજારમાં ફરવા આવી ગયા છો." એ છોકરાએ બજાર તરફ સંકેત કર્યો. જ્યાં કેટલીય દુકાનોની આગળ રંગબેરંગી જાજમો લટકાવેલી હતી. જમીન પર બેઠેલા મદારી તેમના કરંડિયા લઈને તૈયાર બેઠા હતા. એક દુકાનદાર આવતાં-જતાં લોકોને કિંમતી પથ્થર અને જુદાં જુદાં પ્રકારનાં હથિયારો બતાવી રહ્યો હતો.

અરજણ પાછું ફરીને જવા લાગ્યો. તેને ડર લાગ્યો કે કોઈ તેને ઓળખી ન જાય.

"સ્વામી, મારી પાસેથી કશુંક તો ખરીદો." છોકરો બોલ્યો.

અરજણને આ જોઈ તેનું બાળપણ યાદ આવ્યું. એ પણ ક્યારેક આવો જ હતો. એ બોલ્યો, "હું કોઈ સ્વામી નથી."

હું તો હત્યારો છું.

"જો કે લોકો તમારાથી ડરે છે પણ એ બધા તમારા વિશે વાતો પણ કરે છે. તમે એટલા લોકપ્રિય છો, પણ કેટલાય લોકો હજુ તમને ઓળખતા નથી. હું તો જાણું છું. હું કેટલેય ઠેકાણે ફરતો રહું છું, પણ એવું મારે ન કરવું જોઈએ. મારાં પુસ્તકો લઈને મારું માન વધારો. ના, હું જ તમને એક સારું પુસ્તક ભેટમાં આપું છું." તેણે ચામડામાં બાંધેલું એક પુસ્તક અરજણ સમક્ષ ધર્યું.

"લોકોનું કહેવું છે કે, રાણી અનુભવ વગરની અને પાગલ હતી. અમીરોએ તો એટલે ટેકો આપ્યો, કારણ કે તે શાહી પરિવારમાંથી હતી, પણ અમારા જેવા નિમ્ન જાતિના ગરીબોને કોઈ નથી પૂછતું કે અમે શું ઇચ્છીએ છીએ. અમારો તો પસંદગી કે ચૂંટણીમાં પણ કોઈ હક નથી. એક રાજકુમારી અમારી સમસ્યાઓને કેવી રીતે સમજી શકે? કોઈને અમારી પડી નથી. જો કે... તમે તેને ગાદી પરથી હટાવી. કહેવાય છે કે, તમે આખી એક સેના સામે લડી શકો છો. શું આ વાત સાચી છે?"

અરજણે સ્મિત આપ્યું અને બીજું પુસ્તક ઉપાડ્યું અને પાનાંઓ ઉથલાવવા લાગ્યો. તે એક સંશોધકનાં સાહસોનું પુસ્તક હતું. લેખકે કબીલાના ગુણોને અતિશયોક્તિ કરીને વર્ણવ્યા હતા. તેમાં રાક્ષસોને લોહીના તરસ્યા શેતાન, પિશાચોને ભૂત અને વાનરોને બંદર કહ્યા

હતા, તેમ જ અસુરો શેતાન હતા અને તેમના માથા પર શિંગડાં હોવાનું વર્ણવ્યું હતું.

"તો આ સાચું છે? તમે ભયંકર યોદ્ધા છો, અમારા તારણહાર, અમારા નાયક?"

અરજણે તે છોકરા સામે જોયું, "તારું નામ શું છે?"

"અમર."

"અમર!" અરજણ બોલ્યો, "હું નથી જાણતો. મને તો એટલી ખબર છે..."

હું એક હત્યારો છું.

વર્તમાનમાં.

ચારે તરફ શબ દેખાતાં હતાં. તેમાંથી નીકળેલું લોહી નાળામાં વહી રહ્યું હતું. અરજણની આંખો ભીની થઈ ગઈ અને તેને બજારમાં પુરુષો, સ્ત્રીઓ અને બાળકોના અસહાય ચહેરાઓ દેખાયા. એ બધા લાશોના ચહેરા હતા. દુશ્મને કોઈને છોડ્યા નહોતા. જ્યારે તે પોતાની સામે થયેલો નરસંહાર જોઈ રહ્યો હતો ત્યારે તેને કશુંક યાદ આવ્યું.

ઓહ... નહીં.

અરજણ પુસ્તકોની દુકાન તરફ દોડ્યો અને તેની નજર અમર પર પડી. એ પણ બીજા લોકોની જેમ પડ્યો હતો. તેના શરીરમાં તલવારના અસંખ્ય ઘા હતા. તે શાંત દેખાતો હતો, પણ પુસ્તકો પર તેના લોહીના છાંટા દેખાતા હતા. અરજણ ઘૂંટણિયે બેઠો અને તે છોકરાને ખોળામાં લઈને રડી પડ્યો.

તેને લાગ્યું કે હું બધાનો રક્ષક છું.

નાગ અને સુપર્ણોએ આ બધું કેમ કર્યું?

"ચાલો જઈએ. દેવી મનસાએ કહ્યું હતું કે, જે દેખાય તેને જીવતાં નથી રાખવાનાં." એક વ્યક્તિ બોલ્યો. તે અરજણથી થોડે દૂર જ હતો જે બીજા વ્યક્તિ સાથે જઈ રહ્યો હતો.

બીજો બોલ્યો, "જલદીથી નીકળીએ. મહેલના રક્ષકો પહેરો ભરવા આવી ગયા છે."

અરજણે નાગસૈનિકોને રસ્તા પર એવી રીતે ટહેલતા જોયા જાણે તેમણે નગર પર કબજો કરી લીધો હોય. એ લોકો નગરના મુખ્ય દ્વાર તરફ જઈ રહ્યા હતા. તે જગ્યાએ તો યક્ષસૈનિકોની લાશોનો ઢગલો પડ્યો હતો.

તેણે આ પ્રકારના સૈન્ય હુમલાઓ વિશે વાંચ્યું હતું. આવા રાત્રિ-હુમલા દુશ્મનોને ચોંકાવી દેતા હોય છે અને થોડાઘણા સૈનિકો જ બધું તબાહ કરી શકતા હોય છે.

હું એક હત્યારો છું.

ના...!

અરજણ તેનો ભાલો લઈને નાગસૈનિકો તરફ ધસ્યો. તેણે તેમને પાછું ફરવાની પણ તક ન આપી અને બંનેને એક-એક કરીને મોતના મોંમાં ધકેલી દીધા.

અરજણ એકદમ હાંફી રહ્યો હતો. તેણે અમરને હાથમાં ઊંચક્યો અને જડબું ભીંસ્યું.

માફ કરજે. હું તને બચાવી ન શક્યો.

તે મહેલ પાસે પહોંચ્યો તો નલકુબેર તેના પહેરેદારો સાથે તેની રાહ જોઈ રહ્યો હતો. તેમણે તેમના રાજાને એ રીતે ઘેર્યા હતા જાણે મધમાખીઓ મધપૂડા પર મંડરાતી હોય.

"આપણને અત્યારે તો તેમનાથી છુટકારો મળ્યો છે. ઘણાખરા માર્યા ગયા અને અમુક ભાગી છૂટ્યા છે." નલકુબેર પછી બોલ્યો, "આ બધું નાગપુરીની રાણી મનસાએ કરાવ્યું છે. તેણે જ હુમલો કરવાનો આદેશ આપ્યો હતો. તે લોકોની છાવણી તો આપણાથી જોજનો દૂર છે અને આપણે જાણતાં નથી કે તેણે આવું કેમ કર્યું."

અરજણે હજુય તે મૃત છોકરાને ઊંચકેલો હતો. નલે તે જોયું, પણ તે વિશે કશું ન બોલ્યો, "આપણા કેટલા લોકો માર્યા ગયા?"

"ઘણાબધા. થોડા સમય પછી દરબારમાં સભા બોલાવી છે. કદાચ

તે લોકોને નગરના રક્ષકો પર વિશ્વાસ નથી રહ્યો. તેમનું કહેવું છે કે, યક્ષો પર ભરોસો ન કરી શકાય. તેઓ તેમના પુત્રો માટે સિંહાસનના રસ્તાઓ શોધવા લાગ્યા છે." નલે ઊંડો નિઃસાસો નાખ્યો, "હું તે લોકોને સંભાળી લઈશ, પણ એ વાત નક્કી કે આ હુમલો એટલા માટે થયો કે નાગરાણીને લાગે છે કે આપણે આપણી સુરક્ષા માટે સક્ષમ નથી કારણ કે સિંહાસન ખાલી છે."

હું કોઈ હત્યારો નથી. ઉર્વશી રુદ્રના મૃત્યુ માટે જવાબદાર હતી. મારી પાસે તેને મારવાનો ઉદ્દેશ્ય હતો, પણ મનસા પાસે કયો ઉદ્દેશ્ય છે કે તેણે અસંખ્ય નિર્દોષ લોકોને મારી નાખ્યા? મનસા હત્યારી છે.

અરજણે એક પહેરેદારના હાથમાં અમરને સોંપ્યો અને તેના યોગ્ય અંતિમસંસ્કાર માટે આદેશ કર્યો. તેણે પોતાના ખભા સંકોરીને ચિંતિત યક્ષરાજ સામે જોયું, "નલ, હવે હું રાજાના પદ માટે ઉમેદવાર બનવા તૈયાર છું. હું પરિષદમાં જઈશ અને કોશિશ કરીશ કે તે લોકો મને મત આપે."

નલકુબેરનો ચહેરો ચમકી ઊઠ્યો, "સાચે જ... પણ મને લાગ્યું હતું કે..."

"મને ખબર છે."

હું કોઈ હત્યારો નથી.

અરજણે કહ્યું, "મેં મારો નિર્ણય બદલી નાખ્યો છે."

હું એક રાજા છું.

2

નરસિંહ... વરાહ... રાઘવ...

કલ્કિને લાગ્યું કે તેના માથાના બે ભાગ થઈ જશે, તે બરફના પહાડો પર ચાલી રહ્યો હતો. તેની સાથે તેનો અદ્‌ભુત અને તેજસ્વી સફેદ ઘોડો દેવદત્ત પણ હતો.

તેના માથામાં તીવ્ર પીડા થઈ આવી. તેણે ઝડપથી માથા પર હાથ મૂકીને એ ભાગ મસળ્યો જેથી તાત્કાલિક આરામ મળે.

આવું કેટલાય દિવસોથી તેને થતું હતું.

તે મહેન્દ્રગિરિની પહાડીઓમાં ક્યાંક ઊંડે પૂરા એક મહિનાથી યાત્રા કરી રહ્યો હતો. તેને ક્યાંક વિસામો લેવો હતો. ઠંડી બહુ જ ખરાબ રીતે તેના શરીરમાં પેસી ગઈ હતી અને હાડ ગાળી રહી હતી. બરફનાં તોફાનોના મારથી બચવા માટે તેને મોટેભાગે ગુફાઓમાં સૂવું પડતું હતું. તે અત્યંત થાકેલો હતો.

દેવદત્ત તેની પાસે ઊભો હણહણી રહ્યો હતો.

તું નસીબવંત છે કે હું વધુ ખાતો નથી. આમ તો મને બહુ ભૂખ લાગે છે.

કલ્કિએ નિઃસાસો નાખ્યો. હમ્મ... તું બોલી શકતો ઘોડો છું અને તને ભૂખ પણ વધારે લાગે છે. ભગવાન વિષ્ણુનો આભાર માનવો પડશે.

હું નથી બોલતો. મારું મગજ બોલે છે. બંનેમાં ફર્ક છે.

કલ્કિએ તેનું માથું ખંજવાળતાં વિચાર્યું, *આ બધું મારી સાથે શું થઈ રહ્યું છે?*

તારી શક્તિઓ... તારા વશમાં નથી. કદાચ, તારે એ કાબૂમાં કરવી પડશે.

કમ-સે-કમ તું તો ચૂપ રહે. કલ્કિ ચિડાઈ ગયો.

જ્યાં તેણે પલક ઝપકાવી તેને પોતાની સામે ધૂંધળી આકૃતિ દેખાઈ. તેણે પોતાની આસપાસ જોઈને વાત સમજવાનો પ્રયાસ કર્યો કે તે શું જોઈ રહ્યો છે... પણ તે આકૃતિ એકદમ ગાયબ થઈ ગઈ.

"શું કોઈ છે અહીંયા?" તેણે બૂમ પાડી અને પછી દેવદત્ત તરફ ફર્યો. શું તને કોઈ દેખાયું?

ના! તું હવે દિવસે સ્વપ્ન જોવા લાગ્યો છું. વાહ, હું એક પાગલ સાથે યાત્રા કરી રહ્યો છું.

કલ્કિને મનોમન ગુસ્સો આવ્યો ને તેણે ઘોડા પર લટકાવેલા થેલામાંથી કામળો કાઢીને પોતાની આસપાસ વીંટી લીધો. અવતારના શરીરે તો ગરમી કે ઠંડીની અસર ન થવી જોઈએ, પણ કલ્કિ એક મહિનાથી યાત્રા કરી રહ્યો હતો અને તેના શરીરે તેનો સાથ છોડી દીધો હતો. ચામડી સાવ ખરબચડી થઈ ગઈ હતી ને તેને એવું લાગતું હતું કે જાણે લોહી જામી ગયું હોય.

બજરંગ અને પદ્માને છોડીને બરફથી ઢંકાયેલા પર્વતો તરફ નીકળ્યો હતો તે સમય તેણે યાદ કર્યો. હવે તો આ બરફ અને ઘેરા સન્નાટા સિવાય કશું તેની સાથે નહોતું. તેને પદ્માનું બેફામ વલણ યાદ આવતું હતું. તેને કૃપા અને તેના કિસ્સાઓ યાદ આવતા હતા. તેને અરજણની પણ યાદ આવતી હતી. તેણે મોકલેલા સંદેશ પછી અરજણ તરફથી કોઈ ઉત્તર નહોતો આવ્યો. શુકો ખાલી હાથે પાછો આવ્યો હતો. જો કે શુકોએ પોતાનો સંદેશો તો આપી દીધો હતો, પણ એવું પણ કહ્યું હતું કે, અરજણ સાથે કંઈક ઠીક નથી થઈ રહ્યું.

કલ્કિએ શુકોને પદ્મા સાથે રાખ્યો હતો જેથી તે જરૂર પડે તો તેની મદદ કરી શકે. જો પદ્માને જરૂર પડે તો તે કમ-સે-કમ કલ્કિને આવીને જણાવી પણ શકે. શુકોને કોઈ ને કોઈ પ્રકારે કલ્કિની ભાળ તો મળી જ જતી હતી. કદાચ દેવદત્ત, શુકો અને કલ્કિ પરસ્પર કોઈ ઊંડા બંધનમાં બંધાયેલા હતા એ પણ કોઈ રહસ્યથી કમ નહોતું.

આશા રાખું છું કે આ પ્રશિક્ષણ કામનું હશે.

હું પણ એવી જ આશા રાખું છું.

અશ્વ મહારાજ, તમને તો આ વિષયમાં કશી ખબર નથી.

અશ્વ જેવા મહારાજ, એમ...?

ઓહ, હું મારું મન બહેલાવતો હતો.

મન બહેલાવ પણ મને એમાં ન ઢસડી જા... અને હા, મને આ વિષયમાં કશી ખબર નથી. હું બસ, તને અને મને જ ઓળખું છું... આપણે એકબીજાને સમજીએ છીએ અને આપણે હંમેશાં સાથે રહેવાનું છે.

આ તો ઘણી મીઠીમીઠી વાત કરી નાખી.

ઓહ...! આ વાત એટલી મીઠી પણ નહોતી.

ત્યારે જ હવામાં કોઈ અવાજ ગુંજ્યો. કલ્કિ ઝડપથી ઊઠ્યો અને કામળો પાછળ હટાવીને તલવાર હાથમાં લીધી.

બહાર કોઈ છે.

હિમ દાનવ? આટલી ઠંડીમાં આ જગ્યાએ કોણ રહેતું હશે?

વાત તો સાચી છે. કલ્કિ આગળ ધસ્યો. તેના પગ બરફમાં ધસતા હતા. ત્યાં તો તેને કોઈ ચિચિયારી સંભળાઈ.

"ઓહ, સાંભળ. મને મારીશ નહીં." તે અવાજ બોલ્યો.

કલ્કિએ માથું ફેરવ્યું તો એને એક વામન દેખાયો. તેનું માથું ટાલિયું હતું. તેના નાના શરીરે કેસરી પહેરણ પહેરેલું હતું અને હાથમાં એક છત્રી હતી.

"ઓહ! હથિયારોની વાત આવતાં જ હું અસ્વસ્થ થઈ જઉં છું. મને એ ક્યારેય ગમ્યાં નથી. જો કે એ વાત પણ સાચી કે મને વાપરતાં જ નથી આવડતાં." તે પાછળની તરફ ઉછળ્યો, કારણ કે કલ્કિએ તલવાર ઉઠાવેલી હતી.

આ માણસ કોણ છે? તેને ઠંડી પણ નથી લાગતી અને તે આ જગ્યાએ શું કરી રહ્યો છે?

વામન તેનાથી અડધી લંબાઈની છત્રી સાથે ઝૂકીને ચાલી રહ્યો હતો, "તો આ કળિયુગ છે? કેટલો બરફ છે, હેં ને?"

"કોણ છો તમે? કલ્કિની ભ્રમરો તંગ થઈ."

"હું, હું એ તું છે... તું એ હું છું. આપણે બંને એક જ છીએ." વામને સ્મિત આપ્યું.

"શું હું..." તેણે દેવદત્ત તરફ જોયું જે ગુફામાંથી બહાર નીકળી આવ્યો હતો.

શું તેં જોયું?

કોણ? મને તો એક પાગલ માણસ પોતાની જાત સાથે વાત કરતો દેખાય છે.

"ઓહ... સારું! હું કલ્પના કરી રહ્યો હતો." કલ્કિએ વામન સામે નજર કરી જે ચહેરા પર સ્મિત સાથે ઊભો હતો, "તમે અસલી નથી."

"ના મારા પ્યારા મિત્ર, હું તો તારા માનસિક સંપર્કની દેન છું."

માનસિક સંપર્ક એક અવતારની દિવ્ય શક્તિ હતી જેના બળ પર તે પોતાના ભૂતકાળના રૂપ સાથે સંપર્ક કરીને તેમની પાસેથી કશું શીખી શકતો હતો. જો કે આજ સુધી કલ્કિ જ કાયમ ભૂતકાળમાં ગયો હતો, પણ ક્યારેય અતીત તેની પાસે સામેથી નહોતું આવ્યું.

"તમે... મતલબ આપ આ જગ્યાએ કેવી રીતે આવ્યા?"

"મારા પ્રિય દોસ્ત, તારો માનસિક સંપર્ક મજબૂત થઈ રહ્યો છે. પહેલાં તું ફક્ત આકૃતિ જોતો હતો, પછી તું અવતારો સાથે વાતો કરવા લાગ્યો અને હવે તારા માનસિક સંપર્કનાં એ સાધનો સ્વયં પોતાની ચેતના વિકસિત કરી શકે છે, મારી જેમ જે આ જગ્યાએ આવી ગયો. આ તારા મનનું જ કર્યું-કારવ્યું છે અને તેં એને સરસ રીતે પૂર્ણ કર્યું. જલદીથી તું..." એ મૌન થઈ ગયા. "ના-ના, આનાથી વધુ ન બોલવું જોઈએ."

"હું શું કરી શકીશ?"

"શું તું જાણે છે કે હું કોણ છું?"

કલ્કિએ વામન તરફ નખશિખ જોયું, પણ તેને કશો ખ્યાલ ન આવ્યો. તેણે ભ્રમર ચડાવી તો વામને કહ્યું, "ઠીક છે કે મને નવાઈ નથી લાગી. તું મારા જેવા માણસને ક્યાંથી યાદ રાખે? હું નરસિમ્હા, રાઘવ કે ગોવિંદ જેવો નથી. ઓહ, ઊભો રહે. કદાચ મારામાં ચતુરાઈ તો છે જ... મારે બતાવવું પડશે." તેણે કલ્કિ સામે જોયું, "હું એ જ વામન છું જેણે અસુર રાજ મહાબલિને હરાવ્યો હતો. મેં જ એ વ્યવસ્થા કરી હતી કે મારી સાથે સમજૂતી કર્યા બાદ અસુર ફરીથી પાછા ન આવી શકે. હું એ જ વામન છું, ભગવાન વિષ્ણુનો પાંચમો અવતાર."

"તમે એક અસુરને હરાવ્યો? તમે લડ્યા કેવી રીતે હશો?"

"ઓહ!" તેમણે ખભા ઉલાળ્યા, "મેં મારા મગજનો ઉપયોગ કર્યો હતો. હું તારા જેવો નહોતો. બધાને એવું હતું કે હું કશુંય નહીં કરી શકું." તે બંને ચાલવા લાગ્યા, "પણ જ્યારે કોઈ તમને કમજોર સમજે તે પણ એક વરદાનથી કમ નથી હોતું – જ્યારે દુશ્મનને લાગે કે તમે કશું નહીં કરી શકો ત્યારે તમે આસાનીથી ચોંકાવી શકો છો. બસ, તારે એ જ શીખવાનું છે."

તે લોકો એવી ઊંચી ટેકરી પર પહોંચ્યાં જ્યાંથી એક ગામ દેખાતું હતું. કલ્કિની નજર પહેલાં ત્યાં નહોતી પડી.

કલ્કિ જીવનની ઝલક જોઈને ચમક્યો. કેટલાય લાંબા સમય પછી કોઈ માણસો દેખાયા. તેઓ હરતાં-ફરતાં પોતાનું કામ કરી રહ્યાં હતાં, હવા અને તોફાનનો પણ સામનો કરી રહ્યાં હતાં, "ઓહ, આ તો કેટલું નજીક છે. મારું તો ધ્યાન જ નહોતું."

"આપણે મોટેભાગે નજીકની વસ્તુઓને જોવાનું ચૂકી જઈએ છીએ અને જ્યારે આપણે જોઈએ ત્યારે વસ્તુઓ બદલાઈ ચૂકી હોય છે." વામન કલ્કિ તરફ ફર્યા જે ગંભીર જણાતા હતા.

"મિત્ર, યાદ રાખજે આકૃતિઓ તને છળી શકે છે. આ ભૂલીશ નહીં. મારા શત્રુએ એવું જ કર્યું અને જો, એ કોનાથી હાર્યો." એ હસ્યા અને પછી તે જગ્યાએ ફક્ત ધુમાડાનું જ અસ્તિત્વ હતું.

કલ્કિ ક્ષણભર માટે તો ચકિત થઈ ગયો તેણે પછી દેવદત્ત સામે જોયું, જે ત્યારે હણહણ્યો. તેની માનસિક સંપર્ક સાધવાની શક્તિ વધી રહી હતી જેનો તેને અહેસાસ પણ નહોતો.

"આપણે આ ગામમાં જવું જોઈએ. ભગવાન વિષ્ણુની કૃપાથી કદાચ ભોજન મળી જાય."

"હું પણ વિષ્ણુની જ કૃપાથી છું." દેવદત્ત બોલ્યો.

કલ્કિએ તેને ઉપહાસની દૃષ્ટિથી જોયો.

કલ્કિ ગામની દિશા તરફ ચાલી નીકળ્યો. તેને એવી આશા હતી કે ત્યાંથી ભોજન અને આશરો મળશે, પણ એ લોકો તેને વિચિત્ર જ લાગ્યા. તેને એવું લાગ્યું કે એ બધાં ભયભીત હતાં. તેમનામાંથી મોટાભાગનાં મડદાલ અને રોગિષ્ટ લાગતાં હતાં. કદાચ બર્ફિલા પર્વત પર રહેવાના કારણે હોઈ શકે.

દુકાનો અને ઝૂંપડીઓ બહાર કોઈ હલચલ નહોતી. કેટલાંક લોકો તેની તરફ નજર કરીને ગુસપુસ કરવા લાગ્યાં.

કલ્કિ કોઈ ધર્મશાળાની તપાસમાં હતો. તેને એવું લાગતું હતું કે થોડાક ખંજરના બદલામાં ભોજન મળી શકશે. તે એક વૃદ્ધ પાસે ગયો જે બીજા કોઈક સાથે વાત કરી રહ્યો હતો, “હું એક મુસાફર છું, બાબા. શું ભોજન અને રહેવા માટે જગ્યા મળી શકશે?”

વૃદ્ધે તેની સામે શંકાની નજરે જોયું, “અમે વધેલું ભોજન રાખતા નથી. અમારી પાસે કોઈ મુસાફરને ખવડાવવા કશુંય નથી.”

“આ તો ભૂતિયું નગર લાગે છે.” કલ્કિને તો સામે ઊભેલો વૃદ્ધ પણ ભૂત જેવો લાગતો હતો. તેના ચહેરા પર કરચલીઓ દેખાતી હતી. જાણે કે તેના પર કેટલોય ભાર હોય અને જીવવું દુષ્કર થઈ ગયું હોય તેવો તે દુર્બળ અને થાકેલો દેખાતો હતો.

“પણ... આવ.” વૃદ્ધે સાથે આવવા સંકેત કર્યો, “ક્યાં જઈ રહ્યો છે તું?”

“ઉપર...!” કલ્કિએ ઉપર તરફ આંગળી બતાવી ઇશારો કર્યો.

કલ્કિને સહેજેય ખબર નહોતી કે ભાર્ગવનું સ્થાન ક્યાં હશે. તેને મોટેભાગે માનસિક સંપર્ક સમયે એવું જ જણાવાયું હતું કે પર્વતો પર ભગવાન પરશુરામનું મંદિર છે. પરશુરામ ભાર્ગવનું જ નામ હતું.

જોકે ભાર્ગવ સાથે વાત કરે પણ કલ્કિને ખાસ્સો સમય થઈ ગયો હતો. હવે તે ફક્ત તેમની સાથે જ વાત કરી શકતો હતો. તે સીધેસીધી વાત કરતા હતા. તેમને બીજા અવતારોની જેમ ઉખાણાંની ભાષા નહોતી આવડતી. તેમની વાતો પણ વિવેક અને ઊર્જાથી સભર રહેતી હતી.

“હું પરશુરામ મંદિર જવા માગું છું.”

"કોઈ તીર્થયાત્રી છો?"

"હમ્મ...!" કલ્કિએ ડોકું હલાવ્યું.

વૃદ્ધે પણ તેને જોઈને કંઈક ખોંખારીને બોલ્યો.

"કયો તીર્થયાત્રી આમ તલવાર લઈને નીકળે છે?" વૃદ્ધે કમર પર લટકાવેલી તલવાર પર જોઈને ઝડપથી ઉત્તર માંગ્યો.

"ઓહ..."

"ફક્ત એક રાત્રિ માટેનો આશરો મળશે. મને જુઠ્ઠું બોલનારા પસંદ નથી."

કલ્કિએ જોયું કે રીંછ જેવા આકારની તાંબાની એક મોટી પ્રતિમા બનાવવામાં આવી હતી. તેના માથે મુગટ હતો અને તેમની આગળ કેટલાય પ્રકારનાં ભોજન, ફળ અને મદિરાનો ભોગ ધરાવેલો હતો. કેટલાય પ્રકારનાં પીણાં પણ મૂકેલાં હતાં.

"તું મંદિરની નજીક જ છે. બસ, અહીંથી થોડા માઈલના અંતરે જ છે, પણ લાગે છે કે તારે આરામની તાતી જરૂર છે."

"આ શું છે?" કલ્કિએ દેવદત્તને લગામ ખેંચી ત્યાં ઊભો રાખ્યો અને પ્રતિમા તરફ ઇશારો કરીને પૂછ્યું.

"ભગવાન બ્રહ્માના પુત્ર, ભગવાન જાંબવન. સૌથી શક્તિશાળી રાક્ષસરાજ. તેમને ભગવાન રાઘવે દીર્ઘાયુ જીવનના આશીર્વાદ આપ્યા હતા. તેમની અંદર લાખો-કરોડો સિંહોનું બળ હતું." વૃદ્ધે પ્રતિમા આગળ માથું નમાવીને કહ્યું, "અમે બધા તેમનાં સંતાનો છીએ અને તે દુનિયાથી અમારું રક્ષણ કરે છે."

"તમે લોકો એમને ભોજન ધરાવો છો?"

"હમ્મ. એ જ્યારે ઇચ્છે ત્યારે ભોજન લેવા માટે આવે છે. મોટેભાગે તો દરેક ચૌદમા દિવસે તેમનું આગમન થાય છે." વૃદ્ધે આંખમાં શ્રદ્ધા સાથે ઉત્તર આપ્યો.

"શું તમે તેમને જોયા છે?"

"ના, તેમને કોઈએ જોયા નથી. કદાચ તે કોઈ માણસની સામે આવવા નથી માગતા. અમારા માટે તો તેમના આશીર્વાદ જ પૂરતા છે."

કલ્કિને વિશ્વાસ નહોતો બેસતો કે તેમના દેવતા ધરાવેલો ભોગ આરોગતા હતા. તેને ઘણી નવાઈ લાગી.

ખરેખર, આ પ્રાચીન કે અમર લોકો સાચે જ હોય છે. તેમનું મૃત્યુ પણ થાય છે. શું જાંબવન પણ તેમાંથી એક હોઈ શકે જેની મને કોઈ ખબર નથી?

"આવ... મારો એક નાનો તબેલો છે. તું એમાં રાત વિતાવી શકે છે."

આજે મારી સાથે સૂવું પડશે... હેં ને? દેવદત્તે ગર્વથી કહ્યું. *આજે હું રોજ કરતાં વધુ દુર્ગંધ છોડીશ. મહામહેનતે ઓરડામાં એક સાથી મળ્યો છે.*

કલ્કિએ ભ્રમર ચડાવી અને તે લોકો પ્રતિમા પાસેથી આગળ વધ્યાં.

વૃદ્ધના ગયા બાદ કલ્કિ એ ધૂળ, દુર્ગંધ અને ગંદકી વચ્ચે એક સપાટ ઘાસમાં સૂઈ ગયો. તેણે આંખો બંધ કરીને સૂવાનો પ્રયાસ કર્યો.

અને જ્યારે તેણે આંખો ખોલી ત્યારે ઠંડી તેજ હવા વાતી હતી અને તેની આંખો સામે એક વાઘચર્મ પહેરેલા કદાવર યોદ્ધાને જોયો. તે એની કુહાડી પર નમેલો હતો. તેના વાળની જટા બાંધેલી હતી અને તે કલ્કિ તરફ જોઈ રહ્યો હતો.

કલ્કિ તે જોઈને એકદમ કણસી ઊઠ્યો, "હું અજાણપણે લોકો સાથે સંપર્ક કેમ સાધી રહ્યો છું?"

ભાર્ગવે નજીક આવીને કહ્યું, "ના... એવું નથી. તું એવું નથી કરી રહ્યો. આ તો મેં જ તારો સંપર્ક સામેથી સાધ્યો છે."

કલ્કિએ તેમને વામન વિશે જણાવ્યું અને તેમણે આરામથી એ વાત સાંભળી.

"તેની વાત ન સાંભળીશ. એ ધૂર્ત છે. તે અસલી નથી. એ તારા જ માનસિક સંવાદની છબી છે. જો કે એ સારી વાત છે કે તારી શક્તિ વધી રહી છે." તેમણે સ્મિત સાથે કહ્યું.

કલ્કિએ જોયું કે ભાર્ગવની દાઢી પહેલાં કરતાં વધેલી હતી.

"તો આપણે પોતાની મરજીથી એકબીજા સાથે સંપર્ક સાધી શકીએ છીએ. શું આ શક્તિ સંદેશવાહક તરીકે કામ કરે છે?" કલ્કિએ હમણાં જ જાણ્યું અને એવું લાગ્યું કે કોઈએ તેના ચહેરા પર પ્રહાર કર્યો હોય, "તમે કહ્યું કે, તમે મારી સાથે માનસિક સંપર્ક કર્યો...?"

"આ શક્તિથી ઘણુંબધું શક્ય છે જેના વિશે તું હજુ અજાણ છે." તેમણે કલ્કિના ખભે હાથ મૂક્યો, "તું ક્યાં હતો? તને મંદિર સુધી આવવામાં આટલો સમય કેમ લાગ્યો?"

"હું થાકી ગયો હતો એટલે વિશ્રામ કરવા માટે રોકાઈ ગયો હતો."

તેમણે આંખો ઝીણી કરી, "કયા સ્થળે?"

"એ સ્થળનું નામ ખબર નથી. એ લોકો ભગવાન જાંબવનને પૂજતાં હતાં. શું એ લોકોને તમે ઓળખો છો?"

તેમણે હોઠ ભીંસ્યા, "તે જગ્યા અત્યારે જ છોડી દેજે. એ રાક્ષસો ખતરનાક છે. જો તે લોકોને ખબર પડશે કે કોઈ અવતાર તેમને ત્યાં આવ્યો છે તો એ લોકો તારો વિનાશ કરી દેશે."

"મને તો એ ખબર પણ નથી કે તેમનું કોઈ અસ્તિત્વ છે કે નહીં. કદાચ એવું બને કે..."

"તેમનું અસ્તિત્વ છે." ભાર્ગવે ભાર દઈને કહ્યું, "અત્યારે જ મારા મંદિરે આવવા માટે પ્રસ્થાન કર. રાહ જોઈશ તો માર્યો જઈશ. જાંબવન તારાથી ઘણો શક્તિશાળી છે. તે અત્યારનું સૌથી પ્રાચીન જીવિત અસ્તિત્વ છે. તે બધા અવતારોના જન્મ-મરણના સાક્ષી છે."

બધા જ...?

કલ્કિ કોઈ આવા પ્રાચીન જીવને ક્યારેય મળ્યો નહોતો, પણ આવા જીવની નિકટતાથી તેણે પ્રસન્નતા અને ઉત્સાહ અનુભવી. જો કે ભાર્ગવ સામે એણે કોઈ પ્રતિક્રિયા ન આપી. તે પહેલાંની જેમ વિરક્ત રહ્યો અને માથું હલાવ્યું.

માનસિક સંપર્ક સમાપ્ત થયો એટલે તેણે આજુબાજુ જોયું. તે ફરીથી તબેલામાં હતો. તે પોતાની જગ્યાએથી બેઠો થયો અને દેવદત્ત પાસે ગયો ત્યારે જ કોઈ અવાજ સાંભળ્યો.

કોઈના ઘૂરકવાનો અવાજ હતો. શું કોઈ જનાવર આજુબાજુમાં હતું? તેણે કાન સરવા કર્યા.

તે ઘોડાની ઊંઘ ન બગડે તેમ ધ્યાનથી તબેલામાંથી બહાર આવ્યો. બહાર રીંછની પ્રતિમાની આસપાસ કોઈ આકૃતિ દેખાઈ – એક ભારેખમ-કદાવર રૂવાંટીદાર જીવ કચર-કચર ભોજન આરોગી રહ્યો હતો.

આ તો એ જ હતો.

કલ્કિ તે પરિસ્થિતિમાં જે કરી શકતો હતો તેના કરતાં ખરાબ કામ કર્યું. તેણે ચીસ પાડી. તે કદાવર પ્રાણી તેની તરફ ફર્યું. તેણે પોતાની મોતી જેવી પાણીદાર આંખોથી સામે જોયું.

ઓહ... આ તો મોટી સમસ્યા ઊભી થવાની છે.

3

મનસા જાણતી હતી કે તેના માણસોએ ઇન્દ્રગઢમાં જઈને હજારો લોકોના પ્રાણ હર્યા હશે.

પણ તેને કોઈ ચિંતા નહોતી.

તે લોકો કળિના આશ્રયમાં હતાં. તેમને તો મરવાનું જ હતું.

જો તેનો બદલો લેવાતો હોય તો એમાં બીજાનું લોહી વહાવવામાં તેને કોઈ વાંધો નહોતો. આ બાબતનો તેને ઘણા વખત પહેલાં અનુભવ થઈ ગયો હતો.

"મહારાણીજી!" એક મીઠો અને જાણીતો અવાજ સાંભળી મનસાના હાથનો પ્યાલો ખનક્યો.

"આવી જા અંદર."

તે માણસ અંદર આવ્યો. તેના વાળની ચોટીમાં સોનેરી અને રૂપેરી મોતી ગૂંથેલાં હતાં. તેણે ભગવાન શેષનાગના પ્રતીક ધરાવતું કવચ પહેર્યું હતું.

"સેનાપતિ એરાવન." મનસાના ચહેરા પર સ્મિત હતું, "કાલે રાત્રે કરેલો આકસ્મિક હુમલો કેવો રહ્યો?"

"આપણે વિચાર્યું હતું તેના કરતા સારો રહ્યો. ખરેખર તો મને એવી આશા નહોતી કે તે આટલો જોરદાર સાબિત થશે."

"તારે મારા પર વધારે વિશ્વાસ રાખવો જોઈએ."

"એ વાત તો સાચી છે. દેવી કદ્રુએ અમારા મગજમાં એવું ઠસાવી દીધું કે તમે સક્ષમ નથી." તેણે માથું નમાવી કહ્યું અને મનસાને બધું યાદ આવી ગયું. કદ્રુના પતન પછી મનસાએ નાગપુરી પર પોતાનું આધિપત્ય કરી લીધું હતું. કદ્રુના સેનાપતિઓ હવે તેના નિયંત્રણમાં હતા અને તેમાંનો એક આ એરાવન હતો.

મનસાને પહેલાં તો તે થોડો ઉદ્ધત લાગ્યો હતો, પણ હવે એ તેનું સન્માન કરતો હતો. એ હવે બધા જ આદેશોનું વ્યવસ્થિત પાલન કરતો હતો. ઉપરથી એ દેખાવમાં પણ સુંદર દેખાતો હતો.

"કદ્રુ મરી ચૂકી છે. મેં એ વાતનું સદા ધ્યાન રાખ્યું છે કે હું હવે રાણી છું."

"હા, મહારાણીજી."

"અને આ હુમલો ઘણો મહત્ત્વનો હતો. એ કળિને જણાવવા માટે હતો કે હું તેનો અને તેના લોકોનો અંત કરવા માટે હવે સજ્જ છું."

"હા... મહારાણીજી, આપણે તે સફળતાપૂર્વક પાર પાડ્યું."

"આપણા કેટલા સૈનિકો માર્યા ગયા?"

"તે લોકોની સરખામણીમાં ઘણા ઓછા. હવે તે નગરની સુરક્ષા યક્ષો કરે છે."

"યક્ષો?"

મનસાની ભ્રમરો તંગ થઈ ગઈ. તેને ઉદૈયાની વર્તમાન રાજનીતિ વિશેની કોઈ જાણકારી નહોતી. *કળિએ યક્ષો સાથે મિત્રતા કેવી રીતે કરી?*

"શું કળિની કોઈ ખબર મળી?"

"ના, એ ક્યાંય નજરમાં નથી આવ્યો. અમે બજારો પર પણ હુમલો કર્યો. પ્રજા પાસેથી જાણવાનો પ્રયાસ કર્યો, પણ કોઈ ભાળ નથી મળી. અમુક લોકોએ એવું કહ્યું કે, તેની પાસેથી સિંહાસન આંચકી લેવામાં આવ્યું છે."

"અસંભવ. એ જાણીજોઈને પ્રપંચ રચી રહ્યો છે."

"એવું જ લાગે છે. નહીંતર આપણા હાથે નિર્દોષો જ મર્યા છે."

મનસાએ સેનાપતિ સામે જોયું. શું તે મને ચીડવી રહ્યો છે? તેનો ચહેરો ભાવવિહીન હતો. તે ઊઠીને તેની નજીક આવી અને તેના ઘાથી ભરચક ચહેરાને જોવા લાગી, "તું મારા કામથી સહમત નથી, હેં ને?"

"હું ફક્ત મારી મહારાણીના આદેશોનું પાલન કરું છું."

"હમ્મ... પણ તારો પણ અંતરાત્મા છે અને મને લાગે છે કે આગળ જતાં મને એ દગો કરી શકે છે. અમારે તારી સાથે શું કરવું જોઈએ?"

"તમે ઇચ્છો તો મને આ પદ પરથી હટાવી શકો છો, બીજા ઘણા સેનાપતિઓ છે જ..."

"શું આ તારી ઇચ્છા છે? સેનાપતિ, તું મારી સાથે રહીને મને મદદ કરવા કેમ નથી ઇચ્છતો."

એરાવને તેની સામે જોયું પણ મૌન રહ્યો. તેને લાગે છે કે હું પણ કદ્રુ જેવી જ છું.

"મહારાણી, હું તમારી સેવા કરવા ઇચ્છું છું. તમારી પાસે નાગલોકો માટેની શ્રેષ્ઠ યોજના છે. ઉત્તરને વશમાં કરવાથી આપણા કબીલાને લાભ થશે. જેમ સુપર્ણો સાથે સંધિ કરવાથી આપણો જ ફાયદો થયો છે."

"આવું કહેવા બદલ આભાર. ઘણા નાગ હજુ માનતા નથી કે સુપર્ણોની મિત્રતાથી આપણને મદદ મળશે."

"ના, એ લોકો એવું નહીં કરે."

"શું કોઈ છૂપી વાત છે કે જે મારે જાણવી જરૂરી હોય?"

એરાવને તેની સામે જોઈ માથું ધુણાવ્યું, "તમને એક વાત કરવાની હતી, પણ મને એવું લાગ્યું કે સવારના સમયે તમને સારી ખબર જ આપવી જોઈએ."

"સેનાપતિ, હું મને ખુશ રાખવા માટે તને પૈસા નથી આપતી. બોલ... શું વાત છે? શું બંને કબીલાઓ વચ્ચે હજુ તાલમેલ નથી બેઠો?"

મનસાને આ ભય ખાસ સતાવતો હતો. સુપર્ણોના રાજા તાર્ક્ષ્યએ સુપર્ણિકામાં પોતાનો અધિકાર સ્થાપિત રાખવા માટે પોતાની અડધી સેના તેમને આપી દીધી હતી.

"એવું નથી. વાત છે નાની, પરંતુ ગંભીર છે."

"નાની કે ગંભીર? સેનાપતિ પહેલા એ નક્કી કરી લે... બોલ શું છે?"

તેણે ઊંડો નિઃસાસો નાખ્યો, "સૈનિકો... એ લોકો ખુશ નથી."

"કેમ?" મનસાને નવાઈ લાગી, "એ તો બધાને સારા એવાં નાણાં ચૂકવતી હતી. બધાને સારી સુખ-સુવિધા આપવામાં આવી હતી."

"ઓહ, થોડી શરમજનક વાત છે. મોટેભાગે આવાં લાંબાં યુદ્ધોમાં સૈનિકો પોતાના માટે સ્ત્રી ઇચ્છે છે. સેનાપતિ પોતાની ટુકડીઓ માટે

અપ્સરાઓ નીમે છે જેથી તેમના માટે લડતા સૈનિકોને મનોરંજન મળી શકે."

મનસાને આ વિષયમાં કશી ખબર નહોતી. મનસાએ મુઠ્ઠી ભીડી, "સેનાપતિ, શું તમે આખી છાવણીને વેશ્યાલયમાં ફેરવવા માગો છો?"

"મને સ્ત્રીઓમાં રુચિ નથી એ તો આપ જાણો છો. મને તો મહારાજ વાસુકિના સમયથી નપુંસક બનાવી દેવાયો હતો. તેમણે મને સેનાપતિ તક્ષકના હાથ નીચે મૂક્યો હતો. મનસાને તે સેનાપતિ યાદ હતો. વાસુકિના હત્યારાઓએ તેને મારી નાખ્યો હતો તેમાંનો એક કળિ પણ હતો. આ જ કબીલાની સંધિનો અંત હતો. હું... ખેર..."

"તને નપુંસક બનાવવામાં આવ્યો, કારણ કે વાસુકિ ઇચ્છતો હતો કે શિસ્ત અકબંધ રહે અને આવી ઘટનાઓ ન બને."

"જી...હા..." તે શરમાઈ ગયો, "પણ તમે જુઓ, મોટાભાગના સૈનિકો કદ્રુને આધીન હતા જે આ વાતના વિરોધમાં નહોતી. તેણે નપુંસક બનાવવાના નિયમ પર પણ પ્રતિબંધ મૂક્યો હતો. તેને એવું લાગતું હતું કે આ અમાનવીય છે."

"ઓહ...!" મનસાએ તેના વાળમાં હાથ ફેરવ્યો, "હવે તેમને શરીરની ભૂખ મિટાવવા સ્ત્રીઓ જોઈએ છે. તું શું કહેવા માગે છે?"

"હું શું કહું? મને પણ તમારી જેમ કશી સમજ નથી પડતી, મહારાણીજી."

મનસાએ ઊંડો શ્વાસ લીધો.

તે બોલ્યો, "મોટાભાગની યુદ્ધછાવણીઓમાં અપ્સરાઓની સેવા લેવામાં આવે છે જેથી સૈનિકો થાક ઉતારીને તાજગી અનુભવી શકે. આ પરંપરા છે." મનસાએ જોયું કે તે ઘણું વિચારી શબ્દો ગોઠવીને બોલતો હતો.

"આ પરંપરાનો મારા ભાઈએ વિરોધ કર્યો હતો."

"અને તેમણે એવી પરંપરાની શરૂઆત કરી જેનાથી કેટલાંય લોકોને નફરત હતી. મહારાણી, આપ તો એવું નહીં જ ઇચ્છો." તેણે હળવેથી કહ્યું.

"તો તું યૌનદાસીઓને પાછી લાવવાની વાત કરે છે?"

"ઓહ...!" તે ફરીથી શરમાયો, "મારો મતલબ છે કે છાવણી માટે એ સારું છે. કાલે જે લડાઈ શરૂ થઈ છે એ તો મહિનાઓ સુધી ચાલશે. આપણે નથી ઇચ્છતા કે આપણા જ લોકો વિદ્રોહ કરે. જો કે તમારી મરજી જે હોય તે પ્રમાણે જ થશે."

મનસાએ માથું હલાવ્યું, "સેનાપતિ, આભાર. તું જઈ શકે છે." તે પોતાના મખમલી બિસ્તર પર જઈને આરામથી બેઠી.

મને સાચી અને સારી સલાહ આપીને મદદ કોણ કરી શકશે?

અને આખી છાવણીમાં તેને ખબર હતી કે એક જ વ્યક્તિ એવું કામ કરી શકતી હતી.

મારો વહાલો, કાયર મિત્ર.

તે લંકાના છેલ્લા રાજા રાવણના ભાઈ-વિભીષણ સાથે વાત કરવા ચાલી નીકળી.

મનસા જોજનો સુધી વિસ્તરેલી છાવણીમાં ચાલતી નીકળી હતી. જંગલમાં દૂર સુધી તંબૂઓ લગાવવામાં આવ્યા હતા. હજારો સૈનિકોના ધામા આ છાવણીમાં હતા. કેટલાક આરામ કરી રહ્યા હતા, કેટલાક ભોજન કરી રહ્યા હતા. મનસાએ નજીકના એક તંબૂમાંથી ધુમાડો નીકળતો જોયો. તેમાં મરઘાં અને બકરાંના માંસનું ભોજન બની રહ્યું હતું. તે આગળ વધી તો કેટલાક સૈનિકો પ્રશિક્ષણ લેતા જોયા. તલવારોનો ખણખણાટ સંભળાતો હતો. તે એક મોટા તંબૂની પાસેથી નીકળી જ્યાં વચ્ચે જ શરાબ રાખવામાં આવ્યો હતો. સૈનિકો તેમાંથી જોઈતી શરાબ ભરીને લઈ જતા હતા.

ઇન્દ્રગઢ નગરથી જોજનો દૂર જાણે કે એક આખું નગર વસી ગયું હતું.

મનસાએ જોયું કે બધા જ સૈનિકો પુરુષ હતા. સ્ત્રીઓને લડવા માટે નહીં, પણ સેવા માટે રાખવામાં આવી હતી. એ બધી દાસીઓ હતી. નાગસેનામાં સ્ત્રીઓ હતી, પણ એ બધી કદ્રુની લડાઈમાં મૃત્યુ પામી.

એ તો થવાનું જ હતું.

બીજા બે અંગરક્ષકો સાથે મનસા માનવોની છાવણી પાસેથી નીકળી. તેણે અંદર જે જોયું તેનાથી તે ચોંકી ગઈ. તે જગ્યા પર બીજી છાવણીઓની સરખામણીમાં સ્ત્રીઓની સંખ્યા વધુ હતી. સૈનિકો નાચ-ગાન કરી રહ્યા હતા. આ કોઈ યુદ્ધછાવણી નહીં, પણ મેળા કે ઉત્સવ જેવું લાગતું હતું.

ઓહ, મતલબ કે આ વિભીષણનો તંબૂ છે.

તેણે સૈનિકોને લોભાવતી અપ્સરાઓ જોઈ. તેમાંથી અમુક વસ્ત્રહીન હતી. મનસાએ એ લોકો સામે નફરતથી જોયું તો એ બધી છુપાઈ ગઈ. તે જગ્યા વેશ્યાઓના અડ્ડા જેવી લાગતી હતી, પણ વિભીષણને સમજાવનારું કોઈ નહોતું કે, તેણે પોતાની છાવણીમાં કેવી રીતે શિસ્ત રાખવી જોઈએ.

વિભીષણ છેલ્લાં કેટલાંય વર્ષોથી ઘણા આરામથી દક્ષિણીઓની એકમાત્ર નગરીમાં એશથી રહેતો હતો. ઘણા લાંબા સમય બાદ મનસાના કહેવાથી તે સાથે આવ્યો હતો. તેણે એવું કહ્યું હતું કે, તેને યોગ્ય લાગશે તો તે આગળ જતાં મનસાને મદદ કરશે જેથી તે કળિને હરાવી શકે.

તે એ છાવણીમાંના સૌથી રંગીલા તંબૂ પાસે પહોંચી. તેની આસપાસ કેસરી રંગના થાંભલા પર સુંદર કારીગીરી કરવામાં આવી હતી. માનવ અંગરક્ષકોએ તેમનું માથું નમાવ્યું અને મનસા વિભીષણના તંબૂની અંદર ગઈ.

"ઓહ મિત્ર, સંદેશો મોકલી દેતી તો હું જ આવી જતો. તું મહારાણી છે, તારે આવવાની જરૂર શી હતી?"

"અને તું પણ એક રાજા છે."

વિભીષણ હસવા લાગ્યો તો મનસાને યાદ આવ્યું કે એ બંને બાળપણમાં કેવાં હસતાં-રમતાં હતાં. તે પણ ત્યારે ગોળમટોળ દડા જેવો લાગતો હતો.

"હું કોઈ રાજા નથી, પરંતુ મને એ જણાવ કે કાલનો હુમલો કેવો રહ્યો?"

"એ તો ઘણો સારો રહ્યો."

તે નિરાશ લાગતો હતો, "તું જાણે જ છે કે આ બધું મને ગમતું નથી."

"ચોક્કસપણે, તારું સૈન્ય આગળ જતાં મારા માટે લડશે."

"હમ્મ... હું જરૂર પડશે તો જ મદદ કરીશ. મને તારા હુમલાથી પ્રસન્નતા નથી થઈ." તે પોતાની જગ્યાએથી ઊભો થયો, "તું વધુ પડતું કરી રહી છે. પ્રિય, મને તારી ચિંતા થાય છે. ક્યાંક આ બદલાની ભાવનામાં તું પોતાને ગુમાવી ન બેસે."

"મારા બદલાની ભાવનાને કારણે જ હું અત્યારે બે રાજ્યો પર શાસન કરું છું." મનસાએ ત્વરિત ઉત્તર આપ્યો.

વિભીષણે નિરાશાથી માથું હલાવ્યું. તે પહેલીવાર મનસાના યુદ્ધનો વિરોધ નહોતો કરી રહ્યો. તે ફક્ત શિષ્ટતા ખાતર જ તેની સાથે હતો અને મનસાને તે પસંદ નહોતું.

એ તેની સહાય માગતી હતી. એ મોટે અવાજે કહેવા માગતી હતી કે, વિભીષણ, આવી નાજુક પરિસ્થિતિમાં તારે પૂરો સાથ આપવો જોઈએ, તેની સાથે હોવો જોઈએ, પણ તે શાંત રહી. તેને એક બીજી સમસ્યા હલ કરવાની હતી, "મને મારા સેનાપતિ દ્વારા જાણવા મળ્યું..." તેણે વિભીષણને બધી જ વાત જણાવી. વિભીષણે તે સાંભળીને પોતાનું પુસ્તક બાજુમાં મૂક્યું.

જ્યારે બધી વાત પૂરી થઈ તો તેણે ડોકું ધુણાવ્યું, "વાસુકિએ તેવું નહોતું કરવા જેવું. નપુંસક કરવાનો વિચાર સારો ન કહેવાય."

"વાસુકિ જ નહીં, પણ નાગલોકોમાં આ જ પરંપરા રહી છે. અમુક શાસકોએ આવું નથી કર્યું, પણ મોટાભાગનાએ તેને અપનાવ્યું હતું. વાસુકિએ આ પરંપરા અપનાવી હતી."

"અને તું શું માને છે?"

"હું તને એ જ પૂછવા આવી છું." મનસા બોલી.

"મને પૂછવા આવી છે કે તારે શું કરવું જોઈએ? મારા પ્રમાણે તો એવું જ કર જે સેનાપતિ કહેતો હોય. એ સાચું જ કહી રહ્યો છે. જો તારા પોતાના માણસો જ વિદ્રોહ કરશે તો આ મામલો વધુ ગૂંચવાશે."

વિભીષણ બોલતાં-બોલતાં પોતાના પેટ પર હાથ ફેરવતો હતો.

"તને કેવી રીતે ખબર? શું તને આવો અનુભવ છે?" આ બોલીને જ મનસાને પોતાની મૂર્ખતાનો અહેસાસ થયો. વિભીષણને કેવી રીતે ખબર પડવાની હતી. એ તો પોતાની નગરીમાં આજ સુધી શાંતિપ્રિય રીતે જીવતો હતો.

"ના, પણ મેં યુદ્ધનીતિ વિશે ઘણાં પુસ્તકો વાંચ્યાં છે જે મારા પિતાએ જ રોચક લાગે તેમ લખ્યાં હતાં. તેમાં પૂર્વજોના શાસનનું વર્ણન છે – રાઘવ અને રાવણ વગેરેનું."

તેને પૂર્વજો પર વિશ્વાસ નહોતો. લોકો ઘણીવાર વાતો કરતા હતા કે એ લોકો કેટલા શક્તિશાળી હતા, પણ મનસાને એવું લાગતું કે લોકોએ ફક્ત વાતો જ ઉપજાવેલી છે. જો કે તે ખૂલીને એ વિશે બોલતી નહોતી, "મને આ પરિસ્થિતિમાં તારી સલાહ જોઈએ છે."

"મને વિશ્વાસ છે કે તું જે કરીશ તે યોગ્ય જ કરીશ. તું નિર્દોષ અને પ્રજાજનોને મારીને પણ સારું કરી રહી છે. તેં એ રીતે કળિને ભડકાવી દીધો છે."

મનસાએ સ્મિત કર્યું. થોડીક લાશોથી તેનો દુશ્મન ભડકી જશે.

આ કારણે જ તો તેણે હુમલો કરાવ્યો હતો.

મને તેના સુધી જવા માટે આ ઉપાય જ યોગ્ય લાગ્યો.

4

પદ્મા તેનો સરસામાન બાંધી રહી હતી ત્યારે વાનરોની છાવણીમાં રોગ ફેલાઈ ચૂક્યો હતો. તે ઇન્દ્રગઢ તરફ અરજણને મળવા જઈ રહી હતી.

આહ... તેની કેટલી યાદ સતાવી રહી છે. પદ્મા તેને થોડા સમય માટે જ મળી હતી, પણ અરજણે તેના મનમાં એક ઊંડી છાપ છોડી હતી. તેને લાગતું હતું કે એ પણ તેના ભાઈ જેવો ઇમાનદાર માણસ હતો, પછી તે કલ્કિ વિશે વિચારવા લાગી. તેને યાત્રા પર નીકળે એકાદ મહિનો થવા આવ્યો હતો.

પદ્મા તેનો સામાન બાંધી રહી હતી ત્યાં તો શુકોનો અવાજ સાંભળી બારી બહાર જોયું. તેણે શુકોને પ્રેમથી પસવાર્યો ને ત્યારે જ તેની નજર બીમાર અને રોગીઓ તરફ ગઈ. લોકો ખાંસી રહ્યાં હતાં અને તેમને ખાટલાઓમાં સુવાડીને સ્ત્રીઓ તેમનો ઇલાજ કરી રહી હતી.

આ લોકોને શું થયું છે?

"તેં નથી સાંભળ્યું?" પાછળથી અવાજ આવ્યો.

ભારેખમ પહેરણ પહેરેલી ટાલવાળી એક સ્ત્રી અંદર આવી, "વાનરો બધા સ્વસ્થ નથી." તેનો ચહેરો ફિક્કો લાગતો હતો.

"આવું બધું કેવી રીતે થઈ ગયું." પદ્માએ વિદ્રોહી અપ્સરાઓની નેતા રત્નાને પૂછ્યું, "આ તો ભગવાન બજરંગના વાનરો છે." તે પહેલેથી જ વાનરરાજને આદર અને સન્માન આપતી ને પૂજતી હતી. એ બધા ઘણા વિનમ્ર અને બળવાન હતા. તેણે તેમની કેટલીય દંતકથાઓ સાંભળી હતી કે તેમની સાથે વાત કરવામાં પણ ડરતી હતી.

"એ લોકો અમુક જડીબુટ્ટી લેવા માટે ગયા હતા અને બીમાર પડી ગયા છે. વાનર વૈદ્યનું કહેવું છે કે, તે લોકો પર કોઈ વિષનો પ્રભાવ લાગે છે."

"વિષ...?" પદ્માને નવાઈ લાગી, "આ લોકોને વિષ કોણ આપે?"

"કોને ખબર... આ લોકો તો ખેડૂતો છે..." રત્નાએ સામાન જોઈ પૂછ્યું, "તું જઈ રહી છે?"

"હા... તમે લોકો શું કરો છો?"

"હું પણ એવું જ વિચારી રહી છું. હજુય એવું જ વિચારું છું કે મારે ક્યાં જવું જોઈએ."

પદ્માએ તેની સામે નજર મિલાવી.

"શું તું મને તારી સાથે ઇન્દ્રગઢ આવવા માટે નહીં કહે?"

પદ્માએ દાંત ભીંસ્યા. ભલે તે અપ્સરાઓની મુક્તિદાતા તરીકે તેને પસંદ કરતી હોય, પણ તે એક વ્યક્તિ તરીકે તેને ગમતી નહોતી. રત્ના કેટલીયવાર સાવ શુષ્ક અને સ્વાર્થી રીતે વર્તતી હતી. તેને જોઈને પોતાનું રૂપ તેને દેખાતું હતું, "તું કેમ સાથે આવવા માગીશ?"

"તે જગ્યાએ તો સ્ત્રીઓની ગુલામી અને વેશ્યાવૃત્તિની બોલબાલા છે." તેણે હાથ હલાવતાં કહ્યું.

હું નથી ઇચ્છતી કે તું સાથે આવે.

"તું સૂર્યગઢથી શરૂ કર. તે નજીકમાં છે. દરેક નગરની પોતાની સમસ્યાઓ હોય જ છે."

"કદાચ તું નથી ઇચ્છતી કે હું તારી સાથે આવું." આમ બોલી રત્ના ઝૂંપડીની બહાર નીકળી ગઈ.

પદ્માને પોતાના વર્તન પર સંકોચ થયો. તેણે શુકોને બોલાવ્યો તો એ ખભા પર આવી બેઠો. પદ્મા એ વ્યક્તિને છેલ્લીવાર મળવા ગઈ જેની સાથે તે વાત કરવા માગતી હતી.

એ હતા ભગવાન બજરંગ.

પદ્માના મનમાં પોતાના યુગના નાયક, મહાન યોદ્ધા બજરંગ માટે ઘણો આદર હતો. એ તેમને મળવા માગતી હતી. જ્યારે તે એમના તંબૂમાં પહોંચી તો ત્યાં ઘણાબધા વાનર સૈનિકો હાજર હતા. ભગવાન

બજરંગ ચિંતામાં જણાતા હતા. તેમના ચહેરા પર તાણ હતી અને વાળ વિખરાયેલા હતા. પદ્માએ એક તરફ જઈને તંબૂની અંદર જોયું. એક વાનર સૂતેલો હતો અને બેભાન લાગતો હતો.

તે ઘણો ક્ષત-વિક્ષત લાગતો હતો. તેના વાળમાં લોહીના છાંટા હતા અને માથાના વાળ ઊતરી ગયેલા હતા. તે થોડી-થોડીવારે કણસી રહ્યો હતો.

"તેને આ જગ્યાએ નહોતો લાવવાનો. પ્રભુ બજરંગ, તમને પણ તેનો ચેપ લાગી શકે છે."

"મને એવી કોઈ ચિંતા નથી. ગમેતેમ તોય પીડિત વાનરને ખયાલ આવવો જોઈએ કે આપણે તેને ખરાબ સમયમાં એકલો નહોતો મૂક્યો." બજરંગ તેની વધુ નજીક ગયા.

વાનર વૈદ્યે કહ્યું, "જુઓ, તેના શરીર પર એક વિચિત્ર એવી લાલી દેખાય છે, પણ આ કોઈ સામાન્ય રોગ નથી."

"તમે કહેવા શું માગો છો?" ભગવાન બજરંગ ગંભીર સ્વરે બોલ્યા.

"મને લાગે છે કે આ જાંબલી રંગની ઝેરીલી વનસ્પતિનો પ્રભાવ લાગે છે. તેને લકવાની પણ અસર લાગે છે. ખબર નથી કે આ હજુ જીવિત કેમ છે? જોકે તેને ભાનમાં રહેવા માટે ઘણું જોર લગાવવું પડે છે."

"જાંબલી ઝેરી વનસ્પતિ?" બજરંગ વિચારમાં પડી ગયા.

"હવા... વાતાવરણમાં કશુંક ભેળવેલું હતું." પીડિત વાનર માંડ બોલ્યો ને શાંત થઈ ગયો.

વૈદ્યના ઇશારા વડે હાથમોજા પહેરેલા વાનરો તે પીડિત વાનરને ત્યાંથી ઉઠાવી ગયા. બીજા વાનરો અંદરોઅંદર વાત કરતા બહાર નીકળી ગયા. બજરંગ પોતાની ખુરશી પર બેસીને ઊંડા વિચારમાં પડી ગયા. તેમની સમજમાં નહોતું આવતું કે આ બધું શું બની રહ્યું હતું.

"મને લાગે છે કે આ લોકોને ઇરાદાપૂર્વક વિષ આપવામાં આવ્યું છે. એ વાનર બેહોશીમાં પણ કશું બકી રહ્યો હતો. એ ઝેરીલી વનસ્પતિનું ઝેર હવામાં ભળી જતું હશે? કેવી મૂર્ખતાપૂર્ણ વાત છે. ખેડૂતો આ વિષયમાં સારી જાણકારી ધરાવે છે. તેને તોડવાનું તો ઠીક પણ નજીકથી

પણ ન જવાય. તેની અસર હવામાં હતી મતલબ કે કોઈએ તેનો ઝેરી ધુમાડો કર્યો હતો. કોઈએ...” બજરંગ તેમના વિચારોમાં ડૂબેલા હતા ને તેમનું ધ્યાન પદ્મા તરફ ગયું, “ઓહ પદ્મા, હું શું કોઈ મદદ કરી શકું છું? શું મારા થોડાક વાનર સૈનિકો તારી સાથે મોકલું?”

પદ્મા ત્યાં જ ઊભી રહી. ભગવાન બજરંગ આટલી ચિંતામાં પણ કેટલા સહજ થઈ શકતા હતા, “પ્રભુ શું થયું છે?”

તેમણે તેમના સૈનિકોને બહાર જવાનો આદેશ કર્યો અને પછી પદ્માને બેસવાનું કહ્યું. એ બોલ્યા, “તારને હરાવ્યા પછી લાગતું હતું કે ચિંતાઓનો અંત આવી ગયો, પણ હવે લાગે છે કે કોઈ નવો દુશ્મન આવી ગયો છે. કદાચ કોઈ તારનો મિત્ર હશે.”

તાર વિચિત્ર સેનાપતિ હતો. તેણે ભગવાન બજરંગને મારી નાખવા ઇચ્છ્યું, જોકે તેની પાસે આવું કરવાનું કારણ હતું. હવે તે વાનરોની કેદમાં સડી રહ્યો છે.

“કેટલીયવાર એવું લાગ્યું છે કે આપણી પ્રજાને દક્ષિણથી લાવવાની જ નહોતી. એ લોકો ત્યાં જ સારાં હતાં.”

“તમે એવું શા માટે કર્યું.” પદ્માએ પૂછ્યું.

“બધાને સારું રહેઠાણ મળે એટલે. પ્રલય પછી અમારા વિસ્તારોમાં રોગચાળો ફાટી નીકળ્યો હતો અને હવે એ બધું અહીં બની રહ્યું છે. એવું લાગે છે કે અમુક વસ્તુઓ તેની પૂર્ણતાના આરે આવી ગઈ છે.”

પદ્મા તેમની ચિંતા જોઈને ભાવુક થઈ ગઈ, પણ તેણે પોતાના પર સંયમ રાખ્યો, “આપણે શું કરી શકીએ છીએ?”

“આપણે?” તેમની ભ્રમરો તંગ થઈ, “પદ્મા, તારે હવે પાછું જવું જોઈએ. કલ્કિએ કહ્યું હતું કે તારે તેના ભાઈ પાસે જવાનું છે. અત્યારે તેને તારી વધારે જરૂર છે.”

“મને આ અચાનક થનારા હુમલાઓની ખબર છે.” પદ્માએ તેની વાત ન સાંભળી અને કહ્યું, “જેણે પણ આ હુમલો કર્યો છે તે સ્પષ્ટ રીતે તમને ચેતવણી આપી રહ્યો છે.”

“શેના માટે?”

"એટલા માટે કે તેનું અસ્તિત્વ હજુ છે." તે બોલી, "હવે પછીનો હુમલો વધુ ભીષણ હશે જેની અસરો પણ વધુ હશે. તમારે આ બાબતમાં કંઈક કરવું જોઈએ."

"તું વિશ્વાસથી કહી રહી છે?"

"મને ઘણી વાર એવું થાય છે કે ભગવાન તમે કેટલા સીધાસાદા છો?"

એ મનોમન હસ્યા ને બોલ્યા, "પહેલા ક્યારેક આદરણીય લોકોની વચ્ચે રહેતો હતો, પણ હવે એવું નથી રહ્યું. હું ફક્ત આશા રાખતો હતો. એવી આશા કે જે મેં એ લોકોમાં જોઈ હતી, પણ આ તો ઘોર કળિયુગ છે. એક દિવસ પણ એવો નથી વીતતો જેમાં કશું ભયંકર બન્યું ન હોય. તારી વાત સાચી છે આપણે કોઈ કાર્યવાહી કરવી પડશે."

"અને હું આપને મદદ કરવા ઇચ્છું છું."

"પણ તારું અભિયાન?"

"મારે તમારી સેવા કરવી છે. એ પછી હું જતી રહીશ."

તેના ખભે બેઠેલો શુકો પણ બોલવા લાગ્યો. એ કહેવા માગતો હતો કે આ સમયની બરબાદી છે, પણ તેને કોઈ પરવા નહોતી. તે પોતાના નિર્ણય પર અડગ હતી.

"સારું... તો પછી તારા પ્રમાણે શું કરવું જોઈએ."

પદ્માએ કશું વિચારીને કહ્યું, "એ જગ્યાએ જવું પડશે, જ્યાં ખેડૂતો ગયા હતા. ત્યાં જઈને પરિસ્થિતિ જોવી પડશે. ત્યાંથી જ કોઈ પગેરું મળશે એવો મને વિશ્વાસ છે."

"શું એ લોકોએ કોઈ બેદરકારી કરી હશે?"

"જ્યારે પણ કોઈ બીજાને મારવા ઇચ્છે તો એ બેદરકાર થઈ જાય છે. મહારથીઓ પણ ક્યાંક ને ક્યાંક તો ચૂકી જતા હોય છે. તમે જ વિચારો કે લોકોને ઝેર આપવા માટે વાયુનો પ્રયોગ કોણ કરે?"

બજરંગ વિચારમાં પડ્યા ને બોલ્યા, "પ્રશ્ન તો સાચો છે. મારે પણ એ શોધવું પડશે. જો કશું જાણવા મળે તો જણાવીશ – તો તું નિરીક્ષણ માટે જઈ રહી છે?"

"હમ્મ..."

"સાચવીને જજે."

"હું મહોરું પહેરીને જઈશ, કશું નહીં થાય."

પદ્મા‌એ જવા માટે ડગ માંડ્યાં ને એકદમ પાછું ફરીને વાનરરાજ સામે જોયું, "તમને એક પ્રશ્ન પણ કરવાનો હતો."

"હમ્મ... બોલ."

"તમે કલ્કિને મદદ કેમ ન કરી?"

"ઓહ...!"

"જ્યારે તે પાછો આવશે તો કદાચ અધર્મને હરાવવા માટે તેને આપની મદદની જરૂર પડશે."

તેમણે ડોકું ધુણાવ્યું, "મારો સમય સમાપ્ત થઈ ગયો છે."

"પણ તમે આ જગ્યાએ રહો છો. દુનિયા પર તેની અસર છે અને તમારો કબીલો પણ તેનો એક ભાગ છે. કલ્કિની મદદ કરીને તમે તમારા કબીલાની જ મદદ કરવાના છો."

બજરંગ હસ્યા, "પદ્મા, તું હંમેશાં સમજદારીની જ વાત કરતી હોય છે. હું આ બાબતે પણ વિચારીશ. હું તેની મદદ કરવા માગતો હતો, પણ તેની યાત્રા અલગ છે અને મારી યાત્રા તો ઘણા સમય પહેલાં પૂરી થઈ ગઈ છે, પણ હવે હું તેના પર ફરીથી વિચાર કરીશ."

પદ્માએ સ્મિત સાથે માથું હલાવ્યું અને બહાર નીકળી ગઈ.

શુકોએ ફરીથી શોર મચાવ્યો, પણ તેણે ખિસ્સામાં રાખેલું ધાન ખવડાવીને તેને ચૂપ કરી દીધો.

માફ કરજે અરજણ. તારે રાહ જોવી પડશે.

5

નલકુબેર પોતાની વાત પર વધુ ભાર મૂકતાં બોલ્યો, "તું પરિષદ સામે તારો ચહેરો બતાવે તે પહેલાં તારે સાર્વજનિક રૂપે પણ સામે આવવું પડશે." ઇન્દ્રગઢની રાજનીતિક વ્યવસ્થા એવી હતી કે રાજાને મતદાનના આધારે નક્કી કરવામાં આવતા — જેમાં પચાસ ટકા મત દરબારીઓના અને બાકીના મત પ્રજામાંથી લેવામાં આવતા.

અરજણ વાત માની ગયો હતો. તે અત્યારે રથમાં સવાર હતો. એ ધરતી પર આગળ વધી રહ્યો હતો. રસ્તાઓ પર લોકો તેની પાછળ આવવા લાગ્યા. અંગરક્ષકો તેની પાછળ ઘોડાઓ પર ચાલી રહ્યા હતા. ઢોલ-નગારાં અને પીપૂડાઓના અવાજની વચ્ચે લોકો અરજણ સામે નવાઈથી જોઈ રહ્યાં હતાં.

હજુ હમણાં જ થયેલો સામૂહિક નરસંહાર લોકો ભૂલ્યાં નહોતાં. એ લોકો તેને ભય, કુતૂહલ અને વિસ્મયથી તાકી રહ્યાં હતાં.

અરજણે ધીમેથી નલકુબેરને કહ્યું, "હું આ લોકોને ગમતો નથી." તેની તલવાર ઊંચી હતી અને નજર પ્રજા સામે તાકેલી હતી. નલની પત્ની રંભાએ જ આ મુદ્રામાં ઊભા રહેવાની સલાહ આપી હતી. તે જનસંપર્ક બાબતમાં સારી જાણકારી ધરાવતી હતી.

"આ લોકો ચિંતિત છે, પણ કોઈ વાંધો નહીં. એ લોકોએ જે રાણીને ચૂંટી એ તેમની આશાઓથી વિપરીત નીકળી હતી. તેં એક કબીલાને સાથ આપ્યો છે. માનવ હંમેશાં આપણને નિમ્ન જ ગણતાં આવ્યાં છે."

અરજણે માથું હલાવ્યું, "શું હુમલાઓ વિષે બીજી કોઈ જાણકારી મળી...?"

"ના, કોઈ નવી માહિતી નથી મળી. નાગલોકોએ તેમની રાણી મનસાના આદેશથી હુમલો કર્યો હતો. એ લોકો આ સ્થળથી ઘણે દૂર

છે, પણ ખતરનાક છે અને આ નગર પર કબજો કરવા માગે છે. હું ઇચ્છું છું કે આપણો રાજા સરહદ પરની સુરક્ષા મજબૂત કરે. પરિષદના સભ્યો પણ માની ગયા છે. જો કે તે લોકોને નગરની સુરક્ષાની એટલી ચિંતા નથી, કારણ કે તે લોકો તેમના પુત્રોને સત્તામાં કેવી રીતે લાવવા એના પેંતરાઓમાં વ્યસ્ત છે."

અરજણે વાત સાંભળી, પણ તેને આ વાત ગમી નહીં, *"ઓહ, એકવાર હું રાજા બની જઉં પછી આ બધાને તો હું જોઈ લઈશ."*

"સભામાં તારું નામ લીધું તો એ લોકોને એ ગમ્યું નહોતું."

"હા, સાચી વાત છે... એક સામાન્ય વ્યક્તિ રાજા બને એ ક્યાંથી ગમે?"

"એ વાત પણ નથી." નલકુબેર તેની નજીક જઈને બોલ્યો, "પરિષદમાં રાજ પુરોહિત ગુરુ નરેન્દ્રનું પદ પણ છે. તેમને તારા વિશે કોઈ જાણકારી છે. ક્યાંક એ તારા નામની અફવાઓ ફેલાવી ન દે."

"કેવી અફવાઓ...?"

"તું કોઈ પુરુષના પ્રેમમાં હતો?" નલકુબેરના કપાળે ચિંતાની રેખાઓ હતી.

અરજણે દાંત ભીંસ્યા, "આ કોઈ સમસ્યા ન કહેવાય."

"ઓહ... પણ સમલૈંગિકતાનો શોખ ધરાવતા વ્યક્તિને શાસક તરીકે કોઈ ન ઇચ્છે." તેણે સહજ રીતે વાત મૂકી. એક ક્ષણ માટે નલને એવું લાગ્યું કે અરજણ તેનું માથું ફોડી નાખશે. પછી તે બોલ્યો, "આ મારા નહીં, પરંતુ એ લોકોના શબ્દો છે. આ નગરનો ધર્મ સમલૈંગિકતાને કોઈ રોગ જેવો માનતો આવ્યો છે."

અરજણ ગુસ્સાથી પાગલ થઈ ગયો. તે એટલે જ રાજા બનવા માગતો હતો કે પ્રજાના લોકો કોઈ પણ ધાર્મિક અસહિષ્ણુતાથી દૂર રહીને પોતાની મરજી મુજબ જીવન જીવી શકે.

"કળિએ એક વાત સાચી કહી હતી."

"કઈ વાત?"

"ધર્મ જ આપણા મૃત્યુનું કારણ બનશે."

નલકુબેર મનોમન હસ્યો ને બોલ્યો, "કોઈ એવો તર્ક પણ આપી શકે છે કે ધર્મ જ આપણી આશા છે."

"અને એ જ તેમને કચડી નાખે છે." અરજણે તલવાર નીચી કરીને માથું હલાવ્યું. તેનો હાથ દુઃખવા લાગ્યો હતો, "મને રંભાની યોજના પર વિશ્વાસ નથી. હું આવી રીતે મૂર્ખ લાગી રહ્યો છું. લોકોને નકલી આદર્શ નહીં, પણ અસલી વિચાર જોઈએ છે."

"તેમને એવું લાગે છે કે તેમને સારો વિચાર જોઈએ છે, પરંતુ એ રીતે તેમને એક નેતા જોઈએ છે. ભલે, તે કોઈ પણ હોય. એક ખલનાયક પણ દેવતાનું રૂપ લઈ શકે છે. રંભાએ જે કરવાનું કહ્યું તેનાથી પ્રજામાં તારી દૈવીય છાપ પડશે. તને જોઈને લાગશે કે તું અલૌકિક છે. તું દેખાવમાં પણ સરસ લાગીશ – મારી વાત પર વિશ્વાસ કર."

અરજણને સાબુ, દ્રવ્ય લગાવીને ગરમ પાણીથી કલાકો સુધી નહાવું અને લાંબા વાળને ધોઈને સૂકવવા એ એક આફત લાગતું હતું, પણ તેણે કરવું પડ્યું.

નલકુબેરે કહ્યું, "તેં સાચું કહ્યું કે, આ લોકોને ફક્ત દેખાવ પૂરતો નહીં, પણ એવો રાજા જોઈએ જે પોતાની ક્ષમતાનું પ્રમાણ આપી શકે. તેમને જણાવવું પડશે કે તું સાચા અર્થમાં શું છે."

અને ત્યારે જ અરજણે જોયું.

કેટલાક લોકો કાળા ઘોડા પર સવાર થઈને અરજણના રથની આગળ આવી ઊભા રહી ગયા. એ કાળાં કપડાં પહેરેલાં લોકોના હાથમાં તલવાર હતી. અરજણે જોયું કે તે લોકો નિર્દયતાથી લોકોને બાજુમાં ખસેડતા હતા.

"ઓય, છોકરા... તું અહીંયા શું કરી રહ્યો છે? અમને તારા જેવો રાજા નથી જોઈતો." તેમની વચ્ચે ઊભેલા એક વ્યક્તિએ પડકાર ફેંક્યો.

આ લોકો કોણ છે?

પછી તેને ખ્યાલ આવી ગયો કે એ લોકો મલેચ્છ હતા. અરજણને એ લોકોનો ખરાબ અને સારો બંને પ્રકારનો અનુભવ થઈ ગયો હતો.

અને હવે એક બીજો ખરાબ અનુભવ થનારો હતો.

"શું હું કહું છું એ સાચું નથી?" પડકાર ફેંકનાર વ્યક્તિએ ફરીથી મોટે અવાજે કહ્યું, "આ ધુતારો એમ વિચારે છે કે બધાને મૂરખ બનાવી દેશે. આ નાગલોકો સાથે સંધિ કરીને આપણો નાયક બનવા માગે છે. પોતાનું યુદ્ધ તો એ લડી નથી શકતો."

અરજણને ગુસ્સો આવ્યો અને તેણે નલકુબેર તરફ નજર કરી, "એ લોકો આપણી યાત્રામાં કેમ વિઘ્ન નાખવા માગે છે?"

"સમજાતું નથી કે મલેચ્છો શું ઇચ્છે છે? તેમને કોઈએ ખરીદીને મોકલ્યા લાગે છે. કદાચ આપણા વિરોધીઓ આપણને લોકો સામે નીચા દેખાડવા માગે છે."

અરજણ આવું સહન કરી ન શકે. જો પ્રજા એ લોકોની વાતોમાં આવી જાય તો તેની રાજા બનવાની તક પણ હાથમાંથી સરી જાય.

"તે લોકોને રોકવા પડશે... તે લોકો આપણને લજ્જિત કરી રહ્યા છે." નલકુબેર હળવેથી બોલ્યો.

"આ માણસને બહાર કાઢી મૂકો. તે આપણા નગરનો નથી. તે બહારનો માણસ છે." તે વ્યક્તિએ નલના એક હુકમ પર હુમલો કરવા તૈયાર એવા યક્ષ પહેરેદારને સાવધાન કરતા કહ્યું, "આ કમજોર અને નક્કામો છે." તેણે પોતાનો ભાલો ખેંચ્યો, "જુઓ બધા... આ શું કરી રહ્યો છે." અને તરત જ એ વ્યક્તિએ તેનો ભાલો અરજણ તરફ તાકીને ફેંક્યો.

અરજણ તોય સ્થિર ઊભો રહ્યો. ભાલો નલકુબેરની પાછળની તરફ રથમાં જઈને ખૂંપ્યો.

"જોયું, એ લડી પણ નથી શકતો."

તે વ્યક્તિએ બોલવાનું બંધ કર્યું. લોકો એકદમ આઘાત સાથે જોઈ રહ્યાં.

ને એક ક્ષણ પછી તેના ભાલા વડે જ અરજણે તેનો ચહેરો વીંધી નાખ્યો.

એ તત્ક્ષણ મરી ગયો. તેનું શબ ઘોડા પર લટકતું હતું.

"હે ઈશ્વર, તારી મરજી." નલકુબેર બોલી ઊઠ્યો.

અરજણ રથ પરથી નીચે ઊતર્યો અને બીજા મલેચ્છો તરફ નજર

કરી, "તમે લોકો મારા અવસરને આ રીતે નષ્ટ નહીં કરી શકો. હું તમને કોઈ પણ હિસાબે તેવું નહીં કરવા દઉં."

તેમાંથી એક મલેચ્છ ઘોડા પરથી નીચે ઊતર્યો અને પાસે ઊભેલી એક સ્ત્રીને પકડી લીધી, "જો અમને કશું કર્યું છે તો આ સ્ત્રીને અમે મારી નાખીશું."

અરજણે માથું હલાવ્યું, "છોડી દે એને."

મલેચ્છ તોય તે સ્ત્રીને પકડીને ઊભો રહ્યો.

તે કોઈ ક્રિયા કરે તે પહેલાં અરજણ ઝડપથી તેની પાસે પહોંચ્યો અને તેનો હાથ મરોડી નાખ્યો. તેની તલવાર નીચે પડી ગઈ. એ સ્ત્રી દોડીને ભીડમાં જતી રહી. તેને બચી જવાની ખુશી હતી. અરજણે તે વ્યક્તિને એક મુક્કો માર્યો અને ગળેથી પકડ્યો. એ પછી તેણે તેનું માથું જમીન પર પછાડ્યું.

"હે ભગવાન..." બીજા મલેચ્છો કાંપવા લાગ્યા. કેટલાક લોકોએ તાળીઓ પાડી અને પછી તે તાળીઓનો અવાજ વધતો જ ગયો.

"તેં બરાબર પાઠ ભણાવ્યો." નલકુબેર પ્રસન્નતા સભર અવાજે બોલ્યો.

"હા..." અરજણે સ્મિત આપ્યું.

નલકુબેર પ્રજાને સંબોધન કરતો બોલ્યો, "જેવી રીતે આજે નાયક અરજણે જે એક નાનકડા ગામ શંભલમાંથી આવીને પણ તમારા જેવા સામાન્ય માણસની રક્ષા માટે આ લોકોને ભગાડી દીધા તેમ આપણી પર હુમલો કરનાર દુશ્મનોનો પણ સફાયો કરી દેશે. આપણને એક સુયોગ્ય શાસક અને યોદ્ધા જોઈએ જે મુશ્કેલીના સમયમાં આપણું રક્ષણ કરી શકે. મિત્રો, આ તકને આપણે ગુમાવવી ન જોઈએ. તમારે ઘરમાં, દરબારીઓને કે મંત્રીઓને જણાવવું પડશે કે આ સમયે કોઈ સગાવાદને પ્રોત્સાહન આપવા કરતા એક એવા વ્યક્તિને ગાદી પર લાવે જે તેનો અસલી હકદાર છે." તેણે અરજણ તરફ ઇશારો કર્યો જે લોકો સમક્ષ નાટકીય રીતે ઝૂકીને ઊભો હતો.

ઓહ, ઘણું જ ઉત્તમ.

લોકોએ ફરીથી તાળી પાડવા માંડી.

અરજણે નલકુબેર પાસે જઈને કહ્યું, "મને નથી લાગતું કે પરિષદ આ વાત પર મંજૂરીની મહોર મારશે."

નલકુબેર હળવેથી બોલ્યો, "આપણે આ નગરના દુ:ખ અને ચિંતા વડે લોકોની હમદર્દી મેળવી રહ્યા છીએ. આ બધું જ મત આપવા માટે જરૂરી છે... એ બધા વિશે વિચારવાનું હાલ પૂરતું બાજુમાં મૂકી દે."

અરજણે તેના ખભે હાથ મૂક્યો, "આભાર."

"ના... તારો આભાર. હું તારી આ તાકાત જ લોકોને બતાવવા માગતો હતો."

"મતલબ... તું કહેવા શું માગે છે?" અરજણ નલકુબેરને નવાઈથી જોવા લાગ્યો.

"તને નથી લાગતું કે આ ભાડૂતી લોકો અચાનક જ સામે આવી ગયા હતા? તેમનું નસીબ ખરાબ કે તેમને તારી તાકાતનો અંદાજ નહોતો. જો તેમને સાચી માહિતી આપવામાં આવી હોત તો એ લોકો ડરીને ભાગી જતા."

"મને લાગે છે કે વિપક્ષી લોકોએ તેમને ભાડેથી મોકલ્યા હશે."

"આ રાજનીતિ છે મિત્ર! ચોક્કસપણે એ લોકો ભાડૂતી જ હતા. તેમને પૈસા આપવામાં આવ્યા હતા." એણે ખંધુ સ્મિત કર્યું, "પણ... એ પૈસા મેં જ આપ્યા હતા."

6

મારી નાખ એને.

તેણે તેના શાંત ચહેરા સામું જોયું. એ સોનેરી ચહેરો કેટલો સુંદર હતો.

મારી નાખ એને.

ઓહ...એ મારી શકતો હોત તો સારું હોત. કોઈને ખબર નહીં પડે. કોઈ જાણી નહીં શકે.

મારી નાખ એને.

નલકુબેરે તેના વિચારોને એકબાજુ મૂક્યા, "નહીં." તેણે પોતાની માતાના અવાજને જવાબ આપ્યો.

તે આપણી યોજનામાં અડચણરૂપ છે.

"એ અમને મદદ કરી રહી છે." તેણે ફરીથી તેની પત્ની તરફ જોયું, જે ધીમે-ધીમે નસકોરાં બોલાવી રહી હતી. રાત પડી ગઈ હતી. ઓરડામાં ચંદ્રની ચાંદની પ્રસરેલી હતી. ખૂણામાં દીવાઓ ઝળહળી રહ્યા હતા, "જેવી આજે તેણે મદદ કરી."

બેટા, એ એક ખરાબ યોજના હતી. તને તે પસંદ પડી.

નલકુબેર હસ્યો. તેને ખબર હતી કે તેવું જ હતું, પણ અરજણ તેનાથી ખુશ નહોતો. તેને છેતરાઈ જવું ગમતું નહોતું, પરંતુ નલકુબેર પણ મિત્રતા કરવા નહોતો આવ્યો. તે અરજણને એક જીવતા-જાગતા દેવતા તરીકે રજૂ કરવા માગતો હતો.

તે અમારો તારણહાર છે – ગ્રંથોમાં વર્ણવેલો તારણહાર. એ જ કે જેની વાતો તમે સાંભળી હતી.

નલકુબેરને બધું જ યાદ હતું. કહેવાતું હતું કે કળિયુગના આરંભમાં એક નાયક દુષ્ટો સામે લડવા માટે જન્મ લેશે. તે શંભલ ગામનો રહેવાસી હશે... જે અરજણ હતો.

જ્યારે તે બધાનો રક્ષક બનશે તો એ અનિષ્ટોનો નાશ કરશે – પેલી નાગરાણીનો પણ!

નલકુબેરને નાગલોકોથી સખત ઘૃણા હતી. દંતકથાઓ અનુસાર એ લોકો જ દુષ્ટતાનો આરંભ કરનાર હતા. તેમને કારણે જ પ્રલય અને સર્વનાશ થવાનો હતો.

તેણે નાગલોકોના જે કિસ્સાઓ સાંભળ્યા હતા તે હવે આંખો સમક્ષ દેખાતા હતા. નાગરાણીને ઇન્દ્રગઢ મળે તે માટેના હુમલામાં અસંખ્ય લોકો મૃત્યુ પામ્યા.

પરિષદને તારું કહેલું પસંદ નથી પડ્યું.

"બધું બરાબર છે. મેં તેમાંના અમુકને મોં બંધ રાખવા માટે પૈસા આપ્યા છે."

એ બરાબર છે. તેની માનો અવાજ સંભળાયો. એ લોકોને પણ મારી નાખ, જે તારો વિરોધ કરે છે.

"હું એવું જ કરવાનો છું."

રંભાએ પડખું ફેરવ્યું અને નલકુબેર તરફ ફરી. તે નિર્વસ્ત્ર હતી. તેનું શરીર એક જાંબલી ધાબળામાં લપેટેલું હતું.

અને તે દૈવીય જણાઈ રહી હતી.

હમણાં જે સભા થઈ તેમાં એ લોકોએ શું કહ્યું?

"તેમાંથી મોટાભાગના લોકોએ કહ્યું કે, તેમને કોઈ પડી નથી કે રાજા કોણ બનશે. એ લોકો તો યુદ્ધનીતિ વિશે વાત કરવા માગતા હતા." તેણે ઊંડો શ્વાસ લીધો, "મા... મને એ લોકો પર ભરોસો નથી. તેમનું કહેવું છે કે તે લોકોને સિંહાસનની કોઈ પડી નથી, પણ હકીકતમાં તે લોકો તેમનાં સંતાનોને રાજગાદી પર બેસાડવા ઇચ્છે છે."

હમ્મ... મેં તને સારું શિક્ષણ આપ્યું છે.

"તેમાંથી અમુક સમર્પણ કરવા ઇચ્છે છે અને દુશ્મન સાથે સંધિ કરવા માગે છે."

અને તું શું ઇચ્છે છે?

"ખબર નથી. થોડી અવઢવમાં છું." નલકુબેરે માથું હલાવ્યું, "અમારી

પાસે નાગલોકોની સેના સામે લડવા માટે પર્યાપ્ત સેના નથી. એવું કહેવાય છે કે તે લોકો હજારોની સંખ્યામાં છે. મારા સૈનિકો તેમની સેના વિશે વાત કરતા કંપી જાય છે. હવે તો કોઈ ચમત્કાર જ અમને બચાવી શકે તેમ છે. આ લોકો તો સાથ આપનારા નથી તો શરણાગતિ સ્વીકારવી જ યોગ્ય રહેશે. આ લોકોમાં પરસ્પર વેર અને પોતાનાં જ કારણો છે. કેટલાક લડવા માટે માણસો આપવા તૈયાર છે અને અમુક ન પાડે છે. કેટલાક એમ ઇચ્છે છે કે તેમનાં સંતાનો સિંહાસન પર બેસે અને કેટલાક યુદ્ધ પર કેન્દ્રિત થવા માગે છે."

તો એ બધાને એક કર...!

નલકુબેરે બંને હાથે પોતાનું માથું પકડી લીધું. તે ચીસ પાડીને તેની માને પૂછવા ઇચ્છતો હતો કે એવું કેવી રીતે શક્ય બને, "કેવી રીતે?"

રક્ષકનો ઉપયોગ કર. તેને જણાવી દે કે એ કોઈ ખાસ છે. એ તારા સમૃદ્ધ ભવિષ્ય માટેનું એક યોગ્ય સાધન બની શકે છે. આપણું ભવિષ્ય.

અરજણનો આ રીતે ઉપયોગ કરવો અઘરો પડે, કારણ કે તે ઘણો ચતુર છે. બની શકે કે તેને નલકુબેરની યોજનાની જાણ થઈ જાય. અરજણ ભલો પણ હતો છતાં નલકુબેરે તેની અંદર છુપાયેલી દુષ્ટતા અને ગુસ્સાને પણ તેણે જોયો હતો.

અને ત્યાં જ નલકુબેર ચોંક્યો. તેનું મગજ સહેજ શાંત થયું તો એને બહારથી કોઈ અવાજ સંભળાયો. કોઈ જંગલી પશુ ઘુરકિયાં કરતું હોય તેવો અવાજ. તેને એવું સંભળાયું કે તે કોઈ માણસના શરીરને ચીરતો હોય, કારણ કે તે માણસ અસહ્ય દર્દથી ચીસો પડી રહ્યો હતો.

નલકુબેરે તરત જ પોતાની તલવાર સાબદી કરી અને પલંગ નીચે છુપાઈ ગયો. તેણે રંભાને ઉઠાડવા ઇચ્છ્યું, પણ તે ગાઢ નિદ્રામાં હતી.

અને ત્યાં જ દરવાજો ખૂલ્યો.

નલકુબેરને લાગ્યું કે ધડામ અવાજ સાથે દરવાજો ખૂલશે, પણ એવું ન થયું. દરવાજામાંથી બે આકૃતિઓ અંદર પ્રવેશી. તેમની સાથે બે રક્તિમ આભાયુક્ત નેત્રો ધરાવતાં હિંસક પશુ પણ હતાં. તેમની પાછળ અંગરક્ષકોનાં લોહીલુહાણ શબ પડેલાં દેખાયાં.

નલકુબેરે લાંબા પહેરણ પહેરેલી આકૃતિઓને જોઈ. તેનો સ્વર ગળામાં જ ફસાઈ ગયો અને અવાજ રૂંધાઈ રહ્યો હતો. તેને માનો અવાજ સાંભળવાની ઇચ્છા થઈ. જો કે ક્યારેક તેને એવું પણ લાગતું કે તે અવાજ ફરીથી ક્યારેય ન સંભળાય.

“કોણ છો તમે? શું જોઈએ છે?” નલે માંડ થૂંક ગળામાં ઉતાર્યું, “અહીંયા એક ખજાનો છે. તમે એ લઈ જઈ શકો છો.”

એ વ્યક્તિએ સીટી વગાડી અને પશુ આરામથી બેસી ગયાં. એક લાંબા વ્યક્તિએ કહ્યું, “યક્ષરાજ, હું પૈસા માટે નથી આવ્યો. હું મારી હાજરીનો અનુભવ કરાવવા જ આવ્યો છું. હું ક્યારનો આ રાજ્ય સંભાળી રહ્યો હતો અને મેં જોયું કે તેં એ છોકરા સાથે શું કર્યું.”

અરજણ?

“તેં એને સારી વાત શીખવાડી. હું ઇચ્છું છું કે તું એ કાર્ય ચાલુ જ રાખે.”

“શું આટલી વાત જણાવવા માટે એ અંગરક્ષકોના જીવ લીધા?”

માલિકના આદેશ થવાથી એ જરખ ફરીથી ઘુરકિયાં કરવાં લાગ્યાં. તેમના મોં પાસે હજુય અંગરક્ષકોનું તાજું લોહી દેખાતું હતું.

“એ પશુઓને આદેશ આપ્યા સિવાય બીજું કયું કામ તમે કરી શકો છો?”

અને તે સમયે જ એ માણસે તેના ચહેરા પરથી આવરણ હટાવ્યું.

નલકુબેરે તો સપનામાં પણ વિચાર્યું નહોતું કે તેની સામે આવું દૃશ્ય હશે.

એ તેને સારી રીતે ઓળખતો હતો.

તેના ગળામાંથી ધીમો અવાજ નીકળ્યો, “કળિ...?”

“હમ્મ...” તેના ટાલિયા માથા પર સોનેરી વાળ દેખાઈ રહ્યા હતા.

ઇન્દ્રગઢનો ભૂતપૂર્વ રાજા નલકુબેરની સામે હતો, “હું તને બહુ જ મહત્ત્વની જાણકારી આપી શકું તેમ છું. જેને તેં શિક્ષણ આપ્યું છે એ માણસને માટે અને આ નગરી માટે...”

7

વહેલી સવારે ગ્રામવાસીઓએ સફેદ પહેરણ પહેરેલા કેટલાક લોકોને આવતા જોયા.

કલ્કિ ગ્રામવાસીઓ અને તેમના રૂવાંટીદાર ભયંકર જીવથી છુપાઈને તબેલામાં સૂતો હતો. એક રાત પહેલાં જ્યારે તે જીવ અને કલ્કિનો આમનો-સામનો થયો તો તેણે કલ્કિ તરફ એ રીતે જોયું જાણે કે એ તેને વાંચી રહ્યો છે. તેણે પલકારો પણ નહોતો માર્યો ને કલ્કિ જોરદાર ડરી ગયો હતો.

એ નજર! જાણે કે જાંબવન તેની ભીતર ઘૂસીને તેના આત્માને ભેદી પાછો ફરી ગયો હોય અને પછી તે સમયે જ કલ્કિને લાગ્યું કે જાંબવન તેની પર હુમલો કરી દેશે, પણ તે તેના ભોજન તરફ પરત ફરી ગયો હતો.

ઘણી આશ્ચર્યજનક વાત હતી. તેણે કશું જ ન કર્યું. કલ્કિ તે સમયે જ તે જગ્યાએથી નાસવા માગતો હતો, પણ બહાર બરફનું તોફાન શરૂ થયું હતું અને તે નર રીંછ ગમે ત્યાં હોવાનો ડર પણ તેનામાં હતો. કલ્કિ ગભરાઈને તબેલા તરફ પાછો ફર્યો અને ત્યાં જઈને ગાઢ નિદ્રામાં સરી પડ્યો.

સવાર પડી ગઈ હતી. તબેલાના માલિકે કલ્કિને ઉઠાડવા માટે લાકડીથી ગોદો માર્યો. એ વૃદ્ધે જ કલ્કિને ગઈ રાત્રે રોકાવા માટે આશરો આપ્યો હતો. કલ્કિ તેનું નામ પણ જાણતો નહોતો.

“એ છોકરા, તું હવે અહીંથી જઈ શકે છે. મારી મદદ એક રાત માટેની જ હતી.” વૃદ્ધ બબડ્યો.

કલ્કિને થયું કે ગઈ રાત્રે શું બન્યું હતું એ બધું તેને જણાવી દે. *એ વૃદ્ધને પણ ખબર હોવી જોઈએ કે તેમના દેવતા હકીકતમાં અસ્તિત્વ ધરાવે છે. તેણે મને મદદ કરી, જોકે તેણે નહોતી કરવા જેવી.*

"મેં તેમને જોયા હતા."

"કોને?"

"તમારા ભગવાનને."

વૃદ્ધનો ચહેરો ફિક્કો પડી ગયો, "આવું કેવી રીતે શક્ય બને? તે તો કોઈની સામે નથી આવતા."

"પણ એ આવ્યા હતા. મેં તેમને જોયા. તેમણે થોડું ભોજન પણ લીધું."

"હમ્મ... મૂર્તિને ધરાવવામાં આવેલી બધી ભોજનસામગ્રી ગાયબ થઈ જાય છે." વૃદ્ધ બોલ્યો, "મને એ જણાવ કે દેખાવમાં કેવા લાગે છે?"

"એ... કાળી આંખો, રાતથી પણ ઘેરી." કલ્કિને ધ્રુજારી આવી ગઈ. તેને ક્યારેય આટલો ડર નહોતો લાગ્યો. તેણે કેટલાય શક્તિશાળી લોકો સાથે યુદ્ધ કર્યું હતું, પણ એ નર રીંછની દૃષ્ટિ સાચે જ ભયાનક હતી. તેને એવું લાગ્યું કે તેની અંદરનો કાયર બાળક જીવિત થઈ ગયો હતો.

લોકોને લાગતું હશે કે તે પહેલેથી જ આવો બળવાન હશે, પણ એવું નહોતું. તે બાળપણમાં ઘણો નબળો હતો અને તેનો કોઈ મિત્ર નહોતો. તે પોતાની શક્તિઓ વિશે અભાન હતો.

જ્યારે કલ્કિ મોટોભાઈ બન્યો તો પરિસ્થિતિ બદલાઈ. કલ્કિનું બીમાર થવું ઓછું થયું અને તે નાના ભાઈ પર રૂઆબ કરવા લાગ્યો. અરજણ તેનો નાનો ભાઈ હતો. હવે તે એકલતા અને અસહાયતા નહોતો અનુભવતો. જો કે અરજણ હંમેશાં તેના પિતાનાં વખાણ મેળવી લેતો હતો. કેટલીકવાર તેને ઈર્ષ્યા પણ થતી હતી. તે ઘણો સમજદાર અને જવાબદાર હતો. કલ્કિ પાસે તો ફક્ત તાકાત હતી અને બાળપણમાં તો એ પણ નહોતી.

એ નર રીંછને જોઈને જાણે તેનો એ જ ભય પાછો આવ્યો હતો!

"તને ખબર નથી કે તેં મને કેટલી મોટી માહિતી આપી છે. અમને તો એમ જ હતું કે તેમનું કોઈ અસ્તિત્વ જ નથી. અમારો વિશ્વાસ ડગમગી ગયો હતો."

"પણ તમે લોકો ભોગ તો ધરાવતાં જ હતાં."

"અને અમને એમ હતું કે કોઈ બીજું જ તે ચોરી જતું હશે. અમારી

આસ્થા ક્યાંક ખંડિત થતી હતી ને તેમાં તું કોઈ વરદાનની માફક આવ્યો છું. તેં એમને જોયા છે!" એ વૃદ્ધના ચહેરા પર સ્મિત જોઈને કલ્કિએ પણ સ્મિત આપ્યું, "અમે ચારે તરફથી કેટલાય પ્રકારના હત્યારા અને જંગલી પશુઓથી ઘેરાયેલાં છીએ અને અમારી પાસે બચાવ માટે કોઈ હથિયાર પણ નથી. અમારી નજીકમાં કોઈ વસ્તી નથી એટલે અમે લોકો કોઈની સહાય પણ માગી નથી શકતા. અહીં દર બીજે દિવસે પવનનું કે બરફનું તોફાન હોય. આમ, વાતાવરણ પણ અમને સાથ નથી આપતું." તે વૃદ્ધની આંખોમાં ઝળઝળિયાં હતાં.

કલ્કિએ ફરીથી સ્મિત કર્યું. તે વૃદ્ધની વાત સાંભળી તેને શંભલ યાદ આવી ગયું. એ જગ્યા પણ તેવી જ હતી.

"જો, ભગવાન જાંબવન અમને મદદ કરે તો અમારું ગામ પણ વિકસિત થાય. અમે પણ સુરક્ષા અનુભવીએ પણ તેઓ સહાય નથી કરતા. તેમની પાસે કોઈ કારણ હોઈ શકે છે પણ તેમની સહાય મળે તો કેટલું સારું થાય." વૃદ્ધના ચહેરા પર ખુશી પણ છલકતી હતી, "ધન્યવાદ...ધન્યવાદ બેટા, મારે અમારા નેતાને બધું જ જણાવવું પડશે કે તેં એમને જોયા છે. તને ખબર છે...? આ તો એક ચમત્કાર છે." તેણે કલ્કિનું માથું ચૂમ્યું અને ત્યાંથી નીકળી ગયો.

કલ્કિ થોડીવાર ત્યાં જ સ્થિર રહ્યો ત્યાં તેને દેવદત્તનો અવાજ સંભળાયો.

છોકરા...આ ગામની સુરક્ષા એ તારું અભિયાન નથી. આ જગ્યાએથી ચાલો જઈએ.

પણ લોકોમાં આશા જગાવવી ઘણી સારી લાગે છે.

હમ્મ... પણ અધર્મ તેનું માથું ઊંચકી રહ્યો છે અને હું નથી ઇચ્છતો કે તું રસ્તે જતા બધાની મદદ કરવાના ચક્કરમાં ભટકી જાય. આપણી પાસે સમય ઓછો છે.

કલ્કિએ માથું હલાવ્યું. તેના ઘોડાની વાત પણ સાચી જ હતી. જ્યાં તે તબેલાની બહાર નીકળ્યા તો સફેદ પહેરણ પહેરેલાં વ્યક્તિઓ રાહ જોતાં દેખાયાં.

તે લોકો રીંછની મૂર્તિ સામે અર્ધગોળાકારમાં ઊભા હતા. લોકો તેને કુતૂહલથી તાકી રહ્યા હતા. પેલો વૃદ્ધ ત્યાં નહોતો, પણ કલ્કિને ખાતરી હતી કે ક્યાંકથી તો તેની નજર અહીં મંડાયેલી હશે.

તે લોકોના પહેરવેશ પર ગોળ કોઈ પ્રતીક બનેલું હતું અને તેમના ચહેરાઓ ઢંકાયેલા હતા. બધા પાસે ભાલા હતા અને બધા જ કલ્કિ તરફ આગળ વધ્યા.

મારી સાથે આ બધું શું વિચિત્ર થઈ રહ્યું છે...?

જેમ કે હું? દેવદત્ત બોલ્યો.

"વિષ્ણુના અવતાર, તને કોઈ બોલાવી રહ્યું છે." તેમાંના એક વ્યક્તિએ કહ્યું.

"કોણ...?"

"પ્રભુ ભાર્ગવ રામ. તેમણે અમને જણાવ્યું કે તેં અહીં આશરો લીધો છે. અમે તને મંદિર સુધી દોરી જવા માટે આવ્યા છીએ."

કલ્કિને હાશકારો થયો અને મનોમન સુરક્ષા અનુભવાઈ. પ્રભુ ભાર્ગવે જાંબવન વિશે જાણ્યા બાદ કલ્કિની મદદ માટે આ લોકોને મોકલ્યા હતા.

પણ કાલે તો એ ભાગી જ ગયો હતો.

"ચાલો જઈએ."

કલ્કિ તે લોકોની સાથે જતો હતો ત્યારે એક વિચિત્ર બાબત તરફ તેનું ધ્યાન ગયું.

માથામાં અસંખ્ય સણકા સાથે ભૂતકાળના અવતારો બનવાની તસવીરો તેની સમક્ષ આવતી હતી. તે તસવીરો આવીને તરત ઓઝલ પણ થઈ જતી હતી. માથામાં ઊપડતી પીડા પણ અસહ્ય થઈ જતી હતી.

આ તો મારો જીવ લઈ લેશે.

"તસવીરો છળ પણ હોઈ શકે છે." ભગવાન વામનનો અવાજ તેના મસ્તિષ્કમાં ગૂંજી ઊઠ્યો.

કલ્કિએ ઊંડો શ્વાસ લીધો ને પાંપણો મીંચકારી. તેણે મનને શાંત

કરવા માટે એકાગ્રતા કેળવવાની કોશિશ કરી.

ધ્યાન આપ કે તે લોકો શું કહી રહ્યા છે.

ધીમે-ધીમે માથામાં પીડા ઓછી થઈ અને મન શાંત થવા લાગ્યું.

એકાગ્રતા ઘણી મહત્ત્વની છે. માનસિક સંવાદ પૂરી રીતે નિયંત્રણમાં હોવો જોઈએ.

તે જાણતો હતો કે તેની શક્તિઓમાં વૃદ્ધિ થઈ રહી હતી. ભલે ગમે તે થાય, પણ પોતાના મનને કાબૂમાં કરીને પોતાની શક્તિઓને પણ વશમાં કરવી જરૂરી હતું. જો એવું નહીં થાય તો માથાની પીડાને સહન કરવી કઠિન થશે અને તે પીડાથી જીવ પણ જોખમમાં મુકાઈ શકે છે.

હું અવતારોને પોતાના પર ભારે નહીં પડવા દઉં. હું માનસિક સંપર્કને એવું કરવાની પરવાનગી ન આપી શકું. અવતારોને નહીં, પણ મારે તેમનો સંપર્ક કરવાનો છે.

જ્યારે તે લોકો ખાઈ તરફ આગળ વધ્યા તો કલ્કિએ તેની આંખો ખોલી. હવે તે અઘરો માર્ગ જોઈ શકતો હતો. ઘોડાઓ તેની પાછળ અનુસરતા આવી રહ્યા હતા. તે પોતાની પાછળની વિશાળ જમીનને જોઈ શકતો હતો જે પાર કરીને આ પર્વતો પર તે પહોંચ્યો હતો.

એ જગ્યાએથી બધું જ કદમાં નાનું દેખાતું હતું.

તેને વિશ્વાસ નહોતો આવતો કે કેટલો લાંબો પથ તેણે કાપ્યો હતો. તેને પોતાની અંદર સફળતાનો અહેસાસ થયો. તે મનોમન પોતાની જાતને શાબાશી આપવા ગયો ત્યારે જ અચાનક કશુંક દેખાયું.

તેની પર બરફ પડ્યો.

અને તેણે પોતાની સામે એક ભયાનક આકૃતિ જોઈ.

...જાંબવન...!

એક જોરદાર ત્રાડ સંભળાઈ અને પર્વતોમાં ગૂંજવા લાગી.

જાંબવને એક સફેદ પહેરણવાળા વ્યક્તિ પર છલાંગ લગાવી. તેને ગળેથી પકડ્યો અને પોતાના તીક્ષ્ણ નહોર વડે ચીરી નાખ્યો. બીજા માણસોએ પણ વળતો હુમલો કર્યો, પણ તેની સામે કોઈનું કશું ચાલ્યું નહીં. કેટલાક લોકોને તેણે ખીણમાં ધકેલ્યા અને તેમના શરીર નીચે

ગબડવા લાગ્યાં. કલ્કિએ જાંબવનને ધારીને જોયો. તેનું મહાકાય શરીર ભયાનક અને રૂવાંટીદાર હતું.

ઘોડાઓ પણ ચમકી ઊઠ્યા અને તેમણે પણ હણહણીને સવારોને નીચે પાડી દીધા.

એ લોકોએ તેમના ભાલા તાક્યા, પણ કલ્કિએ જોયું કે જાંબવન તેમના ભાલા તોડી રહ્યો હતો.

એ મારા માટે આવ્યો છે.

એ મને મારવા માગે છે.

કલ્કિ ઝડપથી નીચે ઊતર્યો અને નર રીંછ સામે ગયો. જો કે તેના હાથ ધ્રૂજી રહ્યા હતા. તેના ચહેરા પર ડર દેખાતો હતો.

"આવી જા મારી સામે..." કલ્કિએ પડકાર ફેંક્યો.

જાંબવને પાછું ફરીને જોયું અને ઘુરકિયાં કર્યાં. એ જ સમયે એક સફેદ વસ્ત્રધારીએ જાંબવનના શરીરમાં તલવાર ઘુસાડી દીધી.

આ હુમલો પાછળથી થયો હતો. જાંબવને પીડાથી ચીસ પાડી અને લોહીની ધાર વહેવા લાગી. બરફ પર થતી એ લોહીની રેખાઓ પણ વિશુદ્ધ અને પવિત્ર લાગતી હતી.

જાંબવને ભાલો ખેંચ્યો અને તે લોકો પર ત્રાટક્યો.

...અને તેણે છલાંગ લગાવી દીધી.

ઊંચે બરફથી નીચે ખાઈમાં છલાંગ લગાવી. કલ્કિ ઝડપથી આગળની તરફ જોવા ગયો કે જેથી જાંબવનની સાચી પરિસ્થિતિ જાણવા મળે, પણ તેને કશું દેખાયું જ નહીં.

સફેદ પહેરવેશવાળા લોકો પણ ઘાયલ થયાં હતાં અને કેટલાંક હુમલા દરમ્યાન ભાગી છૂટવામાં સફળ થયાં. ઘાયલોને ઘોડાઓ પર મૂકવામાં આવ્યાં. તે લોકોને મંદિર તરફ લઈ જવામાં આવ્યાં જ્યાં તેમનો ઇલાજ શક્ય હતો.

કલ્કિએ ફરીથી ખાઈની ઊંડાણમાં જોયું ને વિચાર્યું કે જાંબવન ક્યાંક તો તેની રાહ જોઈ રહ્યા હશે જેથી લાગ મળે તો કલ્કિને મારી શકાય.

૪

એ રાત્રે એક બીજા હુમલાની યોજના બનાવી ચૂકી હતી. એ ઇન્દ્રગઢના મહેલ પર છાપો મારીને, તીરંદાજોને મારીને અને ખજાનો ચોર્યા બાદ દુકાનોમાં આગ લગાડવાની યોજના હતી.

મારફાડ કરો અને આતંક મચાવો.

બસ, આ જ તેની યોજના હતી.

મનસાના ગુપ્તચરોએ ત્યાંની મજબૂત સુરક્ષા વ્યવસ્થા વિશે જણાવ્યું પણ પશ્ચિમી દ્વાર હજુય કમજોર હતું. તેણે ઇન્દ્રગઢમાં વેપારી બનીને ફરી રહેલા જાસૂસોની મદદથી નગરની વ્યવસ્થાની જાણકારી મેળવી લીધી હતી. તે લોકો દ્વારા તેને નગરની દરેક હિલચાલની જાણ થતી હતી.

એક દિવસ વીતી ગયો હતો અને દુશ્મનો તરફથી કોઈ વળતો જવાબ ન આવ્યો. કળિ તેના મહેલમાં આમતેમ આંટા મારીને વિચારતો હશે કે તેણે શું કરવું જોઈએ અથવા તે સંધિ માટેની કોઈ વાત કરે તે પહેલાં તે ફરીથી હુમલો કરી દેશે.

પણ આ યોજનાની વિચારણા દરમ્યાન એક બીજી સમસ્યા આવી ચડી.

“દેવી, હવે એવી પરિસ્થિતિ ઊભી થઈ છે જેની આપણે આશા રાખી જ હતી. ત્રીજી પલટન, જે રાત્રે હુમલાઓ કરવામાં નિષ્ણાત છે તે લોકોએ હવે પછીનો હુમલો કરવાની ના પાડી દીધી છે. તેમનો નેતા તમારી સાથે વાત કરવા માગે છે.” એરાવન બોલ્યો.

“સેનાપતિ, એ બધા તમારા માણસોને સંભાળવાનું કામ મારું નથી.”

તેણે નજર ઝુકાવી લીધી. તેને ખ્યાલ આવ્યો કે એરાવન ગુસ્સામાં હતો, પણ તે પોતાના પર સંયમ રાખવાની કોશિશ કરી રહ્યો હતો.

એક સાચા સૈનિકની જેમ.

"એ માણસ કોણ છે?"

એરાવન બોલ્યો, "એ સેનાપતિ જરુત્કારુ છે. તે બાહોશ છે અને દેવી કદ્રુના સમયમાં સૈનિક હતો. મને લાગે છે કે જો તમે એ લોકોની વાત ન માની તો બીજી પલટનો સાથે મળીને એ વિદ્રોહનું આયોજન પણ કરી શકે છે."

"એ ક્યાં હશે?" મનસા તેની નારાજગી છુપાવી નહોતી શકી.

એરાવને તેને પાછળ આવવાનું કહ્યું એટલે મનસા રાણીની જેમ મસ્તક ઉઠાવીને તેની પાછળ ચાલવા લાગી. એક સમય હતો કે જ્યારે તેને આ પદ પર પહોંચવા માટે સંઘર્ષ કરવો પડ્યો હતો. તેને પોતાની બહેન સામે પણ લડવું પડ્યું અને કેટલાય અવરોધોનો સામનો કરવો પડ્યો હતો. તેણે તેના પ્રિયપાત્ર નંદને પણ ગુમાવવો પડ્યો. તેણે તેને સ્ત્રીઓનો રસિયો કહ્યો હતો, પણ એ તો હંમેશાંથી તેને જ ચાહતો હતો.

તેણે કેટલું સહન કર્યું હતું અને ત્યાં તો આ જરુત્કારુ એક નવી સમસ્યા થઈને તેની સામે આવી ચડ્યો હતો.

મનસા ઘણાબધા સૈનિકોની વચ્ચે જઈ ચડી. તે બધાની વચ્ચે કાળા ઘેરા વાળ અને મોટી મૂછો ધરાવતો જરુત્કારુ બેઠો હતો અને ભાલાનો અભ્યાસ કરતા સૈનિકોને નિર્દેશ આપતો હતો.

મનસાને જોઈને બધા જ સાવધાન મુદ્રામાં આવી ગયા. જરુત્કારુ પણ સાવધ થયો. એ પણ એક સૈનિક જ હતો, પણ તેને મનસાથી કોઈ ભય નહોતો.

"મેં સાંભળ્યું કે અહીં કોઈને મારાથી તકલીફ છે."

તેણે માથું હલાવ્યું, "તમારાથી કોઈ તકલીફ નથી. મહારાણી અમને આ નિયમોથી તકલીફ છે. તમારા માટે નિષ્ઠાના શપથ લીધા હતા ત્યારે એવું લાગ્યું હતું કે અમને અમારી ઇચ્છા મુજબ મળશે... પણ અમને તો વંચિત રાખવામાં આવ્યા. માનવોની છાવણીમાં અપ્સરાઓને રાખવામાં આવી છે અને અહીં એકેય સ્ત્રી નહીં. આ યુદ્ધની પરંપરા છે કે..."

"સ્ત્રીઓને યૌન દાસીઓ બનાવી રાખવામાં આવે?" મનસાએ ભ્રમર તંગ કરી તો તેણે માથું ઝૂકાવી નાખ્યું.

"આવું વરસોથી ચાલતું આવે છે. દેવી કદ્રુના સમયમાં પણ આ અસ્તિત્વમાં હતું."

દેવી? એ તો રાક્ષસી હતી અને મનસા એ વાત જાણતી હતી, "જો હું એ વાત ન માનું તો શું તમે લોકો લડશો નહીં?"

જરુત્કારુ ડગમગ્યો, "અમે લોકો તમે જે કહેશો તે કરીશું, પણ અમને લોકોને પણ થોડું મસ્તી-મનોરંજન જોઈએ છે. મને આશા છે કે, આપ સમજી શકશો જેથી આપણા હુમલાઓનું કામ તેજીથી થઈ શકે. તમે એ જોયું જ છે કે અમારો છેલ્લો હુમલો કેટલો સફળ નીવડ્યો હતો."

જરુત્કારુ તો મનસાને અનુશાસિત લાગ્યો, પણ તેની પલટનના સૈનિકો તેના જેવા નહોતા.

એરાવન મનસા પાસે આવીને બોલ્યો, "મહારાણી, હું માનવસૈનિકો સાથે વાત કરીને અમુક અપ્સરાઓને અહીં મોકલવાનું કહી શકું છું. આ રીતે..."

મનસા કશો ઉત્તર આપ્યા વગર સૈનિકો વચ્ચે ચક્કર કાપવા લાગી. આ સમયે એ લોકો ખુલ્લી છાતીએ હાથમાં ભાલા લઈને ઊભા હતા. મનસાએ તે લોકો સામે તાકીને જોયું. દિવસના પ્રકાશમાં તેમની આંખોનો ભૂરો રંગ ચમકી રહ્યો હતો.

તે કશુંક કહેવા માગતી હતી. એ બૂમો ને ચીસો પાડીને વિદ્રોહીઓને કારાગૃહમાં સડવા માટે નાખી દેવા માગતી હતી. તેને જરુત્કારુની વાતમાં દમ લાગ્યો. એ નિપુણ હતા. જો તેમને ન ગમે તેવો કોઈ નિયમ તે જબરદસ્તી લાદી દે તો એ લોકોને હાથથી ખોવાનો વારો આવે. બીજાને પણ એવું લાગે કે તે બેરહેમ છે.

તેણે જરુત્કારુ અને એરાવનને જોઈને કહ્યું, "સારું, તો તમે લોકો મને આ બાબતમાં મદદ કરવા તૈયાર નથી એનો મને કોઈ વાંધો નથી. હું મારા બીજા સાથીની મદદ લઈ આ કામ પૂરું કરીશ."

એ લોકોના ચહેરા પર નવાઈ છલકાતી હતી. બધા સૈનિકોને એમ

હતું કે તે લોકોની માંગ પૂરી કરવામાં આવશે.

તે અવાક અને સ્તબ્ધ સૈનિકોને એમ જ છોડીને ત્યાંથી ચાલી નીકળી.

બે દિવસમાં જ બીજી વખત માનવોની છાવણીમાં મનસાનો પગ પડતા જ સૈનિકોની ગુસપુસ તેના કાને પડી.

"આ કમજોર છે."

"વારંવાર મદદ માગવા માટે આવી ચડે છે."

"મહારાજ વિભીષણે તેને સાથ જ ન આપવો જોઈએ. આપણે પરાજિત પક્ષની સાથે છીએ."

"આપણે આ નાના-મોટા ઝઘડામાં ન પડીએ એ જ સારું છે."

એ લોકો બોલતાં રહ્યાં, પણ મનસાએ પોતાના ગુસ્સા પર સંયમ રાખ્યો. તેણે એરાવન તરફ જોયું જે ઘોડા પર સવાર થઈને ચૂપચાપ તેની સાથે ચાલી રહ્યો હતો.

"જો, હું જરુત્કારુને આદેશ ન માનવાના આરોપ હેઠળ કારાગૃહમાં નાખી દઉં તો...?"

એરાવનના કપાળ પર ચિંતાની રેખાઓ ઊપસી, પણ તેણે સાવધાનીથી શબ્દોની પસંદગી કરીને કહ્યું, "મહારાણી અનર્થ થઈ જશે. જરુત્કારુ હોશિયાર છે. તેને બંદી બનાવવાથી આપણા યુદ્ધને અસર થશે અને બીજા સૈનિકો વિદ્રોહ કરી દેશે તો? એ લોકો તેનો આદર કરે છે. આમ તો તમે જે કહેશો તે જ થશે. તમે મહારાણી છો અને અમે મહોરાં, પરંતુ મહોરાંની સંખ્યા અધિક છે અને રાણી એક છે. જો તે તમારો આદર નહીં કરે તો તમારી વાત પણ નહીં માને."

મનસાને આ સાંભળીને ઘણો ગુસ્સો આવ્યો, પણ એ વાત તેને સાચી પણ લાગી હતી. સુપર્ણ, નાગ અને માનવ; આ લોકો તેની સાથે એટલા માટે હતા, કારણ કે તેણે કદ્રુને હરાવી હતી, તાર્ક્ષ્યને બચાવ્યો હતો અને વિભીષણ સાથે મિત્રતા કરી હતી.

એ ઘોડા પરથી ઊતરીને અંદર ગઈ તો વિભીષણ દ્રાક્ષ ખાતો ખાતો

પુસ્તક વાંચી રહ્યો હતો.

મનસા એ જોઈને બોલી, "આવી જ તલ્લીનતાથી તું યુદ્ધ પણ કરતો હોત તો કેવું સારું!"

વિભીષણ એકદમ ચોંક્યો અને રઘવાટમાં પથારીમાં જઈને પડ્યો. પછી એ જાતે જ હસીને બોલ્યો, "હું દેવી પ્રમિલાનાં લખેલાં સ્મરણો વાંચવામાં તન્મય થઈ ગયો હતો. આ પુસ્તક મારા પિતા લાવ્યા હતા. જ્યારે પ્રભુ રાઘવના હાથે રાવણનો પરાજય થયો તો દેવી પ્રમિલાને લેખનનું કામ સોંપ્યું. તે રાજકુમાર મેઘનાદની પત્ની હતી. તેણે પોતાના પ્રેમ વિશે મેઘનાદની અસ્ત્ર-શસ્ત્ર પ્રત્યેના પ્રેમ વિશે લંબાણપૂર્વક લખ્યું છે. તે એક ભૌતિકશાસ્ત્રી હતો."

"મને તો આશ્ચર્ય થાય છે કે ખરેખર આવા લોકો હતા?" મનસાને હંમેશાં આવી શંકા રહેતી હતી. લોકો મોટેભાગે પુરાણ કાળની વાતો કરે, પણ તેના પ્રમાણે તો આ બધી દંતકથાઓ સિવાય કશું નહોતું, "શું તે કોઈ પ્રકારનાં જાદુ-ટોણાં નહોતો કરતો?"

"લોકો મોટેભાગે આ વિશે ખોટી ધારણા બાંધે છે. તે એક વૈજ્ઞાનિક અને દૂરદર્શી હતો. મેઘનાદ ભલે વિદ્રોહી હતો, પણ એક સાચો પ્રેમી અને રાવણનો પ્રિય અનુયાયી હતો. તે રાવણ માટે લડવામાં લક્ષ્મણના હાથે માર્યો ગયો. એ અનોખો હતો."

મનસા હસી. વિભીષણ જે પુસ્તક વાંચતો હતો એ વિશેની વાત કરવામાં રોમાંચ અનુભવતો હતો. કેટલાંય વર્ષોથી તેની આદતમાં કોઈ બદલાવ નહોતો આવ્યો.

અચાનક તે ઊભો થઈ ગયો, "ઓહ, હું મુખ્ય વિષયથી ભટકી ગયો હતો. પ્રિય, તું બે દિવસમાં બીજીવાર અહીં આવી. શું થયું છે? બીજું બધું બરાબર છે ને?"

"આ વાત જ છે." મનસાએ પોતાના માટે થોડી મદિરા લીધી, "તેઓ પોતાના આનંદ માટે અપ્સરાઓનું નૃત્ય ઇચ્છે છે."

"ઓહ... મને એમ કે તેં અનુમતિ આપી દીધી છે – શું હજુય નથી આપી?"

"ના... કારણ કે..." મનસાએ પોતાનાં જડબાં ભીંસતાં કહ્યું.

"કારણ કે તું એક સ્ત્રી છે?" વિભીષણ ઉત્સાહમાં આવીને હસ્યો, "અને તને તારી છાવણીમાં સ્ત્રીઓનું આવું અપમાન સહન નથી થતું?"

મનસા મૌન રહી, પણ એ જાણતી હતી કે વિભીષણે સાચું જ કહ્યું હતું. તે પોતાની વીરતા અને સાહસના બળે એક સ્ત્રી હોવા છતાં પણ નેતૃત્વ કરી શકે છે તેવું બતાવી દીધું હતું અને તે જ સ્ત્રીઓને એ પુરુષોના હાથનું રમકડું બનાવી કેવી રીતે ધરી શકે?

"પ્રિય, આ દુનિયા ઘણી ખતરનાક છે. આ જગ્યાએ પરંપરા, નિયમ અને લોકો છે – તારે આ બધું સ્વીકારવું પડશે. આ બધા સામે લડવામાં તું જ ઘાયલ થઈશ." વિભીષણે મનસા તરફ દયાભાવથી કહ્યું, "આ કારણે જ મારું કહેવું છે કે તારે અનુમતિ આપવી જોઈએ."

અને આ સલામત રસ્તો છે. વિભીષણ પહેલેથી સુરક્ષિત વિકલ્પો જ પસંદ કરતો હતો, પણ મનસા એકમાત્ર સાથી હોવાને કારણે કશું બોલી નહીં. તેણે જીભ કચરીને ગુસ્સો પી લીધો.

તે બોલી, "મારે તારી સહાય જોઈએ છે. મારી પાસે યોજના તૈયાર છે. મારી આ યોજનામાં..."

તેણે પુસ્તક બાજુમાં મૂકીને માથું ધુણાવ્યું, "નહીં... નહીં પ્રિય! મેં જણાવ્યું જ હતું. આ બાબતમાં હું તારા પક્ષમાં નથી. તેમના તરફથી કોઈ જવાબ નથી આવ્યો. કોઈ પ્રતિભાવ પણ નથી. હું મારા માણસોને એવી જગ્યાએ લડવા ન મોકલી શકું જેમાં શું થવાનું છે એની પણ જાણ ન હોય. મને માફ કરજે, પણ આ શક્ય નથી."

"પણ એ લોકોય કોઈ યોજના બનાવતાં હશે."

"તેમને બનાવવા દો. મેં મારી સ્થિતિ જણાવી દીધી. હું જ્યારે જરૂર પડે ત્યારે જ દાખલ થઈશ અને એ વાત સાથે તું પણ સહમત હતી."

મનસાએ તેની નજર ઝૂકાવી દીધી.

"પ્રિય... તેં સહમતી દર્શાવી હતી કે નહીં?"

કોઈ નાના બાળકને ધમકાવતાં હોય ત્યારે થાય તેવો મનસાનો ચહેરો શરમથી લાલઘૂમ થઈ ગયો.

"હમ્મ... મેં ત્યારે એ વાત માની હતી."

"જો ત્યારે માની હોય તો હવે કેમ મારી મદદ જોઈએ છે?" વિભીષણે ખભા ઉલાળ્યા, "તું સાવ ખોટો હુમલો કરવાની યોજના બનાવી રહી છે. આપણે બંને જાણીએ છીએ કે આમ કરવામાં આખરે તો વિનાશ જ હાથમાં આવશે. હવે શું આપણે એવું કરવું છે?"

મનસાએ વિભીષણની સામે જોઈ માથું હલાવ્યું અને બહાર આવી ગઈ.

એરાવન ત્યાં ઊભો કશું ગાઈ રહ્યો હતો. મનસાને તેની સામે રંગબેરંગી અને જીવંત તંબૂઓ દેખાયા.

આખરે તેણે મન મનાવી લીધું.

તેણે સેનાપતિને કહ્યું, "સારું... મારી અનુમતિ છે."

સેનાપતિ પણ અચંબો પામ્યો, "મહારાણી... સાચે જ?"

"હા... એવું જ કરો." મનસાએ વિભીષણના કહેવાથી પગલું ભર્યું હતું. તે પોતાની રીતે રાજી નહોતી. તેને કોઈ પણ પ્રકારે યુદ્ધ જીતવું હતું, "અપ્સરાઓને હાજર કરો. હું દસ્તાવેજો પર મહોર લગાવી દઈશ. આશા છે કે વિભીષણને પણ આ વાત પસંદ પડશે."

"મને એવું લાગ્યું કે તે લોકોએ તમને સાથ ન આપ્યો." એરાવન એકદમ સાચવીને શબ્દો ગોઠવી બોલ્યો.

મનસાએ દાઝ સાથે દાંત ભીંસ્યા, "ના, તેણે સાથ નથી આપ્યો." તેને પોતાના સેનાપતિ પ્રત્યે દયા અનુભવાઈ, "ખબર નહીં, પણ મને આશા હતી કે તે સહાય કરશે."

9

પદ્મા જાણતી હતી કે તેને કંઈક મળી આવશે.

એ લોકો જ્યાં વાનરો જડીબુટ્ટી લેવા માટે ગયાં હતાં તે જગ્યાએ ગયાં. તે લોકોએ પણ હવામાં કશુંક અનુભવ્યું.

પદ્માએ ગંધનો અહેસાસ થતાં જ પોતાના મોં ને નાક પર કપડું બાંધી દીધું. તેના શરીર પર ચામડાનું બનેલું ગરમ વસ્ત્ર હતું. તે જગ્યાને જાણે કે ચારે તરફથી બરફથી ઢંકાયેલા પર્વતોએ ઘેરેલી હતી. ઘાસ પર સૂરજના સોનેરી કિરણોની ચાદર જોઈ શકાતી હતી. આખો રસ્તો એ રીતે ચમકતો હતો જાણે કે તેની પર તારલાઓ વિખરાયા હોય!

પદ્માની દૃષ્ટિ તે બર્ફીલી જમીન પર ટકેલી હતી. તે જગ્યાએ વૃક્ષોને કારણે ઠંડી હવાનું જોર હળવું થતું હતું.

રત્નાએ જમીન પર પડેલાં હાડપિંજરો તરફ ઇશારો કર્યો, "મરેલા ઘોડાઓ."

પદ્મા અપ્સરાને સાથે લાવવા માગતી નહોતી, પણ તેણે આગ્રહ કર્યો હતો. તે જાતે જ જોવા માગતી હતી કે હવામાં ઝેરી પ્રકારનો ધુમાડો કેવી રીતે છોડી શકાય છે.

"હું આ પ્રક્રિયા શીખવા માગું છું જેથી ક્યારેક તેનો ઉપયોગ કરી શકાય." રત્ના બોલી અને પદ્માએ હોંકારો કર્યો.

આ એક ખાસ અભિયાન હતું. ઘણીવાર પદ્માને એમ લાગતું કે રત્ના ઘણી જ સ્વાર્થી હતી અને તે પોતાના કબીલા સિવાય બીજું કશું વિચારતી જ નહોતી. ક્યારેક પદ્મા પણ એવી જ હતી, પણ હવે તેનામાં ઘણો ફરક આવ્યો હતો. હવે તેને નિઃસ્વાર્થ ભાવથી બીજાની મદદ કરવી ગમતી હતી.

આ બધું મને કલ્કિ અને અરજણે શીખવ્યું.

કેટલાક વાનર પદ્મા સાથે આવ્યા હતા. રત્ના મારુની સાથી સ્મૃત પણ તે લોકો સાથે હતી. એ લોકો બધી છાવણીઓની આસપાસ કોઈ પગેરું મળે તે માટે નિરીક્ષણ કરવા લાગ્યા.

પદ્માએ શુકોને કહ્યું, "જા, જઈને અમારા માટે પગેરું શોધ."

શુકો ઝડપથી ઊડી ગયો. તે એક અજબ પોપટ હતો જેની શક્તિનો કોઈ તાગ લગાવી નહોતો શકાતો. કલ્કિએ પદ્માને શીખવ્યું હતું કે શુકો જોડે કેવી રીતે કામ લેવું – તે આસાનીથી આજુબાજુના દુશ્મનોની જાણકારી મેળવી શકતો હતો.

રત્નાએ ધીમેથી કહ્યું, "આ જગ્યાએ તો કશું દેખાતું નથી. જરૂર કોઈ મૂરખનું કામ લાગે છે."

"તું ઘણી આસાનીથી હાર માની લે છે – હેં ને?" પદ્માએ ચીડ સાથે કહ્યું.

"હું...? શું વાત કરે છે? હું જો એવું કરતી હોત તો મારું અભિયાન ક્યારનું નષ્ટ થઈ ગયું હોત."

પદ્મા તંબૂઓની અંદર જોવા લાગી. પથારીઓ બધી ખાલી પડી હતી, "તારું અભિયાન? તું વળી કયા અભિયાનની વાત કરે છે? તું તો બસ બીજાની વાતમાં દખલ કરવાનું કરે છે. શું તેં ક્યારેય કોઈ અપ્સરાને પૂછ્યું ખરું કે તે શું ઇચ્છે છે? શું તે ખરેખર મુક્તિ ઇચ્છે છે ખરી?"

રત્નાએ ખભા સંકોર્યા અને પદ્માની પાસે આવીને બોલી, "મને આવું પૂછતાં પહેલાં તારે વિચારી લેવું જોઈએ. શું તને લાગે છે કે કોઈ સ્ત્રી પોતાની મરજીથી યૌન દાસી બનવાનું પસંદ કરે?"

પદ્માને તેના બોલ્યા પર પસ્તાવો થયો. તે વગર વિચાર્યે જ બોલી ગઈ હતી.

રત્ના ગુસ્સામાં બોલી, "આ અભિયાન પછી આપણે રસ્તો બદલી નાખીશું. તું વરુણગઢ જતી રહેજે. પહેલા એવું લાગ્યું હતું કે તારી સાથે

યાત્રા કરવાનું મને ગમશે, પણ હવે એવું નથી લાગતું. મને એવું હતું કે આપણી વચ્ચે મિત્રતા થઈ શકે છે."

પદ્માએ ઊંડો શ્વાસ લીધો, "માફ કરજે! મારો કહેવાનો મતલબ એ નહોતો."

રત્નાએ ઉદાસીન સ્મિત આપ્યું, "સારું, કોઈ ગમે તે વિચારે પણ મારો સંકલ્પ અડગ છે. એક દિવસ એવો આવશે કે હું ઈલાવર્તીની બધી જ અપ્સરાઓને મુક્ત કરાવી શકીશ."

"અને એ પછી શું થશે?"

એ થોડીવાર મૌન રહી.

"તું શું કહેવા માગે છે?"

"તારે ક્યાંક તો આ સફર રોકવી પડશે ને?"

"એકવાર અપ્સરાઓ મુક્ત થઈ જાય પછી મારા પતિના હત્યારાનું માથું ખોળામાં લેવાનું છે. તે દિવસે હું આરામથી બેસીને શરાબના ઘૂંટ પીશ, પણ ત્યાં સુધી તો રોજ લડવાનું જ છે."

"પતિ...?" પદ્માને નવાઈ લાગી. *એ ઊંડા વિચારમાં સરી ગઈ. તને જોઈને તો લાગતું નથી કે તારો કોઈ પતિ પણ હોય.* જો કે પદ્મા કશું બોલી નહીં ને રત્નાને પણ કશુંક સમજાઈ ગયું હતું.

"હમ્મ...! મારા પતિને તેના ભાઈએ જ મારી નાખ્યો હતો. નલકુબેર! આ નામ યાદ રાખજે. એક દિવસ તને ખબર મળશે કે તે મારા હાથે માર્યો ગયો અને હું તેના કપાયેલા માથા સાથે બજારમાં જુલૂસ કાઢીશ. તેનું બધું જ ધન ગરીબોમાં વહેંચી દઈશ."

"બદલો લેવામાં મોટેભાગે બદલો લેનારનું જ દુઃખ વધતું હોય છે." પદ્મા બોલી, "હું પણ પહેલાં તારી જેમ જ વિચારતી હતી, પણ હવે મારા વિચારો બદલાઈ ગયા છે."

"તેણે મારા પતિને મારી નાખ્યો. તેનો બદલો લેવા માટે હું તેનું મૃત્યુ નિશ્ચિત કરીશ જ."

પદ્મા તેના વિચારો બદલવા માગતી હતી, પણ જાણતી હતી કે સફળ નહીં થાય. તેણે જાતને કહ્યું કે રત્ના સાથે તેનો કોઈ સંબંધ

નથી. જો કે અરજણ સાથે કોઈ સંબંધ ન હોવા છતાંય તેણે મારી મદદ કરી જ હતી.

ત્યાં તો આકાશને ચીરતો શુકો પ્રગટ થયો અને પદ્માની હથેળી પર આવીને બેઠો.

"પશ્ચિમ! પશ્ચિમ! પશ્ચિમ!" તેણે એકધારું બોલવા માંડ્યું.

રત્ના અને પદ્મા બંને આશ્ચર્યથી એકબીજા સામે જોવાં લાગ્યાં.

"આ વેરાન જંગલમાં કોઈ છાવણી... કેવી રીતે હોય?"

પદ્મા હસી, "મને લાગે છે કે આપણને આપણો દુશ્મન મળી ગયો છે."

એ લોકો પશ્ચિમ તરફ કેટલુંય આગળ ગયા. ત્યાર બાદ કોઈ છાવણી દેખાઈ. એ વાનરોની છાવણીથી નજીક જ હતી. તંબૂ તો ખાલી હતો. એ સાવ તૂટેલી-ફૂટેલી હાલતમાં હતો. એક વ્યક્તિનાં કપડાં પણ ત્યાં પડેલાં હતાં અને સળગીને રાખ થયેલાં લાકડાંઓ પણ ત્યાં પડેલાં હતાં. તંબૂની એક તરફ ખાડો ખોદેલો હતો અને તે ઉપરથી ભીનાં ઘાસ-પાંદડાંઓથી ઢાંકેલો હતો. આ એકદમ અજીબ વાતાવરણ હતું.

"લાગે છે કે કોઈ શિકારીનો તંબૂ છે. તારા પોપટની કોઈ સમજફેર થઈ લાગે છે." રત્ના બોલી.

શુકોએ ટહુકીને પોતાની સફાઈ આપવાનો પ્રયાસ કર્યો.

જ્યારે તે ગુસ્સામાં ચિચિયારી પાડી રહ્યો હતો ત્યારે પદ્મા તેને જોઈને હસી, પણ તેનું ધ્યાન આ તંબૂની આસપાસ ફરતું હતું. તે ખાડામાં ભૂરા રંગનું દ્રવ્ય હતું ને તેમાંથી જ જલદ દુર્ગંધ આવતી હતી. તેણે ઘાસ હટાવ્યું તો દુર્ગંધ એકદમ તેજ થઈ ઊઠી.

રત્નાએ નાક ચઢાવ્યું તો બાકીના વાનર પાછળ હટી ગયા.

પદ્માએ ખાંસતાં ખાંસતાં એ જગ્યાનું નિરીક્ષણ કર્યું. તેમાં વિચિત્ર પાંદડાઓ સાથે સૂકો બરફ અને પાણી પણ હતું.

"લાગે છે કે એ લોકોએ કેવી રીતે ધુમાડો કર્યો હશે તેનું પગેરું મને મળી ગયું." તેણે પાંદડાંઓ તરફ સંકેત કરી કહ્યું, "આ જ કારણભૂત

છે. હું આ વનસ્પતિને ઓળખું છું. આ તો જાંબલી ઝેરીલી વનસ્પતિ છે. મેં મારા વનસ્પતિ વિજ્ઞાનના પુસ્તકમાં વાંચ્યું છે."

"પણ આ બધું શિક્ષણ તો રાજસી પરિવારોને મળે છે. શું તું કોઈ રાજકુમારી છે?"

ઓહ...! ખોટી ફસાઈ ગઈ.

પદ્માએ ખભા ઉલાળ્યા, "ના રે, મેં એક રાજકુમારીનાં પુસ્તક ચોર્યાં હતાં. મને વાંચવાનું ખૂબ ગમે છે." તેણે જુઠ્ઠું બોલવું પડ્યું. કોઈને ખબર નહોતી કે તે રાજા વિભીષણની પુત્રી હતી.

"તેમણે સૂકા બરફ અને ગરમ પાણીનો ઉપયોગ કર્યો અને પછી એ ધુમાડાને વાનરોની છાવણી તરફ કર્યો જે નજીકમાં જ હતી." તેણે કપડાં તરફ ઇશારો કર્યો, "આ જેણે કર્યું હશે તેનાં કપડાં છે, કામ પતાવીને અહીંથી ભાગી છૂટ્યો હશે."

"થોડા ખેડૂતોને મારવા માટે આટલી મહેનત?" રત્નાએ સવાલ કર્યો.

પદ્માએ માથું હલાવ્યું, "એવું તો નથી. મને ચિંતા એ વાતની છે કે તે લોકોને ખબર હશે કે વાનરો આ જગ્યાએ વિશ્રામ કરતા હશે. તેમણે તેમનો પીછો પણ કર્યો હશે. એ લોકો હકીકતમાં તેમને જ મારવા માગતા હશે."

"એ લોકો? આ તો કોઈ એક માણસનું જ કામ લાગે છે."

"તું શરત લગાવવા તૈયાર છે?"

પદ્માએ આસપાસ જોયું તો થોડે દૂર એક વ્યક્તિ દેખાઈ. તેણે ચહેરા પર મહોરું લગાવેલું હતું. તેના માથે શીંગડાં હતાં. મહોરાં પર મોટી-મોટી આંખો દેખાતી હતી. તે ઘોડેસવારને જોઈને શંકા જતી હતી.

એ તે લોકોને જ ઘૂરી રહ્યો હતો.

એ તે લોકોને જ જોઈ રહ્યો હતો.

પદ્માએ પાછા આવીને બજરંગને બધી વાત કરી.

પદ્મા ભગવાન બજરંગને આંખે નિહાળેલી ઘટના સંભળાવી રહી

હતી ત્યારે રત્ના મારુ પદ્માની પાછળ ઊભી હતી. ભગવાન બજરંગ ધ્યાનથી તેની વાત સાંભળી રહ્યા હતા.

"એ લોકો આપણા વિશે જાણતા હતા. એ ઇચ્છતા હતા કે આપણને એ તંબૂ મળે." પદ્માએ દાંત ભીંસ્યા, "એ કારણથી જ એ લોકોએ આપણું ધ્યાન રાખ્યું અને એક માણસે ખાતરી કરી કે આપણને તે જગ્યા મળી કે નહીં."

"તેં જણાવ્યું કે તે વ્યક્તિના ચહેરા પર મહોરું હતું અને માથે શીંગડાં હતાં? આ વિચિત્ર વાત છે. આ સાંભળીને મને કશુંક યાદ આવે છે." બજરંગના ચહેરા પર નવાઈ હતી.

"શું?"

બજરંગ ઊઠીને પુસ્તકાલય તરફ ગયા. તેમાં કેટલાય ચર્મથી બાંધેલાં પુસ્તકો હતાં. તેમણે એક પુસ્તક લઈને પાનાં ખોલ્યાં અને વાંચવા લાગ્યા, "પદ્મા, તેં પૂછ્યું કે વાયુનો શસ્ત્ર તરીકે કોણ પ્રયોગ કરે છે. હું એ શોધવા માટે જ અહીં આવ્યો છું. મને ખાતરી છે કે કોઈ નિષ્કર્ષ પર આવી શકાશે."

તેમણે એક પુસ્તક ખોલ્યું જેના એક પાનાં પર મોટુંમસ મહોરું દોરેલું હતું. તેની આસપાસ રાખોડી રંગના વાળ હતા. આ તો એવી જ આંખો હતી જે પદ્માએ જોઈ હતી. શિયાળ જેવું મોં અને બકરી જેવાં મોટાં શીંગડાં.

"આવું જ મહોરું હતું. આ શું છે?" પદ્માએ પૂછ્યું, "પુસ્તકમાં આના વિશે શું લખ્યું છે."

"આવું મહોરું તો શિવના પુત્રોએ પહેર્યું હતું. તે એક અદ્‌ભુત યોદ્ધા કબીલો હતો, જે સ્વર્ગમાં ઇન્દ્રના મહેલમાં સૈનિકો હતા. પછીથી એ બધા વિલુપ્ત થઈને વિખરાઈ ગયા અને નાના-નાના જૂથ બનીને રહ્યા. એ બધા મહાયુદ્ધ પછી વિક્ષિપ્ત થઈ ગયા હતા. એ ભગવાન શિવના ભયંકર રૌદ્ર રૂપ, વીરભદ્રના ઉપાસક છે અને ઉપદ્રવ કરતા રહે છે."

પદ્માએ ગુસ્સો દબાવીને દાંત ભીંસ્યા. તેણે રત્ના તરફ નજર કરી. એ પણ ચિંતામાં જણાતી હતી.

બજરંગ બોલ્યા, "એ લોકો ક્યારેક મારુત કહેવાતા હતા, પણ હવે તેમને રુદ્ર કહેવાય છે. જો તે લોકો દેશના આ ભાગમાં હશે તો ચોક્કસપણે કશું ઇચ્છતા હશે. આપણે જલદીથી શોધી નાખવું પડશે કે તેમને આપણી પાસેથી શું જોઈએ છે."

10

અરજાણે તેના પ્રશિક્ષક સાથે પોતાની ઢાલ ટકરાવી.

પ્રશિક્ષક ઉસ્તાદ પાછળ પડ્યો અને ઝડપથી ફરીને પોતાના સ્થાન પર ઊભો થઈ ગયો. તેણે અરજણ તરફ તરાપ મારી પણ તેણે ફરીથી પોતાની ઢાલથી તેને રોકી લીધો. તેણે ઉસ્તાદને ઘાયલ કરવાનું વિચાર્યું પણ દરેક વખતે તે તલવારનો પ્રહાર બચાવી લેતો હતો.

તેમની તલવારો સામસામે ટકરાવાનો તીવ્ર અવાજ આવી રહ્યો હતો.

"મારી પર ડાબી તરફથી હુમલો કર." પ્રશિક્ષક બરાડીને બોલ્યો અને એક ઝટકા સાથે તેની છાતીમાં મુક્કો મારી દીધો. તેણે કલાબાજી બતાવી અને તેને ધક્કો મારી દીધો, "બેટા... તારું ધ્યાન ભટકી ગયું હતું."

અરજણ નલકુબેરના મહેલની બહાર સફેદ દાઢીધારી તલવારબાજ ઉસ્તાદ સાથે હતો. આજે તેના પ્રદર્શનથી તે ખુશ નહોતો.

"થોડો આરામ કરી લઈએ...?" અરજણે ઘૂંટણિયે બેસીને હાંફતાં કહ્યું.

ઉસ્તાદે માથું હલાવ્યું, "બસ, થોડી વાર." અને તે મહેલમાં જતો રહ્યો.

અરજણ રેત પર આડો પડ્યો અને પરસેવો લૂછતાં વિચારતો હતો કે આજે જેનો તે પોતે અભ્યાસ કરતો હતો તેના માટે તેને કઈ હદે અરુચિ હતી. તેને એ સમયે પુસ્તકો વાંચવું ગમતું હતું. તેણે પુસ્તક વાંચે કેટલાંય વરસ થઈ ગયાં હતાં. છેલ્લે તે બજારમાં રસ્તા પર બેસીને વ્યાપાર કરતા અમરે તેને પુસ્તક ભેટ કર્યું હતું.

મારે તે સારી રીતે વાંચી લેવું જોઈએ.

"થાકી ગયો લાગે છે મિત્ર! શું તું બીજા મુકાબલા માટે તૈયાર છો?"

અરજણે સોનેરી પહેરણવાળા નલકુબેરને મહેલમાંથી બહાર આવતા જોયો તો બેઠો થઈ ગયો. તેની પાસે દ્વિમુખી ભાલો હતો.

"મારી સામે લડવા માગે છે? એક સુખ-સુવિધાઓ વચ્ચે જીવેલો છોકરો જે પોતાના કબીલાનો ભગવાન બનીને ફરે છે?" અરજણ થૂંક્યો. તે યક્ષરાજનું મોં પણ જોવા નહોતો માગતો. નલકુબેરના એ કામ પછી અરજણ પોતાને મૂર્ખ મહેસૂસ કરતો હતો.

"શું તું હજુય નારાજ છે?"

"તેં મારો ખોટો ઉપયોગ કર્યો." અરજણ તલવાર લઈને જગ્યાએથી ઊભો થયો અને તેના સ્નાયુઓ જડ થઈ ગયા, "હું કોઈ રમકડું નથી જે તારા રમવા માટે કામ આવું."

"હું તો પ્રજાને બતાવવા માગતો હતો..."

"તું નિર્દોષોનો જીવ લેવા માગતો હતો."

"અરજણ... એ લોકો મલેચ્છ હતા, સાવ નિમ્ન કક્ષાના."

"ના, કોઈનું જીવન નિમ્ન નથી હોતું. દરેકના જીવનનું મહત્ત્વ હોય જ છે."

"મને મારી વાત પર વિશ્વાસ છે. મારી સાથે લડ." નલ બોલ્યો.

"ના...!"

નલે રાહ ન જોઈ. તે પોતાનો ભાલો ઘુમાવતો તેની સામે આવી ગયો.

અરજણ તેને ચકમો આપીને બીજી તરફ ફરી ગયો, "તું શેને માટે મારી સાથે લડવા માગે છે?"

"હું જાણવા માગું છું કે તું રાત-દિવસ અભ્યાસ શેને માટે કરી રહ્યો છે? જ્યારે જોઈએ ત્યારે તું આ જગ્યાએ જ મળે છે. આટલો પરસેવો કેમ વહાવે છે? આટલી હતાશા? આટલો ગુસ્સો? કોના માટે છે?"

અરજણના નાકનાં ભૂંગળાં ફૂલી ગયાં. જ્યારથી રુદ્રને ગુમાવ્યો છે ત્યારથી આ જગ્યા પ્રત્યે ખેંચાણ હતું. આ રેત... તેને એ પહેલા દિવસની યાદ અપાવતી હતી જ્યારે રુદ્રએ તેને કુસ્તી લડતાં શીખવ્યું હતું.

અરજણે રુદ્રના મોતનો માતમ નહોતો મનાવ્યો. તેને ચિતા પર મૂકતા પણ નહોતો રડ્યો. તે હજુય તેનું દુઃખ અને ગુસ્સો અંદર ભરીને ફરતો હતો. એ લડતી વખતે જ તે ગુસ્સાને ભૂલી શકતો હતો.

"મારે તને કશું નથી સમજાવવું."

નલે ફરીથી તેના પર પ્રહાર કર્યો, પણ અરજણ બચી ન શક્યો. તેના ખભા પર ઘસરકો કરી ગયો.

અરજણે દાંત ભીંસ્યા અને નલ પર હુમલો કરવા વિચાર્યું, પણ તેણે સ્ફૂર્તિથી બચાવ કરવાનું જ કામ કર્યું.

"તને લાગે છે પણ હું એટલો નસીબવંત નથી. મેં કેટલાંય વર્ષો પહેલાં મારી માને ગુમાવી દીધી. મારા પિતાએ જ તેને મારી નાખી હતી."

"તું એને બહુ જ પ્રેમ કરતો હોઈશ."

"તેમણે એવું એટલા માટે કર્યું, કારણ કે તે એક સાવ તુચ્છ અપ્સરા હતી."

"તને એવું લાગે છે કે બીજા બધાં લોકો પણ તારી માની જેમ જ છે?" અને તેણે ઝડપથી પોતાની તલવાર આગળ કરી દીધી. નલકુબેર સંતુલન ગુમાવતાં રેતમાં જઈને પડ્યો.

"મેં ક્યારેય આ રીતે નથી વિચાર્યું. કદાચ તારી વાત સાચી જ હશે." નલકુબેર બોલીને હસ્યો. તે પોતાના ભાલા સાથે હાથ બદલવા લાગ્યો. અરજણ નવાઈ સાથે તેને જોતો હતો અને ક્યાસ કાઢવા માગતો હતો કે હવે નલ કઈ રીતે પ્રહાર કરશે.

નલ તેના ભાલાને પેટ નજીક લાવ્યો અને તેણે અચાનક પેંતરો બદલીને પ્રહાર કર્યો ને અરજણના નાક પર વાગ્યો.

અરજણે તેના નાક પર હાથ ફેરવ્યો જ્યાંથી લોહી નીકળતું હતું.

"આજે પરિષદની સભા છે. હું ત્યાં જ જઈ રહ્યો છું. મારી યોજના પ્રમાણે એ બધાને ભરોસો આપીને એકજૂથ કરવામાં આવશે. એ સિવાય બહારના દુશ્મનનો મુકાબલો કરવો અશક્ય છે. જ્યારે હું ઔપચારિક રીતે મારા ઉમેદવાર તરીકે તને જાહેર કરું તો તારે પણ મને સાથ આપવો પડશે."

"ના... તેં જે કર્યું છે એ પછી તો અશક્ય છે."

"માફ કર... ફરીથી ક્યારેય આવું નહીં થાય એવું વચન આપું છું."

અરજણને નલની વાત પર વિશ્વાસ નહોતો. યક્ષરાજ પણ તેના પિતા જેવો જ હતો, "તું કેમ લડવા જવા માગે છે?"

"જો હું નહીં જઉં તો આપણા બધાનો અંત નક્કી છે. જે રીતે નગર પર હુમલો થયો, મને નથી લાગતું કે નાગરાણી સંધિ માટે તૈયાર હશે." નલકુબેર ભાલા પર હાથ ફેરવતા આગળ બોલ્યો, "ઈંટનો જવાબ પથ્થરથી આપવો પડશે. એમાં પણ એક સમસ્યા છે."

"શેની સમસ્યા?" અરજણે પૂછ્યું.

"પરિષદનાં લોકો પરસ્પર નક્કી નથી કરી શકતાં કે શું કરવાનું છે. કેટલાક લોકો લડવા માગે છે અને કેટલાક એ રીતે તૈયાર નથી. જો એ લોકોને એકમત કરવામાં આવે તો દુશ્મન પર કાબૂ કરવાની શક્યતાઓ વધી જાય. આપણા દુશ્મનો પાસે માણસોની કમી છે."

"અને આ લોકોને એક કરવાનું કામ અસંભવ છે." અરજણ તેની તલવાર આગળ લાવ્યો અને તે ભાલા સાથે ટકરાઈ, "એ તું જાણે જ છે – તું જાણે જ છે."

"ના... પણ જો તું રાજા બને તો એ અશક્ય નથી. જો તેમની સાથે તારા જેવો કોઈ હશે, જે તેમને ડરાવી કે ધમકાવી શકે તો એ લોકો ઘૂંટણિયે પડશે."

અરજણ એકદમ પાછો હટ્યો. શું આ લોકો મારાથી ડરશે? "જો તે લોકોએ મને મત ન આપ્યો તો?"

"એવું મને નથી લાગતું. પ્રિય, હું હંમેશાં આશાવાદી રહેવામાં માનું છું." તે રોકાયો અને હાંફવા લાગ્યો, "નાગલોકોને હરાવવા માટે એક જ ઉપાય છે કે બાકી બધા એકમત થાય. આપણે જેટલું મોડું કરીશું એટલું આપણને નુકસાન છે. મારા જાસૂસોના પ્રમાણે નાગલોકો બીજો હુમલો કરવાની તૈયારીમાં જ છે. કદાચ એકાદ દિવસમાં તે શક્ય બની શકે છે. આપણે કેટલા લોકોને મૃત્યુના મુખમાં હોમીશું? ખબર નથી."

અરજણ એવું થવા દેવા નહોતો માગતો. તેના હાથની મુઠ્ઠી ભીંસાઈ. તે હવે વધુ લાશો જોવા નહોતો માગતો. એ કશું બોલવા જ જતો હતો ત્યાં નલે ભાલો નીચે મૂકીને તાળી બજાવી.

તાળીનો અવાજ સાંભળીને મહેલમાંથી એક સૈનિક હાથમાં ગાદી લઈને બહાર આવ્યો જેના પર એક હથિયાર મૂકેલું હતું.

ઓહ... આ...આ તો બની જ ન શકે.

"મારા ખ્યાલથી આ તારું જ છે." નલકુબેરે તે હાથમાં લીધું, "મને યાદ છે કે થોડાં અઠવાડિયાં પહેલાં રાત્રિભોજન સમયે તેં આ વિશે વાત કરી હતી. જ્યારે કળિએ તને કારાગૃહમાં પૂર્યો ત્યારે આ છીનવી લેવામાં આવ્યું હતું. મેં કારાગૃહમાં જઈને કોટવાલ પાસે શોધખોળ કરાવીને આ મેળવ્યું – તારી માની એક યાદગાર ભેટ."

તેણે તલવાર નીચે નાખી અને ભીની આંખે તે દાતરડું હાથમાં લીધું. તે બુઠ્ઠી અને કાટ ચડેલી ધાર પર હાથ ફેરવવા લાગ્યો.

તેણે હથિયાર સામે જોઈને એ ક્ષણ યાદ કરી જ્યારે તેની માએ આ આપ્યું હતું. તે આભાર પ્રગટ કરે તે પહેલાં નલકુબેર ત્યાંથી પાછો જવા માટે ફરી ચૂક્યો હતો.

"જો મારા પર ભરોસો હોય તો સભામાં આવી જજે." નલ બોલ્યો અને મહેલમાં જતો રહ્યો. તે જાણતો હતો કે તેનું ધાર્યું કામ થઈ ગયું હતું.

11

હજુ સુધી તે આવ્યો કેમ નહીં?

નલકુબેર અરજણની રાહ જોઈ રહ્યો હતો, પણ પરિષદના સભ્યો બેચેન થઈ રહ્યાં હતાં. એ લોકો વધુ રાહ જોવા તૈયાર નહોતા.

સભામાં કેટલાય સામંત, તેમના મુનીમ અને સલાહકાર હાજર હતા. અમુક તો તેમનાં સંતાનો સાથે આવ્યાં હતાં.

તે લોકો ચિંતાથી વ્યાકુળ હતાં.

“શું આપણે સભાનો આરંભ કરીએ?” એ લોકોમાંથી એક જણ બોલ્યું.

નલકુબેરે પોતાની સહમતી દર્શાવી. ભીડમાં સન્નાટો વ્યાપી ગયો.

એ આવશે, તેની મા બોલી. જે કહેવું હોય તે જ કહેજે અને તેમને કળિની યોજના વિશે કશી જાણ ન કરીશ.

એ નહીં આવે, પરંતુ તે ઉત્સાહિત હતો કે કળિ પાછો આવી ગયો હતો અને તેની પાસે નગર માટે કોઈ મોટી યોજના હતી.

“શું તું વિશ્વાસ સાથે કહી રહી છે.” તે ધીમેથી બોલ્યો કે જેથી કોઈને ખ્યાલ ન આવે કે તે પોતાની જાત સાથે વાત કરતો હતો.

હમ્મ... તું તારા કામમાં આગળ વધ.

નલને તેની મા ઉપર ભરોસો હતો. તેની મોટાભાગની વાતો સાચી પડતી હતી.

તેણે નિઃસાસો નાખ્યો અને લોકો તરફ જોઈને કહ્યું, “આજે આવ્યા તે બદલ સૌનો આભાર. બધાને ખબર છે જ કે આપણે આપણા બળવાન યોદ્ધાઓ સાથે આ જગ્યાએ કેમ આવ્યા છીએ. બે દિવસ પહેલાં આપણા નગરવાસીઓને મારનારી સેના હજુય ઇન્દ્રગઢની સરહદ પર છે. અમને માહિતી મળી છે કે તે લોકો ફરીથી હુમલો કરવાની તાકમાં છે. આપણે પહેલેથી જ તૈયાર રહેવું પડશે. આપણે એ નક્કી કરવું જરૂરી બન્યું

છે કે, આપણો રાજા કોણ હશે."

એક દરબારી બોલ્યો, "ચોક્કસ, તને હજુય ગાદીની ચિંતા છે. અમે બધા જાણીએ છીએ કે જુલૂસમાં શું થયું હતું. એ દિવસે એવું કામ કરવું કોઈ મૂર્ખતા સમાન જ હતું."

"મેં કશું જ નથી કર્યું. લોકોને તેમનો નાયક જોઈતો હતો અને મેં તેમને એ આપ્યો."

દરબારીઓ એકબીજા સાથે વાત કરવા લાગ્યા.

વાતને હાથમાંથી સરી જવા ન દઈશ. તેની માનો અવાજ તેના કાને પડ્યો.

"મારો ખજાનો મારા ધનથી ભરપૂર ભરેલો છે, એટલે જ મને ચિંતા છે કે રાજા કોણ બનશે."

"અમે આભારી છીએ, મહારાજ કુબેર." બીજા દરબારીએ કહ્યું, "પણ તમને એવું નથી લાગતું કે અત્યારે ભાવિ રાજા વિશે વિચારવા કરતા જરૂરી કામ છે દુશ્મન વિશે વિચારવું."

"હમ્મ... આપણે એકતા રાખવી પડશે. આપણી સેનાને એક કરીને યુદ્ધનું એલાન કરવું પડશે."

દરબારીઓ મૌન રહ્યા. તે લોકો એકબીજાની સામે જોવા લાગ્યા.

"પરંતુ કુબેર પુત્ર, નલકુબેર...! અમારી પાસે તો નાના ઘર અને નાની સેના છે..."

"જો દરેક ઘરમાંથી એક પુરુષ આવે તો સેનાની સંખ્યા મોટી બની શકે છે." દરબારીની વાત કાપતાં નલકુબેર બોલ્યો.

"દરેક ઘરમાંથી એક પુરુષ આવ્યા પછી જે સેના હશે તે પણ પર્યાપ્ત નથી. એટલે જ અમારો તમને આગ્રહ છે કે તમારી યક્ષ સેના અમારા નગરની સુરક્ષાની જવાબદારી સંભાળે."

"અને અત્યારે એવું નથી બની રહ્યું." ભીડમાંથી કોઈ બબડ્યું.

નલકુબેરને ગુસ્સો આવ્યો પણ તેણે ઊંડો શ્વાસ લઈને સંયમ રાખ્યો.

"અને જો આપણે આપણા બધા સૈન્યને એકસાથે ભેળવીએ તો નગરની રક્ષા માટે કોઈ નહીં રહે."

નલકુબેર આ દરબારીને ઓળખતો હતો. તેનું નામ અમરીશ હતું. તે નગરમાં જુગારના ધામ બનાવીને ઘણું ધન કમાયો હતો. જો કે તેની પાસે નલકુબેર જેટલું ધન નહોતું.

તે ઊભો થયો અને તેની મોટી ફાંદ હલાવતાં બોલ્યો, "મારો પ્રસ્તાવ છે કે આપણે શરણાગતિ સ્વીકારી લઈએ. એ જે ઇચ્છે છે તે બધું આપી દઈશું. એ લોકો આ જગ્યા પર શાસક બનવા માગતાં હશે, બને કે કોઈ એક ભાગનું શાસન લઈને શાંત થઈ જાય. એવું પણ બને કે એ લોકો ધન લઈને પણ પાછળ હટી જાય."

નલકુબેર આવું નહોતો ઇચ્છતો, પણ મેજ થપથપાવતાં લોકોને જોઈ શકતો હતો. તેણે ત્રાંસી નજરે મંદિરોના પ્રધાન પુરોહિત નરેન્દ્ર તરફ જોયું. તે લાંબી દાઢીવાળો ઠીંગણો માણસ એકદમ ખૂંખાર લાગતો હતો. એ કોઈ સામંત નહોતો, પણ ધર્મના પ્રતિનિધિ તરીકે પરિષદનો સભ્ય હતો.

ગુરુ નરેન્દ્રએ મેજ થપથપાવી નહોતી. તેનું ધ્યાન નલકુબેર તરફ હતું. તેની ભૂખરી આંખો હંમેશની જેમ પથરાયેલી હતી.

"એ કશું માગતા હશે." દરબારી અમરીશ ફરીથી બોલ્યો, "આપણે તેમને તેમની માંગ વિશે પૂછીશું અને આપી દઈશું. જો અત્યારે આપણે મહારાજ વેદાંત કે મહારાજ કળિના તાબા હેઠળ હોત તો લડી પણ શકતા હતા, પરંતુ આ નગરમાં ગંજીપાનાનાં પત્તાંની જેમ શાસક બદલાતા રહ્યા છે. છેલ્લા બધા જ રાજાઓ તેમના પોતાના અભિયાનમાં એટલા મગ્ન રહ્યા કે નગરની કાળજી લેવાઈ જ નહીં. તેમણે ક્યારેય જોયું જ નહીં કે તેમના માટે કેટલા સૈનિકોએ જીવ ગુમાવ્યા. આ સમયે આપણે લડવાની સ્થિતિમાં નથી."

નલકુબેર જાણતો હતો કે ઓછા સૈનિકો તેમની ચિંતાનો વિષય નહોતો, પરંતુ તેણે એ વાત કોઈને કહી નહીં.

તે શું બોલવું તે વિશે વિચારી રહ્યો હતો ત્યાં દરવાજા પર કોઈ મોટો અવાજ આવ્યો.

દરવાજો ખૂલ્યો અને અરજણ અંદર આવ્યો. તે શુદ્ધ સફેદ ઝભ્ભો અને કાળી ધોતીમાં સુંદર લાગતો હતો.

"અને જો દુશ્મને આપણું સૈન્ય અને ધરતી બંને નષ્ટ કરી દીધાં તો શું થશે? બને કે તે લોકોને ધન જોઈતું જ ન હોય. એ લોકો માથાભારે અને આતંકી જ હોઈ શકે, આપણે અત્યારે કશું જ ન કહી શકીએ કે દુશ્મનની ઇચ્છા શું છે." અરજણ આવ્યો અને બોલ્યો.

દરબારી અમરીશ મજાકમાં બોલ્યો, "આ પરિષદની સભા છે. બેટા... તું આમાં કશું ન બોલી શકે."

અરજણ નલકુબેર સામે જોઈ હસ્યો. નલનું ધ્યાન અરજણના કપડામાં કમરે લટકતી કુહાડી તરફ ગયું.

"તેને મેં આમંત્ર્યો છે. મને લાગ્યું કે આજના અવસર પર તમને બધાને જણાવવું સારું રહેશે કે મેં અરજણને આ સિંહાસનના દાવેદારના રૂપે પસંદ કર્યો છે."

"આ રાજા બનવાને યોગ્ય કેવી રીતે છે?" બધાની નજર ગુરુ નરેન્દ્ર તરફ ગઈ. તેમનો અવાજ સભાખંડમાં ગૂંજી રહ્યો હતો.

અરજણ બોલ્યો, "ગુરુજી, હું છેલ્લી શાસક રાણીનો સલાહકાર હતો. એક ગ્રામવાસી હોવાને કારણે પ્રજાનું દુઃખ અનુભવી શકું છું. હું તમને બધાને પ્રસન્ન કરવા માટે નૈતિક રૂપે ભ્રષ્ટ પણ છું." તે મંદ હસ્યો.

ભ્રષ્ટ હોવાનો આરોપ સાંભળી બધા ચકિત થઈ ગયા, પરંતુ નલની નજર સહાનુભૂતિપૂર્વક તેની તરફ હતી. અરજણના અવાજમાં આત્મવિશ્વાસનો રણકો હતો.

તે પોતાના... અસલી રૂપમાં હતો.

"પણ સૌથી મોટી વાત એ છે કે હું આ નગરની પ્રજાનું રક્ષણ કરવા માગું છું. રાણી ઉર્વશીના રાજમાં લોકોએ ઘણાં કષ્ટ વેઠ્યાં. તેમની વિચિત્ર નીતિઓ અને વેરાઓમાં વધારો કરવાથી કોષ ભરાયો, પણ સામાન્ય લોકો લૂંટાયા. હું કોઈ નાગ, કબીલાવાળા કે વ્યક્તિને એવું ન કરવા દઉં કે તે આપણને પડકાર ફેંકે." અરજણનું સ્મિત ઘેરું હતું, "અને હું તમને યાદ અપાવવા માગું છું કે રાજકોષમાં ઘણું ધન છે, જો તમે લોકો અમને લડવા માટે માણસો આપશો તો તેનું પૂરેપૂરું વળતર આપવામાં આવશે." અરજણની નજર ખંડમાં બેઠેલા દરબારીઓ પર

પડી જે સહમતીથી માથું હલાવી રહ્યા હતા.

"હું એક રાજાના રૂપમાં નહીં, પણ સંભવિત રાજાના રૂપમાં તમારું નેતૃત્વ કરવા માગું છું. હું તમને બતાવી દેવા માગું છું કે મારામાં તમારો રાજા બનવાની ક્ષમતા છે."

પરિષદના સભ્યો એકબીજા સામું જોઈ રહ્યા. દરબારી અમરીશ હજુય નક્કી નહોતો કરી શકતો કે શું બોલવું. ગુરુ નરેન્દ્રના ચહેરા પર કોઈ ભાવ નહોતો. આમ તો ત્યાં સન્નાટો વ્યાપેલો હતો ત્યાં ગુરુ નરેન્દ્ર બોલ્યા, "અરજણ, તેં રાણીનો વધ કર્યો. પરિષદ રાણીના રાજ સમયે જ પ્રસ્તાવ રાખી ચૂકી છે."

નલકુબેરે ત્યારે મક્કમતાથી કહ્યું, "જે થઈ ગયું તે ભૂલી જઈએ. અરજણ સાચું કહી રહ્યો છે. આપણે એકતા બનાવવી પડશે. આપણે ધમકીઓથી ડરવાને બદલે દુશ્મન માટે ધમકી બનવું પડશે."

અમરીશે મોં મચકોડ્યું, "હું નથી ઇચ્છતો કે કોઈ ભ્રષ્ટ આપણું નેતૃત્વ કરે. તેની પાસે કોઈ અનુભવ નથી અને આવા દુર્બળને રાજા ન બનાવાય. મારી વાત સાથે કોણ સહમત છે?"

તેની વાતમાં બીજો કોઈ સૂર પુરાવે તે પહેલાં અરજણ અમરીશ તરફ ધસ્યો. એકદમ પ્રતિક્રિયા જોઈને સંતુલન ગુમાવીને તે નીચે પડ્યો.

અમરીશના પુત્રએ મદદ માટે કાગારોળ મચાવી. સૈનિકો હુમલો કરવા તૈયાર હતા.

અરજણે તરત જ તેનું હથિયાર કાઢીને અમરીશના ગળે મૂકી દીધું અને સૈનિકોને કહ્યું, "ખબરદાર, જો આગળ આવ્યા તો આ નહીં બચે."

એ લોકો પણ પાછળ હટી ગયાં.

"હજુય હું કમજોર લાગુ છું." અરજણે એક તીખી નજર બધા તરફ ફેંકી, પણ નલની નજર ગુરુ નરેન્દ્ર પર સ્થિર હતી, "મારી પાસે કળિ કરતા પણ વધારે તાકાત છે. તમે બધાએ અમારો મુકાબલો જોયો છે. મેં ફક્ત પડકાર નહોતો ફેંક્યો, પણ તેને હરાવ્યો પણ હતો. મારી સ્ફૂર્તિ અને બળ બેજોડ છે." અરજણ એક પળ માટે રોકાયો. તેને હજુ કોઈ જરૂરી વાત કહેવાની હતી.

"તમે લોકો મને હત્યારો કહો છો. એ વાત સાચી કે મેં ઉર્વશીને મારી, પણ તેવું એટલા માટે કર્યું, કારણ કે તેણે એક નિર્દોષને મારી નાખ્યો હતો. મેં ત્યારે જાણ્યું કે ન્યાય મેળવવા માટે આરામથી વાત કરવાનો રસ્તો હવે કારગર નહીં નીવડે. જો આપણે શરણાગતિ સ્વીકારીશું તો આપણે પરાજિત ગણાવાના છીએ અને જે નિર્દોષોએ દુશ્મનોને હાથે જીવ ગુમાવ્યો છે તે બધાના ગુનેગાર બનીશું. હુમલાનું નેતૃત્વ કરનારને પ્રાણ ગુમાવવા જ પડે છે. સમજ્યા? નાગરાણીને માર્યા બાદ આપણે ચિંતા કરીશું કે રાજા કોને બનાવવાનો છે. કોણ મારી વાત સાથે સહમત છે?"

દરબારીઓએ ભયના માર્યા તેમના હાથ ઊંચા કરી દીધા.

"સરસ." અરજણ નલકુબેર તરફ ફર્યો. તેના ચહેરા પર ખુશી છલકતી હતી. અરજણે આંખ મીંચકારી પૂછ્યું, "બોલો મહારાજ, હવે આગળ શું કરવાનું છે?"

નલે માથું હલાવ્યું, "આપણે આપણી સેનાને ભેળવી દઈશું." અને પછી તે પોતાની યોજના જણાવવા લાગ્યો. આ દરમ્યાન ગુરુ નરેન્દ્ર કાતિલ નજરથી અરજણને તાકતા રહ્યા.

નલની ખુશીનો કોઈ પાર નહોતો. તેની મા પણ બોલી ઊઠી, જોયું *ને મેં કહ્યું હતું ને કે એ કરી બતાવશે. એ રક્ષક છે અને તેં એને રક્ષક બનાવ્યો છે.*

12

તે રાત્રે ભોજનનું આયોજન થયું અને અપ્સરાઓને નાગ છાવણીમાં લાવવામાં આવી.

મનસા પણ ત્યાં જ હતી ને તેણે સૈનિકોથી અંતર રાખ્યું હતું. એ લોકો નાચગાન કરી રહ્યાં હતાં. નગારાં વગાડીને અપ્સરાઓ સાથે આનંદ-પ્રમોદમાં બધા લીન હતા. મનસાએ જોયું કે સ્ત્રીઓ અસહજ હતી, પણ તેઓ કશું કરી શકે તેમ નહોતી. મનસા આ વાતથી જ બેચેન હતી.

સૈનિકોના મનમાં તેમના પ્રત્યે કોઈ માન નહોતું. મનસાને લાગ્યું કે એ લોકો પોતાની સેવાઓ આપવા એટલા માટે તૈયાર થયાં, કારણ કે તે એ લોકોને માગ્યું આપી રહી હતી.

તેણે પોતાના હાથમાં રહેલા શરાબના પ્યાલા પર ટકોરો માર્યો તો એક સૈનિક તેને ભરવા માટે આવી પહોંચ્યો.

મનસા એક મોટા ઝાડ નીચે ઊભી હતી અને પોતાની સામે થતો એ તમાશો જોઈ રહી હતી. એ જગ્યામાં જાણે પ્રાણ ફૂંકાઈ ગયો હતો.

શું મારું આ પગલું યોગ્ય હતું?

તેની નજર એરાવન પર પડી. એ બધાથી અલિપ્ત રહીને એક ખૂણામાં ઊભો ઊભો આ બધું જોઈ રહ્યો હતો.

એ ધીમેથી તેની તરફ જઈ પહોંચી. એ તરત સાવધ થયો અને માથું ઝૂકાવી અભિવાદન કર્યું.

"અરે, કશો વાંધો નહીં. આજે તો બધા ઘણા ખુશ દેખાઈ રહ્યા છે."

"મહારાણી, નાના મોંએ મોટી વાત. એક વાતની છૂટ આપો તો કહું. ખરેખર, તમે ખુશ નથી દેખાતાં."

"તને છૂટ નથી તો પણ તેં તારા મનની વાત કહી દીધી. સેનાપતિ

તું ઘણો નકામો છે." મનસાના ચહેરા પર સ્મિત રેલાયું, "તને જોઈને મને મારા પતિ યાદ આવી ગયા. એ પણ ગમે તે રીતે તેનું ગમતું મેળવી લેતા હતા."

"માફ કરજો, મહારાણી."

"તું આવું જ ઇચ્છતો હતો ને સૈનિકો માટે..." મનસાએ હોઠ ભીડ્યા.

"હું તેમના માટે સારું હોય તે ઇચ્છતો હતો."

તેણે માથું હલાવ્યું, "મને લાગે છે કે તે લોકોનું ધ્યાન વધારે ભટકી ગયું છે. આપણે કાલે હુમલો કરવાનો છે અને આજે બધાય નશામાં ચૂર છે. શું નજારો છે." તેણે ગુસ્સા સાથે કહ્યું.

"તો તમે આ મંજૂરી ખોટી આપી." એ બોલ્યો.

"શું?" મનસાએ આંખો પહોળી કરીને તેની સામે જોયું, "શું કહ્યું તેં...?"

"તમે... તમે આ મંજૂરી ખોટી આપી." એરાવન સાવધાનીથી એ વાક્ય ફરીથી બોલ્યો, "તમે રાણી છો. ગમે તે હોય... તમારો આદેશ માનવો જ પડે. સારો નેતા એ કહેવાય જે બધાને પોતાના કાબૂમાં રાખે અને જરૂર પડે તેમનું સન્માન કરે છે તેવું જતાવવા તેમના માથે હાથ પણ મૂકે."

"એવી રીતે તો કૂતરાઓ સાથે વર્તન કરાય, સેનાપતિ."

"તો પછી આ બધું જોઈને શું લાગે છે, આ જરુત્કારુ કોણ છે? ભલે એ સૈન્યનો વડો છે, પણ કીચડથી બદતર છે. તેણે જે ઇચ્છ્યું તે તમારી પાસેથી મેળવી લીધું – સ્ત્રીઓ." એરાવને મોટી મૂછોવાળા વ્યક્તિ તરફ ઇશારો કર્યો જે બે અપ્સરાઓને બાથ ભીડીને ઊભો હતો.

મનસાએ જોયું કે નાગલોકો કરતા સુપર્ણો ઘણા શિસ્તબદ્ધ હતા અને અપ્સરાઓ વિના નિરાંતે પોતાનું ભોજન કરી રહ્યા હતા.

"એ દુષ્ટ કદ્રુએ આ બધાને બગાડી મૂક્યા છે." મનસાએ ચીડ સાથે કહ્યું.

"એ વાત તો સાચી છે. જો એનું શાસન હોત તો પરિસ્થિતિ ઘણી જ ખરાબ હોત. એ થોડી વધારે આઝાદ વિચારો ધરાવતી હતી. મહારાણી, આપણે કળિયુગમાં જીવી રહ્યા છીએ. દુશ્મનો ચારેતરફ છે." એરાવન

આ વખતે વિશ્વાસ સાથે બોલ્યો.

"અને તું આ બધું છેક હવે જણાવી રહ્યો છું. હવે આગળ પગલું ભરાય તેવી સ્થિતિ પણ નથી રહી."

એ મંદ હાસ્ય સાથે બોલ્યો, "હું તો શેતાનની વકીલાત કરી રહ્યો હતો. સારું પણ મારી ધૃષ્ટતા માટે માફી માગું છું. કદાચ વધુ પડતું બોલી ગયો. હું તમારા હુકમનો તાબેદાર છું અને જરૂર પડે ક્યારેક સલાહ પણ આપી શકું છું."

"તું એક વિચિત્ર અને અઘરો માણસ છું, એરાવન...! તારા વિશે મને જણાવ."

"મહારાણી, મારા પિતા માછીમાર હતા. હું અઢાર વર્ષની ઉંમરે જ સેનામાં આવ્યો હતો અને પહેલા મહારાજ વાસુકિ સાથે કામ કર્યું."

"તારી પત્ની નથી."

"ના. એવો સમય આવ્યો જ નહીં. વિવાહ પહેલાં જ મને નપુંસક બનાવી દેવામાં આવ્યો." એ કોઈ મજાક હોય તેમ હસ્યો, "એક છોકરી સાથે મિત્રતા હતી. એ સુંદર હતી અને એકબીજાને ગમતાં હતાં. અમે આજીવન સાથે રહેવાનાં વચનો પણ આપ્યાં હતાં. હું સૈન્યમાં ભરતી થયો એમાં રસ્તા બદલાઈ ગયા. આજેય તેની યાદ આવે છે, પણ મને મારા નિર્ણય પર પસ્તાવો નથી. હું તેની સાથે નથી, પણ જાણું છું કે તે સુખી છે. થોડાંક વર્ષો પહેલાં જ તેનાં લગ્ન થઈ ગયાં."

મનસાએ આંખ મીંચી ને બોલી, "વાસુકિએ સૈનિકોને નપુંસક બનાવવાનું કામ કર્યું એ ખોટું હતું."

"મહારાજ, વાસુકિ સારા શાસક હતા, પણ તેમણે એક પગલું ખોટું ભર્યું હતું. તેમણે કળિને અનુસરવાનું કામ ખોટું કર્યું. અમે કળિને પ્રતિજ્ઞા ભંગ કરનારા કહેતા હતા. તેણે સંધિ તોડી હતી."

"મને તેનાથી ઘૃણા છે. હું એ બધું જ કરીશ જેનાથી તેનું સામ્રાજ્ય છિન્નભિન્ન થઈ જાય." પછી મનસાએ નાચી રહેલા સૈનિકો તરફ નજર કરી, "મને નથી લાગતું કે આ પિયક્કડ કોઈ મદદ કરી શકશે."

ત્યારે જ એક અપ્સરાની ચીસ સંભળાઈ. જરુત્કારુ તેનાં કપડાં

ફાડી રહ્યો હતો અને તે એને ધકેલીને આનાકાની કરી રહી હતી. જરુત્કારુએ તેને લાફો મારી દીધો. અપ્સરા રડવા લાગી, પણ તેને કોઈ પરવા નહોતી. તે બીજાની પરવા કર્યા વગર અપ્સરાનાં કપડાં ઉતારતો રહ્યો. મોટાભાગના સૈનિકો હલ્લો મચાવીને તેને પ્રોત્સાહન આપતા હતા.

મને આ વાતનો જ ભય હતો.

એરાવને નિઃસાસો નાખ્યો, "આ મજબૂત અને સક્ષમ લોકો છે, પણ હવે હેવાન બની ગયા છે. તેને સાચો રસ્તો બતાવવો પડશે. જો તમે એવા નેતા બનવા માગતા હોય, એવી રાણી કે જેના પ્રત્યેક બોલનું આ લોકોને પાલન કરવાનું છે તો... મારી સલાહ છે કે આ સમયે તમારી ઓળખ પુરવાર કરી દો."

તેના શબ્દો ઠંડા પાણી જેવા હતા. એ સાચું કહી રહ્યો હતો. તે મહારાણી હતી. હવે સમય આવી ગયો કે તે પોતાનું અસલી રૂપ બતાવે. તે સેનાપતિ ગમે તેટલો હોશિયાર હોય, પણ હંમેશાં પોતાનું ધાર્યું ન કરાવી શકે.

તેણે એક સૈનિકના મ્યાનમાંથી તલવાર ખેંચી અને નાચ-ગાન કરી રહેલાઓની વચ્ચે રહેલા જરુત્કારુ તરફ ધસી ગઈ.

મનસાને સળગતાં લાકડાંઓ તરફ ઊભેલી જોઈને બીજા બધા સૈનિકો સ્તબ્ધ થઈને સ્થિર થઈ ગયા.

હજુ જરુત્કારુ તેની ઉપસ્થિતિ સમજે તે પહેલાં તો મનસાએ તેની તલવારનો પ્રહાર તેના બંને પગ વચ્ચે કરી નાખ્યો. લોહીની ધાર વહી અને તે લોહીથી લથપથ પોશાક પકડીને જમીન પર જઈ પડ્યો. તેનો ચહેરો કાળો પડી ગયો હતો. અપ્સરા ભયથી ચીસ પાડી ઊઠી અને મનસા સામે આભાર પ્રગટ કરતી જાત સંકોરવા લાગી. તે રાક્ષસો જેવા સૈનિકો વચ્ચેથી ભાગીને તંબૂમાં જઈ પહોંચી.

જરુત્કારુની આંખો ગોળ ગોળ ફરવા લાગી. તે લોહીથી ભીનો હાથ ઊંચો કરીને માંડ પૂછી શક્યો, "ક...ક...કેમ?"

મનસા મૌન રહી અને તે બેભાન થઈને પડ્યો હતો. સૈનિકો આઘાતમાં

હતા એ જોઈને મનસાનો ચહેરો વધુ ખીલ્યો, “ચિંતા ન કરશો. તમારા નેતાની જેમ બીજા કોઈને નપુંસક કરવામાં નહીં આવે. મારી સામે પડશો નહીં અને મારી સામે આંખ ઊંચી કરનારના આવા જ હાલ થશે. હું તમારી રાણી છું. તમે બધા મારા માટે કામ કરો છો. હું તમારાં નખરાં સહન નહીં કરું. આજ પછી અહીં શરાબ પણ નહીં મળે અને આવું બધું પણ બંધ. સ્ત્રીઓ રમકડું નથી એ વાત તમારે બધાએ યાદ રાખવી પડશે. તમારા નેતાને તો પરચાની જરૂર જ હતી.” પછી તેણે મંદ સ્મિત સાથે એરાવન સામે જોયું, “એરાવન... આ સ્ત્રીઓને માનપૂર્વક અહીંથી લઈ જા અને પૂરેપૂરું વળતર આપજે.”

“માનવોની છાવણીમાં લઈ જઉં?” તેણે મોટેથી પૂછ્યું ને તેના ચહેરા પર પણ ખુશી હતી.

તેને અમુક બદલાવ કરવો જ હતો. મોટો બદલાવ, “ના, બીજે ક્યાંક. મારા યુદ્ધમાં કોઈ પણ સૈનિકના મનોરંજન માટે આ રસ્તો અપનાવવાનો નથી. કોઈ નાગ, સુપર્ણ કે કોઈ માનવો માટે પણ નહીં. આ સંદેશો દરેક છાવણીમાં ફેલાવી દો. બધાને આ વાત ખબર હોવી જોઈએ.”

અને હવે તેને એક બીજું કામ પણ કરવાનું હતું.

મનસાએ વિભીષણના તંબૂમાં પ્રવેશ કર્યો. તે અત્યારે વાચન નહીં, પણ ભોજન કરી રહ્યો હતો. મેજ પર ભોજન ગોઠવેલું હતું.

તેના ગળામાં રૂમાલ લટકી રહ્યો હતો જેથી ભોજન કરતા કપડાં ન બગડે. તે ખાવાનું શરૂ જ કરવા ગયો ત્યાં મનસાએ તેના ભોજન પર એક પુસ્તક ફેંક્યું.

એક અવાજ સાથે જોરથી પુસ્તક ત્યાં ટકરાયું. શાકનો રસો છલકાઈને વિભીષણ પર પડ્યો.

વિભીષણ ગુસ્સામાં બોલ્યો, “આ બધું શું છે... મનસા?”

“મને લાગ્યું કે તને પુસ્તકો એટલાં પ્રિય છે કે એ પણ તું ખાઈ લઈશ.”

"તારું મગજ તો ઠેકાણે છે ને?"

"ના...!"

"શું?"

"મેં અપ્સરાઓથી છુટકારો પામી લીધો."

"તેં બધીને હટાવી દીધી."

"ના, એ બધાંને દૂર મોકલી દીધાં." તેણે વિભીષણ સાથે નજર મિલાવી, "અને હવે તે બધાં કોઈની છાવણીમાં પાછાં નહીં આવે. ન મારી કે ન તારી છાવણીમાં."

"ઓહ... ખરેખર, પણ આ મારી છાવણી છે."

"અને આ યુદ્ધ મારું છે." તેણે ઊંચે સાદે કહ્યું, "અને તેં મને સહાય કરવાનું વચન આપ્યું હતું. તું હંમેશાં પુસ્તકોમાં જ ખોવાયેલો રહે છે. મને તારી સહાય અને સૈનિકો જોઈએ છે." અચાનક તેના વર્તનમાં પલટો આવ્યો. તેનો અવાજ એકદમ ધીરો થયો, "તું કોઈ સહાય નથી કરી રહ્યો. હું કેટલી એકલી પડી ગઈ છું. મારા પ્રિય, મિત્ર... તું જાણે છે ને કે મેં કેટલું બધું ગુમાવ્યું છે. તું મારા જીવનની સફરને જાણે છે, મારી સહાય કર."

"ઓહ!" વિભીષણે રૂમાલથી તેના ચહેરા પરનો રસો સાફ કર્યો, "પ્રિય! તને જોઈને મને મારી પુત્રી યાદ આવી ગઈ. એ પણ આવી જ વિદ્રોહી સ્વભાવની હતી. તેણે તેના વિદ્રોહી ભાઈઓનો સાથ આપવા માટે મહેલની સુખ-સુવિધાઓનો ત્યાગ કર્યો હતો."

મનસાને નવાઈ લાગી. વિભીષણે ક્યારેય તેના વ્યક્તિગત જીવન વિશે કશું નહોતું જણાવ્યું. તે હંમેશાં આ બધી બાબતો છુપાવી રાખતો હતો.

"મને લાગે છે કે પોતાના ભાઈઓની જેમ એ પણ જીવિત નથી." તેણે માથે હાથ ફેરવ્યો, "હું એને શોધી શકતો હતો, પણ મેં એવું નહોતું કર્યું. મેં તેને જવા દીધી. હું કેટલો કાયર છું."

મનસા તેના બાળપણના મિત્ર પાસે ઘૂંટણિયે બેસી ગઈ અને પ્રેમથી હસી, "વિભીષણ, મને મદદ કર. તારા સૈનિકો મારું માન નથી રાખતા. તેમને લાગે છે કે હું તારો ઉપયોગ કરું છું. તેમને એમ છે કે તું

સમજદાર છે એટલે પોતાના સૈન્યને દૂર રાખે છે. આપણે કોઈ શિક્ષણની સ્પર્ધામાં નથી, પણ યુદ્ધના મેદાનમાં છીએ. આપણે લડવું પડશે." તે થોડું રોકાઈ અને પછી એવું કહ્યું જે કહેવાનું તેણે પણ ક્યારેય વિચાર્યું નહોતું, "જો તું નહીં જાય તો હું અવશ્ય જઈશ. મને અત્યંત જરૂરી પરિસ્થિતિમાં તારી સહાય જોઈએ છે. તું મને પૂરી રીતે સાથ આપ, નહીંતર અહીંથી બહાર થઈ જા."

"ઓહ પ્રિય... આ તો કોઈ જુગાર જેવું લાગે છે." વિભીષણે પોતાના કપાળ પરનો પરસેવો લૂછ્યો, "પ્રિય, મને જુગાર ક્યારેય નથી ગમ્યો. હું મારાં સંતાનોની જેમ તને ગુમાવવા નથી ઇચ્છતો. મારા જીવનમાં ફક્ત તું જ એક સારું પાત્ર છે." એ હસ્યો, "તું શું ઇચ્છે છે, બોલ."

મનસા હસી અને તેના દોસ્તને ભેટી પડી. જો કે તે હજુય ટમેટાના રસથી લથબથ હતો.

"પણ મનને ઘણું સારું લાગ્યું."

આ અનુભવ કરવાનું સારું લાગે છે, પણ લોકો સમજે છે કે હું જબરદસ્તી કરું છું.

પણ તેમની ખુશી થોડી ક્ષણો પૂરતી જ હતી. ચારે તરફ રણશિંગું ફૂંકાયાના પડઘા આખી છાવણીમાં ગૂંજવા લાગ્યા.

મનસા એકદમ સાવધ થઈ અને ઝડપથી બહારની તરફ દોડી. માણસો હાથમાં તલવાર, ધનુષ-બાણ અને ભાલાઓ લઈને બધી દિશામાં દોડી રહ્યા હતા. એ લોકો ફટાફટ યુદ્ધપોશાક પહેરવામાં વ્યસ્ત દેખાતાં હતાં.

મનસા અને વિભીષણે નગારાઓનો અવાજ સાંભળ્યો અને સમજી ગયાં હતાં કે તેનો શો અર્થ છે.

"ઓહ, પ્રિય!" વિભીષણે ઊંડો શ્વાસ લીધો, "મને લાગે છે કે તારી એ રાત્રિ હુમલો કરવાની યોજનાની જરૂર નહીં પડે.

"હમ્મ..." મનસા પણ એ જાણી ચૂકી હતી.

મનસા નિરીક્ષણ ચોકી પર જઈને સામે આવી રહેલી સેનાને દૂરબીનમાં ધ્યાનથી નિહાળવા લાગી. બે લોકો નેતૃત્વ કરી રહ્યા હતા.

એકને તો એ ઓળખી ગઈ. એ યક્ષરાજ હતો, પણ બીજો...! એ

જવાન અને સુંદર હતો, પણ દેખાવમાં યોદ્ધા નહોતો લાગતો.

ઓહ... એ તો કળિ છે?

શું ફરક પડે છે કે એ ક્યાં હતો.

તેને ખબર હતી કે એ જલદીથી સામે આવી જ જશે.

યુદ્ધનો આરંભ થઈ ચૂક્યો હતો.

13

કલ્કિ કેટલાય કલાકો સુધી પગપાળા ચાલતો રહ્યો અને છેવટે તે મંજિલ સુધી પહોંચી ગયો હતો.

મૃત્યુને ઘણું નજીકથી જોવાના અનુભવો, યુદ્ધો, દંતકથાઓ સાથે જોડાયેલા મહાત્મા સાથેની મુલાકાત, પ્રેમને ખોવાનો અને મેળવવાની ઘટનાઓ વચ્ચે તેને ઘણું શીખવા મળ્યું હતું.

તેણે ખરેખર પોતાનો પરચો આપી દીધો હતો.

તેની સામે ભગવાન રામનું મંદિર હતું. તેના શરીરમાં જે તે થાક અનુભવી રહ્યો હતો તે હવે ગાયબ હતો. કલ્કિના અંતરમાં એક ઊંડો સંતોષ અનુભવાતો હતો. તેને લાગ્યું કે તેણે જે મહત્ત્વનું કામ કરવાનું હતું તે પૂરું થઈ ગયું હતું.

ભગવાન વિષ્ણુની કૃપાથી બધું કેટલું સારું લાગતું હતું.

કલ્કિ ભાર્ગવ રામ દ્વારા મળનારા પ્રશિક્ષણ વિશે વિચારતો વિચારતો મંદિરની પ્રદક્ષિણા કરવા લાગ્યો. તેણે મંદિરની વાસ્તુકલાને ઝીણવટથી જોઈ – અલંકૃત દીવાલ પર કેટલાક એવા આકાર હતા જે કોઈ પ્રાચીન યુગના લાગતા હતા. મંદિરમાં પ્રવેશ માટે બનાવેલું મોટું દ્વાર, બરફની વચ્ચે ઊભેલા પથ્થરના વિશાળ સ્તંભો મંદિરની આસપાસ ભવ્ય લાગતા હતા. અંદરનું ભોંયતળિયું પણ બહારના બરફ જેવું સફેદ રંગનું હતું.

મંદિર ઘણું વિશાળ હતું જેનો અંત દેખાતો નહોતો. એક અદ્ભુત અનુભૂતિ અનુભવાય એવું દૃશ્ય હતું.

પહેરેદારોએ બહારનો દરવાજો ખોલ્યો તો સફેદ પહેરણ પહેરેલા વ્યક્તિઓ અંદર જતા રહ્યા. દરવાજાને વાંસના દોરડાથી ખોલવામાં આવ્યા તો બરફનું જામેલું સ્તર કડડકટ કરીને તૂટી ગયું.

તેની અંદર કલ્કિને રત્નજડિત સોનેરી માર્ગ દેખાયો. માર્ગની બંને તરફ થાંભલાઓ હતા. દીવાલો પર કેટલાય શ્લોકો અંકિત હતા. અંતે એ માર્ગ એક મોટા ઓરડા તરફ ગયો જ્યાં ખુલ્લી છતમાંથી તડકો અંદર આવતો હતો.

તેણે સફેદ પહેરણ પહેરેલા એ વ્યક્તિને જોયો. એ પણ ત્યાં જ હતો અને તેની પાછળ આવ્યો હતો. તેણે જ એ રીંછના હુમલાથી તેને બચાવ્યો હતો, “જાંબવને મારા પર હુમલો કેમ કર્યો હતો?”

એ વ્યક્તિ કશું જ ન બોલી.

ઓહ... બહુ જ સારું.

“અમે ભગવાન રામના ઉપાસક છીએ.” તે થોડીવાર પછી બોલ્યો.

કલ્કિએ જોયું કે મંદિરમાં તેના જેવા વસ્ત્રો પહેરલા બીજા લોકો પણ હતા જેમના ચહેરા ઢાંકેલા હતા. તેને આ બધું કશું સમજાયું નહીં.

તે વ્યક્તિ પછી બોલ્યો, “અમારા પૂર્વજ મહાન દેવતાની પૂજા કરતા હતા. અમે પણ તેમની એ પરંપરાને આગળ વધારતા સંન્યાસ ગ્રહણ કર્યો છે. અમે આમ પુરોહિત બનીને તેમની સંભાળ લઈએ છીએ.”

સંભાળ? ભાર્ગવ એક શક્તિશાળી અને સ્વસ્થ યુવક હતા. કલ્કિને તેણે જે માનસિક સંપર્ક કર્યો હતો તે યાદ આવ્યું. *તેમને પોતાની દેખરેખ માટે લોકોની આવશ્યકતા કેમ પડે? જો કે કૃપા પણ અમર હોવા છતાં કેવો દુર્બળ હતો અને છેવટે મૃત્યુ પણ પ્રાપ્ત થયું. મારે ભાર્ગવને પૂછવું પડશે કે અમર વ્યક્તિનું મરણ કેવી રીતે થાય.*

કલ્કિ તેના પ્રશિક્ષણ માટે ઉત્સાહિત હતો. તેને એ વિષયમાં વધુ જાણકારી મેળવવાની હતી.

“કોઈએ મને જણાવ્યું કે ભાર્ગવ રામ કોઈ શાપને કારણે આ જગ્યાને છોડી નથી શકતા.”

પુરોહિતે સંમતિ દર્શાવી, “હા, એ વાત સાચી છે. એ છેલ્લી બંને વખતે અસફળ થયા – પહેલીવાર રાઘવના સમયમાં અને બીજી વખત ભગવાન ગોવિંદના સમયમાં... પણ આ વખતે આયોજનમાં કોઈ કમી નથી.” અને પછી તે હળવેથી બોલ્યો, “જ્યાં સુધી પેલો દુષ્ટ હરામી

હુમલો ન કરે ત્યાં સુધી." તેણે ઘાયલ પીડિત લોકો તરફ ઇશારો કર્યો.

શેની અસફળતા?

કલ્કિ બીજા પ્રશ્નો કરવા જતો હતો ત્યાં દેવદત્તે ટોક્યો.

માણસ?

હમ્મ?

દેવદત્ત હણહણતાં બોલ્યો – *આ જગ્યાએ કંઈક ખોટું થઈ રહ્યું છે. મને એવું અનુભવાય છે.*

શું અનુભવાય છે?

ખતરો.

કલ્કિનો હાથ તરત તલવાર પર ગયો. તે કોઈ પણ અનિચ્છનીય ઘટનાનો સામનો કરવા માટે એકદમ સચેત હતો.

એ લોકો તે માર્ગના અંત સુધી પહોંચ્યા જે એક મોટા બરફના મેદાનમાં ખૂલતો હતો. તે જગ્યાએ કાંસાની મૂર્તિ સિવાય કશું જ નહોતું. એક પળ માટે એવું લાગ્યું કે કોઈ દેવી-દેવતાની મૂર્તિ હતી, પણ આ તો કોઈ વ્યક્તિની પ્રતિમા હતી જેના હાથમાં ધનુષ-બાણ હતાં.

"આ કોણ છે?" કલ્કિએ ઘોડા પરથી ઊતરતાં પૂછ્યું.

"જરા." તે વ્યક્તિએ ચહેરા પરનું કપડું હટાવ્યું. તે ઘણો વૃદ્ધ લાગતો હતો. તેના ગાલ ઊંડા અને આંખો માછલી જેવી હતી. તેની આંખ નીચે બનેલો ગોળ ઘેરાવ જોઈને કલ્કિને લાગ્યું કે, જાણે કોઈ ભૂત તેણે જોઈ લીધું હોય.

"મને એવું લાગે છે કે આ નામ મેં ક્યાંક સાંભળેલું છે."

"ભગવાન ગોવિંદનો પ્રાણ હરનાર શિકારીનું નામ જરા હતું."

કલ્કિનો ચહેરો ચમક્યો, "હમ્મ... એ તો એક દુર્ઘટના હતી."

"એ વાત સાચી નથી. ભગવાન ગોવિંદ પર બાણ ચલાવવામાં આવ્યું હતું. તે એક હત્યા હતી."

હત્યારાની મૂર્તિ કેમ લગાવવામાં આવી છે?

"ભગવાન ગોવિંદ ઘણા જ સારા કૂટનીતિજ્ઞ હતા, પણ તેમણે સારું કામ નહોતું કર્યું. તે ઇચ્છતા તો મહાયુદ્ધ અને પ્રલય રોકી શકતા

હતા. બધુંય તેમાં નષ્ટ થઈ ગયું." વૃદ્ધ બોલ્યો, "તારે આ જાનવરને અહીં જ મૂકીને જવું પડશે."

જાનવર? જાનવર કોને કહ્યું? દેવદત્ત હણહણ્યો.

કલ્કિએ તેની પીઠ પસવારી, *કશો વાંધો નહીં, દોસ્ત. હું હમણાં પાછો આવું છું.*

તારું ધ્યાન રાખજે. હું આ જગ્યાએ ખતરો અનુભવી રહ્યો છું.

કલ્કિએ સંમતિપૂર્વક માથું હલાવ્યું. તે બોલી શકે એવા પોતાના ઘોડાની વાત પ્રત્યે બેધ્યાન રહેવા નહોતો માગતો. તેણે પહેલાં પણ તેનો જીવ બચાવ્યો છે. જો દેવદત્ત ન હોત તો એ દિવસે બર્ફિલા સરોવરમાં તેણે જીવ ગુમાવ્યો જ હોત.

કલ્કિ તે વ્યક્તિ સાથે એક ખુલ્લા પ્રાંગણ તરફ આગળ વધ્યો. તે જગ્યાએ ઘણાંબધાં પુસ્તકો અને ગોળ ભૂંગળું બનાવી રાખેલા કાગળો અને દસ્તાવેજો મૂકેલાં હતાં. દીવાલો પર દીવાઓ લટકાવેલા હતા. દીવાલ પર એક તરફ જૂના રાજાઓની તસવીરો હતી અને તેની વચ્ચે નિમ્ન જાતિના યોદ્ધા કર્ણનું પણ ચિત્ર હતું.

"ભગવાન ભાર્ગવનો પ્રિય શિષ્ય. પહેલાં તેને ભગવાન ગોવિંદની હત્યા કરવા માટે મોકલવામાં આવ્યો હતો, પણ તે અસફળ રહ્યો." વૃદ્ધ પુરોહિતે જણાવ્યું.

"શું...?" *ભાર્ગવે કર્ણને પ્રશિક્ષિત કર્યો હતો કે તે ભગવાન ગોવિંદની હત્યા કરી શકે? શું એનો મતલબ એ છે કે ભગવાન ભાર્ગવ અને કર્ણના બધા સાંભળેલા કિસ્સાઓ ખોટા છે?*

"ભાર્ગવ કેમ ભગવાન ગોવિંદની હત્યા કરવા માગતા હતા?"

"જો વિચારી જો, અત્યારે આપણે કેવી પરિસ્થિતિમાં છીએ! તને એવું નથી લાગતું કે જો એ મરી ગયા હોત તો અત્યારે કેટલું સારું હોત?"

કલ્કિને આ વાતનો કોઈ ત્વરિત જવાબ ન મળ્યો. *વિષ્ણુના જ એક અવતાર ભાર્ગવ તેમના જ બીજા અવતાર ભગવાન ગોવિંદને શું કરવા મારવા માગે?*

"ભગવાન ભાર્ગવને એક દેવતાના રહસ્યની ખબર પડી ગઈ હતી – જેને તમે સૂર્ય કહો છો. દેવતાએ ગુસ્સામાં આવીને તેમને શાપ આપ્યો. અમારા ભગવાનને શાપ છે કે તેમણે દરેક યુગના નાયકને અસફળ થતો જોવાનું છે, તે પૃથ્વીની રક્ષા માટે કશું નથી કરી શકતા. તે મૃતપાય: છે, દરરોજ કષ્ટ સહે છે, પણ મૃત્યુ નથી પામી શકતા. તેમની અમરતા જ તેમના માટે શાપ છે."

તેઓ એક અંધારિયા ગોળ ઓરડામાં આવ્યા તો ધુમ્મસે તેમને ઘેરી લીધા. તેમની સામે જ એક સમાધિસ્થળ હતું, "ભગવાન વિષ્ણુ દરેક યુગને એક અવતારનો આશીર્વાદ આપે છે, તે છતાંય પૃથ્વીની સમસ્યાનો અંત નથી આવતો. અમારા ભગવાન ફક્ત એવું જ ઇચ્છે છે આ દુનિયામાંથી દુષ્ટતાનો અંત આવે."

પુરોહિતે સમાધિ પર હાથ ફેરવ્યો.

"પણ શાપ એવું પણ કહે છે કે જો તે કોઈ યુગમાંથી અધર્મથી બચાવવા માગે છે તો તેમણે એ યુગનો એકમાત્ર અવતાર બનવું પડશે. બદ્‌નસીબે ભગવાન રાઘવના સમયમાં એ તેમની સાથે કશું કરવા માટે ડરતા હતા. ભગવાન રાઘવ એક સારા માણસ હતા અને લાંબા ગાળે તે આખરે ભગવાન ગોવિંદને મારવા નીકળ્યા, એ પહેલાથી મરી ચૂક્યા હતા, પરંતુ હવે..."

કલ્કિનો હાથ તલવાર પર જ હતો. તેની સમજમાં કંઈ આવતું નહોતું, પણ તેને લાગી રહ્યું હતું કે તેનું અનુમાન ખોટું નહોતું.

નહીં, આ ખોટું થઈ રહ્યું છે.

"એ હવે યોગ્ય સમય પર છે." તે પુરોહિતના ચહેરા પર દુષ્ટ હાસ્ય રમતું હતું.

ત્યાં તો એક વિચિત્ર દેખાવ ધરાવતો જીવ સામે આવ્યો. તેના દૂબળા શરીર પર વાઘનું ચામડું લટકતું હતું. તેના ગંદા સફેદ વાળ અને દાઢીમાં ધૂળ હતી. તેના એક હાથમાં ભારે તલવાર હતી.

તે ભાર્ગવ રામના ખોવાયેલા મૃત અવશેષ જેવા દેખાતા હતા.

માનસિક સંપર્કની મુલાકાત દરમ્યાન તો આવા નહોતા દેખાતા.

ત્યારે તો એ સાચા રૂપમાં આવતા હતા. તેમણે તો મને જણાવ્યું હતું કે આવા સંપર્ક દરમ્યાન શું શું થઈ શકે તેમ હતું.

તે વ્યક્તિના ચહેરા પર એક સ્મિત આવ્યું, "કલ્કિ" તે પછી બોલ્યા, "ઓહ, હું તો જાણે કેટલાય સમયથી તારી પ્રતીક્ષા કરી રહ્યો છું."

14

પદ્મા પાસે એક યોજના હતી. એ સરળ અને અસરદાર પણ હતી તે છતાં તેને ડર હતો, કારણ કે તે એક અજાણી સફરમાં હતી.

હું ખરાબમાં ખરાબ સમય જોઈ ચૂકી છું.

તેને યાદ હતું કે તે રાજા વેદાંતના હાથે પોતાના ભાઈઓની હત્યા પછી તો સાવ એકલી પડી ગઈ હતી. એ પછી તે કોઈ નાગરાની માટે હત્યા કરવાનું કામ કરવા લાગી હતી. તે પિશાચોની કીચડયુક્ત જમીન પર અને વાનરોની યુદ્ધભૂમિમાં પણ જઈ ચૂકી હતી.

મેં ઘણુંબધું સહન કર્યું. મને ખરેખર શાબાશી મળવી જોઈએ.

પદ્મા પગપાળા જઈ રહી હતી. તે રુદ્ર, રત્ના મારુ અને વાનરોના પગલે પગલે તેને અનુસરતી જઈ રહી હતી. તે લોકોએ ઘોડા નહોતા લીધા, કારણ કે તેમને લાગ્યું હતું કે તે લોકો જે નિશાનનો પીછો કરીને જઈ રહ્યાં હતાં તેમાં પોતાનાં જાનવરોનાં નિશાન ભળી જવાનો ડર હતો. જ્યારે તે લોકો એક વનમાંથી પસાર થયા તો બરફથી ઢંકાયેલું ઘાસ દેખાયું. પદ્મા આકાશને આંબતા શુદ્ધ શ્વેત પર્વતોને જોઈને મુગ્ધ થઈ ગઈ.

તે જગ્યા સુંદર હતી, પણ કોણ જાણે કોઈક અંશે અપશુકનિયાળ લાગતી હતી. તે જગ્યાનાં વૃક્ષો મૂળથી લઈને ડાળી સુધી છેક જામી ગયેલાં હતાં. ઝાડીઓમાં નીચે પડેલાં ફૂલો પણ ઠંડકનાં માર્યાં ઠરી ગયેલાં નિષ્પ્રાણ હતાં.

“મને ઘણીવાર તારા વિશે વિચારીને નવાઈ લાગે છે.” પદ્માથી થોડાં ડગલાં દૂર રહેલી રત્ના બોલી.

“કેમ...?” પદ્મા તેની સામે નજર કર્યા સિવાય બોલી. તેનું સમગ્ર ધ્યાન જમીન પર હતું.

"ખરેખર તો હું પહેલાં સ્વાર્થી હતી. હું જાણવા માગતી હતી કે આ ઝેરી વનસ્પતિ કેવી રીતે કામ કરે છે જેથી ભવિષ્યમાં હું તેનો ઉપયોગ કરી શકું. મારે તેનો ઉપયોગ અપ્સરાઓને દાસી બનાવનાર લોકો સામે કરવો હતો... પણ."

"પણ?"

"પણ મને મારા પ્રયોજન માટે ખોટી ન સમજીશ. હું મારા કબીલાના લોકોને શોધી રહી હતી અને હવે હું અહીંયા એટલા માટે છું કે હું તને કોઈ રીતે મદદગાર બની શકું. હવે મને ખયાલ આવી ગયો છે કે જીવનમાં લોકોને મદદ કરવાનું પણ થોડું કામ કરવું જોઈએ. આ બધું કલ્કિએ જ મને શીખવાડ્યું."

ઓહ...ઘણું સારું કહેવાય.

"હું સમજી શકું છું, રત્ના! મારે પણ તારા માટે ઝડપથી માન્યતા બાંધવા જેવી નહોતી. કલ્કિ માટે ભલે ક્યારેક ગુસ્સો આવે, પણ મેં પણ આ બધું તેની પાસેથી જ શીખ્યું છે."

એ બંને એક ખુલ્લા મેદાનમાં આવી ગયા હતા. તેમણે ઢાળ પર ઊભા રહીને નીચે જોયું, ત્યાં સળગતાં લાકડાંઓ અને તંબૂઓ બાંધેલા દેખાયાં. મહોરાં પહેરેલાં વિચિત્ર લોકો પણ ત્યાં લાંબા-લાંબા ભાલા લઈને ફરતાં જોયાં.

"આ લોકોની તપાસ કરો." પદ્મા બોલી.

"હમ્મ..." રત્ના તેની આજુબાજુના વિસ્તારોમાં નિરીક્ષણ કરવા લાગી.

છાવણીના નિરીક્ષણ સમયે પદ્મા જાણતી હતી કે તેણે જે યોજના ભગવાન બજરંગ સાથે બનાવી હતી તેના પર કામ કરવું પડશે.

થોડા કલાકો પહેલાં...

"શું તને આ વિષય પર પૂરો વિશ્વાસ છે?" ભગવાન બજરંગે પૂછ્યું.

પદ્માએ તેમને પોતાની યોજના વિશે જણાવ્યું હતું, "મને વિશ્વાસ છે, મહારાજ! જો આપણે કોઈ એકને પણ પકડીને પૂછપરછ કરીશું તો

આપણને કેટલાક પ્રશ્નોના જવાબ જરૂર મળી શકે છે. આપણને જવાબ મળી શકશે કે તેમને વાનરો સાથે કેમ દુશ્મની છે."

"પણ એ લોકો રુદ્ર છે. એ મામૂલી લોકો નથી..." ભગવાન બજરંગ ચિંતામાં હતા.

પદ્માએ તાર સાથેના યુદ્ધ દરમ્યાન પણ ભગવાન બજરંગને આટલા ચિંતિત નહોતા જોયા. *રુદ્રો પાસે એવું શું હતું કે શક્તિશાળી બજરંગ પણ ચિંતામાં પડી ગયા હતા.*

"શું હું કારણ જાણી શકું છું. વાનરો માટે તું તારો જીવ જોખમમાં કેમ મૂકે છે?"

પદ્મા રત્નાને જોઈને હસી, જે ત્યાં ઊભી રહી તેમની વાતો સાંભળી રહી હતી, "મહારાજ, હું તમારો આદર કરું છું અને તમારી સેવા કરવી એ મારા માટે ગર્વની વાત હશે. તમે એક સ્થિર શાસનના અધિકારી છો. હું અહીંથી જતાં પહેલાં આ બધું સંભવ કરવાનો પ્રયાસ કરીશ."

ભગવાન બજરંગની મુઠ્ઠીઓ ભીંસાઈ, "હું મારા સૈનિકો તારી મદદમાં મોકલીશ. તારી આવી ભાવના માટે આભાર, પણ હું જણાવી દેવા માગું છું કે હું કોઈ સર્વસંપન્ન નથી. ભલે મારી દંતકથાઓમાં મને એક સર્વગુણસંપન્ન ગણાવાયો હોય, પણ પદ્મા, જીવનમાં મેં પણ ભૂલો કરી છે."

પદ્માને તેમની વાતો પર વિશ્વાસ ન બેઠો. વાનરરાજ વિનમ્રતા દર્શાવતા હતા. તે બોલી, "મારે સૈનિકોની કે સેનાની જરૂર નથી. એવું કરવાથી રુદ્રોને આપણા આવવાની ખબર પડી જાય. આ કામ ચૂપચાપ કરવું પડશે."

"તો હું મારા સેનાપતિને મોકલીશ..."

"બસ, કેટલાક સૈનિકો અને રત્ના તારી સાથે આવશે. આ કામ માટે જેવી દૃષ્ટિની જરૂર છે તેના માટે રત્ના યોગ્ય રહેશે."

15

અરજણના માણસોના હુમલાના જવાબમાં નાગલોકો પણ તેમનાં હથિયારો લઈને સાબદા થઈ ગયા.

અરજણ હજુય ઘોડા પર હતો અને સામેના ભવ્ય દૃશ્યનો આનંદ લઈ રહ્યો હતો. નાગસૈનિકોએ ઇન્દ્રગઢના સૈન્ય સામે તેમની કાંટાદાર ઢાલોની મદદથી સરહદ બનાવી દીધી હતી. અરજણના માણસો એ તોડીને મેદાનમાં જવા માગતા હતા, પણ નાગલોકો ટસના મસ થતા નહોતા.

ત્યારે જ એક પ્રક્ષેપક આગળ લાવવામાં આવ્યું. અરજણના સૈનિકોએ તેની મદદથી આગનો ભારેખમ ગોળો નાગલોકો તરફ છોડ્યો. તેનાથી એ સરહદ તૂટી ગઈ અને અરજણના માણસોએ હુમલો કરી દીધો.

અરજણ નલકુબેર સાથે પાછળ ઊભો હતો. તેને હજુ મેદાનમાં આવવાની જરૂર નહોતી. યક્ષ અને માનવો મળીને મોરચો સંભાળી રહ્યા હતા. તેણે માનવસૈનિકોને પાયદળની જવાબદારી સોંપી હતી અને યક્ષ પાછળથી અગ્નિબાણોની વર્ષા કરી રહ્યા હતા.

હવે નાગસેના પણ તેમના પ્રક્ષેપકો વડે મોટા-મોટા પથ્થરો ફેંકી રહી હતી.

"આ પથ્થરોથી તો આપણી સેના મરે છે." અરજણ બોલ્યો, "હવે મારે જવું જ પડશે."

"હુમલાની પહેલી લહેરમાં પોતાના સેનાપતિને ક્યારેય ન મોકલો." નલકુબેરે અશ્વસેનાને આગળ જવાનો આદેશ આપ્યો.

અરજણે જોયું કે યક્ષ ઊડી રહેલા સુપર્ણો પર બાણ ચલાવી રહ્યા હતા. સુપર્ણો પણ તેમની પર બાણ ચલાવતા પોતાની જાત બચાવી રહ્યા હતા.

નલકુબેરે હાથીઓને આગળ આવવાનો આદેશ કર્યો. તેમની સ્વરક્ષા માટે તેમની સૂંઢ પર લોઢા અને કાંટાઓથી બનેલું કવચ હતું. જ્યારે હાથીઓને મત્ત બનાવીને દોડાવવામાં આવ્યા તો દુશ્મનોના સૈનિકોને કચડતા આગળ વધવા લાગ્યા. ધરતી ખુદ કંપી ઊઠે તેવું દૃશ્ય હતું. કેટલાક હાથીઓ પોતાની સૂંઢથી રસ્તામાં આવતા સૈનિકોને ફંગોળીને ઘાયલ કરતા હતા.

હવામાં ચારેતરફ તાજું માંસ અને લોહીની દુર્ગંધ ફેલાયેલી હતી.

"તું આટલો બધો નિશ્ચિંત કેવી રીતે છે?" અરજણે યક્ષરાજને સ્મિત કરતો જોયો.

"મારી પાસે હંમેશાં એક બીજી યોજના તૈયાર હોય છે."

"મને જણાવીશ કે પછી અંધારામાં રાખવાની યોજના છે."

નલકુબેરે તેની સામે જોયું અને તેના ચહેરા પર સૌમ્યતા આવી, "આ વખતે તેનો તારી સાથે કોઈ સંબંધ નથી. બસ, તારે એક યોગ્ય સમયે હુમલો કરવાનો છે."

એટલામાં જ એક ભાલો સનનન કરતો આવ્યો અને નલકુબેરની છાતી ચીરી નાખી. તે ઘોડા પરથી નીચે પડીને તરફડવા લાગ્યો. અરજણ ઘોડા પરથી કૂદીને નીચે આવ્યો અને દોસ્તને દિલાસો આપવા લાગ્યો. નલકુબેર એકદમ ફિક્કો અને કમજોર લાગતો હતો.

"મારી ચિંતા ન કર. મારા વિચાર પ્રમાણે હવે તારે મેદાનમાં ઊતરવાનો સમય આવી ગયો છે."

અને તે કશું કહે તે પહેલાં યક્ષો આવ્યા અને તેમના રાજાને શય્યા પર સૂવડાવી ત્યાંથી લઈ ગયા. નજીકમાં અસ્થાયી ચિકિત્સાલય બનાવવામાં આવ્યું હતું.

અરજણ એક ક્ષણ માટે ચિંતિત થયો, પણ તેને ખાતરી હતી કે તેના મિત્રને યોગ્ય ચિકિત્સા મળી રહેશે. તેણે મોરચા પર પોતાનું ધ્યાન કેન્દ્રિત કર્યું. હવે એ સ્પષ્ટ થઈ ગયું હતું કે ઇન્દ્રગઢનું સૈન્ય ઓછું હતું. કોઈને એવો અંદાજ નહોતો કે નાગસેના સાથે માનવો પણ સામેલ હશે.

અરજણે તલવાર ખેંચી.

અને તે મેદાનમાં કૂદી પડ્યો.

યુદ્ધ ઘણા ભયંકર સ્તર પર ચાલી રહ્યું હતું.

અરજણે રોજ યુદ્ધ માટેનો અભ્યાસ કર્યો હતો, પણ મેદાનમાં પહેલીવાર ઊતર્યો હતો. તે સતત લડી રહ્યો હતો, પણ દુશ્મનો બે વખત તેની પર હુમલો કરવામાં સફળ થયા. અરજણના હાથ અને પગમાંથી લોહી વહી રહ્યું હતું.

હે ઈશ્વર, આવું તો મેં વિચાર્યું પણ નહોતું.

તેને યાદ આવ્યું કે તેણે પરિષદની સભામાં કેવી ડીંગો હાંકી હતી. તેણે પોતાની યોજના મુજબ પરિષદના સભ્યોને નિર્દોષ લોકોની કિંમત સમજાવી દીધી હતી.

પણ હવે તે ખુદ પોતાને જ કમજોર મહેસૂસ કરી રહ્યો હતો.

તેની સમજમાં એ ન આવ્યું કે તે જીતી કેમ નહોતો રહ્યો. અભ્યાસ કરતી વખતે જે તાકાત અનુભવાતી હતી તે બધી ક્યાં ગઈ?

જ્યારે અરજણ આ બધા વિચારમાં હતો ત્યારે જ એક નાગ તેની તરફ ધસી ગયો અને તેણે ભાલાથી પ્રહાર કર્યો. અરજણ ત્વરિત ફરી ગયો અને માંડ પોતાની જાત બચાવી શક્યો. તેણે એક ભાલો લઈને તે સૈનિક પર પ્રહાર કર્યો.

ભાલો તેના નિશાનાં પ્રમાણે સૈનિકના રથનાં પૈડાં સુધી પહોંચ્યો. રથ ઊછળ્યો અને ગુલાંટ ખાઈને ટુકડાઓમાં ફેરવાઈ ગયો.

ચાલો, મારાથી કશુંક તો થયું.

અને ત્યારે જ તેને પેટમાં જોરદાર શૂળ ઊપડ્યું હોય તેવું અનુભવાયું.

જે નાગનો રથ તૂટ્યો હતો તે અરજણને કટાર મારવામાં સફળ થયો હતો.

રથ તૂટ્યો હોવા છતાં તેણે સ્વસ્થતા રાખીને હુમલો કર્યો હતો.

અરજણે કટાર ખેંચી અને પીડાના મારથી ચીસ પાડી ઊઠ્યો.

મારે મારી ઉપર ભરોસો રાખવો પડશે.

ભરોસો રાખવો પડશે.

આ શક્તિ ભીતરથી આવે છે.

તેણે હુંકાર કર્યો અને કટાર લઈને નાગની પાછળ દોડ્યો. તેની છાતીમાં તીવ્ર દુખાવો થતો હતો.

શક્તિ... એ પોતાના ઉપર ભરોસો રાખવાથી મળે છે.

અરજણને તે વ્યક્તિને જોઈને જ ખ્યાલ આવ્યો કે તે લોકો હારી રહ્યા હતા અને નાગરાણી જીતી રહી હતી.

તેને પોતાને ખૂબ જ કમજોરી અનુભવાતી હતી. તેનું ઘણું લોહી વહી ગયું હતું.

મારે છાવણીમાં પાછું જવું પડશે.

અરજણ લંગડાતો પાછો જવા ગયો ત્યારે એકાએક જમીનમાં કંપન અનુભવાયું. હવામાંથી એક જોરદાર ગર્જનાનો અવાજ સંભળાયો.

બધાએ એકદમ લડાઈ બંધ કરી દીધી.

આ બધું શું થઈ રહ્યું હતું.

અરજણે આકાશ તરફ જોયું. આખા મેદાનને ઢાંકતો એક પડછાયો દેખાયો... તે એક દાનવ હતો.

16

થોડી જ વારમાં કલ્કિ ઘેરાઈ ગયેલો હતો. સફેદ વસ્ત્રોવાળા બધા પૂજારીઓએ તેને ઘેરી લીધો હતો. તે બધાના હાથમાં નાની પણ ધારદાર કટાર હતી. તેમની વચ્ચે દુર્બળ અને ભૂત-સમાન જણાતા ભાર્ગવ રામ ઊભા હતા.

મારી સંપૂર્ણ યાત્રા... સાવ વ્યર્થ ગઈ. ભાર્ગવ અત્યાર સુધી મને જુઠ્ઠું જ કહેતા હતા.

"તો તમે મને ફક્ત મારી હત્યા કરવા માટે જ આટલે દૂર બોલાવ્યો? હેં ને...?" કલ્કિના ચહેરા પર ગુસ્સો હતો, "તમે મને પહેલા જ કેમ મારી ન નાખ્યો?"

"કારણ કે મારી પાસે માણસો નહોતા. હવે મારી પાસે યોદ્ધા નથી રહ્યા. હું સાવ દુર્બળ થઈ ગયો છું અને આ માણસો મને પૂજે છે, પણ લડતાં નથી આવડતું. આમાંથી કેટલાકને જ કટાર ચલાવતાં આવડે છે. આમ પણ તારું અવતાર હોવું જરૂરી હતું, જેથી તને એ દેવતાની સામે બલિ ચડાવવામાં આવે જેમણે મને શાપ આપ્યો હતો અને તું મને શોધતો-શોધતો અવતાર બની જ ગયો." ભાર્ગવે પૂજારીઓને સંકેત કર્યો કે તે લોકો કલ્કિની વધુ નજીક પહોંચી જાય, "હું આ લોકોની જ છત્રછાયામાં જીવું છું, પણ હવે દુર્બળ અને વૃદ્ધ થઈ ગયો છું."

"પણ તમે તો અમર છો."

"હમ્મ... એક એવો દુર્બળ, જે અવતારોની ઊર્જાઓ પર જીવિત રહે છે."

ભાર્ગવ પોતાની કુહાડીના સહારે ઊભા હતા, "અને મને લાગ્યું કે મારા શિકારને દરવાજા સુધી લાવવાથી વધુ ઉત્તમ શું હોય – બસ, તને પ્રશિક્ષણ આપવાની લાલચ આપવી પડી."

"મતલબ કે કોઈ પ્રશિક્ષણ નહીં થાય?" કલ્કિ નિરાશ થયો પણ ચહેરા પર વર્તાવા ન દીધું. પૂજારી કે ભાર્ગવ કોઈ હુમલો કરે તો બચાવ કરી શકે તે માટે તેણે હાથમાં તલવાર સાબદી કરી દીધી.

"કોઈ પ્રશિક્ષણ નહીં, તારી યાત્રાની સમાપ્તિ જ થશે. હું તને મારી નાખીશ જેથી હું સંસારનું રક્ષણ કરી શકું."

"સંસારની રક્ષા? એક અવતારનો જીવ લઈને?"

"હું અવતાર છું." એ બરાડી ઊઠ્યા, "હું જ રક્ષક છું. કોઈ ગોવાળ આવું ન કરી શકે. શું તેં સ્વયંને ઓળખ્યો છે? તું દુર્બળ છે. તને હંમેશાં કોઈની મદદની જરૂર પડી છે. તને સત્ય સમજવામાં સમય લાગે છે; તું કેટલો મૂર્ખ છે. તારી સરખામણીમાં મારી પાસે બુદ્ધિ છે. હું હજારો વર્ષથી જીવિત છું અને બધા જ અસ્ત્ર-શસ્ત્રનો ઉપયોગ કરી શકું છું. મારી પાસે શિવની કુહાડી છે, મારી પાસે વિષ્ણુની શક્તિ છે. હું..."

"તમે શાપિત છો. તમારો સમય હવે પૂરો થયો."

"હજુય તું સમજ્યો નથી લાગતો." ભાર્ગવ હસ્યા, "હું જ રક્ષક છું. આ બધી કથાઓનો અસલી નાયક હું છું. અહીં આવ છોકરા, મારે તારો બલિ ચડાવવો પડશે. તેના કારણે મને મારી યુવાવસ્થા પાછી મળશે."

"અને પછી શું થશે? તમે એ રૂપમાં આવીને લડશો?"

"હમ્મ... હું મારા રૂપમાં આવી જઈશ. જે રૂપ સાથે તેં માનસિક સંપર્ક કર્યો હતો તે રૂપમાં જ પછી હું અધર્મનો વધ કરીશ." તેમણે કટાર લઈને આગળ વધનાર પૂજારીને સંકેત આપ્યો.

કલ્કિએ પોતાની તલવારથી તેના પર હુમલો કર્યો. તેની તલવાર એક ક્ષણમાં જ તેના શરીરમાં ઘૂસી ગઈ. તેના શરીરમાંથી રક્તની ધારા છૂટી ને તે તરફડવા લાગ્યો.

બીજો એક પૂજારી ત્વરાથી આગળ વધ્યો અને તેણે કટારથી કલ્કિના ખભે પ્રહાર કરી લીધો. કલ્કિ બૂમ પાડી ઊઠ્યો. તેણે કટાર બહાર ખેંચી અને પૂજારીને એક લાત મારીને પાછળ ધકેલ્યો.

"અને આ બધું કૃપાને ખબર હતી?"

"ના, સહેજ પણ નહીં. કોઈને ખબર નથી. બધા જ પ્રશિક્ષણના

ભ્રમમાં હતા." તેમની આંખોમાં ક્યાંક ધૃષ્ટતાનો ભાવ હતો, "મેં એ બધાને માનસિક સંપર્ક દરમ્યાન ભ્રમમાં રાખ્યા કે હું તારી પ્રતીક્ષા કરી રહ્યો છું. હું ફક્ત એક જ વ્યક્તિને મૂર્ખ બનાવી ન શક્યો, જે બર્ફીલી પહાડીઓમાં તારી પ્રતીક્ષામાં હતો."

"એ વળી કોણ?"

"જાંબવન."

કલ્કિની આંખો વિસ્મયથી પહોળી થઈ. જાંબવન તેની મદદ કરવા માટે આવ્યો હતો અને એ તેનાથી દૂર ભાગતો હતો.

આ જ કારણ છે કે તેણે સફેદ વસ્ત્રધારી લોકો પર હુમલો કર્યો હતો. એ મને બચાવવા માગતો હતો.

કલ્કિએ દાંત ભીંસ્યા.

ઓહ, એમ વાત છે. મેં આ જગ્યાએ આવવા માટે જે પણ કર્યું તેનું મને કોઈ ફળ ન મળ્યું. મારો મિત્ર કૃપા પણ માર્યો ગયો.

"એ કેવી રીતે મરી ગયો?" જ્યાં બીજો પૂજારી તેની પાસે આવ્યો તો કલ્કિ બરાડ્યો. તેણે તલવારથી પૂજારીનો પગ કાપી નાખ્યો.

"કોની વાત છે?"

"કૃપા."

ભાર્ગવના ભાવ બદલાયા, "એ માર્યો ગયો?"

"હમ્મ..."

"આવું કેવી રીતે શક્ય છે, પણ... હમ્મ. મારા પિતાએ મને એક દંતકથા વિશે જણાવ્યું હતું કે જે લોકોને અમરત્વનું વરદાન મળ્યું હતું તે લોકો પોતાનું કર્તવ્ય પૂરું થાય એ બાદ મરી જતા હતા. જો ત્રિમૂર્તિ એવું માની લે કે તેમના જન્મ લેવાનો ઉદ્દેશ્ય પૂરો થઈ જાય તો તેમના જીવનનો અંત થઈ જાય, પરંતુ આ બધું મેં ક્યારેય મારી નજર સામે ઘટતું નથી જોયું..."

"તો તમે એ પણ જણાવી નહીં શકો કે કૃપાનું મૃત્યુ કેમ થયું... ઓહ, કેટલા નિરર્થક છો તમે?"

કલ્કિએ જડબું ભીંસ્યું અને તે કશું વિચારે તે પહેલાં બંને બાજુથી

બે પૂજારીઓ ધસ્યા અને બંનેએ તેના પેટમાં કટાર ઘુસાડી દીધી.

એકદમ તીવ્ર પીડા થવાથી તે જમીન પર જ બેસી પડ્યો. પેટમાંથી લોહી વહેવા લાગ્યું. ભાર્ગવ આગળ આવ્યા અને કલ્કિના વાળ પકડીને ઉપર જોવાનું કહ્યું.

“એક બીજો ઉપાય છે જેનાથી કૃપાને મારી શકાતો હતો – શિવની તલવાર. આ એ જ રહસ્યમયી ખડગ છે જે ચામડીને માખણની જેમ ચીરી નાખે છે. તેને ભગવાન શિવે સ્વયં દુષ્ટ યોદ્ધાઓને મારવા માટે પોતાના હાથે તૈયાર કર્યું હતું. તેમાં અસાધારણ શક્તિઓ સમાયેલી છે. દેવતાઓ પણ આ ખડગથી ડરે છે અને અમે બધા જાણીએ છીએ કે ભગવાન શિવે જો બનાવ્યું હોય તો એ સૌથી શક્તિશાળી અસ્ત્ર જ હશે.”

ભાર્ગવ રામ એકદમ ખરાબ રીતે ખાંસવા લાગ્યા હતા. આટલું બધું બોલીને એ થાકી ગયા હતા.

“પણ મને તેની કોઈ ચિંતા નથી. મને તો એ પણ ખબર નથી કે એ ક્યાં છે. જો કે પોતાના હાથના રમકડાથી મરવાનું દુઃખ થાય છે, પણ હવે કોઈના મૃત્યુ પર શોક કરવાનો અર્થ નથી.”

તેમણે મને જે પણ કહ્યું, એ બધું જુઠ્ઠું હતું.

ભાર્ગવ બોલ્યા, “હું નાયક બનીશ. દુનિયા જોશે કે હું નાયક બન્યો છું. મેં જે બધું ગુમાવ્યું છે તે બધું જ પરત મેળવી લઈશ.”

“ના, તમે કશું જ નહીં મેળવી શકો.” કલ્કિ ભારે પીડા સાથે હળવેથી બોલ્યો, “કોઈ નાયક ફક્ત એટલા માટે સારું કામ નથી કરતો કે તેને નાયક બનવું છે. તે એટલા માટે કરે છે, કારણ કે તે કામ માટે યોગ્ય છે અને તે એ કામ ન કરે તો પોતાની સાથે નજર મેળવી ન શકે.”

કલ્કિ હળવેથી ઊભો થયો. તેની ગુમાવેલી શક્તિ પાછી આવી રહી હતી. તેણે અશક્ત અને દુર્બળ ભાર્ગવનો હાથ પકડ્યો અને તેને મચકોડ્યો. ભાર્ગવ પીડાથી કણસી ઊઠ્યા.

“નાયક બનવાની લ્હાયમાં તમે એક ભૂલ કરી બેઠા. તમારે સત્ય અને મૂલ્યનો સાથ આપવાનો હતો.”

“પકડો આને.” તે પૂજારીઓ પર ગુસ્સે થયા અને કલ્કિની પકડમાંથી

છૂટવાનો પ્રયાસ કરવા લાગ્યા.

પૂજારીઓ કલ્કિને ઘેરીને મારવા જ જતા હતા ત્યાં તો એક ઘેરો અવાજ સંભળાયો.

ઓહ આમ જુઓ... હું પાછો આવી ગયો.

દેવદત્તે કોઈ યોદ્ધાની જેમ તેની લાતો અને પૂંછડીથી પૂજારીઓને અધમૂઆ કરી નાખ્યા, *"બેસી જા... આપણે અહીંથી પાછા ભાગીએ."*

કલ્કિએ આજુબાજુના પૂજારીઓને લાત મારી અને ઘોડા સાથે દોડવા લાગ્યો. એ બંને મળીને એ વિશાળ ખંડથી ભાગ્યા અને મંદિરના મુખ્ય દ્વાર તરફ ધસી ગયા.

દ્વાર બંધ થવાની તૈયારીમાં જ હતું, પણ દેવદત્તે તેના જાદુઈ પગ લંબાવ્યા અને તે બંને મંદિરની બહાર હતા. તેમના કાને ભાર્ગવની બૂમ સંભળાઈ, **"પકડો... રોકો આ લોકોને!"**

મનુષ્ય, મેં હંમેશાં તારો જીવ બચાવ્યો છે.

હમ્મ... હવે તો મને ટેવ પડી ગઈ છે.

કલ્કિની હાશ પણ થોડો સમય માટે જ હતી. પૂજારીઓ પણ ઘોડા પર સવાર થઈને પીછો કરી રહ્યા હતા. કલ્કિને થોડી જ વારમાં ખણકારનો અવાજ આવ્યો.

એક પૂજારીએ ફેંકેલો ભાલો કલ્કિની ઘણી નજીકથી પસાર થઈ ગયો. તે સ્હેજમાં બચ્યો.

દોસ્ત, જલદીથી ભાગવું પડશે. નહીંતર બચવું મુશ્કેલ થશે.

ત્યાં તો એક ઘેરી ત્રાડ સંભળાઈ.

આ તો કોઈ જાણીતો અવાજ હતો.

કલ્કિએ ઝડપથી ઘોડો રોક્યો. તેણે પાછું ફરીને જોયું. જાંબવન પૂજારીઓ સાથે લડી રહ્યો હતો. મોટાભાગના લોકો ઘોડાઓ પરથી કૂદીને જીવ બચાવીને ભાગ્યાં. તે કલ્કિને બચાવી રહ્યાં હતાં.

સાચે જ... આની પર વિશ્વાસ રાખી શકાય તેમ છે?

મારી પાસે બીજો કોઈ રસ્તો પણ નથી. આમેય, તે આ પર્વતોમાં મારી પ્રતીક્ષા કરી રહ્યો હતો અને ભાર્ગવની યોજના વિશેની જાણકારી હોવાના કારણે તો મને બચાવ્યો.

ઓહ, એ વાત સાચી પણ ઘણીવાર બાહ્ય રૂપ છળ પણ હોઈ શકે છે, એ જાણે છે ને!

અને ત્યારે જ કલ્કિને ખ્યાલ આવ્યો કે ભગવાન વામને પણ આ જ શબ્દ કહ્યા હતા. તેની નસોમાં એકાએક લખલખું પસાર થઈ ગયું.

આ માનસિક સંપર્ક બીજું કેટલું કરી શકે છે?

જાંબવન પૂજારીઓને હરાવ્યા બાદ તેના સ્થાનેથી કલ્કિ તરફ એક ભલા માણસની જેમ આગળ વધ્યો. પછી તેનું ધ્યાન ગયું કે રાક્ષસરાજ એક માણસ જ હતો અને તેણે તેના શરીર પર રૂવાંટીદાર પોશાક પહેર્યો હતો. જ્યારે તેણે કલ્કિ તરફ જોયું તો તેના ચહેરા પર સ્મિત હતું.

"ધન્યવાદ!" કલ્કિએ સન્નાટો તોડ્યો, "મને ખબર નહોતી કે તું મારો જીવ બચાવી રહ્યો હતો."

"પણ તેં મને ઘાયલ કર્યો."

"શું...? નહીં, એ તો..."

જાંબવન ગરજ્યો, "તારા શરીરમાંથી તો લોહી નીકળી રહ્યું છે. ઇલાજ તો થઈ જશે. ઘણું શીખવાનું બાકી છે, પણ સમય ઘણો ઓછો છે – ચાલ." તેણે કહ્યું અને પર્વત તરફ જવા નીકળી ગયા.

"તમે મારા ગુરુ બનશો."

"ઓહ, બનવા તો નહોતો ઇચ્છતો, પણ હવે બનવું પડશે."

કલ્કિ દેવદત્ત પર સવાર થઈને પાછળ ચાલવા લાગ્યો અને વિચારવા લાગ્યો કે યાત્રા વ્યર્થ નથી જ ગઈ. તેણે કોઈ પણ રીતે મહાન ગુરુ શોધી લીધા હતા.

17

પદ્મા એક વિશાળ ઝાડ પાસે હાથમાં દોરડું પકડીને ઊભી હતી. દોરડાનો એક છેડો ઝાડની ડાળી સાથે બાંધેલો હતો અને બીજી બાજુ રત્ના ઊભી હતી.

અને હવે આપણે રાહ જોઈશું.

પદ્માએ મેદાન તરફ નજર કરી જ્યાં રત્નાની મિત્ર અપ્સરા સ્મૃત, રુદ્રની છાવણીની બહાર ઊભેલા સૈનિક તરફ તેજીથી આગળ વધી રહી હતી. તેના ભાલા પર લાલ રંગનું કપડું બાંધેલું હતું.

પદ્માએ તેમની વાતો સાંભળવા માટે કાન સરવા કર્યા.

"તું અહીંયા શું કરી રહી છું?" સૈનિક બરાડ્યો, "તું અંદર ન જઈ શકે."

"મારું વાહન અહીં ખરાબ થઈ ગયું છે અને તે વાહન ઊંચકવા માટે મારે મદદની જરૂર છે."

"હું મદદ નહીં કરી શકું."

પદ્માને એ જાણીને સારું લાગ્યું કે સ્મૃત એક નિર્બળ સ્ત્રી તરીકેનો સારો અભિનય કરી રહી હતી. એ ગમે તેવી હોય, પણ આવી તો નહોતી જ.

સૈનિક માંડ મદદ કરવા માની ગયો અને તેની પાછળ ચાલ્યો. તે બંને પદ્મા જેની રાહ જોઈ રહી હતી તે જગ્યાએ આવી પહોંચ્યા.

તે લોકો ઝાડ પાસે આવ્યાં તો સૈનિક બોલી ઊઠ્યો, "ક્યાં છે વાહન? અહીં તો કશું નથી."

પદ્મા સહેજેય સમય ગુમાવ્યા વગર મેદાનમાં કૂદી પડી અને સૈનિકને પકડીને દોરડું લપેટી નાખ્યું. તે સમયે જ રત્ના ઝાડ પરથી નીચે ઊતરી અને ભાલો છીનવી લીધો.

"વાનરો પર હુમલો કેમ કર્યો હતો... બોલ.!" પદ્માએ તેનું ગળું કસીને પૂછ્યું. તેના શ્વાસ રૂંધાવા લાગ્યા.

"પદ્મા... આ તો શ્વાસ પણ નથી લઈ શકતો." રત્ના બોલી ઊઠી.

પદ્માએ સહેજ પકડ ઢીલી કરી, "તમે લોકોએ વાનરો પર હુમલો કેમ કર્યો? તું જણાવી દઈશ તો તને જીવિત છોડી દઈશ."

સૈનિક કશું જ ન બોલ્યો.

પદ્માએ ફરીથી દોરડું તંગ કરીને કસ્યું, "તકલીફ થઈ રહી છે, હેં ને? જો કશું જ નહીં બોલે તો તારી તકલીફ વધશે."

પદ્માએ ત્રાંસી નજરે જોયું કે રત્ના તેની તરફ ચિંતિત નજરે જોઈ રહી હતી.

શું વધુ પડતું કરી રહી છું?

સૈનિક તરફડતો હતો. હજુ પદ્મા તેનું દોરડું ઢીલું કરવા જાય તે પહેલા જ પાછળથી અવાજ આવ્યો.

"એ છોકરી... છોડી દે એને."

તેણે પાછળ ફરીને જોયું તો રુદ્રોની ભીડ દેખાઈ. એ બધા રાક્ષસો મહોરાં પહેરેલા હતા જેમની આંખો લાલ હતી. બધાના હાથમાં ભાલાઓ હતા.

આગળ ઊભેલો માણસ તેમનો નેતા હતો. આ પેલો જ હતો જેને પદ્માએ તે ઝૂંપડી નજીક જોયો હતો. પદ્માએ સૈનિક પરની પકડ ઢીલી કરીને પડતો મૂક્યો. સૈનિક નીચે બેસીને ઊંડા શ્વાસ લેવાની કોશિશ કરવા માંડ્યો. એટલામાં જ ઝાડીઓમાં છુપાયેલા થોડા વાનરો બહાર આવ્યા, પણ રુદ્રો સામે તેમનું કશું ગજું નહોતું.

પદ્માની નજર સામે જ એ બધા માર્યા ગયા. એ બધાનો ખાતમો થતાં બહુ વાર પણ ન લાગી.

રુદ્રોનો નેતા પદ્માને તાકી રહ્યો હતો ને પછી તેણે રત્ના અને સ્મૃત સામે જોયું, "આ મૂર્ખતાપૂર્ણ યોજના તારી હતી?" તેનો ચહેરો પદ્માથી થોડીક વેંત દૂર જ હતો.

પદ્મા મૌન રહી એટલે તેણે રત્ના તરફ જોયું.

હવે તો ભાગીને જ જીવ બચાવી શકાય તેમ હતું.

"તું એનું નવું પ્યાદું લાગે છે! તારે એ પાખંડીની વાતમાં આવવા જેવું નહોતું."

"ભગવાન બજરંગ માટે આવું ખરાબ ન બોલ. એ તો મહાન નેતા છે." પદ્માએ ગુસ્સામાં કહ્યું.

"શું કોઈ મહાન માણસ પોતાની ગર્ભવતી પ્રેમિકાને તરછોડી શકે?" રુદ્ર નેતાએ પણ ગુસ્સામાં સામો પ્રશ્ન કર્યો.

"પ્રેમિકા...?" પદ્મા આશ્ચર્ય સાથે બોલી, "ભગવાન બજરંગ તો બ્રહ્મચારી છે."

"હમ્મ... દુનિયા તો એવું જ માનતી હશે." ત્યારે જ એ નેતાએ પોતાનું મહોરું હટાવ્યું અને સફેદ વાળવાળો વાનર દેખાયો.

એ તો તેમને મળતો આવતો ચહેરો હતો.

"જો એ બ્રહ્મચારી છે તો હું કોણ છું?" તેણે પૂછ્યું.

રત્નાની આંખો ચકરાઈ ગઈ અને બે ડગલાં આગળ આવી બોલી, "ઓહ...તું...?"

"હમ્મ... હું મચ્ચાનુ છું. બજરંગનો પુત્ર અને કિષ્કિન્ધાનો ઉત્તરાધિકારી."

18

મનસાએ દરેક પ્રકારની યોજના બનાવી રાખી હતી, પણ તેને આવો અંદાજ નહોતો કે કળિ કોઈ પણ રીતે દાનવોને પણ લઈને આવી જશે.

એ લોકો મહાકાય હતા. મનસાએ અંદાજ લગાવ્યો કે તેમની ઊંચાઈ લગભગ વીસેક હાથ હશે અને તેમની સુક્કી અને લાલ રાક્ષસી આંખો જોઈને તેના રૂવાંડાં ઊભાં થઈ ગયાં હતાં.

જાણે એ બધા ક્યાંથી આવીને ઊભા થઈ ગયા હતા.

પણ એ કળિ ક્યાં છે?

દાનવોના ચાલવાથી જમીન ધ્રૂજી રહી હતી. તેમાંથી એકે સુપર્ણને હાથમાં લઈને મસળી નાખ્યો. બીજો એક દાનવ નાગસૈનિકોને પગ નીચે કચડી રહ્યો હતો.

"મહારાણી, આપણે પાછું જવું પડશે." એરાવન બોલ્યો. તે ઘાયલ થયેલો હતો, "આપણને સારવારની જરૂર છે."

"હમ્મ..." ન એ શક્ય નથી.

તે એવું કરવા માગતી નહોતી, પણ દાનવો નિર્દયતાથી બધાને મારી રહ્યા હતા. કેટલાય સૈનિકોનો કચ્ચરઘાણ નીકળી ગયો હતો.

"આપણે છાવણીમાં પાછું જવું પડશે. આ દાનવોનો સામનો કેવી રીતે કરવો એ વિચારવું પડશે." એરાવનની નજર દાનવો પર હતી, "ધરતી, આકાશ અને આ દાનવ એકસાથે તૂટી પડ્યા. મને તો એમ હતું કે આ બધું કિસ્સાઓ-વાર્તાઓમાં જ આવતું હશે."

દાનવ...!

જો આ અસલી છે તો અમર અને શાશ્વત પુરુષોની વાત પણ સાચી હશે.

મનસાએ ઊંડો શ્વાસ લીધો. તેણે દાનવ તરફ નજર કરી, ચાર દાનવ હતા.

હું આવું નહીં થવા દઉં.

તેની થોડેક જ આગળ એ સૈનિકો હતા જે દાનવો સામે વ્યર્થ ઝઝૂમી રહ્યા હતા. ઘણા સૈનિકો તો હથિયાર છોડીને પોતાના જીવ માટેની ભીખ માગી રહ્યા હતા.

મનસા ઘોડા પરથી કૂદી. તે સૈનિકોની આગળ તરફ દોડી અને તેના ભાલાને દાનવના પગમાં ઘુસાડી દીધો.

તે પીડાથી બૂમ પાડી ઊઠ્યો.

"ભાગો." તેણે નાગસૈનિકોને આદેશ કર્યો. એ લોકો તરત જ આભારવશ છાવણી તરફ ભાગ્યા. એ લોકો ભાગ્યા તો મનસા પણ ત્યાંથી છટકી નીકળી. આ દોડાદોડીમાં તે કોઈકને અથડાઈ અને નીચે પડી ગઈ. ગભરાઈને તેણે ઊંચું જોયું તો ત્યાં એક ઘોડો દેખાયો, જેના પર એરાવન સવાર હતો.

તેણે હાથ લાંબો કર્યો અને મનસાને પોતાના ઘોડા પર બેસાડી લીધી. એ બંને ત્વરિત જ ઘોડો દોડાવીને દાનવોથી દૂર નીકળી ગયા.

મનસાનું હથિયાર ત્યાં જ રહી ગયું હતું.

"સેનાપતિ, બધાને પાછું ફરવાનું જણાવી દો. પતાકા ફરકાવી દો."

"જી મહારાણી, શું આપણે આત્મસમર્પણ કરી રહ્યાં છીએ?"

"સપનામાં પણ નહીં. આપણે ફક્ત અત્યાર પૂરતાં જ ડગ પાછાં માંડીએ છીએ."

જ્યારે એ લોકો છાવણી તરફ પાછાં જઈ રહ્યાં હતાં ત્યારે મનસાના મગજમાં એક જ વાત ઘુમરાઈ રહી હતી.

કદાચ મારે બ્રહ્માના નેત્રનો ચોથો ટુકડો વાપરવો પડશે.

19

કલ્કિ માટીના વાડકામાં શાકભાજીનો રસ પી રહ્યો હતો. તેના મગજમાં એકસાથે કેટલાય વિચારો દોડી રહ્યા હતા.

એ લોકો થોડું ચાલ્યા બાદ જાંબવનની ગુફા સુધી પહોંચ્યા. ગુફાનું અંધારું અને સન્નાટો કલ્કિને બેચેન કરી રહ્યાં હતાં, પણ થોડા અંદર ગયા પછી મશાલો સળગતી દેખાઈ. જાંબવને કલ્કિના જખમની સારવાર કરી. લોહી વહેતું બંધ થઈ ગયું હતું અને કલ્કિને આરામ કરવાનું કહેવામાં આવ્યું. જ્યારે કલ્કિ સૂઈ ગયો તો જાંબવન તેના માટે શાકભાજીનો રસ બનાવવા ગયો.

કલ્કિ શક્તિશાળી રાક્ષસરાજને જોઈ રહ્યો હતો, જે ગામમાંથી ઉઠાવેલું ભોજન જમી રહ્યો હતો.

"હું આ જગ્યાએ હોવાની તમને કેવી રીતે ખબર પડી?"

"ગંધ." તેણે પોતાના નાકને સ્પર્શ કર્યો, "આ બહુ મજબૂત છે. તારી ગંધ મને આવી ગઈ હતી."

હમ્મ... જોરદાર કહેવાય. તેણે નિદ્રાવશ દેવદત્ત તરફ નજર કરી. તેણે એકવાર ફરીથી તેનો જીવ બચાવ્યો હતો.

"જ્યાં સુધી તને જોયો નહોતો ત્યાં સુધી ખબર નહોતી કે તું પર્વતની આ તરફ હતો."

"મને પણ આનંદ થયો કે તમારી નજર પડી."

જાંબવને ભોજન પતાવ્યું અને જોરથી ઓડકાર ખાધો.

"હું જાણતો હતો કે કશુંક થવાનું છે, પણ આવો વિશ્વાસ નહોતો કે એ લોકોએ આવી યોજના બનાવી હતી."

કલ્કિએ તેમને ભાર્ગવની બધી જ વાતો કરી. જાંબવન શાકભાજીનો રસ બનાવતા એ સાંભળી રહ્યા હતા.

"હવે મારે શું કરવું જોઈએ?"

"શીખવાનું." તેણે માથું હલાવ્યું, "તારે શીખવું પડશે. પોતાનાં ચક્રોને કાબૂમાં રાખતાં શીખવું પડશે. તો જ અંદરથી મજબૂત થવાશે."

"શું તમે મને પ્રશિક્ષણ આપશો?"

"હમ્મ...! જેનાથી તું એ હત્યારાને હરાવી શકે."

"તો પછી અધર્મનું શું થશે?"

"તેને પણ પરાજિત કરવાનો છે. એ કામ એટલું આસાન નથી, પણ કાકાની તલવાર તને સહાય કરશે."

કાકા? અચ્છા ભગવાન શિવની વાત છે. કલ્કિને યાદ આવ્યું કે અમુક સંસ્કૃતિઓમાં એવું મનાય છે કે ત્રિમૂર્તિ પરસ્પર ભાઈ હતા.

"આ તલવાર બધાને મારી શકે છે. અમરત્વ મળેલા વ્યક્તિને પણ છોડતી નથી, પરંતુ આ તલવાર આ યુગના સાચા અવતાર પાસે જ હોય છે."

"કેમ?"

"તે કલંકિત થઈ ગઈ હતી. ઘણાં વર્ષો પહેલાં તે એક અસુરના હાથમાં જતી રહી હતી. તેણે એક અવતારને જ તેનાથી મારી નાખ્યો હતો. એ પછી ભગવાન શિવે તેને એવી બનાવી દીધી કે તે સાચા અવતાર પાસે જ રહી શકે. બીજું કોઈ તેને અડકી પણ ન શકે."

"શું આપણે તે લઈ આવીએ? તે કયા સ્થળે રાખેલી છે?"

તેણે માથું હલાવ્યું, "તારે શીખવું પડશે. નિયંત્રણ કરવાનું શીખવું પડશે. પોતાના ભાવ પરનું નિયંત્રણ."

કલ્કિએ સંમતિ દર્શાવી. તેના માથાની પીડા વધતી જતી હતી. તેણે પોતાની દૂરસંવેદી પ્રણાલીની શક્તિઓને રોકવા ઇચ્છ્યું પણ બધા અવતારો તેમની મરજીથી આવ-જા કરતા રહ્યા.

"તમે મારી મદદ કેમ કરો છો?"

"પિતાજીએ પ્રતીક્ષા કરવાનું કહ્યું હતું. મારે તારા ગુરુ બનવાનું હતું."

શું વાસ્તવમાં આ નર-રીંછના પિતા બ્રહ્માજી હશે? કલ્કિએ જાંબવન

સામે શંકાની નજરે જોયું – ઓહ, પણ એ શું કામ જુઠ્ઠું બોલે.

ભાર્ગવ પાસે પણ કલ્કિ સામે જુઠ્ઠું બોલવાનું બીજું કોઈ કારણ નહોતું. તેમણે કહ્યું હતું કે કલ્કિને હંમેશાં બીજા કોઈની મદદની આવશ્યકતા રહેતી હતી, કારણ કે તે શક્તિહીન હતો.

કલ્કિએ જડબું ભીંસ્યું. આત્મ-સંશય ફરીથી માથું ઊંચકી રહ્યું હતું.

"જો ભાર્ગવની વાત સાચી પડી તો?"

"કોના માટેની?" જાંબવને પૂછ્યું.

"મારા વિશેની. મને લાગે છે કે હું શક્તિશાળી નથી. જો તમે અને દેવદત્ત સમયસર ન આવત, તો ભાર્ગવ મારા પ્રાણ હરી લેત."

કલ્કિએ જાંબવન તરફ નજર કરી કે તે શું ઉત્તર આપે છે. જાંબવન પણ પ્રશ્નાર્થ નજરે જોતા હતા.

પણ જાંબવનની વાત સાંભળીને કલ્કિ વિચારમાં પડી ગયો.

"બધા અવતાર મૂર્ખ અને દુર્બળ હતા, પણ બધાએ મારી પાસે પ્રશિક્ષણ લીધું હતું."

"આપની પાસેથી? શું તમે તેમના ગુરુ હતા?"

"મોટાભાગના અવતારોને મેં જ ચક્રોને નિયંત્રણમાં રાખવાનું શીખવ્યું હતું. બાકીનું બધું તેમણે જાતે શીખ્યું હતું."

"ઓહ... તો સરસ. આપણે કાલથી જ પ્રશિક્ષણ શરૂ કરી દેવું જોઈએ."

"ના, હવે અત્યારે તું આરામ કર. ઘણી લાંબી યાત્રા કરીને આવ્યો છું. તારી યાત્રા હજુ અધૂરી છે. તારે હજુ વધુ પરિપક્વ બનવાનું છે."

જાંબવને સાચું જ કહ્યું. હવે તે અનાડી નહોતો રહ્યો. હજુ તેને જાત પર સંદેહ હતો અને તેને ખ્યાલ આવી ગયો હતો કે તેને નિઃસ્વાર્થ બનવાનું હતું.

હું શંભલમાં કરેલી ભૂલો ફરીથી નહીં કરું.

"તું હવે પહેલેથી મજબૂત છે, સમજદાર છે." જાંબવન બોલ્યા અને ફરીથી મોટો ઓડકાર ખાધો.

કલ્કિને તેના ગુરુ પર હસવાનું મન થયું. તે દેવતા ભાર્ગવ જેવા નહોતા જેને કલ્કિએ માનસિક વાર્તાલાપ સમયે જોયા હતા. તે એક

વિચિત્ર રીંછ જેવી વ્યક્તિ હતા. કલ્કિ તો તેમને મળ્યો ત્યાં સુધી તેમના વિશે અજાણ હતો, “મને તો હજુય એવું લાગે છે કે મારો જન્મ નાયક બનવા માટે નથી થયો. શું આપની પાસે ધાબળો હશે?” કલ્કિને ઠંડી લાગી રહી હતી.

જાંબવને ડોકું હલાવ્યું. તેણે તેમના સામાનમાંથી એક ધાબળો કાઢીને કલ્કિ તરફ ફેંક્યો. કલ્કિએ લઈને તરત ઓઢી લીધો. તેને ઊંઘ આવી રહી હતી એટલે એ ત્યાં જ આડો પડી ગયો.

“હું મારા ઘેર જવા માગું છું.”

“પાછો આવજે, પણ નિયંત્રણ સાથે. માથામાં પીડા કેવી છે?”

કલ્કિને નવાઈ લાગી, “હમ્મ... છેલ્લા કેટલાય દિવસોથી રોજ માથામાં દુખાવો થાય છે.”

“ઘણાને આ થતું હોય છે. કેટલાક લોકો તેમાં જીતી જાય છે. માથામાં દુખાવો, નિયંત્રણનો અભાવ, ચક્ર.” તે બોલ્યા. એક ઊંડો શ્વાસ લીધો, “તારી શક્તિનું આ રહસ્ય.”

કલ્કિએ માથું ધુણાવ્યું, “મારી પાસે કોઈ એવી શક્તિ નથી. હું દુર્બળ છું. ભાર્ગવ સાચું કહેતા હતા.” તેનો આત્મવિશ્વાસ ડગી ગયો હતો. તેને લાગ્યું કે તે હારી ગયો હતો. હકીકતમાં આ એક નિરર્થક યાત્રા રહી.

જાંબવન વધુ સાંભળી ન શક્યા. તેમણે કલ્કિને ખભો પકડીને બેઠો કરી દીધો. કલ્કિ એકદમ તો કશું સમજી જ ન શક્યો.

જાંબવને તેની આંખોમાં જોયું ને બોલ્યા, “તું નહીં, પણ ભાર્ગવ નિર્બળ છે. ભલે બધા જ વિરુદ્ધ હોય, પણ જાત પર ભરોસો રાખવાનું શીખ. આવી રીતે જ સાચા નાયકનો જન્મ થતો હોય છે. એટલી વાત યાદ રાખજે.”

નર-રીંછના પંજા કલ્કિની ચામડીમાં ખૂંચી રહ્યા હતા. જાંબવનના શબ્દોએ તેને વિહ્વળ કરી મૂક્યો હતો.

હું આ રીતે હાર ન માની શકું. જો હું અહીં સુધી પહોંચ્યો જ છું તો કશુંક શીખીશ પણ ખરો.

"હું હાર ન માની શકું."

"સરસ... સરસ, એવું જ હોવું જોઈએ."

જાંબવન પાછળ હટી ગયા. તેમનો ગુસ્સો ઓગળી ગયો. તેમના ચહેરા પર સ્મિત દેખાતું હતું.

"સારું, તો પછી આપણે ક્યાંથી શરૂ કરીશું?"

20

મનસા બ્રહ્માના નેત્રના અંશ સાથે પોતાની ચેતનાને વિલીન થતી અનુભવી રહી હતી. તેની નજર ધૂંધળી થતી હતી. મનસા તે યુદ્ધના વિષયમાં વિચારવા લાગી, જ્યાંથી તે અડધા કલાક પહેલાં જ પાછી આવી હતી. તેને તે અંશમાં એક દૃશ્ય દેખાવાનું શરૂ થયું – તેના સૈનિકોની લાશોથી ભરેલું મેદાન.

જો હું ફરીથી લડવા જઈશ તો શું થશે? પછી શું પરિણામ આવશે? તેણે તે અંશ સામે પ્રશ્ન કર્યો અને દૃશ્યમાં ઉત્તર આવવાના શરૂ થયા.

તે ચોથા ટુકડાએ દૃશ્ય દેખાડ્યું કે જો તે ફરીથી ઇન્દ્રગઢ પર હુમલો કરશે તો શું થશે – દાનવો તેમના હાથે સુપર્ણો અને નાગસૈનિકોને કચડી રહ્યા હતા અને તે દાનવો વચ્ચે કળિ ઊભો હતો.

હવે તે ટાલિયો નહોતો રહ્યો. તેના સોનેરી વાંકડિયા વાળ હતા. તે પોતાની નજર સામે થતા સંહારને જોઈને પ્રસન્ન હતો અને ખુશીથી નાચી રહ્યો હતો. પછી તેણે મનસાને જોઈને કોઈ સંકેત કર્યો અને હસવા લાગ્યો.

પહેલા તો મનસાને કશું સમજાયું નહીં, પણ દાનવો એ સંકેત પ્રમાણે તેની તરફ ધસી આવ્યા અને તેને પકડી લીધી.

મારે શું કરવું જોઈએ?

તેણે ક્યારેય આવા પ્રશ્નો કર્યા નહોતા.

તેને પોતાની સામે ઊપસતી છબી જોઈને નવાઈ લાગી. મનસાને એક સાંકડી ગલી દેખાઈ. જ્યાં કોઈ તેની તરફ દોડતું આવી રહ્યું હતું. એક સ્ત્રી! તેનો એક હાથ ખરાબ હતો અને બીજા હાથમાં બીડું વાળેલો એક કાગળ હતો.

આ તો હું છું. હું કોનાથી દૂર ભાગી રહી છું? એ પછી તેણે તેની પાછળ આવતા લોકોને જોયા. તેમની આંખો ભૂરી હતી અને હાથ પર નાગ વીંટળાયેલા હતા. તે લોકો તેની પર હુમલો કરવા તૈયાર હતા.

આ લોકો વળી કોણ છે?

દૃશ્ય ઓઝલ થયું અને મનસા વિભીષણની છાવણીમાં હતી. તેના માથામાં તીવ્ર દર્દ થતું હતું. કદાચ તે ભવિષ્ય-દર્શનનો પ્રભાવ હતો. તેના નાકમાંથી પણ લોહી નીકળી રહ્યું હતું.

એરાવન રૂમાલ લઈને દોડી આવ્યો અને વિભીષણ ચિંતિત દેખાયો.

“તારું સ્વાસ્થ્ય તો બરાબર છે ને?” વિભીષણે પૂછ્યું.

“પીડા થાય છે, પણ એ તો સારું થઈ જશે.” મનસાએ માથે હાથ મૂક્યો તો કણસી ઊઠી. તેણે બ્રહ્માના નેત્રના અંશને ખિસ્સામાં મૂક્યો અને માથા પર હાથ દબાવ્યો.

“મહારાણી, તમે શું જોયું?”

“જો બીજીવાર હુમલો કરીશું તો માર્યા જઈશું.” મનસાએ સત્ય સ્વીકાર્યું.

“ઓહ... પ્રિય.” વિભીષણ બોલ્યો અને ખુરશી પર બેસી પડ્યો.

“દાનવોનો હુમલો... તેની પાછળ કળિનો હાથ છે.”

“ઓહ, મને પહેલા જ સમજાઈ જવું જોઈતું હતું.” વિભીષણના ચહેરા પર ભયની રેખા દેખાઈ, “એવા ભયંકર દાનવ કોઈ જૂના યુગમાં અસ્તિત્વમાં હતા. મને એ નથી સમજાતું કે કળિ એ બધાને અહીં સુધી લાવવામાં કેવી રીતે સફળ થયો.”

“હવે એ લોકો આપણા દુશ્મનો છે. જો આપણે કોઈ આયોજન નહીં કરીએ તો માર્યા જઈશું. મેં બ્રહ્માના નેત્રને પૂછ્યું કે, મારે શું કરવું જોઈએ તો મને એક દૃશ્ય દેખાડ્યું – હું હાથમાં ગોળ વીંટેલો કાગળ લઈને દોડી રહી છું. નાગલોકો મારો પીછો કરે છે. કેટલી અજીબ વાત કે મારા જ લોકો મારા જીવના દુશ્મન હતા.” મનસાએ ઊંડો શ્વાસ લીધો અને સીધી નજરે સામે બેઠેલા બંને વ્યક્તિ સામે જોયું, “હું આ બધી વાતોનો અર્થ જાણવાની કોશિશ કરી રહી છું.”

એરાવન અને વિભીષણે તેની સામે સંદેહથી જોયું. અમુક સમય ત્યાં સન્નાટો પથરાયેલો રહ્યો.

"પ્રિય, મને લાગે છે કે હું આખી વાત સમજી ગયો છું." વિભીષણની વાત સાંભળી એરાવન અને મનસા ચોંક્યાં. તે ઊભો થયો અને એક ખૂણામાં જઈને પુસ્તક લઈ આવ્યો. તેણે તેના પાનાં ઊથલાવતાં કહ્યું, "શું તને યાદ છે મેં તને હું જે વાંચી રહ્યો હતો તે પુસ્તક વિશે જણાવ્યું હતું – એ પુસ્તક દેવી પ્રમિલાએ મેઘનાદ પર લખ્યું હતું? તેમાં એક પ્રકરણમાં મેં ભગવાન રાવણ વિશે વાંચ્યું હતું. ઈલાવર્તી સામેના યુદ્ધમાં તેમણે અનેક દાનવોને હરાવીને વિજય મેળવ્યો હતો. તેમણે નર્ક પણ જીતી લીધું હતું – તને ખબર છે કે એ શું છે – દુનિયાના એક છેડે એવી જગ્યા જ્યાં અસુરો અને દાનવો સાથે રહે છે અને તેમણે દાનવોને હરાવવા માટે..." એરાવન અને મનસા તે વાક્ય પૂરું થાય તે માટે ઉત્સુક હતાં.

"સોમથી બનેલા વિસ્ફોટકોનો ઉપયોગ કર્યો હતો."

"વિસ્ફોટક...?" મનસા ચોંકી ઊઠી, "આ તો એક બીજું મહાયુદ્ધ થઈ જશે." તેણે ડોકું ધુણાવ્યું.

"પ્રિય... મને એવું લાગે છે કદાચ આ જ યોગ્ય વિકલ્પ હશે. દાનવ અત્યંત શક્તિશાળી છે. રાક્ષસ અને અસુર પણ તેની સામે ટકી નથી શકતા."

"ના... હું જાણું છું." મનસાએ ડોકું ધુણાવ્યું, "એ લોકોએ તે સમયમાં વિસ્ફોટકો કેવી રીતે બનાવ્યા?"

"તેમણે તેમના નિષ્ણાતો સાથે આની ઉપર કામ કર્યું હતું. કહેવાય છે કે મહારાજ રાવણે વિસ્ફોટકો બનાવવાની વિધિ એક વિશ્વાસપાત્ર વ્યક્તિને સોંપી હતી જેથી તે આવનારી પેઢીઓને પણ આપી શકે."

મનસાએ સ્મિત સાથે પૂછ્યું, "તો તો એ તારી પાસે જ હશે ને?"

"ના... કમનસીબે તે મારી પાસે નથી. પ્રિય! તને ખબર છે મારા પિતા અને મહારાજ રાવણ વચ્ચે અમુક બાબતોમાં મનમેળ નહોતો. ભગવાન રાઘવ સાથે યુદ્ધ થાય કે ન થાય તે વિશે લાંબી ચર્ચા બાદ

મહારાજ રાવણે એલાન કરી દીધું હતું કે તે મારા પિતાને પોતાનો ભાઈ નથી માનતા. મને આ ઘટના પુસ્તકમાં વાંચી એટલે ખબર પડી. વિસ્ફોટકો બનાવવાની વિધિ મને સોંપવામાં નથી આવી."

એરાવન બોલ્યો, "મહારાણી, હું કંઈક કહું?"

"હા... સેનાપતિ બોલો."

"જ્યારે હું કદ્રુની સેવામાં હતો ત્યારે તેમણે એકવાર આવા જ દસ્તાવેજને સરદાર રક્તપ પાસેથી લાવવાની વાત કરી હતી. તે ઈલમનો શાસક હતો અને અત્યારના સમયે વરુણગઢમાં છે. તેણે કહ્યું હતું કે એ દસ્તાવેજ મળતાં જ આપણો કબીલો અજેય થઈ જશે."

"મતલબ, તું એમ કહેવા માગે છે કે કદ્રુને વિસ્ફોટકો વિશે પહેલેથી જાણકારી હતી?"

અને ત્યારે જ તેને યાદ આવ્યું કે કદ્રુએ કહ્યું હતું કે એ સોમમાંથી અસ્ત્ર બનાવવા માગે છે. એ કારણસર જ તે સુપર્ણિકા ગઈ હતી, તેને વિસ્ફોટક બનાવવા માટે સોમ-વનસ્પતિ ચોરવી હતી, પણ મનસાએ તેને રોકી હતી.

"તે એ સોમ-વનસ્પતિઓ વિશે જાણતી હતી. મહારાજ વિભીષણે સાચું કહ્યું."

"જો તે વિધિ રક્તપ પાસે હોય તો તેણે આજ સુધી કશું કર્યું કેમ નથી?"

"કદાચ તે સુપર્ણિકા પર હુમલો નથી ઇચ્છતો. તેને અત્યારે વિસ્ફોટકોની જરૂર નહીં હોય. જો કોઈ યુદ્ધ થાય તો રાક્ષસ જ દુશ્મનોને ભારે પડે તેમ છે."

મારે આ વિધિ હસ્તગત કરવી પડશે. કદાચ એ જ અમારા યુદ્ધમાં જીતનું કારણ બની શકે.

"હવે પછી ક્યારે હુમલો થશે?" મનસાએ એરાવનને પૂછ્યું.

"ખબર નથી. તેમણે સંખ્યાબંધ માણસો ગુમાવ્યા છે, પણ કોને ખબર કાલે મેદાનમાં બીજા દાનવ પણ એ લાવી શકે છે. બને તો કાલે જ એ લોકો હુમલો કરી શકે છે."

"ઓહ...! મારે વરુણગઢ જવામાં જ એક દિવસ થઈ જાય. સેનાપતિ, મારા માટે એક વિમાનની વ્યવસ્થા કરો." મનસાએ સુપર્ણો વાપરે છે તે ઊડનારા રથ તરફ ઇશારો કર્યો.

વિભીષણે તેના કપાળ પરનો પરસેવો લૂછ્યો ને પૂછ્યું, "તું રક્તપને વિસ્ફોટકોની વિધિ આપવા માટે કેવી રીતે મનાવીશ."

મનસા બોલી, "મારા મિત્ર, હું તેની સાથે ઘણા પ્રેમથી વાત કરવાની છું."

21

અરજણે એકદમ આંખ ખોલી. તેના શરીરમાં તીવ્ર પીડા થતી હતી. તેનું માથું જાણે દુખાવાથી ફાટી જશે તેવું થતું હતું.

શું થઈ ગયું? શું હું ચિકિત્સાલયમાં છું?

તે જરાયે હલી નહોતો શકતો. તેણે અસહાય સ્થિતિમાં ફરીથી સૂઈ જવાનો પ્રયાસ કર્યો.

અરજણે જ્યારે ફરીથી આંખ ખોલી તો ઓરડામાં તડકો આવી રહ્યો હતો. તે નલકુબેરના કિલ્લામાં હતો. તેને આયુર્વેદિક દવાઓની સુગંધ આખા ઓરડામાંથી આવી રહી હતી. તેના ઘાયલ શરીર પર પટ્ટીઓ બાંધેલી હતી.

અરજણનું શરીર એક ધાબળામાં લપેટાયેલું હતું. નલકુબેર તેની બાજુમાં બેઠેલો હતો. તેની છાતી પર પણ પટ્ટી બાંધેલી હતી. નલને જોઈને એવું લાગતું નહોતું કે તેને પીડા થતી હોય. તેના ચહેરા પર સ્મિત હતું.

"શું આપણે જીતી ગયા?" અરજણે પૂછ્યું.

"હા...મારા મિત્ર."

"એ...એ દાનવ... એ કોણ હતા?"

"મારું છૂપું શસ્ત્ર." નલકુબેર હસીને બોલ્યો.

"મને કંઈ સમજ ન પડી. તેં કેવી રીતે...?"

"બધી જ ખબર પડી જશે. અત્યારે કોઈ ચિંતા કરવાની જરૂર નથી." નલકુબેરના ચહેરા પર કોઈ ચિંતા એકદમ ઝળકી, "મારું એક કામ કર. લોકોને કહી દે કે એ દાનવો તારા વશમાં હતા."

અરજણે બારીની બહાર નજર કરી. એક દાનવ પાલતુ કૂતરાની જેમ પડ્યો પડ્યો ઊંઘતો હતો.

"લોકો... લોકો તો ડરી ગયાં હશે."

"હમ્મ... ડરવું જરૂરી છે. આ ભય જ તને રાજા બનાવવામાં કામ લાગ્યો છે. અરજણ, લોકો એમ સમજે છે કે તું કોઈ દેવતા છે જેને કોઈ ઈજા નથી થતી. તેં પેલા જીવોમાં પ્રાણ પૂર્યા જેને મૃત માની લેવામાં આવ્યા હતા. દરબારીઓ અને પ્રજા હવે તારી પર ભરોસો કરવા લાગ્યા છે."

આ સાંભળી તેને ખુશ થવું જોઈએ, પણ ખબર નહીં, તેને પ્રજા સામે જુઠ્ઠું બોલવાની વાત ગમી નહીં, "હું કાલે રાત્રે કશું જ ન કરી શક્યો. હું બેભાન થઈ ગયો હતો."

"મારા દોસ્ત, આ બધું પ્રજાને ખબર નથી. અરજણ, તારી ભલાઈ માટે કહું છું કે આ માંડ રચેલી રમતને બેકાર ન કરી દઈશ."

અરજણ પલંગ પર સીધો થયો અને તેણે ડોકું હલાવ્યું. તેણે માથે મૂકેલું દાતરડું જોયું. ખોવાઈ જવાના ડરથી તે ગઈકાલે યુદ્ધમાં દાતરડું લઈને નહોતો ગયો.

મારે આ સાથે લઈ જવા જેવું હતું.

"કશો વાંધો નહીં... ભલે હું સારો માણસ નથી, પણ જોઈ લે, હું ક્યાં પહોંચી ગયો છું." નલકુબેરે ખભા ઝાટક્યા.

અરજણે માથું હલાવ્યું.

"અરજણ, તું એકમાત્ર આશા છે! યાદ છે ને કે તેં પરિષદની સભામાં શું કહ્યું હતું? તેં લોકોની નજરમાં તારી જાતને એક યોગ્ય રાજા તરીકે પ્રસ્થાપિત કરી દીધી છે. કોઈ સંકોચની જરૂર નથી. કાલે રાજ્યાભિષેક થશે અને પછી આપણે એ નાગરાણી સાથેના યુદ્ધને આગળ વધારીશું. હું ઇચ્છું છું કે થોડો સમય એ લોકો હુમલો ન કરે, કારણ કે તું ઘાયલ છે. હવે પછીના હુમલા દરમ્યાન તારે મોરચામાં મોખરે રહેવું પડશે."

અરજણ જાણતો હતો કે યક્ષરાજ શાતિર તો હતો, પણ અત્યારે તેની વાત ખોટી નહોતી. તેણે કોઈ પણ રીતે દાનવોની સહાય લઈને

યુદ્ધમાં રક્ષા કરી હતી, "એ દાનવ હતા. મેં તેમના વિશે ક્યાંક વાંચ્યું છે. એવું કહેવાય છે કે આ લોકોને અસુરોએ જ હંમેશાં માટે ગાઢ નિદ્રામાં સુવાડી દીધા હતા. એ ફરીથી જીવિત કેવી રીતે થયા?"

"ડરવાની જરૂર નથી. હું આ લોકોને અહીં લઈને નથી આવ્યો. જે એ લોકોને લઈને આવ્યો છે તે ઓરડાની બહાર ઊભો છે. તે તારી સાથે વાત કરવા માગે છે."

અરજણના શરીરમાંથી ક્ષણિક લખલખું પસાર થઈ ગયું.

નલકુબેર દરવાજા તરફ ગયો. તેણે દરવાજો ખોલ્યો ને બોલ્યો, "તમારે બંનેને ઘણીબધી વાતો કરવાની છે. આ એ જ છે જેણે તારી અને આપણા બધાની સહાય કરી." પછી નલ અરજણ તરફ ફર્યો, "અરજણ, તને તારા વિશે પણ જાણકારી હોવી જરૂરી છે. આ ઘણી-બધી વાતો તને જણાવશે."

ખુલ્લા દરવાજામાંથી એક પાતળો વ્યક્તિ અંદર પ્રવેશ્યો. તેના વાળ લાલ હતા અને નાક-નકશો તીવ્ર હતો, પણ અરજણે પહેલીવાર જોયું કે તેની આંખોનો રંગ સોનેરી હતો.

ઓહ... નહીં.

તે કળિ હતો.

22

"ઓહ... અરજણ... કેમ છે?" કળિ તેના પલંગ નજીક આવીને ઊભો રહી ગયો. તેણે તેનો હાથ લાંબો કર્યો.

અરજણ બેઠો થયો ને પાછો હટ્યો.

વિધ્વંસક, ઇન્દ્રગઢનો ભૂતપૂર્વ રાજા, સંધિ રજૂ કરનાર, અરજણના મિત્રોનો હત્યારો તેની સામે ઊભો હતો. તે અરજણની ઘણી નજીક હતો.

તે ઇચ્છતો તો એનું ગળું દબાવી શકતો હતો. તેને નીચે પાડી શકતો હતો.

પોતાની જાતને કાબૂમાં રાખ.

નલકુબેર ત્યાંથી જઈ ચૂક્યો હતો. એ લોકો એકલા હતા. ઓરડામાં સન્નાટો હતો. કળિએ ગભરામણમાં માથું ખંજવાળ્યું.

"આશા રાખું છું કે તને મારી આપેલી ભેટ ગમી હશે."

"મારે નથી જોઈતું કશુંય. તારી આપેલી મદદ કરતાં તો હું મૃત્યુ પસંદ કરું."

કળિને કશું ખોટું ન લાગ્યું. તેને આવા જવાબની જ અપેક્ષા હતી, "હું જાણું છું કે મેં અમુક ખરાબ કામ કર્યાં છે. હું એટલે જ પ્રાયશ્ચિત્ત કરવા માગું છું. તને તારો અધિકાર મારે આપવો છે. તું આ લોકોને સમજી શકે છે. તારે રાજા જ હોવું જોઈએ. હું તેને માટે ક્યારેય હકદાર નહોતો."

અરજણે કળિના ચહેરા પરની રેખાઓ વાંચવા પ્રયાસ કર્યો. તે કળિના છળને પારખવાનો પ્રયાસ કરવા જતો હતો, પણ કળિ સાચે જ ચિંતિત લાગતો હતો. ક્યાંક એ અભિનય તો નહોતો કરતો ને? અરજણ કોઈ જોખમ લેવા નહોતો માગતો. કળિએ જ રાત્રિ, બાલા, વિક્રમ અને બીજા કેટલાય લોકોના પ્રાણ લીધા હતા. તેણે જ અરજણ

અને કલ્કિને ઘરથી બેઘર થવા મજબૂર કર્યા હતા.

"તે અધર્મ હતો."

કલ્કિ તેને તો મારવાનો હતો.

તેના બદલે એ કામ હું કરી શકું છું.

"આ બધું તેં કેવી રીતે કર્યું?" અરજણે પૂછ્યું.

"છોકરા, એ તો બહુ લાંબી વાત છે."

"તેં એવું શા માટે કર્યું? તું તો મારા માટે ભયાનક છે."

"ઓહ... જવા દે એ બધી વાત. મને લાગ્યું કે તારા માટે કશું કરવું જોઈએ. હું તો સિંહાસન મેળવવા માટે આવ્યો હતો, પણ મેં જોયું કે તું ઘણી સારી રીતે બધું સંભાળી રહ્યો છે. આ નગરને સંપન્ન કરવા માટે તું રાજા બનીને કામ કરી શકીશ. હું તને મદદ કરવા માગું છું."

અરજણનું મોં બગડી ગયું. *ઓહ... મતલબ કે આ સિંહાસન પાછું મેળવવા આવ્યો હતો.*

"શું લોકોને ખબર છે કે તું પાછો આવી ગયો છું?"

"હું છૂપી રીતે જ કામ કરું છું." કળિ હસ્યો, "જો એ લોકો જાણી જશે કે હું તને મદદ કરી રહ્યો છું તો એ લોકો તને રાજા નહીં બનવા દે. તારે બહાર નીકળીને જોવું જોઈએ. પ્રજા તારી પૂજા કરે છે. તું એમનો ભગવાન બની ગયો છું."

કળિ આટલો સારો દેખાવાનો પ્રયત્ન કેમ કરે છે?

"તું કશુંક છુપાવી રહ્યો છે."

કળિ થોડો આગળ વધી અરજણની સમક્ષ જઈ ઊભો, "હા...હું... હકીકતમાં તે આપણા વિશેનું સત્ય છે."

"આપણા વિશેનું?"

"હું અને તું..."

"કળિ, તારે જે કહેવું હોય તે કહે... મને તારી વાત પર વિશ્વાસ નથી."

"વાસ્તવિકતા પણ જાણવા નથી માગતો?"

"મારે કશું જ જાણવું નથી." અરજણે ગુસ્સામાં તેનો હાથ બાજુમાં પડેલા મેજ પર પછાડ્યો અને તે તૂટી ગયું.

કળિ પાછળ હટ્યો, "હું જોઈ શકું છું કે તારા શરીરમાં પહેલાં જેવી તાકાત છે, પણ હું જાણું છું કે આ ગુસ્સો અને તાકાત શેના લીધે આવે છે."

દુરુક્તિએ મને સોમ આપ્યું હતું. શું એ વાત એ જાણે છે?

"એ હજુ તારા લોહીમાં છે." કળિ બોલ્યો અને તેના ચહેરા પર તેનો ગર્વ છલકાતો હતો.

"મારે તારી મદદની જરૂર નથી. તું અને તારા દાનવ – પાછા જતા રહો." અરજણે હુકમ કર્યો, "હું એક રાજા છું, તને દેશનિકાલની સજા કરું છું. જો મારા માણસોએ તને જોઈ લીધો તો તને જીવ બચાવવો ભારે પડી જશે."

આ સાંભળીને કળિનો ચહેરો ફિક્કો પડી ગયો, "જી મહારાજ, જેવી તમારી આજ્ઞા."

એક કલાક વીતી ગયો હતો અને અરજણના માન્યામાં હજુય નહોતું આવતું કે જે મદદ મળી હતી તે કળિએ કરી હતી.

તે હજુ પથારીમાં જ હતો. તે ખાલી-ખાલી નજરથી છત તાકી રહ્યો હતો. ભલે તેને કળિ પ્રત્યે ઘૃણા હતી, પણ તેને એ જાણવાનું કુતૂહલ જાગ્યું કે તે શું કહેવા માગતો હતો.

અરજણને બહાર ટહેલવાનો વિચાર આવ્યો, પણ ત્યાં જ દરવાજે ટકોરા પડ્યા.

હવે પાછું કોણ આવ્યું?

"હું આરામ કરું છું." એણે ગુસ્સામાં જોરથી કહ્યું.

"હું છું... દુરુક્તિ."

અરજણના ચહેરા પર સ્મિત ફરક્યું. *આ એ જ સ્ત્રી જેણે મારું જીવન બરબાદ કર્યું અને મને બચાવ્યો પણ ખરો.*

"આવી જા અંદર."

દુરુક્તિ ઓરડામાં અંદર આવી અને કસીને અરજણને ભેટી પડી.

તે સાદાં કાળાં વસ્ત્રોમાં પણ સુંદર દેખાતી હતી. તેના લાંબા પોશાકના છેડે રત્નો લગાવેલાં હતાં. તેના હોઠ લાલ રંગથી રંગેલા હતા અને મોટી ભૂરી આંખોને કાજળ લગાવેલું હતું.

"ઓહ... કેવી મુલાકાત છે... હમ્મ."

અરજણે તેનો હાથ હાથમાં લીધો, "કેમ છે તું? અત્યાર સુધી ક્યાં હતી?"

દુરુક્તિએ નજર ઝુકાવી લીધી, "શું ફેર પડે છે. મેં સાંભળ્યું કે તું અમને આ જગ્યાએથી કાઢી મૂકવા માગે છે?"

"તારા ભાઈ અને તેના દાનવોનું નગરમાં તમારું સ્વાગત છે."

"તને ખબર છે કે આ રીતે મને છોડવી પડશે. અમે ભાઈ-બહેન હોવાને કારણે એકબીજા સાથે જોડાયેલાં છીએ." પછી એ બીજી તરફ જોવા લાગી જાણે કે કશું છુપાવી રહી હોય, "હું એટલું કહી શકું છું કે અરજણ... તારે તેની સહાયની જરૂર છે. હવે તે બદલાઈ ગયો છે. જો તેનો વિશ્વાસ ન આવતો હોય તો મારા પર વિશ્વાસ મૂક. એ તારી મદદ કરવા માગે છે. એ સાચે જ તારી સાથે રહેવા માગે છે."

"પણ કેમ?"

"કળિ જ તને એ જણાવવા માગતો હતો અને મારા પર ભરોસો રાખ, જો તેની મદદ મળશે તો મને વિશ્વાસ છે કે યુદ્ધમાં તારી જીત નક્કી છે."

"જો તેણે મારા બીજા મિત્રોને નુકસાન પહોંચાડ્યું તો?"

દુરુક્તિ હસી, "મારો વિશ્વાસ કર મિત્ર! એ એવું કશું નહીં કરે. હવે તે ખરેખર ઘણો બદલાઈ ગયો છે."

અરજણ વિચારમાં પડ્યો, "મને આ વિષયમાં વિચારવા દે. તેની મદદ લેવામાં હું તેના હાથે માર્યા ગયેલા મારા મિત્રોની યાદોને કલંકિત કરીશ."

"એ સમય જુદો હતો. ત્યારે તે બીમાર હતો અને એ સમયે તો મને પણ તેના પ્રત્યે ઘૃણા હતી. હવે તે વિચારોથી સ્પષ્ટ છે. તે દાનવોને જીતી ચૂક્યો છે. એ લોકોને તે મનથી વશમાં રાખે છે. એ ખરેખર તને મદદ કરી શકશે."

દુરુક્તિએ પ્રયોજન વગર અરજણને ડરાવી નાખ્યો હતો.

પોતાના મનથી વશમાં રાખે છે? માનસિક સંવાદ.

તેણે આ વિષયમાં વાંચ્યું હતું અને તેને ખબર હતી કે પુરાણ સમયમાં કેટલાંક લોકો આવું કરવા માટે સક્ષમ હતા અને કળિ દાનવો સાથે જો એવું કરી શકતો હોય તો ઇન્દ્રગઢ જીતવામાં કેટલી વાર લાગે.

જો તેણે હુમલો કર્યો તો હું કશું જ નહીં કરી શકું. જો તેણે નિર્દોષ લોકોને પણ ઘાયલ કર્યા તો... હું અમર જેવા લોકોની મદદ માટે તો કાર્યરત છું.

દુરુક્તિ વિસ્મિત નજરે જોઈ રહી હતી કે અરજણના મનમાં કશુંક યુદ્ધ ચાલી રહ્યું હતું.

જ્યાં સુધી આ મુશ્કેલીમાંથી પાર પડવાનો રસ્તો ન સૂઝે ત્યાં સુધી મારે તેને પ્રસન્ન રાખવો પડશે. હવે હું રાજા છું. મારે કૂટનીતિનો ઉપયોગ કરવો પડશે.

“ચોક્કસપણે દુરુક્તિ, હવે તમે અહીં રહી શકો છો.” અરજણ મંદ હસ્યો, “જે થઈ ગયું તે થઈ ગયું.”

દુરુક્તિ ખુશીથી અરજણને ભેટી પડી. અરજણ પીડાથી કણસી ઊઠ્યો, “કાલે રાજ્યાભિષેક છે ત્યારે ફરીથી મળીશું. વિશ્વાસ નથી આવતો કે તું રાજા બની રહ્યો છે. ઓહ...! જાણે કાલની જ બધી વાતો લાગે છે. મેં પણ તારી સાથે કેટલો ખરાબ વર્તાવ કર્યો હતો... હેં ને?”

અરજણ ધીમેથી માથું હલાવતો રહ્યો.

દુરુક્તિ કશું ન બોલી, કારણ કે તેની માફી પૂરતી નહોતી. તે જવા માટે નીકળતાં બોલી, “મને આનંદ છે કે મેં તે દિવસે તને સોમ આપ્યું. તું સાચે જ શક્તિશાળી થઈ ગયો છું. કળિ તો એના સેવન પછી પાગલ થઈ ગયો હતો. સારું છે કે તારા ઉપર કોઈ દુષ્પ્રભાવ નથી થયો.”

અરજણ તેનું મનોમંથન સમજી શકતો હતો. તેને જોઈને એવું લાગતું હતું કે તે કશું કહેવા માગતી હતી.

અને પછી તે જતી રહી.

એક ગોવાળમાંથી અરજણ ઇન્દ્રગઢનો રાજા બનીને ઘણો આગળ નીકળી ગયો હતો. લાલ રંગનો ગાલીચો બિછાવવામાં આવ્યો હતો. અરજણ વચ્ચે બેઠો હતો અને આજુબાજુમાં નલકુબેર અને રંભા બેઠાં હતાં.

તેણે ત્યાં સુધી પહોંચવા માટે એ જુહ્રાણા પર વિશ્વાસ કરવા દીધો, એ જાણતો હતો કે એવું કરીને તે ઉત્તમ રાજા બનવા જઈ રહ્યો હતો. તે રાજ્યની ઉન્નતિ માટે કામ કરશે.

લોકો પોતાના નવા રાજાને જોવા એકઠાં થયાં હતાં.

અરજણ પ્રસન્ન દેખાતો હતો. તે એક રાજા હતો. હવે રાજ્ય તેનું હતું. કાશ! મા આ બધું જોઈ શકતી તો કેટલો ગર્વ અનુભવતી.

તે ભીડને જોઈને ખુશ થયો અને તેના માથા પર મુગટ પહેરાવવામાં આવ્યો. તાળીઓ પાડતા લોકોના જૂથ વચ્ચે કળિ માથું ઢાંકીને ઊભો હતો. તે અરજણને જોઈને હસી રહ્યો હતો. દુરુક્તિના ચહેરા પર સ્મિત હતું, પણ સાથે રહેલી ત્રીજી સ્ત્રીને અરજણ ઓળખી ન શક્યો. તેનો ચહેરો ફિક્કો અને ભેદી લાગતો હતો.

હવે અરજણે દરબારીઓ તરફ જોયું. અંબરીશ કમને પણ તાળીઓ પાડતો હતો. તેનો પુત્ર ગુસ્સામાં બધું જોઈ રહ્યો હતો.

અરજણના ગાલ પર એક તરફ સ્મિત ફરક્યું.

પછી તેની નજર ગુરુ નરેન્દ્ર તરફ ગઈ. તેણે જ કળિ દ્વારા ધ્વસ્ત મંદિરો ફરીથી બનાવડાવ્યાં હતાં. આખી સભામાં તે એક જ હતો જે તાળી નહોતો પાડતો.

23

પદ્મા કારાગૃહમાં પુરાયેલી હતી. આવું તેની સાથે પહેલીવાર નહોતું થયું. જોકે આ પહેલાં તો તે ભાગવામાં સફળ થઈ હતી. આ કારાગૃહ તો વાંસમાંથી બનાવેલું હતું એટલે તોડવું મુશ્કેલ હતું.

જ્યારે તેને બંદી બનાવવામાં આવી રહી હતી ત્યારે તેણે જોયું હતું કે મચ્ચાનુની છાવણીની બહાર ભોજન બની રહ્યું હતું. હવામાં તાંબાની ગંધ તરી રહી હતી ને કેટલાક લોકો હથિયારોની ધાર કાઢી રહ્યા હતા તેમ જ તેમના માણસોના તંબૂઓ તૂટી-ફૂટી અવસ્થામાં હતા.

તે સમયે પદ્માનું ધ્યાન એક મોટા તંબૂ ઉપર પણ ગયું હતું. તેનો પડદો ખુલ્લો હતો. અંદરના મેજ પર કેટલાય મોટા કાગળો ખુલ્લા પડ્યા હતા. રુદ્રલોકો મેજની આસપાસ ચર્ચામાં મગ્ન હતા. મેજ પર કેટલીય પ્રકારના કાગળના ટુકડાઓ વિખરાયેલા હતા.

આ લોકો કોઈ યોજના બનાવતા લાગે છે.

પછી તેને કારાગૃહમાં પૂરી દેવામાં આવી.

પદ્માએ નિઃસાસો નાખ્યો અને જમીન પર બેસી ગઈ. રત્ના અને સ્મૃતે ચિંતા સાથે એકબીજા તરફ જોયું.

"હવે શું કરીશું?"

"આજે રાત્રે જોઈએ અને પછી ભાગવાનું વિચારીશું."

"કોઈ યોજના છે?" રત્નાએ પૂછ્યું, "આપણી પાસે તો કોઈ હથિયાર પણ નથી."

પદ્માએ મચ્ચાનુને જોયો જેણે કોઈ મહોરું નહોતું પહેરેલું અને તે તેના માણસો સાથે વાત કરી રહ્યો હતો.

અને ત્યારે જ પદ્માને એક ઉપાય સૂઝ્યો.

તે ઊભી થઈને સળિયા પકડીને બૂમો પાડવા લાગી, "ઓહ નકલી પુત્ર, અમારા માટે શું વિચાર્યું છે?"

"તું શું કરી રહી છે... તે આપણને મારી નાખશે." રત્ના બોલી.

"અરે, મને તો પહેલેથી જ આ વિચાર નહોતો ગમ્યો." સ્મૃત બોલી.

"નકલી પુત્ર." પદ્માએ ફરીથી બૂમ પાડી અને તેના સાથીઓની વાત અવગણી, "તને ખબર છે ને કે અમને જલદીથી મારી નહીં નાખે તો ભગવાન બજરંગ અમને બચાવવા માટે સૈન્ય મોકલી દેશે. તું અમારી સાથે શું કરવા માગે છે?"

મચ્ચાનુ તેને તાકી રહ્યો હતો. એક ક્ષણ માટે પદ્માને લાગ્યું કે તે ધ્યાન નહીં આપે, ત્યારે તેણે તેને પોતાની તરફ આવતો જોયો, "હું તમારો જીવ નહીં લઉં. તમે લોકો કામમાં આવી શકશો. મૂર્ખ, એક પાખંડીની અનુયાયી છો. તમે પગલાંનાં નિશાન પરથી અમારી છાવણીનું પગેરું મેળવી લીધું, હોશિયાર છો. યુદ્ધ પૂરું થઈ જાય તો અમારી સાથે ભળી જજો."

યુદ્ધ?

પદ્મા વિચારવા લાગી કે ખરેખર તે શું કરી રહ્યો છે. જે માણસ પાસે ફક્ત પુરુષસૈનિકો છે તે આવી વાત કઈ રીતે કરે છે?

મચ્ચાનુના ઇશારાથી બાજુમાં રહેલા સહાયકે તેનું મહોરું હટાવી દીધું.

એક માનવ સ્ત્રી.

"માફ કરજો, પણ તમે લોકો બજરંગ સાથે આવું ન કરી શકો. એ ઘણા ભલા છે."

"છોકરી, હું તને એક વાત કહું... સાંભળ. એકવાર એક સ્ત્રી હતી. તે એક મૂર્ખ માછીમાર સ્ત્રી હતી. દુનિયામાં તેનું કોઈ નહોતું. એકવાર તેણે એક મોટી ઘટના નિહાળી. વિષ્ણુના અવતાર તેના સેનાપતિ બજરંગ સાથે હતા. તેમને લંકા જવા માટે જહાજોની જરૂર હતી. સુગ્રીવની વાનરસેનાએ તે માટેની વ્યવસ્થા કરી. એ લોકો ત્યાંથી નીકળવાની તૈયારીમાં જ હતા ત્યારે આવું બન્યું. બજરંગને તે માછીમાર સ્ત્રી પ્રત્યે અનુરાગ થયો."

બજરંગને અનુરાગ થયો?

મચ્છાનુએ આગળ જણાવ્યું, "બજરંગને જવાનો સમય થઈ ગયો હતો પણ તે સ્ત્રીની વિનંતી હતી કે તે ત્યાંથી ન જાય. બજરંગને તો કર્તવ્ય પૂરું કરવાનું હતું. તે છતાં સ્ત્રીને કારણે ચલિત થયા. થોડા સમયમાં તે સ્ત્રી સગર્ભા થઈ. જ્યારે બજરંગને આ જાણ થઈ તો તેની સાથે રહેવાનું વિચાર્યું, પણ ત્યારે એક ભીષણ સત્ય સામે આવ્યું."

પદ્માનું હૃદય તેજીથી ધબકી રહ્યું હતું.

"તે માછીમાર સ્ત્રી કોઈ સામાન્ય સ્ત્રી નહોતી. તે રાવણની એક અનુયાયી હતી જેને રાવણે ખાસ બજરંગને લોભાવવાનું કામ સોંપ્યું હતું જેથી તે યુદ્ધમાં જઈ ન શકે. રાવણ જાણતો હતો કે તે સૌથી શક્તિશાળી હતો. સ્ત્રી તેના પેંતરા મુજબ સફળ રહી, પણ એક સમસ્યા આવી ગઈ." મચ્છાનુએ તેની આંખમાં જોયું. તે ભયજનક રીતે આગળ આવ્યો, "બજરંગને ફસાવવાના ચક્કરમાં તે સાચો પ્રેમ કરી બેઠી. બજરંગને હકીકત જાણવા મળી એટલે તે ક્રોધિત થયા. તેમણે એક રાક્ષસ માટે તો નહીં, પણ પોતાના દુશ્મનની સેનાની સ્ત્રી સાથે સંબંધ રાખ્યો અને બ્રહ્મચર્યની પ્રતિજ્ઞા ભંગ કરી. તેમણે તેનો ત્યાગ કર્યો."

"શું વાત...?"

"તે સ્ત્રીએ વિનવણી કરી અને બજરંગને જણાવ્યું કે તે સાચે જ પ્રેમ કરવા લાગી છે, પણ તેમણે કોઈ વાત કાને ધરી નહીં. તે લંકા જતા રહ્યા." મચ્છાનુએ નિઃસાસો નાખ્યો, "તેણે બાકીનું જીવન એકલા જ વિતાવ્યું, કારણ કે રાવણનો સ્વાર્થ પતી ગયો હતો અને બજરંગ હવે તેને ચાહતા નહોતા."

મચ્છાનુની આંખો ભીની થઈ.

"તે સાવ બેસહારા થઈ ગઈ. તેણે માંડ દાયણની મદદથી એક પુત્રને જન્મ આપ્યો. પુત્રના જન્મ બાદ તે સ્ત્રી સતત કમજોર પડતી ગઈ. તે માંડ-માંડ ભીખ માગીને પુત્રનો ઉછેર કરતી હતી, પણ તેનો પુત્ર દસેક વર્ષનો થયો ત્યારે તે મૃત્યુ પામી. જોકે તેનો પુત્ર અલગ હતો. તે તેના પિતા જેવો બળવાન હતો. તે અમર નહોતો, પણ તેનો વિકાસ

થતો રહ્યો. માતાવિહીન એ પુત્ર ભીખ માગીને જીવતો હતો. ક્યારેક ભોજન માટે ધન ન હોવાને કારણે ચોરી પણ કરી લેતો હતો. આમ તે કેટલાંય વર્ષો જીવિત રહ્યો. પ્રલય પછી તેણે વાનરોની છાવણીની શોધ કરી અને તેમાં સામેલ થઈ ગયો જેથી તેનો સ્વીકાર થઈ જાય. તે પિસ્તાલીસ વર્ષનો હોવા છતાં દેખાવમાં પંદર વર્ષનો યુવાન લાગતો હતો. કોઈને તેની વાત પર વિશ્વાસ નહોતો આવતો. તેને જુઠ્ઠો અને તકવાદી કહીને કાઢી મૂકવામાં આવ્યો. તેને સમજાતું નહોતું કે તે શું કરે અને તે કારણ વગર આમતેમ ભટકી રહ્યો હતો. તે સમયમાં તેને વિચિત્ર મહોરાં પહેરેલાં લોકોની એક ટુકડી-મરુત સાથે ભેટો થયો. મહાયુદ્ધ પછી તેઓ રુદ્રો બની ગયા હતા. તેમને દેવતાઓ પર શ્રદ્ધા નહોતી રહી અને તેમનું માનવું હતું કે તેઓ પોતાના હિંસકપણા સાથે જીવિત રહી શકે તેમ છે. આ વાત તે છોકરાને ગમી, કારણ કે દેવતા તેની અને તેની માતા માટે કશું નહોતા કરી શક્યા." તેની મુઠ્ઠીઓ ભીંસાઈ, "બજરંગમાં ભલે ઘણા ગુણ હોય, પણ તે કાયર છે, કાયરોને જીવવાનો કોઈ અધિકાર નથી. હું કેટલાય વખતથી તેમની શોધમાં હતો, પછી મને મારા સ્રોતથી જાણવા મળ્યું કે તાર અને બજરંગ વચ્ચે લડાઈ થવાની છે. સાચું કહું તો મને એવું જ હતું કે તાર જીતી જશે."

પદ્માને તો આ વાત પર વિશ્વાસ જ ન આવ્યો. બજરંગ વિશે જે સાંભળ્યું હતું તે બધું ખોટું હતું. શું તે મચ્ચાનુની વાત સાચી માની લે કે નહીં?

એ તો રડી રહ્યો હતો. એ જુઠ્ઠી વાર્તા શું કામ કહે?

"તેમણે જે આરંભ કર્યો છે તેનો અંત મારા હાથે થશે." મચ્ચાનુએ ગુસ્સામાં પગ પછાડ્યા, "હું બજરંગના અનુયાયીઓને જીવતાં નહીં રાખું, પણ બજરંગને જીવતા રાખીશ. જે રીતે મેં અને મારી માતાએ તેના કારણે ભોગવ્યું છે, તેણે એવી રીતે કષ્ટ સહન કરવું પડશે."

"મને માફ કરજે." પદ્મા બીજું કશું બોલી ન શકી.

મચ્ચાનુ પોતાનાં આંસુ લૂછતો ત્યાંથી જતો રહ્યો. પદ્માએ તેને જોઈને ઊંડો શ્વાસ ભર્યો. આ વાત તો તેની અને તેના પિતાના સંબંધ જેવી જ

હતી – જ્યારે તે એના ભાઈઓની સાથે રહીને કશુંક કરવા ઇચ્છતી હતી તો તેમણે તેનો સાથ છોડી દીધો હતો.

બજરંગ પણ મારા પિતા જેવા જ છે – એવી વ્યક્તિ જે જરૂરિયાતના સમયે બીજાને સાથ ન આપે.

"તને એની પર વિશ્વાસ નથી... હેં ને?" ખૂણામાં બેઠેલી રત્ના બોલી. પદ્મા અચાનક ચોંકી અને યાદ આવ્યું કે તેની સાથે બીજા બે જણ પણ હતાં, "તે આપણને તેની વાતોમાં ફસાવતો હતો."

પદ્માએ પહેરણમાંથી ચાકુ કાઢીને જુઠ્ઠું કહ્યું, "મને પણ તેની વાત પર વિશ્વાસ નથી. મારે તો ફક્ત તેને નજીક બોલાવવો હતો જેથી તેનું હથિયાર ચોરી શકું."

"અહીંથી બહાર ભાગવા માટે આપણે અહીંનાં લોકો સૂઈ જાય તેની રાહ જોવી પડશે." પદ્મા બોલી અને જમીન પર બેસી ગઈ. તેના મગજમાં બજરંગની વાત ઘૂમરાઈ રહી હતી. દંતકથાઓમાં સાંભળેલી વ્યક્તિ કે જેની પર તેને ઘણો આદર-સન્માન હતાં, તે પણ તેના પિતા જેવી નીકળી.

હું હવે તેમને શું કામ મદદ કરું?

24

"ધ્યાનમાં લીન થા, ઊંડા શ્વાસ લે." પાછળથી જાંબવનનો અવાજ સંભળાયો.

કલ્કિએ ઊંડો શ્વાસ લઈને ધ્યાન લગાવ્યું. તે એક સપાટ અને ઊભી શિલા પાસે બેઠો હતો. હવા પણ તેજ ગતિએ વહી રહી હતી.

તેણે વધુ વખત ઊંડા શ્વાસ લીધા, પણ કશું બન્યું નહીં.

તેને ધ્યાનમાં લીન થવું અઘરું પડી રહ્યું હતું. ભાર્ગવના શબ્દ સતત મનમાં ગુંજી રહ્યા હતા. તેણે કહ્યું હતું કે કલ્કિ દુર્બળ હતો અને તેને કાયમ બીજાની મદદની જરૂર પડે છે.

સહાયતાની ઇચ્છા કોઈ દુર્બળતાનું લક્ષણ નથી?

તેને આ વાત કેમ આટલી હેરાન કરી રહી હતી?

કલ્કિએ તેનું ધ્યાન બીજે કરવા માટે મનમાં કોઈ ધૂન ગણગણવા માંડી. તેણે જાંબવનને પૂછ્યું, *"મારે શેની શોધ કરવી જોઈએ?"*

"હજુય વધુ શક્તિ, જેથી આ માથાના દુખાવાને વશમાં કરી માનસિક સંપ્રેષણને કાબૂમાં કરી શકાય. એ શીખવું પડશે કે શક્તિ કઈ તરફથી આવી રહી છે."

કલ્કિની આંખો હજુય બંધ હતી, "મને ખબર છે કે તે પોતાના પર વિશ્વાસ રાખવાથી આવે છે." ક્યારેક મને કોઈ ઊણપ વર્તાય છે.

જાંબવને કલ્કિના માથા પર માર્યું, "આત્મવિશ્વાસ વધુ પડતો છે એ તું સમજતો નથી. પોતાના પર ભરોસો રાખવો એ મહત્ત્વપૂર્ણ છે, પણ બીજી ઘણી બાબતોનું પણ મહત્ત્વ હોય છે. તે બધું પણ શીખવું પડશે."

કલ્કિએ ડોકું હલાવ્યું. તેણે ફરીથી ઊંડો શ્વાસ લીધો અને ઠંડી હવાને પોતાની ભીતર આવવા દીધી અને મનને શાંત કરવાની તક આપી.

"મારી સૌથી મોટી તાકાત કઈ છે?"

"જો કોઈ સમજી શકે તો..." એક જાણીતો મૃદુ અવાજ આવ્યો, "આ તાકાત તારી પસંદગીની શક્તિ વડે સામે આવે છે. આ રીતે આ સંસાર વધુ પ્રસન્નચિત્ત બની શકશે."

કલ્કિએ આંખો ખોલી. તે એક વનમાં હતો. આકાશ સાફ હતું અને ચારે તરફ ફળફૂલનાં વૃક્ષો અને ઝાડીઓ હતાં.

જગ્યા તેની જાણીતી લાગી, પછી કલ્કિને ખ્યાલ આવ્યો કે તે ક્યાં પહોંચી ગયો હતો.

આ તો શંભલ છે.

તેને ખબર હતી કે આ ફક્ત તેના મનનું પ્રતિબિંબ માત્ર હતું, પણ તે દૃશ્ય જીવંત સમાન લાગતું હતું.

"તારું ગામ કેટલું સુંદર છે." તે અવાજ ફરી આવ્યો.

કલ્કિએ પાછું ફરીને અવાજ જ્યાંથી આવતો હતો તે તરફ જોયું. તેની પાછળ એક લાંબો માણસ કેસરી ધોતી અને લાંબો ખેસ પહેરીને ઊભો હતો. તેના વાળની જટા બાંધેલી હતી અને હાથમાં ધનુષ-બાણ હતાં. તે આંખો એકદમ નિર્મળ અને નિષ્પાપ દેખાતી હતી.

કલ્કિ જાણતો હતો કે તે કોણ હતું.

પ્રભુ રાઘવ.

પ્રભુ રાઘવે તો માનસિક સંવાદના માધ્યમથી તેને ધનુષ અને બાણનો પ્રયોગ કરવાનું શીખવ્યું હતું. તેના બળ વડે તો તેને બ્રહ્મરાક્ષસ માર્તંડને હણવામાં મદદ મળી હતી, "ઘણા લાંબા સમય પછી તમને મળવાનું સારું લાગ્યું. તમારી સલાહ મને ઘણી ઉપયોગી થઈ છે."

"શું આપણે પહેલાં મળ્યા છીએ, મને તો યાદ નથી આવતું." તેમણે તો ખભા ઝાટક્યા, "પણ મને વિશ્વાસ છે કે બીજાની સલાહ પણ તને કામ લાગી હશે. આ દુનિયામાં લોકોને ઘણીબધી સલાહ આપવાની ટેવ પડી છે, પણ તારે બીજાનું સાંભળ્યા વગર તારા મનના અવાજને સાંભળવો જોઈએ. તારે ક્ષમાની ભાવના પણ શીખવી પડશે. તને એ ખબર હોવી જોઈએ કે યુદ્ધ નહીં, પણ શાંતિનું મહત્ત્વ વધુ છે." તેમણે ઊંડો શ્વાસ ભર્યો, "જો આ વાત મને ખબર હોત તો રાવણને જીત્યા

બાદ મારું જીવન કેટલું સુખમય હોત, પણ મેં સમાજને મારા પર હાવી થવા દીધો. મારી સૌથી મોટી દુર્બળતા આ બની. હું જે નહોતો કરવા ઇચ્છતો તે બધું મેં બીજાને કરવા દીધું." પ્રભુ રાઘવે કલ્કિ તરફ જોયું, "હું નથી ઇચ્છતો કે તારી સાથે પણ આવું થાય – નહીંતર બધું ખતમ થયા બાદ દુઃખ, ઉદાસી અને પશ્ચાત્તાપ સિવાય કશુંય હાથમાં નહીં આવે. કલ્કિ, તું અંતિમ છે. તારો અંત અમારા બધા કરતાં ઘણો સારો હોવો જોઈએ."

ઓહ, પ્રભુ કેટલા નિઃસહાય લાગે છે. કલ્કિએ નજર ઝુકાવીને પૂછ્યું, "આપણે આ જગ્યા પર કેમ આવ્યા છીએ?"

"મને નથી લાગતું કે તને યાદ હશે. આ તારા જીવનની એક નિર્ણાયક ક્ષણ હતી." એ લોકો આગળ લઈ જતી કેડી પર વળ્યા.

કલ્કિને યાદ આવ્યું કે તે અને લક્ષ્મી આ રસ્તે જ ગુરુકુળ જતાં હતાં.

પણ મને તો યાદ નથી આવતું કે તે દિવસોમાં કોઈ એવી ઘટના બની હોય જેણે મારું જીવન બદલ્યું હોય.

રસ્તા પર બે બાળક જતાં દેખાયાં. છોકરો થોડો દુર્બળ અને છોકરી સ્વસ્થ દેખાતી હતી. બંનેએ હાથ પકડેલાં હતાં.

કલ્કિની આંખમાં આંસુ ઊભરાયાં હતાં. તેની નજર સામે તે અને લક્ષ્મી જઈ રહ્યાં હતાં.

પણ આ દિવસે શું બન્યું હતું?

"મને યાદ છે કે હું ત્યારે નિર્બળ હતો. જોકે ભોજન તો વ્યવસ્થિત કરતો હતો, પણ શરીર રોગી રહેતું હતું. હું કેટલાય રોગોના ભરડામાં રહેતો – અછબડા, શરદી, તાવ. ખબર નથી કે હું એવો કેમ હતો. જો મને બાળપણમાં સોમ આપવામાં આવ્યું હોય તોય હું શક્તિશાળી કેમ નહોતો?"

"આટલી નાની ઉંમરમાં આવી દવા લેવાથી વ્યક્તિ દુર્બળ બની શકે છે. ભલે ને અવતાર જ કેમ ન હોય!"

કલ્કિએ ડોકું હલાવ્યું. તેની સામે બે બાળકો જઈ રહ્યાં હતાં.

કલ્કિએ સ્વીકાર્યું, "મને લાગતું હતું કે મારી અશક્તિને કારણે હું

જલદીથી મરી જઈશ, એટલે જ માતા-પિતા મારા પર વધુ સ્નેહ ધરાવતાં હતાં. મને રોજ એવું લાગતું હતું કે આજે મારો છેલ્લો દિવસ છે."

"ભય." પ્રભુ રાઘવે માથું હલાવ્યું, "આ મહત્ત્વનું છે. તેના બળ વડે એ કામ પણ શક્ય બની જાય છે જે કરવાની યોગ્યતા આપણામાં નથી હોતી. મારી પત્નીની રક્ષા ન કરી શક્યો એવા ભયને કારણે હું રાક્ષસરાજને પરાજિત કરી શક્યો."

ત્યારે જ કલ્કિએ જોયું કે તેને અને લક્ષ્મીને બે વ્યક્તિએ આંતરી હતી. એ લાંબા અને ચીકણા વાળવાળા હતા અને તેમની આંખો માછલીઓ જેવી હતી.

"કેમ છો, બાળકો?" તેમાંથી એક બોલ્યો.

લક્ષ્મીએ કલ્કિને પાછળ કર્યો, "ચાલ અહીંથી, માએ અજાણ્યા લોકો સાથે વાત કરવાની ના પાડી છે."

"હું તો અજાણ્યો નથી. મને તો તારી માએ જ મોકલ્યો છે."

પણ લક્ષ્મીએ તેની વાત અવગણી તો તેણે તેનું કાંડું પકડી લીધું.

"તારે અમારી સાથે આવવું પડશે, છોકરી."

કલ્કિને અવઢવ હતી. તે આગળ આવીને બોલ્યો, "શ્રીમાન, મારી મિત્રનો હાથ છોડી દેવાની મહેરબાની કરો."

તે વ્યક્તિએ નાના કલ્કિને ધક્કો મારી કહ્યું, "ઓહ, કેટલો પ્યારો બાળક છે. તું ઘેર જા. અમે તારી મિત્રને પછી ઘેર મૂકી જઈશું."

"ના... છોડો મને." લક્ષ્મીએ ચીસ પાડી, પણ તેને બચાવનારું કોઈ નહોતું.

"અમારી સાથે ચાલ... નહીંતર અહીં જ મારી નાખીશ." તે વ્યક્તિ લક્ષ્મી સાથે ઝપાઝપી કરવા લાગ્યો.

અને ત્યારે જ કલ્કિને બધું યાદ આવી ગયું કે શું થયું હતું.

નાનો બાળક કલ્કિ ગુસ્સે થઈ ગયો. તેણે મુટ્ઠીઓ ભીંસી અને તે માણસ પર તૂટી પડ્યો. તેણે તેની પીઠ પર તેનું માથું માર્યું. તે માણસનું સંતુલન બગડ્યું અને લક્ષ્મીની પકડ ઢીલી પડી.

બીજો માણસ પણ તેની તરફ ધસ્યો પણ કલ્કિએ તેને રોક્યો.

કલ્કિ તેના નાના સ્વરૂપને નવાઈથી જોઈ રહ્યો હતો. જ્યાં તેણે પાંપણ ઝપકાવી દૃશ્ય બદલાઈ ગયું. તે ફરીથી શિલા પર બેઠો હતો અને ઠંડીમાં ઠૂંઠવાઈ રહ્યો હતો. કલ્કિએ ઊંડો શ્વાસ ભર્યો અને સામે અડગ ઊભેલા પર્વત તરફ નજર કરી. જાંબવન તેની બાજુમાં બેઠો હતો.

"શું જોયું?"

"મેં મારી સૌથી મોટી તાકાત જોઈ." કલ્કિને વિશ્વાસ નહોતો આવતો.

"અને બીજું?"

"મને તો હંમેશાં એવું લાગતું હતું... એ જ સાચું હતું. સારપ અને નિઃસ્વાર્થ ભાવ જ મારી તાકાત હતી."

કલ્કિને તેની અંદર શક્તિનો કોઈ સ્રોત ફૂટતો અનુભવાયો. તે જાણતો હતો કે તેને પોતાના દુશ્મનો સામે લડવા માટે માનસિક સંપર્ક સ્થાપિત કરવો પડશે.

"આ ગુસ્સો છે! તેનો ક્રોધ!"

25

વિમાનમાં મનસાનો જીવ લાગતો નહોતો. તેજ હવા હોવા છતાં તેને પરસેવો થતો હતો. તેને લાગતું હતું કે હમણાં તેને ઊલટી થઈ જશે.

આ કારણે જ નાગલોકો આકાશમાં ઊડવાને બદલે જમીન પર રહેવાનું પસંદ કરતા હશે.

તે છેલ્લે જ્યારે વિમાનમાં બેઠી હતી ત્યારે તેણે કદ્રુને જમીન પર પડતી જોઈ હતી, જે ધીમે-ધીમે નજરથી ઓઝલ થઈ ગઈ હતી.

ઘણીવાર મનસાને થતું કે તે કદ્રુને સુધારવા માટે કશું કરી શકતી હતી. કદ્રુ આમ સ્વભાવે ખરાબ નહોતી. બસ, કોઈ પ્રકારે તે સત્તાના મદમાં ચૂર થઈ ગઈ હતી.

તેણે એરાવન સામે જોયું, જે વિમાન ચલાવતા સુપર્ણને આદેશ આપી રહ્યો હતો.

"આપણે પહોંચી ગયા." એરાવન બોલ્યો.

ઓહ... આજે આખો દિવસ આપણે આકાશમાં રહ્યાં.

મનસાએ વરુણગઢ નગરી જોઈ. રાત્રિ હોવા છતાં ત્યાંના રસ્તાઓ પર ભીડ હતી. તેને આ નગર વિશે એટલી જ જાણકારી હતી કે ભૂતપૂર્વ સંધિ-નિર્માતા અને કળિનો સાથી અહીંનો શાસક હતો. તે ઘણો ઉપદ્રવી હતો. વાસુકિ અને મનસા એકવાર તેને મળ્યાં હતાં. તે દેખાવમાં સુંદર, પણ ડરામણો રાક્ષસ હતો. તેનો રંગ ગોરો હતો.

તે સુવર્ણનો ચાહક હતો.

મનસાએ માંડ જાત સંભાળી અને બોલી, "કેટલી નવાઈની વાત છે કે મેં જ કદ્રુને અસ્ત્ર બનાવતા રોકી હતી અને આજે હું પોતે અસ્ત્ર બનાવવા માટેની યોજના બનાવી રહી છું. બની શકે કે કુદરતને પણ આ મંજૂર હશે. ભલે, કોઈ ગમે તેટલી રોકવાની કોશિશ કરે, પણ આ

કાર્ય તો હું કરીને જ જંપીશ."

એરાવન બોલ્યો, "મહારાણીજી, આપણે મહેલના દ્વારે પહોંચ્યા છીએ. શું અહીં જ ઊતરી જઈએ?"

મનસાએ વિમાન પરની પકડ મજબૂત બનાવી. તેનો અપંગ હાથ પટ્ટીથી બાંધેલા મોજામાં સુરક્ષિત હતો, "ના... આપણે મહેલની અંદર જ ઊતરીશું."

"ક્યાંક રક્તપે આપણી પર હુમલો કર્યો તો? આપણે બે જણ જ છીએ."

મનસાએ તેની વાત પર ધ્યાન ન આપ્યું અને પોતાના સ્થાન પર સાવધ થઈ. તેણે ચાલકને કહ્યું, "મહેલમાં જઈને ઉતારજે."

ચાલકે વાત સાંભળીને વિમાનને નીચું કર્યું.

મહેલમાં વિમાન આવતાં જ મનસાએ જોયું કે ત્યાં બાગમાં કોઈ દાવત ચાલી રહી હતી. મેજ પર ઘણાંબધાં વ્યંજન પીરસેલાં હતાં અને પુરુષોની આસપાસ અપ્સરાઓ નૃત્ય કરી રહી હતી. પ્રવેશદ્વાર પર બે પહેરેદાર ઊભા હતા.

"બસ, અહીં જ ઉતારી દે."

"મહારાણી, આપણે દાવતમાં ખલેલ પાડીશું તો કદાચ તે ક્રોધે ભરાશે." એરાવન ચિંતિત ચહેરે બોલ્યો.

"આ તો વાત છે. તેને ખબર પડવી જોઈએ કે હું તેનાથી ડરતી નથી. બને કે તે આપણને મદદ કરવા તૈયાર થઈ જાય."

"પણ... મહારાણી...?"

"કેમ ભૂલી જાય છે કે રાક્ષસો હિંમતવાન અને નીડર લોકોને માનતા હોય છે. મારે તેને એ જ બતાવવું છે."

વિમાન નીચે ઊતરતાં જ લોકો દોડાદોડી કરવા લાગ્યાં. ચારે તરફ અફરાતફરી મચી ગઈ અને સૈનિકો તલવારો લઈને તેમની તરફ દોડ્યા.

મનસા વિમાનની બહાર આવી અને બહાર નીકળીને તે માણસ તરફ જોયું, જે સારી એવી મોટી ખુરશી પર બેસીને તેમને ઘૂરી રહ્યો હતો. તેના ચહેરાનો ભાવ કળવો મુશ્કેલ હતો, પણ મનસાને ખ્યાલ આવી

ગયો કે આ નગરમાં તેનું સ્વાગત નથી થવાનું. તેની સાથે તેની પત્ની બેઠી હતી. તે લગભગ અઢારેક વર્ષની જ હતી. તેના ખૂબસૂરત ચહેરા પર કેટલાંય નિશાન હતાં. બધા જાણતા હતા કે રાક્ષસો તેમની પત્ની સાથે મારપીટ કરતા હતા.

સૈનિકોએ તલવાર ઊંચી કરી તો મનસાએ હાથ ઊંચા કર્યા. એરાવને પણ એવું જ કર્યું. સૈનિકોએ તેમની તલવાર લઈ લીધી.

રક્તપ ઊભો થયો અને તેના માણસોને જવાનો આદેશ આપ્યો. તે મનસા તરફ આગળ વધ્યો. તેના ચમકીલા વાળ હવામાં લહેરાતા હતા અને ચહેરા પર સ્મિત હતું.

"વાહ... આ તો ખુશીની વાત છે! નાગ રાજકુમારી પધારી છે."

"હવે તે મહારાણી છે." મનસાએ નકલી સ્મિત સાથે કહ્યું.

"આવવા માટે યોગ્ય દિવસ પસંદ કર્યો છે. આજે મારો જન્મદિન છે." રક્તપે તાળી પાડી.

મનસા મદિરા પીતી-પીતી આરામથી ખુરશી પર બેઠી. તે રક્તપ સાથે એક મોટા ખંડમાં બેઠી હતી. બંને સામસામે બેઠાં હતાં, પણ રક્તપનું ધ્યાન તેના પર નહીં, તેના કૂતરા સાથે રમવામાં હતું.

"સ્વર્ણ માટે આભાર." તે બોલ્યો.

"સરદાર રક્તપ, આ ફક્ત સોનાની જ વાત નથી. આ મારી નિષ્ઠાનું પરિણામ છે. હું ઇચ્છું છું કે તું મને સાથ આપે."

તેણે ખભા ઉલાળ્યા, "જ્યારથી સંધિ તૂટી છે, હું કોઈને સાથ આપતો નથી. હું મારા નગરમાં ચૂપચાપ રહેવા માગું છું."

હમ્મ... એટલે વરુણગઢમાં અત્યારે શાંતિ છે.

તે નગર સુંદર તળાવોથી ઘેરાયેલું હતું. જ્યાં રાક્ષસોની વસ્તી વધારે હતી. રક્તપના આવ્યા પહેલાં આ જગ્યા પર જળના દેવતા વરુણને પૂજનારા માનવો રહેતાં હતાં. હવે અહીંયા તેના શાસકની ઇચ્છા અનુસાર શિવનું પૂજન થતું હતું.

"તમને લોકોને અમારી સાથે ભેળવવા માટે શું કરવું પડશે?" મનસાએ પૂછ્યું.

"મેં સાંભળ્યું હતું કે વાસુકિ સાથે શું થયું હતું. મારી હૃદયની સંવેદના છે એ પ્રત્યે પણ હવે તો કળિ પણ પાછો આવી ગયો છે."

"પાછો આવી ગયો? એ ગયો જ ક્યાં હતો?"

"ઓહ... તને નથી ખબર કે તારા શત્રુ સાથે શું થયું હતું. કળિને એક નાનકડી છોકરીએ હરાવ્યો હતો, પણ હવે એ દાનવો સાથે પાછો આવ્યો છે."

આ બધું ક્યારે બન્યું? હવે રક્તપ મને મદદ નહીં કરે. મને તો એ પણ ખબર નથી કે દુશ્મન શું ઇચ્છે છે.

"ખજાનાનો લોભ કરવાં કરતાં દાનવો ધરાવતા શક્તિશાળી વ્યક્તિનો સાથ આપવામાં સમજદારી છે. એટલે મનસા મને માફ કરજે." રક્તપ સહાનુભૂતિભર્યા સ્વરે બોલ્યો.

"પણ તમારા પૂર્વજ રાવણને અસુરો અને દાનવો પ્રત્યે ઘૃણા હતી. શું રાક્ષસ તેના વિરોધમાં નથી?"

"ઓહ... એવું જ છે, પણ જુઓ એક વાત છે." રક્તપ ઊઠીને મનસાની નજીક આવ્યો, "સમય બદલાઈ ગયો છે. દંતકથાઓથી ઊઠીને જીવ સામે આવવા માંડ્યા છે. કળિએ કંઈક એવું કરી બતાવ્યું છે જે સાચે જ અસંભવ હતું. મને હંમેશાંથી એવું લાગતું હતું કે તે બધાથી અલગ ને અનોખો છે, પરંતુ એ ધૂર્ત..."

મનસાએ પણ પોતાની મુઠ્ઠીઓ ભીંસી.

"તું ઇચ્છે છે કે મારું સૈન્ય તેની સાથે લડે? બરોબર ને...?"

"હું તારી પાસેથી એ દસ્તાવેજ લેવા માગું છું."

રક્તપ એક ઝટકા સાથે ફર્યો. મનસાની વાતથી એને ઘણી નવાઈ લાગી.

"એ તો મહારાજ રાવણથી સંબંદ્ધ છે જેને મેઘનાદ અને તેમની પછીની પેઢીને સોંપવામાં આવ્યો હતો."

"એ દસ્તાવેજ શેના માટેનો છે?"

"તેમાં અસ્ત્ર બનાવવાની પ્રક્રિયા આપેલી છે."

"ઓહ!" તેણે હોઠ ચાટ્યા, "વાહ રસપ્રદ વાત... તું પરમાણુ વિસ્ફોટક યુદ્ધ આરંભ કરવા માગે છે? દાનવોને મારવા માટે આ અસ્ત્રોનો ઉપયોગ કરવો છે? શું તે અસર કરશે?"

"મને ખબર નથી. હું જાણું છું." તે બોલી.

"મેં વિચાર્યું નહોતું કે તું હજુય એ દંતકથાઓમાં વિશ્વાસ ધરાવે છે." રક્તપ હસ્યો, "મેં અત્યાર સુધી એટલે જ વિસ્ફોટકો નથી બનાવ્યા કારણ કે હું ફરીથી મહાયુદ્ધ થાય તે નથી ઇચ્છતો."

તે રાક્ષસો જેવો નહોતો લાગતો. તે રાક્ષસોની જેમ મારકાટને બદલે શાંતિ અને સૌહાર્દની વાતો કરતો હતો.

"મેં તેને છુપાવવા માટે મારા ભરોસાપાત્ર વિદ્વાનોને આપી દીધું છે." રક્તપનો અવાજ ગંભીર થતો ગયો હતો, "તેને દર મહિને એક પછી એક બીજા લેખકને સોંપવામાં આવે છે. જો કોઈ તે લેવા ઇચ્છે તો તેને ખબર જ ન હોય કે કોની પાસે છે. જો કોઈ ખોટા લેખક પર તેના માટે હુમલો કરવામાં આવે તો સૈનિકોને ખબર પડી જાય કે કોઈ દસ્તાવેજ ચોરવાની કોશિશ કરી રહ્યું છે. હવે તને વિશ્વાસ નહીં આવે, પણ ઘણા લોકોએ તે ચોરવાની કોશિશ કરી છે. હજુય લોકો આ અસ્ત્ર બનાવવા માગે છે."

"ખરેખર એટલી બધી જ ચિંતા હોય તો તેને સળગાવીને નષ્ટ કેમ નથી કર્યો?"

"હું મારા પૂર્વજોના વારસાને કેવી રીતે સળગાવી શકું? હું એવો અસંવેદનશીલ નથી. મને મારા વારસા પ્રત્યે ગર્વની લાગણી છે."

"હું વચન આપું છું કે કોઈ મહાયુદ્ધ નહીં થાય. બસ, મારે તો દાનવો સામે જીત મેળવવી છે."

રક્તપના ચહેરા પર ભેદી સ્મિત હતું, "હું વિશ્વાસ તો કરી લેતો... પણ." તે દરવાજા પાસે ગયો અને તેને ખખડાવ્યો.

તે દરવાજો કેમ ખખડાવે છે?

"તેં ઘણી રસપ્રદ વાત જાહેર કરી છે. જો તારે દસ્તાવેજ જોઈતો

હતો તો મારી પાસે માગણી કરવાને બદલે મારા લેખકોને કેમ મારી નાખ્યા?"

"તારા લેખકોની હત્યા?"

એટલામાં જ તેના સૈનિકો ભાલાઓ સાથે ખંડમાં આવી ગયા.

"મેં કોઈની હત્યા નથી કરી." મનસા પોતાની જગ્યાએથી બેઠી થઈ ગઈ. તેને લાગ્યું કે એરાવન આવી જશે, પણ તેનો તો કોઈ અતોપતો જ નહોતો.

ઓહ... તેને પણ પકડી લેવાયો હશે.

"તારા હત્યારાઓએ કર્યું છે. મારા બે લેખકોને નાગલોકોએ ઝેર આપીને મારી નાખ્યા. ખબર નથી કે તે નગરમાં કેવી રીતે પ્રવેશ્યા પણ હવે દસ્તાવેજ તેમની પાસે છે."

"...પણ મેં એવું કશું જ નથી કરાવ્યું..."

"ખબર નથી કે તું શું વિચારી રહી હતી. પહેલા મારા માણસોને મરાવી નંખાયા અને હવે દસ્તાવેજ માગવા માટે વિનંતી કરે છે. મને વિશ્વાસ છે કે તેમાં તારો જ હાથ હશે. મનસા રાણી, તને હત્યાના આરોપમાં બંદી બનાવવામાં આવે છે અને કાલે તને ફાંસી પણ આપી દેવાશે."

26

અરજણને યાદ નહોતું કે તે છેલ્લે આટલો પ્રસન્ન ક્યારે થયો હતો. તે અત્યારે સિંહાસન પર બેઠો હતો.

સિંહાસન ખંડમાં બારીમાંથી સૂર્યનો પ્રકાશ અંદર આવી રહ્યો હતો. સૈનિકો બહાર પહેરો ભરી રહ્યા હતા. સિંહાસન સુધી લાંબો લાલ ગાલીચો પાથરવામાં આવ્યો હતો. એક મોટો સભાખંડ હતો જ્યાં થોડીવારમાં દરબાર ભરાવાનો હતો.

હું... અહીંયા...

અરજણ હજુ સમજી નહોતો શકતો કે તેણે શું અનુભવવું જોઈએ. તેના બંને હાથ ખુરશીના હાથા પર હતા. તે એક રાજાની તાકાતને અનુભવી રહ્યો હતો.

"આ બધું કેવું સારું લાગે છે, હેં ને?"

અરજણે કળિ તરફ જોયું, જે દરવાજા પાસે ઊભો હતો. તે હંમેશની જેમ કાળા-લાંબા પહેરણમાં હતો અને તેનું માથું વસ્ત્ર વડે ઢાંકેલું હતું.

"તું નાગરાણી પર ક્યારે હુમલો કરવાનો છે, મારા દાનવો કંટાળી ગયા છે?"

"લડાઈ પહેલાં એક રાજાની રીતે નગર સંભાળવું છે."

"સાચી વાત છે. મોટેભાગે રાજા લડવા નથી જતો, પણ તું એક લડાયક યોદ્ધો બની ગયો છું, હેં ને?"

અરજણે કળિ તરફ તાકીને જોયું. તે આવી રીતે કેમ વાત કરતો હતો, જાણે કે તે મારા વિષયમાં બધું જાણતો હોય. તેના કારણે મારા કેટલાય મિત્રો માર્યા ગયા.

અરજણ તે સમયે જ તેની સાથે વિવાદ કરવા માગતો હતો.

પણ એ દાનવોને વશમાં રાખે છે. જો હું કશું કરીશ તો કદાચ એ હુમલો કરી દેશે.

એ મૌન રહ્યો અને કળિ તેની નજીક આવ્યો, "હું સત્તાના મદમાં ચૂર હતો. હું એ જાણી ન શક્યો કે હું શાસક બનવાને યોગ્ય નહોતો. મારા રાજા, આ મુગટ તારા માથે શોભે છે."

"ઉર્વશી અને મેં તારો મુગટ છીનવી લીધો હતો."

"ના... મારી લાલચે જ મુગટ છીનવ્યો, પણ તું મારા જેવો નથી. તું દયાળુ અને સમજદાર છે. તું એક સારો માણસ પણ છું."

કળિ પગથિયાં ચડીને અરજણની બરાબર સામે આવ્યો. તેણે પોતાનો હાથ અરજણના ખભા પર મૂકીને તેની આંખમાં જોયું.

હું આ બધું બદલીને તેને મારી શકું છું.

"તું રાજા છું અને હું તારો સલાહકાર."

"તું કશું જ નથી." અરજણે તેના હાથ ઝાટકીને બોલ્યો, "હું દુરુક્તિને કારણે તને મળું છું. તેં મુસીબતમાં મદદ કરી નહીંતર તો મેં તને કારાગૃહમાં જ નાખ્યો હોત."

ચાલાક નક્કામો માણસ.

"આ તારી જ યોજના હતી ને... હેં ને?"

"મેં આ બધું એટલા માટે કર્યું કે તું મને મારે નહીં. અરજણ...! હું સુરક્ષિત થવા માગતો હતો અને મારે લોકોને મારી સાથે રાખવા છે. એ લોકો એટલે નલકુબેર અને દુરુક્તિ, તે બંને તને ચાહે છે. તેણે તારું ઘર નષ્ટ કર્યું, પણ તોય તું એને પસંદ કરે છે. હું દાનવોની મદદ આપીને તારો સાથ ઇચ્છું છું, જેથી તું મને જોઈને મારી ન નાખે."

"હું જાણતો હતો કે તું એક કીડાથી વધુ કશું નથી." અરજણના ચહેરા પર ગુસ્સો હતો.

"પણ મેં મારી સલામતી માટે આવું કર્યું. તારે માટે એવું કર્યું. મારું માનવું છે કે તું એક સારો શાસક છું. અરજણ...! મારો કોઈ તેમાં બદઇરાદો નથી. મારા પર વિશ્વાસ રાખ." એ વિશાળ ખંડમાં કળિનો અવાજ ગુંજ્યો.

"મને એવું લાગે છે કે એ મારાથી અને બધાથી કશુંક છુપાવી રહ્યો છે."

એ પછી અરજણ કશુંક બોલવા જાય તે પહેલાં એક સૈનિક હાંફતો દોડીને અંદર આવ્યો, "મહારાજ, એક સમસ્યા આવી ગઈ છે."

"શું થઈ ગયું છે?" અરજણે પૂછ્યું.

"જંગલિયત... મહારાજ."

અરજણે કાળી ધોતી અને સોનેરી જૂતાંની સાથે બંધ ગળાનું, ભૂખરા રંગનું અચકન પહેર્યું હતું. એક બાજુ મખમલી થેલીમાં તેનું દાતરડું લટકી રહ્યું હતું.

તેને જોઈને લાગતું હતું કે તે એક રાજા હતો. તે મુગટ વગર પણ રાજા જેવો શાહી લાગતો હતો.

અરજણે મુગટ નહોતો પહેર્યો, કારણ કે તેને લાગતું હતું કે તે એને માટે યોગ્યતા નથી ધરાવતો. આમ પણ તે એ લોકો જેવો દેખાવા ઇચ્છતો હતો, જેમની સેવા કરવા તે રાજા બન્યો હતો.

તે મહેલમાંથી નીકળીને પ્રવેશદ્વાર તરફ આવ્યો તો તેણે એક દીવાલ પાસે જમા થયેલી ભીડ જોઈ. ત્યાં લોકો અંદરોઅંદર ગુસપૂસ કરી રહ્યાં હતાં.

નલકુબેર તેના ત્રણ અંગરક્ષકો સાથે ત્યાં હાજર હતો જેને લોકો દેવતાની જેમ પૂજતા હતા. તે એ લોકોની સંસ્કૃતિનો જ એક ભાગ હતો.

નલે અરજણને જોઈને ઇશારાથી તેની પાસે બોલાવી લીધો. દીવાલ પર ઘેરા રંગથી લખેલું હતું.

ગાંડું માણસ!

કળિ પણ અરજણની પાછળ બહાર આવ્યો. તે પણ હેરાન દેખાતો હતો.

અરજણના ચહેરા પર ગુસ્સો હતો. લોકોની નજર દીવાલ પર જ હતી.

ઓહ... સરસ, હવે બધાને ખબર પડી જશે.

"કિલ્લાના આ તરફના સૈનિકોની પૂછતાછ કરો. તેમણે દિવસના અજવાળામાં આ બધું કેમ થવા દીધું."

"મહારાજ, આ વિશે તપાસ થઈ ચૂકી છે. આ ગુરુ નરેન્દ્રનાં લોકોનું કામ છે. એ લોકો તમને પસંદ નથી કરતા, કારણ કે તમે...એ જ છો... જે દીવાલ પર લખેલું છે. મેં રક્ષકોને તેમનું કામ ઉચિત રીતે ન કરવા બદલ કારાગૃહમાં નાખી દીધા છે."

"અને ગુરુ નરેન્દ્રનું શું કરવાનું છે?" અરજણે પૂછ્યું.

"આપણે તેમને કશું જ ન કરી શકીએ. એ રાજપુરોહિતના પદ ઉપર છે. તેમના ટેકામાં ઘણા શક્તિશાળી લોકો છે અને ઘણા લોકોને તેમના વૈદિક ધર્મમાં આસ્થા છે. તેમની સામે પગલું ભરવાનો મતલબ લોકોની વિરુદ્ધ થવું કહેવાશે." નલકુબેર બોલ્યો, "પણ હું તેના વિશે પણ જાણકારી કઢાવી લઈશ." અને નલકુબેર ત્યાંથી જતો રહ્યો. તેના સૈનિકોએ લોકોને ધકેલીને રસ્તો કર્યો. ભીડ વિખેરાઈ ગઈ.

અરજણે કળિ તરફ નજર કરી જે દીવાલ તરફ જોઈને હસી રહ્યો હતો. જ્યારે તે લોકો મહેલમાં ગયા તો કળિ બોલ્યો, "તું આવી કમજોરી ન બતાવી શકે."

"કળિ, તું મારો સલાહકાર નથી."

"તું આવી કમજોરી બતાવી ન શકે." કળિ નીકળતા ફરી બોલ્યો, "નરેન્દ્રને મારી નાખ. મેં એટલે જ મંદિરો નષ્ટ કર્યાં હતાં. ધર્મ ખોટો વિશ્વાસ ફેલાવવા અને ખોટા દેવતાઓને પૂજવા સિવાય કશું નથી કરતો."

અરજણ માનવા માગતો હતો, પણ તેણે ડોકું ધુણાવ્યું. *દરેક જીવન મૂલ્યવાન છે. હું એક હત્યારો બનવા નથી માગતો.*

"તે લોકોને તારી વિરુદ્ધ ભડકાવી રહ્યો છે. તારે એને રોકવો જ જોઈએ. શું તું ઇચ્છે છે કે લોકો પીઠ પાછળ તારી હાંસી ઉડાવે?" કળિ બોલ્યો, "હું જ્યારે બીમાર હતો ત્યારે મેં એકવાર આવી નિર્બળતા બતાવી હતી. આ સંધિ પછીની વાત છે અને એ લોકોએ એકબીજાને મારવાનું શરૂ કરી દીધું હતું. ક્યારેક રાજાએ પણ રાજનીતિ રમવી જ પડે છે."

ના... હું ફરીથી કોઈનો જીવ નહીં લઉં.

અરજણ ત્યાં જ ઊભો રહી ગયો અને કળિ જવા માટે પાછો ફર્યો. અરજણ અચાનક બોલ્યો, "તું મારી મદદ શેને માટે કરી રહ્યો છે? અત્યાર સુધી તો મને નફરત કરતો હતો. તારા અહીં પાછા આવ્યા બાદ એવું શું બદલાઈ ગયું છે?"

થોડીવાર એ ખંડમાં સન્નાટો છવાઈ રહ્યો. કળિ એ પછી અરજણ તરફ ફર્યો, "તેં એવું કહ્યું કે હું ગમે તે કહું પણ તને એ કશા પર વિશ્વાસ નથી."

અરજણને એ યાદ હતું, "એ બધું ભૂલી જઈએ, મારે તો પ્રશ્નનો ઉત્તર જોઈએ છે."

"સારું, અરજણ." કળિના ચહેરા પર સ્મિત ફરક્યું, "હું તને મદદ કરવા માગું છું અને તને એક સુયોગ્ય રાજા માનું છું તેની પાછળનું કારણ એક જ છે... તું મારો ભાઈ છે." આમ બોલતી વખતે કળિની આંખમાં એક ગર્વ દેખાતો હતો.

27

રાત પડી ગઈ હતી અને હવે નીકળવાનો સમય થઈ ગયો હતો.

મચ્ચાનુ તેના તંબૂમાં જઈ ચૂક્યો હતો અને પહેરેદાર બધા તંદ્રામાં હતા.

પદ્મા સળિયા પાસે નમીને ઊભી હતી ને રત્ના બોલી, "સમય થઈ ગયો છે, ચાલો જઈએ." તે વાંસથી બંધાયેલું દોરડું તોડવા લાગી.

"શેના માટે?" પદ્માએ પૂછ્યું.

"બજરંગ અને તેમના લોકોને બચાવવાનાં છે." રત્ના બોલી, "કેમ, તને એકદમ શું થઈ ગયું છે?"

પદ્માએ ઊંડો શ્વાસ લીધો, "ખબર નહીં, પણ એવું લાગે છે કે આપણે ભટકી ગયાં હતાં."

રત્નાએ દોરડું કાપવા માટે સ્મૃતને ચાકુ પકડાવ્યું, "મને તો એમ હતું કે તું આ બધું યોગ્ય છે એટલે કરી રહી હતી. હવે અચાનક શું થયું?"

"ખબર નહીં, હું તો ભગવાન બજરંગ માટે કરી રહી હતી. હું તેમનો આદર કરું છું, પરંતુ આજે જે સાંભળ્યું તે મુજબ તેમણે કેટલાં બધાં લોકોને દુઃખી કર્યાં... મને એવી લાગણી થાય છે કે આ બધું..."

રત્નાએ વાત કાપી, "જો છોકરી, મને મચ્ચાનુની વાતો પર રતીભાર વિશ્વાસ નથી આવતો. હું તો બજરંગ તરફથી પણ વાત સાંભળવા માગું છું. જો આ વાત સાચી હોય તો હું કોઈ નિર્ણય લઈ શકું."

પદ્માના ચહેરા પર સ્મિત આવ્યું. તે ઘણી જ ડામાડોળ થઈ ગયેલી હતી.

સ્મૃતે પાંજરાનો ખૂણો ખોલી નાખ્યો જેથી પાતળા શરીરવાળી વ્યક્તિ સહેજ ઘસાઈને બહાર નીકળી શકે.

"શું તું આવી રહી છે?" રત્ના મારુએ પૂછ્યું, "કે પછી રુદ્રોના

પક્ષમાં રહીને બજરંગ સામે લડવાની છે, કારણ કે તેમણે તને નિરાશ કરી છે."

"આ શું બોલી રહી છે તું?"

"આપણી અને મચ્ચાનુ વચ્ચે એટલો જ ફર્ક છે કે આપણે અમુક કામ એટલા માટે કરીએ છીએ, કારણ કે તે યોગ્ય લાગે છે. આપણે તે સ્વાર્થ વિના કરીએ છીએ. એ ન ભૂલીશ કે આ બધું આપણે ભગવાન બજરંગ માટે નહીં, પણ તેમના નિર્દોષ અનુયાયીઓ માટે કરીએ છીએ. તેમનો જીવ જોખમમાં છે. તે લોકોને આ મારવા માગે છે."

પદ્મા વાનરોની હત્યાની એ દુષ્ટ યોજના ભૂલી ગઈ હતી. તે લાગણીના પ્રવાહમાં ખેંચાઈ ગઈ હતી. તે કેટલી મૂર્ખ હતી.

રત્નાએ હાથ લંબાવ્યો, "યોગ્ય કામ કરવા માટે આગળ વધીએ."

પદ્માએ માથું હલાવીને હાથ પકડ્યો.

અને પછી વારાફરતી ત્યાંથી બહાર આવી ગયા. બધા પહેરેદારો ઘેનમાં હતા.

"હવે કઈ તરફ જઈએ?" રત્નાએ પૂછ્યું.

"હું જોવા માગું છું કે સૌથી મોટો તંબૂ છે તેમાં શું છે – આજે યોજના બનાવવા માટે એ લોકો ત્યાં ભેગા થયાં હતાં. આપણે તપાસ કરવી પડશે કે વાનરો વિરુદ્ધ શું કરવા જઈ રહ્યાં છે. તેનાથી તેમનો સામનો કરવામાં આસાની થશે." પદ્મા એકદમ હળવેથી બોલી.

રત્ના અને સ્મૃત દરવાનો પાસે મૂકેલી મશાલ લેવા ગયા. અંધારામાં તે વગર આગળ વધવું મુશ્કેલ લાગતું હતું.

તે સમયે જ પદ્માને આકાશમાં શુકો દેખાયો. તેણે સીટી મારીને તેને પોતાની પાસે બોલાવ્યો અને તે અવાજથી એક સૈનિક જાગી ગયો.

શુકોએ તેની પર હુમલો કર્યો અને રત્નાએ તાત્કાલિક તેને મોતને ઘાટ ઉતારી દીધો. પદ્મા બીજા સૈનિક સાથે લડી રહી હતી. હથિયાર ન હોવાથી તેને ઝપાઝપી કર્યા સિવાય છૂટકો નહોતો.

છેવટે બંને માર્યા ગયા. પદ્માને આ દૃશ્ય જોઈને જૂનો સમય યાદ આવ્યો જેમાં તે લોકોની હત્યાઓ કરતી હતી.

પદ્મા અને રત્ના તેમના ભાલા છીનવીને તંબૂ તરફ ગયાં. શુકો પદ્માના ખભે બેઠેલો હતો.

"આ તો હદ થઈ ગઈ." સ્મૃત ચિડાઈને બોલી.

"આશા રાખું છું કે તને એ યાદ જ હશે કે આપણું અભિયાન ફક્ત અપ્સરાઓને મુક્ત કરાવવા પૂરતું સીમિત નથી." રત્ના બોલી.

"ઓહ... હું યાદ રાખીશ." પદ્મા હસી પડી. એ બંને પેલા મોટા તંબૂ પાસે આવી ગયા.

એક મોટા મેજ પર કાગળ અને નકશા ફેલાયેલા હતા. એ ત્રણેય ધ્યાનથી બધું જોતાં હતાં. દંડકવનની આજુબાજુ કોઈ વિચિત્ર નિશાન કરેલાં હતાં – ઘણાં બધાં પાંદડાંઓને ભેગા કરીને એક મોટા પાંદડામાં ઢગલો કરેલા હતા.

"આનો અર્થ શો થાય?"

પદ્માએ બીજી તરફ પડેલા કાગળો જોયા તો એક કાગળ પર વાનરોની છાવણીને નિર્દેશિત કરેલી હતી.

રત્ના અને સ્મૃતે એક કાગળ પર પાવડાને દોરેલો જોયો. તે પાવડો સામાન્ય કરતા ઘણો મોટો હતો. તે લોકોએ તેમાંના અમુક બહાર મૂકેલા જોયા હતા. બીજા કાગળ પર મોટાં-મોટાં પાંદડાઓનાં વિશાળ ચિત્ર હતાં. તેની પર લખ્યું હતું – ઝેરી જાંબલી બુટ્ટી. તેનાં પાંદડાંઓ વિશેની જાણકારી પણ પાછળ લખેલી હતી – ઝેરીલી અને જીવલેણ.

પદ્મા હળવેથી બોલી, "હું જાણી ગઈ છું કે તે લોકો શું કરવા માગે છે. આ લોકોએ પૂરી યોજના બનાવી દીધી છે. આ લોકોએ દંડકવનની આસપાસનો બધો જ વિસ્તાર ખોદી કાઢ્યો છે."

"પણ એવું શા કારણથી કર્યું છે?"

"કારણ કે સમજી લો." પદ્માએ માથું હલાવીને હોઠ દબાવીને કહ્યું, "એ લોકોએ ખેડૂતો સાથે શું કર્યું હતું? એ લોકોને ઝેરીલી જડીબુટ્ટીનો ધુમાડો મોકલ્યો હતો."

"ઓહ... હા, વાત સાચી છે." રત્ના નિઃસાસા સાથે બોલી.

"આ તો તેનાથી પણ ખરાબ છે. આ જાંબલી બુટ્ટી તો સૌથી ઝેરીલું

ઝાડ છે. આ ઝાડનું થડ, મૂળ, ડાળીઓ કે ફળ દરેકમાં ઝેર હોય છે. તેનું ફળ ખાવાથી મૃત્યુ જ આવે અને પાંદડાંઓનો રસ જો શરીર પર લગાવવામાં આવે તો ભારે સોજા સાથે શરીર સળગી ઊઠે."

રત્ના અને સ્મૃત અવાક થઈ ગયાં.

"ખેડૂતો પર થયેલા હુમલામાં તપાસ કરવામાં આવી કે શું સાચે જ તેઓ ઝેરી ધુમાડાથી બીમાર પડી શકે છે." પદ્મા કાગળ ખસેડતાં બોલી, "આ એક મોટા પાયે નરસંહારની તૈયારી છે. વાનરોની આખી છાવણી એકવારના જ પ્રયાસમાં નષ્ટ થઈ શકે છે."

28

રાત ઘેરી હતી અને કલ્કિ ઘસઘસાટ ઊંઘતો હતો. ત્યારે જ ગુફાના એક ખૂણામાંથી કોઈ ખાતું હોય તેવો અવાજ આવ્યો ને તે જાગી ગયો.

કલ્કિ એક ગંદી પથારીમાં તેનાથીય વધુ ગંદા ધાબળામાં હતો, પરંતુ તે જે પરિસ્થિતિમાંથી પસાર થઈને આવ્યો હતો તેનાથી તો આ ઘણું સારું જ હતું.

જાંબવન ભોજન કરવામાં લીન હતો ત્યારે તેણે કલ્કિને જાગેલો જોયો. તેણે પોતાનામાંથી એક માછલી ઉઠાવીને કલ્કિની પથારી તરફ ફેંકી, "લે, આ ખાઈ લે."

"ના-ના... મને જરૂર નથી." કલ્કિએ સૂગ સાથે તે માછલી બાજુમાં મૂકી દીધી. તેણે આવું કાચું માંસ ક્યારેય નહોતું ખાધું, "આ બધું ગામમાંથી આવ્યું?"

જાંબવને માથું હલાવ્યું. તેણે માછલી પાછી લઈ લીધી અને અવાજ કરીને ફરીથી ખાવા માંડ્યું.

"મેં એ ગામમાં એક રહેવાસી સાથે વાત કરી હતી." કલ્કિને ત્યાં તબેલાના માલિકની વાત યાદ આવી, "શું આ ભોજન લીધા સિવાય ક્યારેય તમે એ લોકો સાથે કશી વાત કરી છે?"

તેમણે કલ્કિ સામે એવી રીતે જોયું જાણે કોઈ વિદેશી ભાષા બોલ્યો હોય!

"એ લોકોને ખબર હોવી જોઈએ કે આપ અહીંયા રહો છો."

"હું અહીંયા રહીને એ લોકોની રક્ષા કરું છું." જાંબવને એક મોટા ઓડકાર સાથે જવાબ આપ્યો.

"પણ એ લોકોએ ક્યારેય તમને જોયા નથી."

"મારી કામ કરવાની પદ્ધતિ આવી જ છે. મને કોઈ દેખાડો પસંદ નથી."

કલ્કિએ નિઃસાસો નાખ્યો, "પણ એ લોકો તમને જોવા ઇચ્છે છે. એ લોકો ડરે છે, કારણ કે તેમને લાગે છે કે એ લોકો જેને દેવ તરીકે પૂજે છે તેમનું કોઈ અસ્તિત્વ જ નથી. તેમના વિશ્વાસને ફરીથી જીવિત કરી દો. હું જાણું છું ત્યાં સુધી તે ગામમાં તમારી પૂજા થાય છે અને આપ તો ચોરીછૂપીથી ભોજન લાવ્યા સિવાય કશું જ નથી કરતા."

જાંબવને માથું ખંજવાળ્યું, "જવાબદારી?"

"હા, જવાબદારી. ગુફામાં છુપાઈને ફક્ત ભોજન કરવું સહેલું છે, પણ ત્યાં રહીને તેમની રક્ષાની જવાબદારી નિભાવવી કઠિન છે. એ લોકો તમને ત્યાં ઇચ્છે છે. મને વિશ્વાસ છે કે તમને જોઈને એ લોકો ઘણા રાજી થશે."

કલ્કિને હતું કે જાંબવન તેની વાત સમજશે અને માનશે, પણ સામેથી કોઈ જ પ્રકારનો પ્રત્યુત્તર ન આવ્યો.

કલ્કિ એ જ ખડક પર હતો જ્યાં પહેલા બેઠો હતો. હંમેશની માફક તેજ પવન વહી રહ્યો હતો. તેણે આસમાની, જાંબલી અને લાલ રંગના મિશ્રણથી રંગાયેલી રાત જોઈ.

કલ્કિ પલાંઠી લગાવી બેઠો હતો અને તેના બંને હાથ ઘૂંટણ પર ટેકવેલા હતા. તે એકદમ શાંત અને સહજ દેખાતો હતો. જાંબવન તેની પાસે જ ઊભા હતા. કલ્કિને તેમનો ઘુરકાટ સંભળાતો હતો.

તેણે તેના ગુરુને પૂછ્યું, "હવે મારે શું કરવું જોઈએ?"

"પોતાની સૌથી મોટી કમજોરી શોધ."

કલ્કિ એકદમ ચોંક્યો. તેને લાગ્યું કે તે એવું કરવાથી ડરી રહ્યો છે. તેણે પૂછ્યું, "કેમ?"

"એ સૌથી જરૂરી છે. પોતાની જાતને એ કમીથી બચાવવાની છે."

કલ્કિએ સંમતિ દર્શાવી. તેણે ઊંડા શ્વાસ લઈને ધ્યાન લગાવ્યું. થોડીવાર પછી તેને જંગલી ફૂલોની સુવાસ આવવા લાગી. તે પોતાની નીચે ઘાસનો સ્પર્શ અનુભવી શકતો હતો. હવે તે કોઈ બીજી જગ્યાએ હતો.

તેણે માનસિક સંવાદ સ્થાપી લીધો હતો.

કલ્કિએ પોતાને શંભલમાં જોયો, પણ આ જગ્યા અગાઉ જેવી હતી તેના કરતાં અલગ હતી.

આ તો તેનું ઘર હતું. તે પોતાની યુવાનીમાં અઢારેક વર્ષનો હતો. અરજણ પણ ત્યાં હતો. એ બંને ઝૂંપડીની બહાર ઊભા હતા અને તેમના પિતાજી ગુસ્સામાં હતા.

પિતાજી... તમારી બહુ યાદ આવે છે.

વિષ્ણુયશે કલ્કિના કાન ખેંચ્યા અને તે ચીસ પાડી ઊઠ્યો.

એ ક્યારના મૃત્યુ પામ્યા હતા, પણ એવું લાગે છે કે કાલે જ તે ત્યાં ઊભો હતો અને પિતાજીના હાથનો માર ખાઈ રહ્યો હતો.

"અરે, મારા મિત્ર!"

કલ્કિએ પાછું ફરીને જોયું તો ભગવાન વિષ્ણુના પાંચમા અવતાર વામન જોવા મળ્યા.

"આ જગ્યાએ શું કરી રહ્યો છે? અરે વાહ, કોઈની ધોલાઈ થઈ રહી છે. એવું કેમ?"

કલ્કિએ યાદ કર્યું કે તે દિવસે શું થયું હતું, "મને ગાયોનું ધ્યાન રાખવાનું કહ્યું હતું, પણ હું લક્ષ્મીને મળવા જતો રહ્યો હતો." ત્યારે અરજણના ચહેરા પર સ્મિત હતું.

"ઓહ મિત્ર, સમજી ગયો. હું પણ આવા તોફાનો કરતો હતો." ભગવાન વામને પોતાની રંગબેરંગી છત્રી પર ઝૂકતાં કહ્યું, "મારા પિતા કશ્યપને તો જાણે જ છે. એ કેટલીય વાર મને લાકડીથી મારતા હતા. તે એવા કામ કરવાનું કહેતા હતા જે મને ગમતું નહોતું. જ્યારે મેં કહ્યું કે, હું એક છોકરીને પસંદ કરું છું તો મારી હાંસી ઉડાવીને કહ્યું કે, હું પતિ બનવાને યોગ્ય નથી... હું... ઘણો... મને લાંબા લોકોની ઈર્ષ્યા થતી હતી, પણ પછી મને થયું કે લંબાઈનો એવો કોઈ અર્થ નથી. જો તમે યોગ્ય રીતે કામ કરો છો ત્યારે તમારામાં રહેલાં સાહસ અને બળ વધુ મહત્ત્વનાં છે. મારા મિત્ર, સાહસને લંબાઈ સાથે કોઈ મતલબ નથી. એક ઉંદર પણ ધારે તો બિલાડી સામે વાઘ બની શકે છે અને ઊલટું

એક હાથી પણ સિંહ સામે નિર્બળ સાબિત થઈ શકે છે."

"સારી સલાહ છે."

"આભાર...! મારી પાસે એક પુસ્તક છે. મને લખવું ગમે છે. બની શકે કે હું તેને પ્રકાશિત પણ કરાવીશ." વામન બોલ્યા, "તું ગુસ્સામાં કેમ દેખાય છે?"

કલ્કિએ હોઠ કરડ્યા, "હું ગુસ્સામાં હતો." પણ કારણ યાદ નથી આવતું, "મને એ વાતનો ગુસ્સો હતો કે અરજણ મારાથી ઉત્તમ કેમ છે – એ મારાથી વધુ જવાબદાર અને મહેનતુ હતો. હું મોટેભાગે તેને મારી તાકાતના જોરે નાનો દેખાડવાની કોશિશ કરતો હતો. જોકે લડાઈમાં ક્યારેક અરજણ ઘાયલ પણ થતો, પણ મને ક્યારેય તેની ઈર્ષ્યા નથી થઈ." કલ્કિએ નિઃસાસો નાખ્યો, "મને આ વાતે જ નફરત હતી. તેને દત્તક લેવામાં આવ્યો હતો, પણ તોય પિતાજી તેને વધુ પસંદ કરતા. એ મારી જગ્યા છીનવી રહ્યો હતો. ઓહ... હું કેવો મૂર્ખ હતો...!"

ત્યાં જ દૃશ્ય બદલાયું. દિવસ નહીં, પણ રાત્રિ હતી. એ લોકો ઝૂંપડીની અંદર હતાં. અરજણ ઊંઘી રહ્યો હતો.

કલ્કિ અને ભગવાન વામન ખૂણામાં ઊભા હતા. અરજણ શાંતિથી ઊંઘી રહ્યો હતો. ત્યારે તેને થયું કે તેને પોતાના ભાઈની કેટલી યાદ સતાવી રહી હતી.

"કેટલો શાંત અને સૌમ્ય ચહેરો છે!" ભગવાન વામન બોલ્યા.

ત્યાં જ કલ્કિને દરવાજા પાસે એક પડછાયો દેખાયો. કોઈ હાથમાં તકિયો લઈને અંદર આવ્યું. તેણે અરજણને જોયા બાદ તેના ચહેરા પર તકિયો મૂકી દીધો. દબાણ થવાથી અરજણ તરફડવા લાગ્યો, તેને શ્વાસ લેવામાં તકલીફ થવા લાગી. તેણે હત્યારાને પાછળ ધકેલવા ઇચ્છ્યું, પણ તે ઘણો શક્તિશાળી હતો.

એ બાદ તે વ્યક્તિ તેનું કામ અધૂરું મૂકીને ભાગી ગઈ અને અરજણ ગભરામણ સાથે આસપાસ જોવા લાગ્યો. તેણે ચીસો પાડીને ઘરમાં કહ્યું કે કોઈએ તેનો જીવ લેવાનો પ્રયાસ કર્યો.

"ઓહ... એ કોણ હતું?" ભગવાન વામન બોલ્યા.

"એ હું જ હતો." કલ્કિ બોલ્યો.

કલ્કિ પાગલની જેમ ગુફામાં ચક્કરો કાપી રહ્યો હતો. એ વર્તમાનમાં હતો, પણ વ્યાકુળ હતો. તેને ઘણું વિચિત્ર લાગી રહ્યું હતું.

આ ઘટનાને તો હું કેવી રીતે ભૂલી શકું છું?

કલ્કિએ પોતાના મનમાંથી આ ઘટનાની યાદને ભૂંસી નાખી હતી. તેને યાદ હતું કે તે દિવસે તે પોતાના ભાઈનો જીવ લેવાને કેટલો નજીક હતો અને તે ભાગી ગયો હતો.

તેને પોતાની જાત પર શરમ અનુભવાતી હતી.

હું દુષ્ટ છું. મેં મારા ભાઈનો જ જીવ લેવાનું ઇચ્છ્યું. હે ભગવાન, હવે હું અરજણનો સામનો કેવી રીતે કરીશ?

જાંબવને પૂછ્યું, "તેં એવું શું કામ કર્યું હતું?" કલ્કિએ તેમને જણાવ્યું કે તેણે માનસિક સંવાદ દરમ્યાન શું જોયું હતું.

"કારણ કે... કારણ કે... મને તેની પર ગુસ્સો આવ્યો હતો. હું બુદ્ધિહીન હતો. મારી સમજમાં નહોતું આવતું કે હું શું કરવા જઈ રહ્યો હતો. મને એમ કે હું બધી જ ચિંતાઓથી મુક્તિ પામી જઈશ." તેણે અંગૂઠો ચાવતાં માથું હલાવ્યું, "હું કેટલો...!"

"મૂર્ખ અને નિર્બળ...?"

કલ્કિએ શરમથી માથું ઝુકાવ્યું. તેણે તે મહાન-રીંછ સામે જોઈ કહ્યું, "ઈર્ષ્યાખોર, હું તેનાથી જલતો હતો. જે રીતે વામનદેવને લાંબા લોકોથી ઈર્ષ્યા થતી હતી."

"ના..." જાંબવન બોલ્યા, "તું હજુય તેનાથી ઈર્ષ્યા ધરાવે છે."

"ના, ના... હું એવો નથી. ફક્ત ઈર્ષ્યાને કારણે કોઈ કેવી રીતે લડી શકે છે?"

જાંબવન ઉત્તર આપવા જતા હતા ત્યાં કલ્કિએ બૂમ પાડી. એક મોટો ને સળગતો પથ્થર ગુફાને અથડાયો. એ બંને ત્વરાથી યોગ્ય સમયે

ગુફાની બહાર આવી ગયા.

બર્ફીલી સફેદી ધરાવતા પર્વતીય ઢાળ પર લપસતા કલ્કિની નજર દસ-બાર ઘોડેસવાર પર પડી. તેમની પાછળ પ્રક્ષેપાસ્ત્ર રાખેલા હતા. તેમની આગળ લોઢાનું કવચ પહેરેલો એક હાથી ઊભો હતો.

બે લોકોને હરાવવા માટે આટલો શસ્ત્ર-સરંજામ... ? આ લોકો મારાથી અને જાંબવનથી વધુ પડતા ડરેલા લાગે છે.

અને તે લોકોની વચ્ચે કુરૂપ અને વિચિત્ર લાગતા ભાર્ગવ રામ પણ દેખાયા.

29

"**દેવી,** અંતિમ રાત્રિ છે, પોતાની છેલ્લી ઇચ્છા વિશે વિચારી લો. સવારે તમને મૃત્યુદંડ આપવામાં આવશે." કારાગૃહના પહેરેદારે કહ્યું અને જતો રહ્યો.

મનસા જમીન પર ગબડી પડી અને આજુબાજુ જોવા લાગી. છત પરથી પાણી પડી રહ્યું હતું અને ઉંદરો પોતાના દરમાં ફરી રહ્યા હતા. કારાગૃહમાં ચંદ્રની આછી ઉદાસ રોશની ફેલાયેલી હતી.

મનસાએ નિઃસાસો નાખ્યો અને પોતાનાં અસ્તવ્યસ્ત કપડાં જોયાં. તે પોતાની સુગંધને સૂંઘી શકતી હતી જે તેને ગમતી નહોતી.

આ એક ભયંકર યોજના હતી. મારે તેની પાસેથી તે કાગળ લઈ લેવો જોઈતો હતો.

આ એક મોટી ભૂલ હતી, પણ તેને તેની છાવણીમાં પાછું જવું હતું. જ્યારે પણ તે વિચારતી કે દાનવ તેના માણસો પર હુમલો કરી રહ્યાં હશે તો તેની ચિંતા ખૂબ જ વધી જતી હતી.

જો કળિએ આજે હુમલો કરી દીધો તો? શું વિભીષણ બધું બરાબર સંભાળી લેશે? તેણે એકલાએ જ મોરચો સંભાળવો પડશે. કાલે મને મારી નાખવામાં આવશે.

"તમે શું કર્યું હતું, દેવીજી?" બાજુની કારાગૃહમાં સડેલા દાંતવાળા માણસે પૂછ્યું. તેનો ચહેરો ધૂળથી રંગેલો હતો અને તેના શરીરમાંથી મરેલા ઉંદરોની દુર્ગંધ આવી રહી હતી.

બીજી બાજુ પણ એક કેદી હતો – તેના વાળ લાલ રંગના હતા. તે સારો દેખાતો હતો. કદાચ કોઈ સૈનિક હતો, "રૂસ્તમ, તેને એકલી છોડી દે."

"વિનોદ, તને શું તકલીફ છે? હું આ ઘરડી મહિલા જોડે વાત કરી રહ્યો છું."

ઘરડી મહિલા? એમ?

"તમને શેના માટે કારાગૃહમાં લાવવામાં આવ્યા છે?" રૂસ્તમે પૂછ્યું.

મનસા ચૂપ રહી.

"તેમણે મને એટલા માટે પકડ્યો, કારણ કે તેમને લાગે છે કે કોઈ માલિકની જેમ હું પોતાની ઝૂંપડપટ્ટી પર રાજ કરું છું. તેમને તે નથી ખબર કે હું તેમની જેમ ભ્રષ્ટ નથી." તેણે પોતાના હાથ વાળતા હાંફ સાથે કહ્યું.

વિનોદ મનસા તરફ ફર્યો અને બોલ્યો, "તારે તેને જવાબ આપવાની જરૂર નથી."

મનસા તે બંનેની અવગણના કરી રહી હતી.

"નક્કામા રાક્ષસો! તેમને લાગે છે કે તે અમારું જીવન તબાહ કરી શકશે. હું કેટલાં વર્ષોથી પોતાની ઝૂંપડપટ્ટી સંભાળતો હતો અને હવે રક્તપને તેમાં તકલીફ થવા લાગી છે."

"હમ્મ, પણ તેં તો અહીંયા આવવા માટેનું જ કામ કર્યું છે." વિનોદે રૂસ્તમને કહ્યું, "તને લાગે છે કે તું તારા અનાથ લોકો જોડે ગુપ્તચરનું કામ કરાવે તે યોગ્ય છે?"

"મને ઘણું બધું સોનું મળ્યું હતું. હું શું કરું? મારો પણ કોઈ માલિક છે. આના જેવી જ એક નાગ સ્ત્રી. તેની પણ ભૂરી આંખો હતી."

તે માણસે મનસાનું ધ્યાન ખેંચ્યું, "કોણ છે તે સ્ત્રી?"

"ઓહ, દેવીજીને વાતમાં રુચિ થવા લાગી?" તે હસ્યો.

"મને તેના વિશે કહો."

"ખબર છે, તેનો ચહેરો જોઈ અંદાજ ન લગાવી શકીએ કે તે એક સ્ત્રી છે. તેને જોઈને એવું જ લાગે કે તેને કોઈએ ખરાબ રીતે મારી છે. કદાચ તેને પોતાને પણ પાકું ખબર નહીં હોય કે તે કોઈ સ્ત્રી છે કે નહીં, પણ તેને એક સ્ત્રી જ માની લઈએ છીએ..."

"શું તું કામની વાત કરી શકે છે?" મનસાએ પૂછ્યું.

રૂસ્તમને ખરાબ લાગ્યું. મનસાને અહેસાસ થયો કે તેણે ધીરજ રાખવી પડશે. તેણે શાંતિથી કહ્યું, "મહેરબાની કરીને કહો."

રૂસ્તમ ખુશ થઈ ગયો, "હમ્મ, તેણે મારી ઝૂંપડપટ્ટીના કેટલાક અનાથો ખરીદ્યા. મને નહોતી ખબર કે તે એ લોકો પાસે શું કરાવવા માગે છે અને મેં પણ ન પૂછ્યું. જ્યારે તે લોકો જાસૂસી કરી રહ્યાં હતાં ત્યારે મને ખબર પડી."

શું આનો સંબંધ તે દસ્તાવેજો જોડે હશે?

"તમારા અનાથોને શું મળ્યું?"

"ખબર નથી દેવી, તે બધાની ખબર પડે તે પહેલાં મને કારાગૃહમાં નાખી દીધો."

મનસા બીજા સવાલ પૂછવા માગતી હતી, પણ તે પહેલાં એક સૈનિક આવી ગયો. આ વખતે બીજો કોઈ રાક્ષસ હતો. મનસા વિચારમાં પડી ગઈ કે તેણે દરવાજો ખોલી અંદર એક કામળો ફેંક્યો.

"આને ચહેરાની આસપાસ લપેટી લો." તે બોલ્યો.

"શું થયું... શેના માટે...?"

"મને એરાવને મોકલ્યો છે."

મનસાની સમજમાં એ ન આવ્યું કે તેના સેનાપતિએ આ બધું કેવી રીતે કર્યું હશે. તેને આનંદ થયો. તેણે કામળો લપેટ્યો અને તેની સાથે બહાર નીકળી. તેણે પાછા ફરીને રૂસ્તમ અને વિનોદના ચહેરા જોયા, પછી રૂસ્તમને પૂછ્યું, "જો આ અનાથો વિશે જાણકારી મેળવવી હોય તો ક્યાંથી મળશે?"

"આજુબાજુમાં રૂસ્તમની સંતાવાની જગ્યાઓ વિશે પૂછી લેવાથી મળી જશે."

મનસાએ માથું હલાવ્યું અને ઝડપથી ત્યાંથી નીકળી ગઈ.

તેને ખબર નહોતી કે તેને કઈ બાજુ લઈ જવાઈ રહી હતી. બધું અંધારામાં ગરકાવ હતું અને તે લોકો ચૂપચાપ આગળ વધી રહ્યાં હતાં.

દેવતાઓએ મને કારાગૃહ મોકલી. એ લોકો ઇચ્છતા હતા કે મને આ વાતની જાણકારી મળે. આ બધું પહેલેથી જ નક્કી હતું.

મનસાને લાગ્યું કે તે દસ્તાવેજ સુધી પહોંચવાની તૈયારીમાં હતી. સમય વીતતો હતો. તેને ઘણી ઝડપથી પગલાં ભરવા પડે તેમ હતું.

દેવતાઓ તેની સાથે હતા. એ લોકો પણ ઇચ્છે છે કે તેની જીત થાય એટલે તેને મદદ મળી રહી છે. તેને પૂરી શ્રદ્ધા હતી.

કોઈ દૈવીય શક્તિ તેને મદદ કરી રહી છે. આ કોઈ જોગાનુજોગ નથી કે તે એવી નરક જેવી કોટડીમાં હતી જ્યાં સાથેનો કેદી તેને કોઈ નાગ મહિલા વિશે જણાવી રહ્યો હતો.

મનસા મનમાં વિચારવા લાગી કે તે હવે આસ્તિક થઈ ગઈ તેવું લાગે છે.

તે લોકો કિલ્લાના મુખ્યદ્વારની નજીક પહોંચવાની તૈયારીમાં હતા ત્યારે મનસાએ એક માણસને જોયો. તેના હાથમાં ભાલો હતો. તે કોણ છે તે ઓળખાયું નહીં. તે માણસની નજીક બે ઘોડાઓ પણ તૈયાર રાખેલા હતા.

તે માણસે દીવાલ પરની મશાલને સળગાવી દીધી.

મનસા દોડીને એરાવનને કસીને ભેટી પડી. એરાવનને તાત્કાલિક તો નવાઈ લાગી, પણ તેણે પણ બે હાથે તેને કસીને પ્રતિક્રિયા આપી. તે રાક્ષસ સૈનિક તરફ ફર્યો અને બોલ્યો, "તારો આભાર."

"હમ્મ... હવે મારું કોઈ દેવું બાકી નથી... બરાબર ને?" તે રાક્ષસ આમ બોલીને કારાગૃહ તરફ પાછો ફર્યો.

"આ તારો દેવાદાર કેવી રીતે હતો?" મનસાએ પૂછ્યું.

તેણે સંકોચ સાથે કહ્યું, "હું ક્યારેક-ક્યારેક જુગાર રમવા જતો હતો. રાક્ષસો મોટેભાગે મારી સામે હારી જતા. આ વ્યક્તિ મારી સામે હારી ગયો હતો એટલે મેં કહ્યું હતું કે એક વખત હું પૈસા લેવા આવીશ અથવા બીજી કોઈ રીતે મારું દેવું ચૂકવી દેજે."

"તો તેં મારો જીવ બચાવવા માટે આટલું બધું કર્યું?"

"હા... કારણ કે તમે રાણી છો."

મનસાએ આંખો ઝીણી કરીને પૂછ્યું, "કે પછી હું તને ગમવા લાગી છું એટલે?"

"મારે તો તમને ગમાડવાં જ પડે ને." તેણે સ્મિત સાથે કહ્યું.

"સેનાપતિ... શું મારી યોજના અણવિચારી કે અણઘડ હતી?"

એ બંને ઘોડા પર બેસીને પોતાના ચહેરા ઢાંકીને ત્યાંથી નીકળી ગયા.

"તમે રાણી છો એટલે હંમેશાં સાચા જ હોવ."

"પણ સાચું બોલ... આ બધું ખરેખર કેવું હતું."

એરાવને તેનું હાસ્ય છુપાવીને કહ્યું, "રાણી... સાવ જોખમી યોજના હતી."

અને તે હસી પડી.

કદાચ તે ઘણા લાંબા સમય પછી આવું હસી હતી.

મનસા અને એરાવન ગલીના છેડે એક મકાનથી થોડેક દૂર ઊભાં રહી ગયાં. તેની બહાર પહેરો હતો. તે ઘરનાં બારી-બારણાં બંધ હતાં.

આ એક લેખકનું ઘર છે.

મનસાએ એરાવન સામે પ્રશ્નાર્થ નજરે જોયું, "તને આ લેખકના ઘર વિશે ક્યાંથી ખબર?"

"જ્યારે રક્તપ તમારી સાથે વાત કરી રહ્યો હતો ત્યારે હું બહાર હતો અને મેં બધું સાંભળી લીધું હતું. તમને બંદી બનાવવાની વાત સાંભળી હું ત્યાંથી સરકી ગયો હતો. વાસુકિ અને સેનાપતિ તક્ષકની સંધિ દરમ્યાન હું અહીંયા જ હતો એટલે રાક્ષસ સેનામાં ઘણાબધા મારા મિત્રો છે. જ્યારે તમને લઈ જઈ રહ્યા હતા ત્યારે હું કિલ્લામાં જ છુપાયો હતો. હું મારા મિત્રોની મદદથી બહાર નીકળ્યો અને લેખકો વિશેની જાણકારી મેળવી લીધી."

"અને... બીજું કંઈ...?"

"તે બધા કોબ્રાના દંશથી મર્યા હતા અને કોબ્રા કોના મિત્ર હોય...?"

"નાગલોકોના... પણ આપણે તો તેને પૂજીએ છીએ. તેને પાલતુ નથી બનાવતા. કદાચ પહેલાંના જમાનામાં હતું એવું."

"મને એ વિશે બીજી કોઈ જાણકારી નથી મળી, પરંતુ આ વ્યક્તિ જે હોય તેને નાગને વશમાં કરવાનું ફાવે છે."

મનસા વિચારવા લાગી કે આ વાતનો શો મતલબ હશે? "શું તને ભાગ્ય પર ભરોસો છે?"

"મહારાણી, તમે ઘણી અજીબ વાત પૂછી રહ્યાં છો."

"જે પૂછ્યું તેને ભૂલી જા. હજુ આપણે લિપિકોના હત્યારા પાસે જવાનું છે. રૂસ્તમનાં ઠેકાણાં વિશે તપાસ કરવી પડશે."

નગરમાં કલાકો સુધી ભટક્યા પછી તે ઝૂંપડપટ્ટીમાં પહોંચી જ ગયાં.

રૂસ્તમનું રહેઠાણ બે જૂની ઇમારતો વચ્ચેની એક ઇમારતમાં હતું. તેમાં ઘણાં બધાં બાળકો હતાં. જે અંદરોઅંદર વાતો કરી રહ્યાં હતાં, રમી રહ્યાં હતાં અને કેટલાક ખાઈ રહ્યાં હતાં.

મનસા અને એરાવન ઘોડા પરથી ઊતરીને અંદર ગયાં. બાળકો એમને જોઈને વિચારવાં લાગ્યાં કે આ કોણ છે?

અને પછી એક બાળક ભાગવા લાગ્યો.

"પકડો એને!" મનસાએ એરાવનને આદેશ આપ્યો.

જ્યારે એરાવન તેની પાછળ ભાગ્યો ત્યારે મનસાએ બીજા અમુક અનાથોને જોયાં. તેમનાં પેટ ભરેલાં લાગતાં હતાં અને તે ચોખ્ખાં કપડાંમાં હતાં.

તરત જ તેને છોકરાનો રડવાનો અવાજ સંભળાયો. એરાવન તેને ઘસડીને લાવી રહ્યો હતો. તે આવવા નહોતો માગતો. તેણે એરાવનના હાથ પર બચકું ભરી લીધું હતું, પણ તે અડગ રહ્યો. તેણે અનાથને નીચે ફેંક્યો અને પોતાનું ખંજર તેના ગળા પાસે મૂકી દીધું.

મનસાએ જલદીથી એરાવનની તરફ આંખો કાઢી તો તેણે ખંજર પાછું મૂકી દીધું.

"માફ કરજે. મારા આ દોસ્તને બાળકો પસંદ નથી." મનસા ઘૂંટણિયે બેસી ગઈ, જેથી આરામથી વાત કરી શકે.

"શું નામ છે તારું?"

કોઈ જવાબ ન આવ્યો. છોકરો ગુસ્સાથી જોઈ રહ્યો.

"હું તને સોનું આપીશ." મનસાએ પોતાનાં કંગન આપતાં કહ્યું, "આને બજારમાં વેચી શકે છે, પણ પહેલાં તે સ્ત્રી વિશે કહેવું પડશે."

તેની આંખો ચમકી ઊઠી, "તમને તેના વિશે કેવી રીતે ખબર પડી?"

"મને રૂસ્તમે જણાવ્યું."

"તે એક ગદ્દાર છે."

"મને પણ પસંદ ન આવ્યો, પણ તેણે જ અમને તારી પાસે મોકલ્યાં છે. મને વિશ્વાસ છે કે તું કશું જણાવીશ."

"અમે અમારા માલિકો વિશે કશું નથી કહેતાં."

"તે મારા જેવી છે? એક નાગ?"

તેણે સંમતિમાં માથું હલાવ્યું.

"સાચું જણાવી દે – આના જેવા બીજાં પણ કંગન છે, તે બધાં આપી દઈશ."

મનસાએ તે કંગન તેને આપ્યું તો તરત તેણે ખિસ્સામાં મૂકી દીધું અને બોલ્યો, "તે આજે જઈ રહી છે."

"કોણ છે તે?"

"તેને બધા માતા કહે છે. ભૂરી આંખોવાળા લોકો તેને પૂજે છે. તે તેમને પોતાની દેવી માને છે."

"શું તેને પૂજવાવાળા લોકો પાસે સાપ છે?"

"ખબર નહીં."

"તે પેલા કાગળને કેમ માગતી હતી?"

"કેમ એ ખબર નથી. અમે મહેલના સૈનિકોની જાસૂસી કરતાં સાંભળ્યું કે આ મહિને લેખકે એક દસ્તાવેજ આપ્યો છે. અમે લેખકોનાં સરનામાં પણ તેને કાઢીને આપ્યાં હતાં. બદલામાં અમને ભોજન અને સોનું મળ્યું."

"અત્યારે તે કઈ જગ્યાએ છે?"

તે કશુંક કહેવા ગયો, પણ તે ચૂપ થઈ ગયો. કદાચ ડરી ગયો હતો.

"હું વચન આપું છું કે તને કોઈ તકલીફ પહોંચાડવામાં નહીં આવે." મનસાએ કહ્યું.

તેને મનસા પર વિશ્વાસ ન થયો.

મનસાએ રત્નજડિત સોનાનું બીજું કંગન ઉતારીને તેને આપી દીધું.

તે હસ્યો, "તેનું રહેઠાણ નગરની બહાર છે. અમને તેના રહેઠાણ

પર લઈ જતી વખતે આંખ પર પટ્ટી બાંધી હતી, એટલે જગ્યા નથી ખબર, પણ મેં પગલાં ગણ્યાં હતાં." તેણે ગર્વથી કહ્યું, "તે પશ્ચિમી દ્વારથી પૂર્વ દિશામાં પચાસ પગલાં દૂર છે."

"તને જોઈને મને કોઈ યાદ આવી ગયું."

"કોણ?"

"એક છોકરી - તેનું નામ પદ્મા હતું."

"હું તો એક છોકરો છું."

અને તે એક ઉંદરની જેમ પાછો ઇમારતમાં જઈ છુપાયો. મનસાએ પોતાના સેનાપતિને કહ્યું, "આ નગર પર કબજો કર્યાં પછી આ છોકરાને આપણો ગુપ્તચર નિયુક્ત કરીશ."

"જરૂર, મહારાણી!"

"આપણું વિમાન ક્યાં છે?"

"તે કિલ્લામાં છે. તેમણે સુપર્ણ ચાલકને મારી નાખ્યો."

"શું તું વિમાન ઉડાવી શકે છે?"

"મારા મિત્ર મદદ કરશે. જોઉં છું કે હું શું કરી શકું છું?"

"તો સારું!" તેણે પશ્ચિમી દ્વાર તરફ જોયું, "તું વિમાન લઈને આવ, ત્યાં સુધી હું જોઉં છું કે આ માતા વળી કોણ છે?"

"એકલા?"

મનસા હસી, "સેનાપતિ! એ ગમે તે હોય, પણ હું તેને સંભાળી શકું તેમ છું."

30

અરજણ જાણતો હતો કે તે કળિના દાનવોનો ઉપયોગ નહીં કરી શકે. એમની વચ્ચે જે પણ વાત થઈ, તેના પછી તો બિલકુલ પણ નહીં. અરજણે એ બધું ભૂલવા ઇચ્છ્યું, પણ બધું જ મગજમાં ચકરાવા લઈ રહ્યું હતું. કળિ બેઇમાન માણસ હતો, પણ જ્યારે તેણે અરજણને તેનો ભાઈ હોવાની વાત કહી તો અરજણને કોઈ દુર્ભાવના ન દેખાઈ. તેણે પોતાના વિચારને દૂર ધકેલ્યો અને આજના દિવસ પર ધ્યાન કર્યું.

પહેલાં તો તે પોતાની હઠ પર અડગ રહ્યો કે તેને યુદ્ધમાં દાનવોનો પ્રયોગ નથી કરવો, પણ પછી તેને લાગ્યું કે તેની પાસે પૂરતા સૈનિકો નહોતા અને દાનવોનો પ્રયોગ ન કરવાથી વાત નહીં બને. તેણે ઇચ્છા વગર પણ દાનવોને યુદ્ધમાં મોકલવાનો નિર્ણય લેવો પડ્યો.

અરજણે ચિંતામાં માથામાં હાથ ફેરવ્યો. તે કળિનો ઉપકાર લેવા નહોતો માગતો.

અને તે માણસ તેનો ભાઈ હોવાનો દાવો કરી રહ્યો હતો.

અસંભવ!

તે હવે જીવન વિશે વિચારવા માગતો નહોતો. કળિ ઘણો આગળ નીકળી ગયો હતો. અરજણને પોતાની મૂર્ખતાનો અહેસાસ થયો, તેણે એ શેતાનને પોતાના કિલ્લામાં રહેવા દીધો. જો કે, તે તેને પોતાનો સલાહકાર બનાવી ચૂક્યો હતો.

દરવાજો ખૂલ્યો અને નલકુબેર અંદર આવ્યો, “મહારાજ, તમે મળવા માગતા હતા?”

“નલ, યુદ્ધ શરૂ કરવાનો સમય થઈ ગયો છે. આપણા માણસો અને દાનવોને શત્રુઓ સામે યુદ્ધ કરવા મોકલો.”

“સમજી ગયો, હું હમણાં જ આપણાં લોકોને ખબર આપું છું.”

"તો સારું, હું જઈને હવે તૈયાર થાઉં છું."

"મહારાજ! શેના માટે?"

"લડાઈ માટે. તેં સાંભળ્યું નહીં કે મેં શું કહ્યું?"

નલકુબેરે તેને કંઈક ચિંતામાં જોયો. તે પોતાનું વાક્ય બોલતાં પહેલાં તેના પર વિચાર કરી રહ્યો હતો.

"અરજણ, મને નથી લાગતું કે હવે તારે લડવું જોઈએ."

"કેમ?"

"શું ક્યારેય કોઈ રાજાને લડતા જોયા છે? તને કંઈ થઈ જાય તો?"

અરજણ પોતાની ખુરશી પરથી ઊઠીને નલકુબેરની તરફ આવ્યો. કેટલીક વાર સુધી તેમણે એકબીજાની સામે જોયું. અરજણે ઊંડો શ્વાસ લીધો અને પોતાની અંદર ઉકળી રહેલા રોષને શાંત કરવા માંડ્યો.

તે નલકુબેર પાસે આવીને બોલ્યો, "શું તું તારા રાજાને કહી રહ્યો છે કે તેણે શું કરવું જોઈએ?"

નલકુબેરને આઘાત લાગ્યો. તેણે સપનામાં પણ નહોતું વિચાર્યું કે અરજણ તેની જોડે આવી વાત કરશે.

"જો તું મરી જાય તો નગર માટે નવો શાસક શોધવો પડશે."

અરજણનો ચહેરો શાંત થઈ ગયો અને તે ખુરશી પર બેસી ગયો. તે માનસિક રીતે થાકી ગયો હતો.

"પણ આપણે આ વિશે વાત કરીશું. જો તું લડવા માગે તો મારા તરફથી કોઈ મનાઈ નથી અને અરજણ, મને તારા અને કળિ વિશે ખબર છે. જ્યારે તે પોતાની મદદનો પ્રસ્તાવ લઈને આવ્યો હતો ત્યારે કળિએ મને બધું કહી દીધું હતું."

"મેં તેના પર ભરોસો કરવાની ના કહી દીધી."

"શું તું વિશ્વાસ નથી કરી શકતો કે તે તારી મદદ કરવા માગે છે?"

અરજણને ફરી ગુસ્સો ચડ્યો, "નલ, તે નેક માણસ નથી. તે હંમેશાં કોઈ ને કોઈ પ્રપંચ કરતો આવ્યો છે... તે હત્યારો છે." *મારી જેમ!*

"તો તું તેને તારો ભાઈ નથી માનતો?"

"હું કોઈ અસુર નથી, એક માનવ છું."

"પણ જો તું હોય તો?" નલકુબેર અરજણ પાસે આવીને ઊભો રહી ગયો.

"જો તું એક બળશાળી અસુર હોઈશ તો? શું તને યક્ષોની ભવિષ્યવાણીની ખબર છે?"

અરજણે સંમતિપૂર્વક માથું હલાવ્યું.

"એક અસુર અધર્મ સામે લડશે. એક અસુર ધર્મ હશે. તું ઘણો જ બળશાળી છે. બની શકે છે તે ભવિષ્યવાણી તારા માટે જ હોય."

"પણ..." તેણે નિઃસાસો નાખ્યો, "એક ભવિષ્યવાણી માનવો વચ્ચે પણ છે. તેમાં ધર્મને માનવ કહેવાયો છે."

"હું યક્ષોની ભવિષ્યવાણી પર વિશ્વાસ કરું છું. તારે બહાર ઊભેલી સેનાને જીતવી પડશે અને જો દાનવ હશે તો જીત થવાની નક્કી છે."

અરજણે દાંત ભીંસ્યા, "તું જઈ શકે છે." તે હવે કળિ અને દાનવો વિશે વાત કરવા નહોતો માગતો.

નલકુબેર બહાર જતો હતો અને એકદમ પાછું ફરીને બોલ્યો, "તને ગુરુ નરેન્દ્રના વિશેની એક વાત ખબર હોવી જોઈએ."

"કઈ?"

"કળિ સાચો છે, તારે તેને મારવો પડશે."

"કેમ?"

"તે..."

ત્યારે જ તેને બહારથી એક અવાજ સંભળાયો અને તે નીચે તરફ ભાગ્યાં. તેમને કેસરિયા મહોરામાં ઘણા બધા માણસો દેખાયા. તે લોકોએ કિલ્લાના રક્ષકોને મારી નાખ્યા હતાં.

"નરેન્દ્રના માણસો! તે આ જગ્યા પર ઉપદ્રવ કરવા અને તને મારવા આવ્યા હશે. આપણે અહીંથી જવું જોઈએ. તું કોઈ સુરક્ષિત સ્થાન પર પહોંચી જા."

અરજણે તેની કોઈ વાત ન સાંભળી. તે જલદીથી તે લોકો વચ્ચે જઈ પહોંચ્યો. તેણે એક માણસની સામે જઈને કહ્યું, "તમારા લોકોનું આ જગ્યાએ સ્વાગત નથી."

અને પછી અરજણે તેને મારી નાખ્યો.

નલકુબેરે રક્ષકોને બોલાવ્યા, પણ તે લોકો ન આવે ત્યાં સુધી અરજણે તે માણસો સાથે લડવાનું હતું. તેમાંથી એક જણ અરજણ તરફ તલવાર લઈ આગળ વધ્યો, પણ અરજણે એક ઝાટકે પોતાના દાતરડાથી તેનું ગળું રહેંસી નાખ્યું અને પછી ફરી તેણે એ દાતરડું બીજા એક માણસના પેટમાં ઘુસાડી દીધું.

તે બધા એક-એક કરીને સામે આવતાં ગયાં અને અરજણ તેમના જીવ લેતો ગયો...

જ્યારે તેણે પોતાના વિરોધીઓને મારી નાખ્યા તો તેને ઘણું સારું લાગ્યું. હવે તે અજેય હતો. હવે તેની પાસે તેને મારવાનું કારણ પણ હતું. તેણે આત્મ-રક્ષામાં તે ભક્તોનો જીવ લીધો હતો, તેમની સામે લડવું જરૂરી હતું.

તેમાંથી એક માણસ કોઈ રીતે બચી ગયો. અરજણને જોતાં જ તે ગુસપુસ કરવા લાગ્યો.

અરજણે કહ્યું, "એના પહેલાં કે હું તારો જીવ લઉં, અહીંથી ચાલ્યો જા."

તે માણસ બહાર મુખ્ય માર્ગ તરફ ભાગ્યો. નલે અરજણને ગર્વથી જોયો, જે મહોરાધારી લાશોના ઢગલા વચ્ચે ઊભો હતો.

"એ લોકો સાથે આવું જ થવું જરૂરી હતું." તે હસવા લાગ્યો.

"મને નથી લાગતું કે મેં સારું કર્યું છે. લોકોને પોતાના શાસકનો વિરોધ કરવાનો પૂરો હક હોવો જોઈએ." અરજણનો ગુસ્સો શાંત થઈ ગયો, એટલે તે શરમ અનુભવી રહ્યો હતો.

"પણ હિંસક થઈ રાજાનો જીવ લેવાનો પ્રયાસ કરવો પણ ખોટો છે."

નલકુબેર બોલ્યો, "ગુરુ નરેન્દ્ર ખરાબ માણસ છે. તેને મજા ચખાડવી જોઈએ."

"પણ તે મારો વિરોધ કરે છે એટલા માટે મારે લોકોને મારી નાખવા જોઈએ?" અરજણે નવાઈ સાથે પૂછ્યું.

"હા, તારે નિર્દય બનવું જોઈએ." નલ આગળની તરફ નમ્યો, "જેવી રીતે તેં આજે રાત્રે કર્યું. તે લોકોને તેમનાં કર્મોનું ફળ મળી ગયું. જે

છેલ્લે બચ્યો હતો તે જઈને લોકોને હકીકત જણાવી દેશે."

"તેણે એવું કેમ કર્યું? આ તો દગો છે." અરજણ ગુરુ નરેન્દ્રની વાત કરી રહ્યો હતો.

"કેમ કે!" નલકુબેરે ખભા ઉલાળ્યા, "જો તેં એને પકડી લીધો હોત તો તે વિરોધ કરી શકતો હતો કે તેમાં તેનો કોઈ હાથ નહોતો. તે કહેતો કે તે તેના માણસો નહોતા અને તારી પાસે તેની કોઈ સાબિતી નહીં હોય. આવી જ તેની યોજના હતી અને મને લાગે છે કે તે બીજા હુમલાની યોજના બનાવી રહ્યો હશે. તેના માણસો એક વખત તને મારવામાં અસફળ રહ્યા."

અરજણે દાંત ભીંસ્યા. તેને સમજ નહોતી પડતી કે તે શું કરે. રાજા બનવું પણ આસાન નહોતું.

નલકુબેરે આગળ કહ્યું, "તે તારી સાથે સંલગ્ન એવી કોઈ વાતની પાછળ હતા. મેં તપાસ કરાવી તો મને થોડું પગેરું મળ્યું છે."

અરજણની આતુરતા વધવા લાગી. નરેન્દ્ર અને હું? તે બંને તો પરિષદની સભા પહેલાં ક્યારેય મળ્યા નહોતા.

"કઈ વાતનું પગેરું?"

"તેણે જ ઉર્વશીને ઉશ્કેરી હતી કે તને અને રુદ્રને કારાગૃહમાં નાખી દેવામાં આવે."

શું? ન હોય...

"તેનો મતલબ...?"

નલકુબેરે સંમતિ ભરી, "મારા મિત્ર, તેનો મતલબ એ છે કે તે જ રુદ્રના મોતનું કારણ હતો."

31

પદ્મા, સ્મૃત અને રત્ના મારુ ઘોડા પર સવાર થઈને દંડકવનની પહાડીઓ તરફ જઈ રહ્યાં હતાં. તે ઘોડા તેમણે રુદ્રની છાવણીમાંથી ચોર્યા હતા.

ધરતી પર જામેલા બરફ પર પણ ઘોડા હવા જોડે વાતો કરી રહ્યા હોય તેમ તેજ દોડતા હતા અને જ્યારે તે પહાડી પર પહોંચ્યા તો ત્યાંથી તે લોકો વાનરોની છાવણી જોઈ શકતાં હતાં. તેમણે જોયું કે છાવણીની આજુબાજુની જમીન ખોદી નાખેલી હતી.

પદ્માને લાગ્યું કે રુદ્ર ઊંઘી રહ્યા છે, પણ તેમણે યોજના પર કામ કરવામાં વાર નહોતી કરી.

તે ખોદેલી જમીન છાવણીની થોડીક જ દૂર હતી. અડધી રાતનો સમય હતો, બધા સૂઈ ગયાં હતાં.

તેમને તો ખબર પણ નહીં પડે કે તેમની સાથે શું થયું. તે લોકો ઊંઘમાં જ માર્યા જશે.

પદ્મા અને બીજા લોકો ચૂપચાપ છાવણી તરફ આગળ વધ્યાં. એ લોકો તે અસંખ્ય રુદ્રોથી દૂર હતાં, જે ધરતીની અંદર છોડ લગાવી રહ્યા હતા. કેટલાક લોકોને લાકડાની ડોલમાં ગરમ પાણી ભરીને લાવવાનું કામ સોંપવામાં આવ્યું હતું.

જેવા બધા છોડ લાગી જશે તો આજુબાજુની હવા ઝેરીલી થઈ જશે. વાનરોના શરીર બળવા લાગે અને ભસ્મ થઈ જાય. શુકો બધું નિરીક્ષણ કર્યાં પછી પદ્માના ખભા પર આવી બેઠો. તે બોલ્યો, "ઉત્તર-ઉત્તર."

પદ્માએ તેને જોવા મોકલ્યો કે મચ્ચાનુ ક્યાં છે. તેને રોકવો જ પડશે. ભલે, ભગવાન બજરંગે મચ્ચાનુની માતાને ત્યાગી હોય, પણ તેને આ વાનરોને મારવાનો કોઈ હક નથી. તે લોકો નિર્દોષ હતાં.

"જાઓ, જઈને ભગવાન બજરંગને ઉઠાડી દો." પદ્માએ રત્નાને કહ્યું.

તે હવે તેમનો ચહેરો જોવા નહોતી માગતી, "હું તેમના પુત્રને જોઉં છું."

"શું તું સાથે નથી આવતી?" રત્નાએ પૂછ્યું.

"ના, તેમને અને વાનરોને રુદ્રની યોજના વિશે જણાવી દેજે, જેથી તે પોતાની રીતે તૈયાર રહે."

રત્નાએ હોઠ ભીંસીને સંમતિ આપી. તે બોલી, "તારું ધ્યાન રાખજે." પછી તે છાવણી તરફ આગળ વધી અને પદ્માએ ઉત્તર દિશામાં ડગ માંડ્યા.

"ઊભા રહો!" પદ્માએ ધીરેથી કહ્યું.

"શું થયું?"

પદ્મા જાણે ક્યારનીય મનમાં વાત લઈને બેઠી હતી. આખરે તેણે કહી દીધું, "બધું પૂરું થઈ જાય પછી મારી સાથે ઇન્દ્રગઢ આવવાનું છે. જો આપણે બચી જઈએ તો..."

રત્નાએ આ વિશે વિચાર્યું નહોતું. તે ચિંતામાં પણ ખુશ દેખાઈ, "શું તું સાચે જ એવું ઇચ્છે છે? મને તો એવું લાગતું હતું કે તું એકલી જ જઈશ."

"હું એવું જ કરત, પણ તારી અસરથી બચવું મુશ્કેલ છે."

"એમ!" રત્ના હસી પડી, "વિચારી લે, ક્યાંક હું ભારે ન પડું. પછી એમ ન કહીશ કે પહેલાં સાવચેત ન કરી." પછી તે ઝડપથી પોતાના નિશ્ચિત સ્થાન તરફ રવાના થયાં.

પદ્માને ઉત્તર દિશામાં મચ્ચાનુ ન દેખાયો.

તે પેલા અજ્ઞાત સ્થળ તરફ વધી, જ્યાંથી મચ્ચાનુને શોધીને મારી શકાય.

32

કલ્કિએ પોતાની સામે સફેદ પહેરણવાળા પુરોહિતોને જોઈને વિચાર્યું કે તે આ જગ્યાએથી જીવિત બચીને કેવી રીતે નીકળી શકશે.

જ્યારે આગની જ્વાળામાં ઘેરાયેલો પથ્થર ખડક સાથે અથડાયો ત્યારે કલ્કિ અને જાંબવન બહાર કૂદી ગયાં હતાં. જાંબવનના ચહેરા પર વાગ્યું હતું અને તે પીડા સહન કરવાની કોશિશ કરી રહ્યાં હતાં.

જાંબવન લડી નહીં શકે. મારે એકલાએ જ સંભાળવું પડશે.

કલ્કિએ તલવાર કાઢી અને હુમલો કરવા તૈયાર થઈ ગયો.

"તને લાગે છે કે તું એકલો જ બધાને હરાવી શકે છે." ભાર્ગવ ગુસ્સે થઈને બોલ્યા, "તું પોતાને નહીં બચાવી શકે. તે રીંછ પણ નથી બચ્યું. હવે તે વધુ જીવી નહીં શકે."

"બકવાસ ન કરો. હું મરી જ ન શકું." જાંબવને ધીરેથી કહ્યું હતું.

કલ્કિ હસ્યા વિના ન રહી શક્યો.

જાંબવને કહ્યું, "યાદ રાખજે. સાચું કામ કરવાથી સાહસ આવે છે. ભલે તાલીમ ઓછી હોય, પરંતુ તેં ઘણું સારું કામ કર્યું છે."

કલ્કિએ માથું હલાવ્યું. તેણે પોતાની સામે તે પૂજારીઓની સેના અને હાથીને જોયો. ભાર્ગવ પણ કુહાડી લઈને ઊભા હતા.

"મને લાગ્યું કે તમારી પાસે મદદ કરવા માટે લોકો નથી." કલ્કિએ આકાશની ભૂરી રોશનીમાં પોતાની તલવાર ચમકાવી.

"શું મેં એવું કહ્યું હતું?" વૃદ્ધે કહ્યું, "મેં એમ કહ્યું હતું કે મારી પાસે પૂરતા માણસો નથી. આમ પણ, તુંય મારી પાસે જ આવી રહ્યો હતો, પણ હવે આ ઉપદ્રવને જોઈને લાગે છે કે જો મારા માણસો તને લઈ આવ્યાં હોત તો સારું હોત."

કલ્કિ સમય બગાડવા નહોતો માગતો. તે તલવાર પકડીને પૂજારીઓ

તરફ વધ્યો.. તે પોતાની તલવારથી પ્રહારો કરવા લાગ્યો.

કલ્કિએ એક પૂજારીનું માથું કાપ્યું અને બીજાની છાતીમાં તલવાર ઘુસાડી. એક પછી એક પૂજારીઓનાં કપડાં લાલ રંગના રંગતો આગળ વધતો ગયો.

તેને પોતાની નવી મળેલી શક્તિને પ્રયોગમાં લાવવાની જરૂર નહોતી, તો પણ તેણે આંખો બંધ કરી ધ્યાન કર્યું તો અંદરથી નવી તાકાત પ્રાપ્ત થઈ.

જેવી આંખો ખોલી તો તીરોનું ઝુંડ પોતાની તરફ આવતું જોયું.

કલ્કિ એક તરફ ફરી ગયો. પોતાની અંદર ભગવાન રાઘવની શક્તિઓનો અનુભવ કરતાં તલવારને તીરોની દિશામાં ઉછાળી દીધી.

વાહ! શું સચોટ પ્રહાર છે.

"ઓહ, તો હવે તું પોતાની શક્તિનો પ્રયોગ કરવાનું શીખી ગયો છે?"

"ચોક્કસ!" કલ્કિ હસ્યો, પણ ભાર્ગવની નજર હવે તેની તરફ નહોતી. તેમનું ધ્યાન એ હાથી તરફ હતું. હાથીએ રૌદ્રરૂપ ગર્જના કરીને પોતાની સૂંઢ ઝૂલાવી.

અને પછી હાથી કલ્કિ તરફ ધસી આવ્યો.

જેવો તે કલ્કિને પગ નીચે કચડવા લાગ્યો. તેણે કલાબાજી કરીને ગુલાંટ ખાધી. તે ફરીથી આંખો બંધ કરી પોતાની અંદરની શક્તિનું સંધાન કરવા લાગ્યો. જેવી અંદરની શક્તિનો સ્રોત ફૂટ્યો, તેને લાગ્યું કે તે અંદર ને અંદર જ ગુસ્સાથી ઊકળી રહ્યો હતો. ભાર્ગવે જાંબવન પર પ્રહાર કર્યો અને હવે તે બંનેને મારવા માગતા હતા.

"તે મરશે... લક્ષ્મીની જેમ... બાલાની જેમ."

કલ્કિએ ઊંડો શ્વાસ લીધો અને આંખો ખોલી. તેની આંખો અંગારા વરસાવી રહી હતી. તે કોઈ ક્રોધિત દેવ જેવો દેખાતો હતો.

કાયમ માટે ભાર્ગવનો અંત કરવાનો સમય આવી ગયો હતો...!

33

મનસાએ દૂરથી છુપાવાની જગ્યા જાણી લીધી. જેવું એને કહ્યું હતું કે તે નગરના પશ્ચિમી દ્વારથી પચાસ પગલાં જેટલી દૂર હતી.

તે છોકરો સાચું કહી રહ્યો હતો.

તેની પાસે એરાવનની આપેલી નાની કટાર હતી, જેથી તે તેનો બચાવ કરી શકે. આ સમયે તે ઝાડીમાં છુપાઈને છાવણી પર નજર રાખી રહી હતી.

ભૂરાં કપડાંમાં વિચિત્ર પ્રકારનાં લોકો – જેમનાં કપડાં પર નાગનું ચિહ્ન અંકિત હતું – તે ગાડીઓમાં પોતાનાં હથિયાર અને ભોજન મૂકી રહ્યાં હતાં. તેમનાં માથાં ટાલિયાં હતાં અને તેમની ભ્રમરો નહોતી. તેમની ભૂરી આંખો બહુ જ ઊંડી અને સંમોહક હતી તેવું પહેલી નજરે લાગતું હતું. મનસાને હવે પૂરી ખાતરી હતી કે તે લોકો નાગ જ હતાં.

તે જઈ રહ્યાં છે.

મનસાને તેમની વચ્ચે કોઈ માતા કે સ્ત્રી ન દેખાઈ. તે એમની પાસે આવી ગઈ, જેથી કોઈ જાણકારી મેળવી શકે, પણ અચાનક ફૂંફાડાનો અવાજ સંભળાયો.

બે મોટા સાપ બરાબર તેની સામે હતા.

તેણે તેમને સંભાળ માટે રાખ્યા હશે.

જેવો એક સાપ મનસા તરફ આવ્યો, તેણે તેને કટારથી ચીરી નાખ્યો. એક પળની પણ ચૂક થતી તો તેના પર ઝેરનો પ્રભાવ થઈ શકતો હતો.

બીજો સાપ પણ ડંખ મારવા તૈયાર હતો, પણ મનસાએ તેને ચકમો આપી દીધો. તેણે તેને પગથી દબાવ્યો અને પછી કટાર ઘુસાડી દીધી.

પછી મનસાએ બંને મૃત સાપો સામે હાથ જોડ્યા. તે શેષનાગનું રૂપ હતાં જેને નાગલોકો પૂજતાં હતાં. તેણે મનોમન શેષનાગની માફી માગી લીધી.

જ્યારે તેણે આંખ ખોલી તો તેને અનેક પગલાંનો અવાજ સંભળાયો.

ત્રણ આકૃતિઓને પોતાની તરફ આવતા જોઈ મનસા ચોંકી ગઈ. તેમનાં માથાં ઢાંકેલાં હતાં. કદાચ સાપને મારવાનો અવાજ તેમના સુધી પહોંચી ગયો હતો.

"મને લાગ્યું કે તને અમારા દેવતામાં વિશ્વાસ નથી." કોઈએ ભારે અવાજમાં કહ્યું.

આ અવાજ તો કોઈ જાણીતો હતો.

ના, પણ એ ન હોઈ શકે.

વચ્ચે વાળી આકૃતિ ખૂંધી હતી અને તે લાકડીના ટેકે ઊભી હતી. બંને બાજુની આકૃતિઓને જોઈને લાગતું હતું કે તે રક્ષક હતા અને કોઈ પણ ક્ષણે મનસાને મારી શકતા હતા.

"કોઈ જાણીતું હોય તેવું કેમ મને લાગે છે?"

"તું હંમેશાં મારાં કામોમાં ખલેલ પહોંચાડવા કેમ આવી જાય છે?" એકે જોરથી ચીસ પડી.

"કોણ છે તું?"

તે આકૃતિ ક્ષણભર જ ધ્રૂજી અને પછી માથાનું કપડું હટાવી દીધું. એક ઘાયલ, પટ્ટીઓથી બાંધેલો વિકૃત ચહેરો દેખાયો, જે ક્યારેક ખૂબસૂરત હતો, તેનું નાક વાંકું હતું અને ચહેરા પર અસંખ્ય ઘાનાં નિશાન હતાં. એક આંખ પર પટ્ટી બાંધી હતી અને બીજી આંખ થોડી બહાર નીકળેલી હતી.

પણ મનસાએ તો પણ તેને ઓળખી લીધી.

મનસાએ જ તો તેને વિમાનની બહાર ફેંકી હતી.

જેણે અત્યાર સુધી મરી જવું જોઈતું હતું, એ હતી.

"કદ્રુ!" મનસાએ કહ્યું અને તે જાણી ગઈ કે પરિસ્થિતિ હજુ વધુ ખરાબ થતી જાય છે.

34

અરજણ જાણતો હતો કે તે એક હત્યા કરવા જઈ રહ્યો છે, પણ તેને એવું કરવામાં કોઈ વાંધો નહોતો.

આ હરામખોર જ રુદ્રના મૃત્યુ માટે જવાબદાર હતો.

તે જ્યારે રસ્તા પર નીકળ્યો ત્યારે મોં ઢાંકી લીધું અને મંદિર પાસે પહોંચી ગયો.

ગુરુ નરેન્દ્ર દરેક સાંજે ત્યાં પૂજા કરતા હતા.

અરજણના હાથમાં તેનું દાતરડું હતું. તે મંદિરના દરવાજા પાસે ઊભો હતો. ગુરુના બે ચેલા બહાર ઊભા હતા.

અરજણે મોં પરનું કપડું હટાવી દીધું. તે બંને સતેજ થઈ ગયા, પણ કશું નહોતા કરી શક્યા. અરજણે ક્ષણમાં જ તેમનાં ગળાં રહેંસી નાખ્યાં. તેમનાં શરીર ધડામ દઈ નીચે પડ્યાં.

અરજણ વિષ્ણુની પ્રતિમા પાસે પહોંચી ગયો, જ્યાં ગુરુ નરેન્દ્ર બેઠા હતા. તેમના સેવકો અરજણને જોઈને ચકિત થઈ ગયા. તેમાંથી કેટલાકે તેને રોકવાનો પ્રયત્ન કર્યો, પણ અરજણ તેમની સાથે લડીને સમય નષ્ટ કરવા નહોતો માગતો.

તે સામે આવનારા દરેક માણસને કાપતો આગળ વધવા લાગ્યો. મંદિરમાં જ્યાંત્યાં લોહીના ફુવારા ઊડવા લાગ્યા.

મારે આને તો મારવો જ પડશે. મને ચિંતા નથી કે સાથે બીજું કોણ કોણ મર્યું.

કળિ દુષ્ટ હતો, પરંતુ એ વાતને ન બદલી શકે કે તે સાચો હતો. અરજણ કોઈ પણ અવરોધને વચ્ચે લાવવા નહોતો માગતો અને જો કોઈ ઘાયલ કરે તો તેના બદલામાં તમે તેને ઘાયલ કરો. ઈંટનો જવાબ પથ્થરથી.

અરજણે ભગવાન વિષ્ણુની પ્રતિમાને જોઈ અને તેની આગળ એક ટકલું પૂજારી હાથ જોડી પ્રાર્થના કરતો ઊભો હતો. ગુરુ નરેન્દ્ર જોરથી જાપ કરી રહ્યા હતા.

નલકુબેરે અરજણને કહ્યું હતું કે, ગુરુને જાહેરમાં મારવાથી તકલીફ થઈ શકે છે. તેણે કહ્યું હતું કે તે ગુપ્ત રીતે ગુરુની હત્યાની વ્યવસ્થા કરી શકે છે. જો અરજણે જાહેરમાં એવું કર્યું તો તેને પૂજનારી પ્રજા વિદ્રોહ કરી શકે છે.

અરજણ શાંતિથી ગુરુ તરફ ધપ્યો. તેનો પૂરું શરીર લોહીથી રંગાયેલું હતું. તેણે પોતાનું દાતરડું ગુરુના ગળા પર મૂકી દીધું.

પ્રધાન પુરોહિતે જાપ રોકીને તેની તરફ જોયું.

“તને મારવા આવ્યો છું, જેથી ખબર પડે કે તને કોણે માર્યો. હું તને મારીને જીત મેળવીશ.” અરજણ બોલ્યો.

ગુરુ નરેન્દ્ર એક ક્ષણ ચૂપ રહ્યા, “પણ એવું કરવાથી સાચે જ તું જીતી જઈશ? શું તું એ માણસ બની ગયો જે તું બનવા માગતો હતો?”

એક સમય હતો, જ્યારે અરજણને વિશ્વાસ હતો કે તે માણસને મારવાથી તેના ચાહનારા પાછા નહીં આવી શકે. તેને અહેસાસ થઈ શકતો હતો કે તેનો ભાઈ કલ્કિ ક્યારેય આવા કામ કરવાની મંજૂરી ન આપે, પણ તે તો જૂનો અરજણ હતો. હવે તો અરજણને કેવળ એટલું યાદ હતું કે જ્યારે રુદ્રનું શરીર ચિતા પર મૂક્યું ત્યારે તે શું અનુભવી રહ્યો હતો.

“ના...” અરજણે તેનું ગળું ચીરતા કહ્યું, “હું એવો માણસ બની ગયો છું કે જેવો દુનિયાએ મને બનવા માટે મજબૂર કર્યો છે.”

35

પદ્મા પોતાના ઘોડા પરથી પડી ગઈ.

તેનો ચહેરો બરફની જમીન પર જઈ અથડાયો. તેના નાકમાંથી લોહી નીકળ્યું અને તે પીડાના લીધે ચીસો પાડવા લાગી. તેની પાછળ જ મચ્ચાનુ ઊભો હતો.

તે ઘોડાની પીઠ પર સવારી કરી લડી રહ્યાં હતાં, પણ મચ્ચાનુએ કોઈ પણ રીતે તેને જમીન પર પાડી દીધી.

તેનો ભાલો હજુ પણ તેના હાથમાં હતો. શુકો માથા પર ઊડી રહ્યો હતો. તેને આશા હતી કે તે મચ્ચાનુનું ધ્યાન બીજી તરફ વાળી દેશે.

મચ્ચાનુના માણસો પદ્મા પર હુમલો કરવામાં તેનો સાથ નહોતા આપી રહ્યા. તે સુકાયેલા બરફની આસપાસ ખોદેલી જમીન પર ઝેરીલાં ઝાડ રોપવામાં વ્યસ્ત હતાં અને તેમને કામ પૂરું ન થાય ત્યાં સુધી ત્યાં જ રહેવાનું કહેવામાં આવ્યું હતું.

તે જોરથી બોલ્યો, "છોકરી, તું મને રોકી નહીં શકે. હું બિલકુલ સાચો નિર્ણય લઈશ."

"કોઈ નિર્દોષને મારવો એ પણ બરાબર નથી."

"બજરંગના અનુયાયી બનવું પણ બરાબર નથી. લોકોને તેના પાખંડ વિશે ખબર પડવી જોઈએ. તે કોઈને નહીં બચાવી શકે."

"તને કોઈનો જીવ લેવાનો હક નથી." પદ્માએ કહ્યું, "સાંભળ, મને ખબર છે કે તું કેવું અનુભવી રહ્યો છે. હું પણ આ સંજોગોમાંથી પસાર થઈ છું. મારા જીવનનો એ સહુથી ખરાબ સમય હતો. મારા પિતાએ મને મદદ ન કરી. તે એક કાયર હતા, પણ તારે તેમની વચ્ચે જીવવું પડશે. અંતમાં તને અહેસાસ થશે કે ભલે પોતાની સાથે ખરાબ થયું, પરંતુ

તમે પોતે ખરાબ બનતા બચી ગયા. તારે દુનિયાને બતાવવું જોઈએ કે ભલે જે પણ થાય, હું જેવો છું તેવો જ રહીશ. હું મારી સારપ નહીં છોડું." પદ્માએ જોરથી કહ્યું.

મચ્ચાનુ ઘોડા પરથી ઊતર્યો અને પોતાના હાથમાં કાંટાવાળી ગદા લઈને તેની તરફ આવ્યો. તેણે તેને કચડવા માટે ગદા ઘુમાવી, પણ તે કોઈ રીતે ગોળ ફરીને દૂર ગઈ. પદ્માને કશું સૂઝ્યું નહીં તો તે મચ્ચાનુના ખભા પર ઊછળી અને તેના કાનમાં બોલી, "તું એવું કરીને દુનિયાને બતાવી રહ્યો છે કે તારા વિકૃત સંસ્કરણ બહાર આવવામાં સફળ રહ્યાં. હું પણ તારા જેવી હતી, પણ પછી મને મારી ભૂલનો અહેસાસ થઈ ગયો."

મચ્ચાનુએ પોતાના રુવાંટીદાર હાથમાં પદ્માને પકડી અને જમીન પર પછાડી. તેની પીઠમાં પુષ્કળ દર્દ થયું. તે ઊભી થાય તે પહેલાં તેણે રુદ્ર નેતાને પોતાની તરફ આવતો જોયો. મચ્ચાનુ તેને મારવા તૈયાર હતો.

તેણે જેવી ગદા ઘુમાવી પદ્માના ચહેરા પર ઘા કરવાનું વિચાર્યું ત્યાં તો કોઈ તેના પર કૂદ્યું. તે પોતાનું સંતુલન ગુમાવી બેઠો.

પદ્મા માંડ ત્યાંથી બેઠી થઈ અને આંખો પહોળી કરી જોઈ રહી કે કોણ આવ્યું હતું.

તે રત્ના હતી! તે પોતાના બેધારી ભાલાથી લડી રહી હતી.

આ તેને વ્યસ્ત રાખશે.

પદ્માએ આજુબાજુ જોયું. રુદ્રલોકો પાંદડાં ગોઠવવામાં વ્યસ્ત હતાં અને તેમને વાનરો બિલ્લીપગે આવ્યા તે ખબર ન પડી.

જ્યારે કેટલાક રુદ્ર પાણી ભરેલાં વાસણ લેવા ફર્યા તો વાનરોએ પોતાનાં ખંજર તેમની છાતીમાં ઘુસાડી દીધાં.

તે લોકો એકબીજા સાથે ખરાબ રીતે લડી રહ્યાં હતાં.

રત્ના અને મચ્ચાનુની કુસ્તી વચ્ચે, પદ્માએ કોઈ પણ રીતે માંડ-માંડ ઊભું થવાનું સાહસ કર્યું. તે એક રુદ્ર સાથે લડી અને તે નીચે ખોદેલી જમીનમાં જઈ પડ્યો. વિષના લીધે તેનું આખું શરીર બળવા લાગ્યું.

રુદ્ર તેના પર ગરમ પાણી ફેંકવા ગયો, પણ શુકોએ તેના પર હુમલો કરી દીધો.

તેના હાથમાંથી વાસણ છૂટી ગયું અને તે પક્ષીને ભગાડવા લાગ્યો. પદ્માએ શુકોને ધન્યવાદ કહ્યું અને પોતાનો ભાલો ઉઠાવીને તેના પગમાં ખોસી દીધો.

રુદ્ર તરફડવા લાગ્યો અને પદ્માએ એ ગરમ પાણીનું વાસણ તેના માથા પર ઢોળી દીધું.

જો કે શાંતિ લાંબો સમય તેની પાસે ન ટકી શકી. તેણે એક તીવ્ર અવાજ સાંભળ્યો. જ્યારે નજર ફેરવીને જોયું તો મચ્ચાનુ પોતાની ગદાથી રત્નાનું મોં કચડી રહ્યો હતો.

"ના... ના...!" તેણે ચીસ પાડી.

રત્નાના મોં પરથી લોહીની ધાર વહી રહી હતી. પદ્મા કોઈ પણ રીતે તે દુષ્ટને રોકવા માગતી હતી... નહીંતર રત્ના મરી જશે. તેણે આજુબાજુ જોયું અને વિચારવા લાગી કે, બજરંગ ક્યાં હતા.

અને તેની નજર પાંદડાં પર ગઈ.

તેણે જમીન પર પડેલા મૃત રુદ્રનાં મોજાં પહેરી કેટલાંક પાંદડાં હાથમાં લીધા.

આનાથી જ તારો અંત થશે.

મચ્ચાનુનું પૂરું ધ્યાન રત્ના તરફ હતું. તેને પોતાની પાછળથી આવતી પદ્માનો ખ્યાલ ન આવ્યો. પદ્માએ તે પાંદડાં જબરદસ્તી તેના મોંમાં ખોસી દીધા.

મચ્ચાનુનો શ્વાસ રૂંધાવા લાગ્યો. તે શ્વાસ નહોતો લઈ શકતો. તેનું ગળું બળી રહ્યું હતું અને આંખો લાલ થઈ ગઈ. પદ્માએ રાહતનો શ્વાસ લીધો, પછી તે રત્ના તરફ ફરી અને તેને જોઈ હસી. રત્ના સ્થિર પડી હતી. તેનો ચહેરો ઓળખી નહોતો શકાતો અને આંખો આકાશમાં જોઈ રહી હતી.

"ના."

પદ્માએ રત્નાની આંખો બંધ કરી પછી તેના ગાલ આંસુઓથી ઊભરાઈ ગયા.

"બધું બરાબર થઈ જશે." પદ્માએ પોતાની જાતને કહ્યું.

તે જાણતી હતી કે તે બરાબર નહોતી. તેણે હમણાં જ એક સારી મિત્રને ખોઈ દીધી હતી. તેના મનમાં રત્નાથી અલગ થવાની પીડા હતી. તેને વારંવાર એવો વિચાર પણ આવી રહ્યો હતો કે, *આ ભગવાન બજરંગ વળી ક્યાં રહી ગયા?*

36

હાથીના પગ પકડેલા કલ્કિના શરીરમાંથી લાલ રંગનો ધુમાડો નીકળી રહ્યો હતો. તે જાનવરને પાછળ ધકેલવાની કોશિશમાં હતો. હાથી પણ જોર લગાવી રહ્યો હતો, પણ પોતાની જગ્યાએથી હલી નહોતો શકતો.

કલ્કિએ ઊંડો શ્વાસ લીધો અને પોતાની વધીઘટી તાકાત ભેગી કરી, પછી તેણે હાથીને જોરથી ધક્કો માર્યો.

હાથી પોતાનું સંતુલન ખોઈને ધરતી પર પડી ગયો.

કલ્કિ પછી હવામાં ઊછળ્યો અને પોતાની મુઠ્ઠીથી હાથીની સૂંઢ પર જોરથી માર્યું. હાથી દર્દથી કણસી ઊઠ્યો અને બેભાન થઈ ગયો.

કલ્કિએ પાછા ફરીને પૂજારીઓ તરફ જોયું. તે ડરીને ભાર્ગવની પાછળ સંતાયા.

ભાર્ગવ રામ કલ્કિને ધ્યાનથી જોઈ રહ્યો હતો. તેમની કુહાડી હજુ પણ હાથમાં હતી, પણ આંખોમાં ભયના પડછાયા લહેરાતા હતા.

વિષ્ણુ અવતાર હાથમાં ચમકતી તલવાર લઈને તેમની તરફ આગળ વધ્યો. તેમણે કલ્કિ તરફ કુહાડી ઘુમાવી, પણ કલ્કિએ તે પ્રહાર રોકી દીધો જાણે તેના માટે તે સામાન્ય વાત હોય.

"ઓહ... આમ કેવી રીતે?" ભાર્ગવની આંખો પહોળી થઈ ગઈ, "તું આ કેવી રીતે કરી શકે છે. આ તો ભગવાન શિવની ભેટ હતી. આ તેમણે જ બનાવી હતી. તેમણે...! તને ખબર છે કે ભગવાન શિવ કોણ છે? તે તને કચડી નાખશે. તે તારા વંશનો નાશ કરી દેશે. કોણ છે તું... હુંહહ?" તેમણે જોરથી કહ્યું.

"હું વિષ્ણુ છું." કલ્કિએ રાડ પાડી અને તેમની કુહાડી દૂર નાખી દીધી. તેણે ભાર્ગવને ગળેથી જકડીને હવામાં ઉઠાવી દીધા, "તમે બરાબર

કહ્યું હતું હું કોઈ નાયક નથી અને મેં ક્યારેય બનવા પણ નથી ઇચ્છ્યું અને કદાચ અંતમાં જરૂરી છે."

"તું મને મારી નહીં શકે."

"ખબર છે. એ ત્યારે જ સંભવ છે કે જ્યારે હું જઈને શિવની તલવાર લઈને આવું, તમને તેનાથી જ મારી શકાય છે." કલ્કિ હતાશ હતો, "પણ હું એવું કરવા નથી માગતો. હું આજે પણ તમારો આદર કરું છું." કલ્કિ એક તીણી-સીધી શીલા પર ઊભો રહ્યો અને પોતાની જોડે ભાર્ગવને ઢસડવા લાગ્યો. તે પોતાની નીચે એક ખીણ જોઈ શકતો હતો, "હું સાચે જ તમારો બહુ આદર કરું છું." તેણે તેમને પોતાની નજીક ખેંચ્યા, જેથી તે આસાનીથી નીચે પાડી શકે. ભાર્ગવ હવે હવામાં લટકી રહ્યા હતા, "તમે જે ભૂતકાળમાં કર્યું, તેનાથી જ તમે આમ ઘડાયા, જો આ શ્રાપની વાત ન હોત તો જેની સાથે મારે હોવું હતું તે ગુરુ તમે હોત, પણ હું વચન આપું છું, હું આ ઘટનામાં તમારી પ્રતિષ્ઠાને નુકસાન નહીં થવા દઉં. હું ધ્યાન રાખીશ કે બધા તમને મારા ગુરુના રૂપમાં યાદ રાખે, કેમ કે હું નથી ઇચ્છતો કે લોકો મહાન ભાર્ગવ રામની મહાનતા અને સારાઈમાંથી વિશ્વાસ ગુમાવી દે. હું એમને એ જ વિશ્વાસમાં રાખવા માગું છું કે તમે જ વિષ્ણુના અવતારને તાલીમ આપી, ભલે તે ખોટું હોય."

ભાર્ગવનો ચહેરો પડી ગયો હતો, "તને જે મન થાય તે કર. મને લોકોના વિચારોની કોઈ ચિંતા નથી. મારી વાત યાદ રાખજે – હું એક દિવસ પાછો આવીશ. હું તને કચડીને નાખીશ અને તારા મોતનું કારણ બનીશ. તું મને નહીં રોકી શકે."

"અને હું તમારી સાથે સતત લડતો રહીશ – વારંવાર."

"મને અત્યારે જીવિત છોડીને તું આગલા અવતાર માટે સંકટ ઊભું કરે છે, તેને પણ આ જ નિયતિનો સામનો કરવો પડશે. હું તેને પણ ખોટું કહીને છેતરીશ."

"મારા પછી કોઈ અવતાર નહીં હોય. હું દરેક બુરાઈનો નાશ કરી દઈશ. આ યુગ એવો યુગ તરીકે યાદ કરવામાં આવશે કે જેમાં બુરાઈનો નાશ થઈ ગયો."

ભાર્ગવે ચિંતિત થઈ નીચે જોયું, "શું તું મને નીચે પાડવાનો છે? શું તારી આ યોજના છે? મને તો લાગતું હતું કે તું મને નથી મારવા માગતો."

"અરે... જો ફેંકી દઈશ તો તમારું મૃત્યુ નહીં થાય. તમે કેવળ ઘાયલ થશો. મારા પર વિશ્વાસ મૂકો." તેણે ભાર્ગવને નીચે ધક્કો મારી દીધો અને તે થીજી ગયેલા તળાવ પર જઈ પછડાયા.

"મારી સાથે જુઠ્ઠું બોલવાની કમ-સે-કમ આટલી સજા તો મળવી જ જોઈએ."

37

મનસાએ પાછળ ફરી પૂછ્યું, "તું જીવતી કેવી રીતે છે? તને તો મેં નીચે પડીને મરતા જોઈ હતી?"

"હમ્મ, નીચે તો પડી હતી, પણ તેં મને મરતા નથી જોઈ. મારી પ્યારી બહેન, તું નથી જાણતી પણ મેં તારી સાથે લડતાં પહેલાં જ સોમલતાનું પાંદડું થોડું ચાખ્યું હતું અને અજાણતાં જ મને તે જ દિવસે મોતથી જીતવાની તાકાત આપી દીધી, જો કે મારું શરીર ઘાયલ થઈ ગયું હતું. તેના લીધે જ મને સર્પભાષા બોલવાની યોગ્યતા મળી." અને પછી તેણે ટકલુ યુવકો તરફ ઇશારો કર્યો, "અને નસીબથી આ જ મારાં બાળકોએ મારી સેવા કરી. મને સ્વસ્થ કરી દીધી. તે મારા પર વિશ્વાસ રાખે છે. તે જાણે છે કે હું તેમની માતા છું. આટલે ઉપરથી પડવા છતાં મારું મૃત્યુ ન થયું. તેમને ખબર છે કે હું એક દેવી છું. હું ભગવાન શેષનાગનો અવતાર છું."

"આ જૂઠું છે."

"આ જ સાચું છે. હું ખાસ છું." કદ્રુ હસી અને તેના સડેલા દાંત દેખાયા. મનસાનો જીવ હચમચી ગયો, "હું તને શોધવાની હતી, પણ તને તો જાણે મારી દરેક યોજના પર પાણી ફેરવી દેવાની આદત છે. આજે તો હું તારો જીવ લઈ લઈશ." તે પોતાના માણસો તરફ ફરી બોલી, "તેના પર જમણી બાજુથી હુમલો કરો. તેનો એક હાથ નકામો છે."

બાળકોએ હા કહ્યું અને પોતાના હાથમાં તલવાર લઈને તૈયાર થઈ ગયાં.

"હું શું કરી શકું? મારી પાસે સહાયકોની સંખ્યા ઓછી છે."

મનસાએ પોતાનો બચાવ કર્યો, પણ તેને તલવારોના દાવ-પેચનો જવાબ આપતાં નહોતો આવડતો.

"તું એ અસ્ત્ર બનાવવાની વિધિના દસ્તાવેજથી શું કરવા માગે છે?"

કદ્રુએ પોતાના પહેરણના ખિસ્સામાંથી તે કાઢ્યું, "તેના પછી? હું સોમ લઈને તારી સેનાને ઉડાવી દઈશ. જે મારું છે, તે લઈ લઈશ – હંમેશની જેમ. જો કે હું ગમે ત્યારે સોમનું સેવન કરી શકતી હતી, પણ તેની વિધિ મારી પાસે નહોતી. બીજા કોઈને તેના અસ્તિત્વની ખબર પડે તે પહેલાં આ પામવું મારા માટે જરૂરી હતું. બહેન, નવાઈની વાત એ છે કે તું પણ આના વિશે જાણે છે?"

બાળકો મનસાની વધુ નજીક આવી ગયાં. તેણે તેમના પર હુમલો કરવા ઇચ્છ્યું, પણ એક જણે તેનો હાથ રોકી લીધો. તેના જમણા હાથમાં રહેલું હથિયાર નીચે પડી ગયું.

તે બિલકુલ એકલી અને હથિયાર વગરની હતી.

મનસાની સમજમાં કશું નહોતું આવતું કે તેણે આ સમયે શું કરવું જોઈએ, "ખબર છે કદ્રુ!" તેણે પોતાની આજુબાજુ વીંટળાયેલાં બાળકો સામે જોઈને કહ્યું, "તું પણ કોઈ મુસીબતથી ઓછી નથી."

અને તે વખતે એક તેજ વાવાઝોડું ફૂંકાયું.

એરાવન!!

તે એક વિમાન પર સવાર હતો. તેણે મનસાની દિશામાં વિમાનને ઉડાવતાં રસ્તામાં બાળકો અને કદ્રુને ઘાયલ કર્યાં.

કદ્રુના હાથમાંથી કાગળ છૂટ્યો અને મનસાએ તેને પકડ્યો, જલદીથી વિમાનમાં જઈ બેઠી.

"તમે તેને મારશો નહીં?" એરાવને કહ્યું, "મારી નાખો?"

તેણે જોયું કે કહેવાતી મા અને બાળકો દર્દથી પીડાતાં હતાં. તેમાંથી કેટલાક હથિયાર લઈને વિમાન તરફ દોડ્યા.

મનસા જાણતી હતી કે તે અને એરાવન સાથે મળીને કદ્રુની સેનાને નહોતા મારી શકવાના.

"ના." જ્યારે એરાવને વિમાન ઉડાડવા માગ્યું તો તેણે ચીસ પાડી. એરાવન વિચારમગ્ન લાગી રહ્યો હતો. તેને વિમાનચાલક તરીકેની એટલી જાણકારી નહોતી.

“પોતાના પરિવારના સભ્યને એક વાર મારવું ભૂલ છે. બીજી વાર તે અશિષ્ટતા ગણાશે.”

એરાવન હસ્યો અને મનસાએ પણ તેવું જ કર્યું.

કદ્રુ જોડે પછી હિસાબ કરી લઈશું, અત્યારે મારે છાવણી પર પહોંચવું જરૂરી છે. તેને ખુશી હતી કે તે પેલી વિધિને મેળવવામાં સફળ રહી હતી.

આપણે કળિને ઉડાડવાની તૈયારી કરવી પડશે.

38

ઓહ, કેટલાં બધાં મૃત્યુ...!

પદ્માએ બળતી ચિતાઓ તરફ જોયું. તે સ્મૃતની જોડે ઊભી હતી, જેણે રત્નાની અધૂરી ઇચ્છા પૂરી કરવાનું નક્કી કર્યું, તે અપ્સરાઓને મુક્ત કરાવવા માગતી હતી.

હવામાં જાણે ઉદાસી તરતી હતી. સવારનો સમય હતો, પણ તે અંધારાથી ઘેરાયેલી હતી. પદ્માએ આજુબાજુ ઊભેલાં લોકોને ધ્યાનથી જોયાં. ઘણા બધા વાનર માથું નમાવી ચિતાઓને જોઈ રહ્યા હતા. ચિતાઓની થોડી દૂર જ, એક સુકા વૃક્ષની નીચે ભગવાન બજરંગ ઊભેલા દેખાયા.

તે લડાઈમાં મરેલા વાનરોની ચિતાઓને પણ ન જોઈ શક્યા.

પદ્માએ નિઃસાસો નાખ્યો. તેણે સાથે ઊભેલી અપ્સરાને પૂછ્યું, "શું તું મારી જોડે ઇન્દ્રગઢ આવી રહી છે?"

"ના..." સ્મૃત હવે રડતી નહોતી. પદ્મા સ્મૃતની તે હૃદય ચીરી નાખે તેવી ચીસને ક્યારેય ભૂલી નથી શકતી, જે તેણે રત્નાની લાશને જોઈને પાડી હતી, "રત્ના અમારી નેતા હતી, પણ તેનાથી વધારે મારી દોસ્ત હતી. હવે મારે આ વાતથી ટેવાવું પડશે કે તે હવે આ દુનિયામાં નથી. મારે તેના મૃત્યુના દુઃખથી બહાર નીકળવા માટે સમય જોઈશે. હું થોડો સમય વાનરો સાથે રહેવાનું વિચારી રહી છું."

પદ્મા હસી, "તું પણ રત્નાની જેમ મજબૂત છે. તમને લોકોને ક્યારેય મારી જરૂરત નહોતી પડી."

સ્મૃત હસી અને પછી રત્નાની બળતી ચિતાને જોઈને બોલી, "તે બદલો લેવા માગે છે. તે નલકુબેરને મારવાની યોજના બનાવી રહી હતી અને દુઃખદ વાત એ છે કે મને હમણાં જ એક ગુપ્તચર પાસેથી

જાણવા મળ્યું – ઇન્દ્રગઢમાંથી એક જાસૂસ અપ્સરાએ સંદેશ મોકલ્યો છે કે નલકુબેર ત્યાં જ છે. તે રાજકોષની દેખરેખ કરે છે. આપણે ઇન્દ્રગઢ જઈને, નલકુબેરની હત્યા કરીને, બંદી અપ્સરાઓને મુક્ત કરાવી શકીએ છીએ.” તેણે માથું હલાવ્યું, “રત્ના મારું એવું કશું કર્યા વગર જ મરી ગઈ.”

પદ્માએ કશું ન કહ્યું. તેણે સ્મૃતનો ખભો થપથપાવ્યો અને જવાની તૈયારી કરવા લાગ્યાં. શુકો ખભા પર હતો. તે બજરંગને ન જોયા હોય તેમ અવગણીને આગળ નીકળી ગઈ.

તેમણે તે લોકો તરફ ફરીને પૂછ્યું, “ક્યાં જાય છે?”

“જઈ રહી છું.”

“તું ઠીક તો છે ને.”

પદ્માએ તેમની આંખો સામે જોઈ કહ્યું, “તમારો એક પુત્ર હતો.”

ભગવાન બજરંગની આંખોમાં કુમાશ આવી ગઈ... “તે એક દુર્બળ સમય હતો, મારે બ્રહ્મચર્યની પ્રતિજ્ઞા નહોતી તોડવા જેવી.”

“તમે તે પ્રતિજ્ઞા તોડી કે નહીં તેનાથી મને કોઈ ફરક નથી પડતો. મને તે વાતની તકલીફ નથી.” પદ્માએ દાંત કચકચાવ્યા, “હું તમને કહેવા માગું છું કે જો તમે કશું કર્યું છે તો તમારે તેને તરછોડવાના બદલે તેનો સાથ આપવો જોઈએ. મેં કાલે લડાઈમાં સેંકડો વાનરોનો જીવ બચાવ્યો, જે લડાઈ તમારા લીધે શરૂ થઈ હતી. તમારા લીધે મચ્ચાનુ એવો બન્યો. તે તમારો પુત્ર હતો અને મારે તેનો જીવ લેવો પડ્યો.” પદ્માનો ગુસ્સો સાતમા આસમાને હતો. તે બંને ચિતાઓથી થોડે દૂર હતાં, એટલે તેમની કોઈ વાત કોઈએ ન સાંભળી, “અને જ્યારે અમે લડી રહ્યાં હતાં ત્યારે તમે શું કરી રહ્યાં હતાં?”

“પદ્મા, મને માફ કરી દે. હું તેનો સામનો નહોતો કરી શકતો. મેં કહ્યું હતું ને કે હું સંપૂર્ણ નથી. તે માછીમાર છોકરીને એકલી છોડી દેવી એ મારી સૌથી મોટી ભૂલ હતી, જેના માટે મને આજે પણ પસ્તાવો છે. મને નહોતી ખબર કે તેનું પરિણામ આવું આવશે, પણ તેં જે પણ કર્યું, તે માટે તારો આભાર માનું છું.”

"ભગ..." પદ્માએ પોતાનો શબ્દ વચ્ચે જ છોડી કહ્યું, "બજરંગ, તમારી પાસે આ દુનિયાને મદદ કરવાની યોગ્યતા છે, પણ તમે તમારી જ માન્યતા-અસ્તિત્વમાં ઘેરાયેલા રહો છો. તમારે યુદ્ધ કરવું જોઈએ. આપણા પર કળિયુગની તલવાર છે તોય તમે કશું નહીં કરો, કારણ કે તમને કોઈની ચિંતા જ નથી. મેં તમને મદદ કરવામાં મારી એક મિત્ર ગુમાવી દીધી. ખબર છે, મારો તમારા પર ઉપકાર ઉધાર રહ્યો."

પદ્માની વાત સાંભળીને બજરંગને આઘાત લાગ્યો. પદ્માને પણ એવી ખબર નહોતી કે તે આવી રીતે વાત કરશે – એક પ્રખ્યાત પ્રાચીન, જેમણે અવતાર તરફથી યુદ્ધ લડ્યું હતું.

પણ જો તમે જરૂરિયાતના સમયે લોકોની મદદ ન કરી શકો તો તમારી આ બધી ઉપલબ્ધિઓનો લાભ પણ શું કહેવાય?

હવે તેને તેમની પરવા નહોતી.

પદ્મા ઇન્દ્રગઢ જવા માટે પોતાના ઘોડા પાસે આવી તો તેણે શુકોને કહ્યું, "કલ્કિની પાસે જા. તેને રત્ના મારુ વિષયમાં જણાવજે. તેને કહેજે કે, હું ઇન્દ્રગઢ જઈ રહી છું. મારે અરજણને મળવાનું છે."

શુકોએ ટહુકીને ડોક નમાવી.

"મને ખબર છે કે કલ્કિ ઇચ્છતો હતો કે તું મારી સાથે રહે, પણ હું ઇચ્છું છું કે હવે તું તેની પાસે જા. કદાચ તેને તારી મદદની જરૂર હશે. ચિંતા ન કરીશ. મને કશુંય નહીં થાય. હું મારું રક્ષણ કરી શકું છું. ઓહ, મેં હમણાં જ એક પ્રાચીન અમર પુરુષના પુત્રની હત્યા કરી છે." તેના સ્મિતમાં ઉદાસી હતી, "સારું... મિત્ર... જલદીથી પાછાં મળીશું."

શુકો થોડીવારમાં જ વાદળોમાં ઓઝલ થઈ ગયો.

પદ્મા ઘોડા પર બેસીને પહાડ પરથી ઊતરવા લાગી. તેના મગજમાં પોતાની પ્રિય મિત્રની યાદો ઘૂમરાતી હતી. શુકોને મોકલવાનું એક કારણ હતું. જો તે ઇન્દ્રગઢ સાથે આવત તો તેને ખબર પડી જાત કે પદ્મા શું કરવા જઈ રહી છે... અને તે કલ્કિને જાણ કરી દેત.

પદ્મા ઇચ્છતી હતી કે તે વાત છૂપી જ રહે.

તે ફક્ત અરજણને મળવા માટે ઇન્દ્રગઢ નહોતી જઈ રહી. તે નલકુબેરની હત્યા કરવા પણ જઈ રહી હતી.

39

કલ્કિ ગુફાના જે અંશો બચ્યા હતા ત્યાંથી થોડાંક પગલાં દૂર હતો.

તેણે બરફથી ઢંકાયેલા પહાડો તરફ નજર કરી. સૂરજ આથમવાની તૈયારીમાં હતો અને આકાશમાં લાલ અને પીળા રંગનું સુંદર ધુમ્મસ છવાયેલું હતું.

જાંબવન પોતાની જગ્યાએથી ઊઠ્યો. હવે તેને પહેલાં કરતાં સારું લાગતું હતું. કલ્કિએ તેને બતાવેલી જડીબુટ્ટી લાવીને તેને પીસીને જાંબવનના ઘા પર મલમની જેમ લગાવી આપી.

તેણે સફેદ ઝભ્ભા પહેરેલા બધા પૂજારીઓનાં શબ તરફ આંગળી ચીંધી, "આ બધા ક્યાંક ફેંકવા પડશે. બીજી કોઈ જગ્યા છે જ નહીં એટલે આ બરફથી જામેલા તળાવમાં નાખી દે."

કલ્કિને હસવું આવ્યું. હવે તેણે ભાર્ગવ સાથે પણ મુકાબલો કરી લીધો હતો અને પોતાની અસીમ શક્તિનો પરિચય આપી દીધો હતો. આવું ભાર્ગવે પણ સ્વીકાર્યું હતું એટલે તે સારું અનુભવી રહ્યો હતો.

"કેવું લાગે છે હવે?" કલ્કિએ ચિંતા દર્શાવતાં પૂછ્યું.

"સારું છે... હું સ્વસ્થ થઈ જઈશ. તું તારી સંભાળ રાખજે."

કલ્કિએ માથું હલાવ્યું. આ ઘા તો સમય સાથે રુઝાઈ જશે. *જાંબવન પણ સ્વસ્થ થઈ જશે,* "હવે મારે ઇન્દ્રગઢ જઈને કળિને રોકવો પડશે."

તેણે પણ સંમતિપૂર્વક માથું હલાવ્યું, "શિવની તલવાર. એ સાથે લઈ લે."

"શું મારે તેની જરૂર પડશે? હવે હું શક્તિશાળી બની ગયો છું. હવે તો હું કળિને પણ પહોંચી વળીશ."

જાંબવને કહ્યું, "ફક્ત શિવની આ તલવાર જ અધર્મને મારી શકશે. તેને તો સાથે રાખવી જ પડશે. એ વાત સમજી લે કે શિવની આ

તલવાર જ ચિરંજીવી અને અધર્મને મારી શકે છે, પરંતુ તે ધર્મને નહીં મારી શકે. એકવાર એવું થયું છે, પરંતુ બીજીવાર એવું નહીં થાય. દેવતાઓ તેમાં સંમતિ નહીં આપે."

"ખરેખર...? આ શિવની તલવારે કોને માર્યો હતો?"

જાંબવનના ચહેરા પર સ્મિત આવ્યું ને પછી તેમના અવાજમાં ઉદાસી ભળી ગઈ, "એ વાતો હું ફરી ક્યારેક કરીશ."

"ચોક્કસ, તો હવે આપણે ક્યાં જવું જોઈએ?" કલ્કિએ નીચે લઈ જતા માર્ગ પર નજર કરી પૂછ્યું.

"ઉપર... આપણે શિવનું મંદિર શોધવું પડશે. રતા તને રસ્તો બતાવશે."

"રતા...?"

"આ એક પ્રાકૃતિક વ્યવસ્થા છે, જે બ્રહ્માંડનાં કાર્યોનું સંયોજન કરે છે. જે ચક્રોમાંથી તને શક્તિઓ મળે છે તે આ રતાના અંશોથી જ બનેલી છે."

"મારે હજુ ઘણું બધું શીખવાનું છે." કલ્કિએ સ્વીકાર કર્યો. જોકે તેણે ભાર્ગવ રામને હરાવ્યા અને અધિક બળવાન બન્યો અને જાંબવન પાસેથી તાલીમ પણ લીધી. તે છતાં તેને હજુ ઘણું શીખવાનું હતું.

કલ્કિ બોલ્યો, "તો ચાલો, ત્યાં જઈએ. તમારો ઘોડો ક્યાં છે? કે પછી તમે પગપાળા જ આવશો?"

જાંબવને ખભા ચડાવીને ડોકું ધુણાવ્યું, "આ તારી યાત્રા છે એટલે તારે જાતે જ સામનો કરવો પડશે."

"પ્રભુ, મારું માર્ગદર્શન કરવા બદલ આપનો આભાર."

જાંબવને ઉત્તર આપ્યો, "આવું મેં કેટલીય વાર કર્યું જ છે." તે ભૂતકાળના છેલ્લા અવતારોની વાત કરતા હતા.

"તો... તમે ક્યાં જશો?"

જાંબવને ઉદાસીથી માથું નમાવ્યું, "જ્યાં ઘણા સમય પહેલાં જવા જેવું હતું ત્યાં જઈશ. મારા લોકો, મારું ગામ. જ્યાં તું રોકાયો હતો તે જગ્યાએ જઈશ."

કલ્કિના ચહેરા પર સ્મિત આવ્યું. વિદાય લેવાનો સમય હતો, પણ

તેને જાંબવન પ્રતિ આભાર પ્રગટ કરવાનો બાકી હતો. તે દેવદત્ત પરથી નીચે ઊતર્યો. તે જાંબવન પાસે જઈને પગે લાગ્યો. જાંબવને દીર્ઘાયુ થવાના આશીર્વાદ આપ્યા.

કલ્કિ ફરીથી ઘોડા પર સવાર થયો અને આગળ જવાનો ઇશારો કર્યો.

ક્યાં જશો માલિક?

માલિક? મને તો એમ કે હું એક 'માણસ' છું.

ના, તેં પેલા ખડ્ડુસ વૃદ્ધને હરાવી દીધા. તો પછી કમ-સે-કમ હવે તને મારે થોડી ઇજ્જત પણ આપવી પડે ને?

થોડી? કલ્કિએ સ્મિત આપ્યું – ઓહ, મારા મિત્ર! આપણે શિવ મંદિર જઈ રહ્યા છીએ. આપણે પેલી તલવાર મેળવવાની છે જેનાથી અધર્મનો નાશ કરવાનો છે.

ભાગ : ૭

એક યુગનો અંત

40

દુરુક્તિનો એક બીજો પણ ભાઈ હતો.

જ્યારે કળિએ તેને જણાવ્યું કે બાલી પણ જીવે છે તો જાણીને એ ઘણી ખુશ થઈ હતી. જ્યારે આગ લાગી ત્યારે તો એ ઘણી નાની હતી. જ્યારે તેને પોતાના નાના ભાઈની મૃત્યુની જાણ થઈ ત્યારે તેને ઘણો આઘાત લાગ્યો હતો. તેણે કેટલાંય અઠવાડિયાં સુધી કળિ નહીં, પણ બીજા લોકો સાથે પણ વાત કરવાની ન પાડી દીધી હતી. કળિ પણ ઘણો દુઃખી હતો. હવે અત્યારે એક મહિના પહેલાં જ તેને કળિએ માહિતી આપી કે તે ભાઈ મર્યો નથી અને તે બીજું કોઈ નહીં, પણ અરજણ જ હતો.

દુરુક્તિ તો અચંબો પામી ગઈ હતી. અરજણ? તેને એ વાતે રાહત થઈ કે સારું થયું કે કળિ અને અરજણની લડાઈ થાય તે પહેલાં તેણે અરજણને સોમ આપી દીધું. તેને એમ લાગ્યું કે નહીંતર તો કળિ અને પોતે તેના ભાઈની હત્યાના જ દોષી થઈ જાત.

એને વિચાર આવ્યો કે જ્યારે અરજણને ખબર પડશે કે તે એક અસુર છે અને તે લોકોનો જ સંબંધી છે તો એ કેવું અનુભવશે...! જોકે કળિએ એકદમ સહજતાથી તેને આ વાત જણાવી અને અરજણ સામે યુદ્ધમાં મદદ કરવાનો પ્રસ્તાવ પણ મૂક્યો. આ સમયમાં કળિ એક નવા જ સ્વરૂપે જણાતો હતો. દુરુક્તિએ પણ આવો ભાવુક, નિઃસ્વાર્થ કે ઇમાનદાર કળિ પહેલાં નહોતો જોયો. કદાચ તેનો ભાઈ જીવે છે તે ખબરથી તેણે જીવનને જુદા-જુદા પરિમાણથી જોવાનું શરૂ કર્યું હતું. એવું લાગતું હતું કે કળિ અરજણને બચાવવાની કોશિશ કરી રહ્યો હતો.

અને અરજણ... એ તો અરજણ જ હતો. તેણે બધું જ અવગણવાનો

નિર્ણય કર્યો હતો. *કદાચ એ સ્વીકારી નહોતો શકતો કે તે એક હત્યારાનો ભાઈ છે.*

દુરુક્તિ તેનું કાળું ઝભ્ભા જેવું પહેરણ ઉતારતા અરજણનો જ વિચાર કરી રહી હતી. કળિએ કહ્યું હતું કે તેણે છુપાઈને જ ફરવાનું હતું એટલે તે હંમેશાં તેનું મોં-માથું ઢાંકીને રાખતી હતી. તે આવી રીતે રહીને કંટાળી ગઈ હતી. તેણે તેના મનની વાત કળિને જણાવી તો કળિએ સાંત્વના આપી કે યોગ્ય સમય આવશે એટલે તેઓ બધા સમક્ષ જશે. દુરુક્તિ જાણતી હતી કે તેવું ત્યારે જ થશે જ્યારે અરજણ મનસાની સેનાને હરાવી દેશે.

દુરુક્તિ તેના પલંગ પર આડી પડી. તેને નલકુબેરના મહેલમાં એક નાનો ઓરડો આપવામાં આવ્યો હતો. તેની સામે જ કળિ અને અલક્ષ્મીનો ઓરડો હતો.

આ સ્ત્રી સાચે જ ભેદી લાગે છે.

તેને જોઈને જ મન કાંપી ઊઠતું હતું. દુરુક્તિ તેનાથી ઘણી ડરતી હતી. તેને અલક્ષ્મી સાથે હંમેશાં રહેતાં જાનવરોથી ઘણો ડર લાગતો હતો. એ જાણતી હતી કે એ જાનવરો અલક્ષ્મીના વશમાં હતાં. તેના માલિકના એક જ ઇશારા પર એ વાર કર્યા વગર દુરુક્તિનું માંસ ફાડી ખાય.

દુરુક્તિ જાણતી હતી કે કળિ અલક્ષ્મી સાથે સંતાન પેદા કરવાનું વિચારી રહ્યો હતો. આ વાતથી પણ તેને ભય લાગતો હતો. તેને પૂરો વિશ્વાસ હતો કે અલક્ષ્મી એક ઉચિત મા સાબિત થાય એવી નથી.

તેને એ સમજાતું નહોતું, પણ તેને દઢ શંકા પણ એવી જ હતી કે અલક્ષ્મી તેનાથી કશું છુપાવી રહી છે.

દુરુક્તિ પલંગમાંથી ઊભી થઈ અને પગમાં પાદુકા પહેરીને બિલ્લીપગે કળિના ઓરડા તરફ ગઈ. તેના વફાદાર કોકો અને વિકોકો દરવાજા પર ઊભાં નહોતાં. *કદાચ એ લોકો ખાવા-પીવા ગયાં હશે. આમેય મહેલની અંદર કળિને સુરક્ષાની જરૂર પણ નહોતી.*

તે દરવાજો ખટખટાવવા ગઈ ત્યાં તો કોઈકના ગણગણાટનો અવાજ સાંભળ્યો.

કળિએ પૂછ્યું, "તું મારી પાસે આ બધું શા માટે કરાવવા માગે છે?"

"તારા ભાઈની મદદ! એ એક સારો શાસક છે." અલક્ષ્મી ધીમા પણ તીખા અવાજે બોલી.

"ના... એ નથી એવો. મારી વાત માની લે, મને નથી લાગતું કે એ સારો શાસક બનવા માટે તૈયાર હોય. પેલા દુષ્ટ ગુરુએ તેના શિષ્યોને આદેશ આપ્યો છે કે તેની પર હુમલો કરવામાં આવે, પણ અરજણ હજુ કોઈ પગલું નથી ભરતો. મને એમ લાગે છે કે આ પરિસ્થિતિને હું જ યોગ્ય રીતે સંભાળી શકીશ. મારું શાસન સમાપ્ત થશે પછી અરજણ સિંહાસન સંભાળશે."

"મહારાજ, શું આ સિંહાસન તમારા ભાઈ કરતાં પણ વધારે છે?"

કળિને તત્કાલ કોઈ જવાબ ન સૂઝ્યો.

"તમારે તો હજુ બીજી ઘણી વાતો પર ધ્યાન આપવાનું છે."

"જેમ કે...?"

થોડી ક્ષણોના મૌન બાદ એ બોલી, "અધર્મ પાછો આવી ગયો છે."

"કલ્કિ?"

દુરુક્તિ હવે આ વાત પચાવી ન શકી કે કલ્કિ દુષ્ટ કે અધર્મ હતો. જ્યાં સુધી એને ખબર છે ત્યાં સુધી કલ્કિએ એવું કોઈ કામ નહોતું કર્યું જેને ખોટું કહી શકાય. તે એના ભાઈની જેમ લોકોને મારીને આનંદ નહોતો મનાવતો. *હું વિચારું છું કે કલ્કિ અત્યારે ક્યાં હશે?*

"મહારાજ, શુક્રએ કહ્યું હતું, તે સિંહાસન પર બેસશે અને તમે જાણો છો તે સિંહાસન મેળવવા શું કરશે."

"એ અરજણને મારી નાખશે." કળિ બોલ્યો.

કલ્કિ એવું ક્યારેય નહીં કરે. આ દુષ્ટ સ્ત્રીએ મારા ભાઈનું મગજ ફેરવી નાખ્યું છે.

અલક્ષ્મી બોલી, "હા-હા, એ તેને મારી નાખશે."

"ભલે, અરજણને દત્તક લીધેલો હોય, પણ એ બંને તો હંમેશાં ભાઈઓની જેમ રહ્યા છે."

"પણ જ્યારે તેને જાણ થશે કે તેનો ભાઈ અરજણ અસુર છે તો એ

શું કરશે? શું તે પોતાની જાત સાથે છળ થયું હોય તેવું નહીં અનુભવે? તે ગુસ્સામાં આવીને તમને જે વર્ષો પછી પાછો મળ્યો છે તેવા તેના ભાઈને મારવામાં પીછેહઠ નહીં કરે."

દુરુક્તિને કોઈનો પગરવ સંભળાયો, "હા, એ વાત પણ સાચી છે. હું એ ગ્રામીણ છોકરા પર ભરોસો નહીં કરી શકું. તેણે દુરુક્તિને પણ રમકડું બનાવ્યું હતું. તેણે જ મારા સાથી માર્તંડને મારી નાખ્યો હતો."

"સાચી વાત છે. તો ભાઈ ભલે રાજ કરતો, કરવા દો. તેને અત્યાર સુધી જેમ મદદ કરી તેમ જ સલાહ આપતાં રહીએ અને જરૂર પડે તો તેનો બચાવ કરવાનો."

કળિ અને અલક્ષ્મી બંને થોડીવાર ચૂપ રહ્યા.

દુરુક્તિએ સાવચેતીથી દરવાજો ખોલ્યો અને અંદર નજર કરી. અલક્ષ્મી કળિના માથામાં તેલ-માલિશ કરી રહી હતી. એ બંને અરીસાની સામે બેઠાં હતાં.

"મહારાજ, આપણે સંતાનપ્રાપ્તિ માટે પણ વિચારવું જોઈએ. અસુર વંશ આગળ વધારવા માટે જરૂરી છે. તેને પહેલાની જેમ જ વિકસિત કરવો પડશે."

"હા...!" કળિના હકારમાં એટલી દૃઢતા નહોતી. દુરુક્તિને એવું પણ લાગ્યું કે તે ડરેલો પણ હતો.

અને બીજું કશું એ સાંભળે તે પહેલાં કોઈએ આવીને તેના કાનમાં કહ્યું, "મને ખબર નહોતી કે દેવી દુરુક્તિ છૂપી રીતે વાતો સાંભળવાનો શોખ ધરાવે છે."

જ્યાં દુરુક્તિએ પાછળ જોયું તો તેના શ્વાસમાં જાણે એક ખટકો આવી ગયો!

તે નલકુબેરની પત્ની રંભા હતી. તે સીધી પથારીમાંથી ઊઠીને આવેલી લાગી. વાળને સાદગીથી ગૂંથેલા હતા અને શરીર પર પારદર્શી પહેરણ હતું, છતાં તે એકદમ સુંદર દેખાતી હતી.

રંભા દુરુક્તિને એકીટશે તાકતી રહી અને તેના ચહેરા પર કોઈ ભાવ નહોતો.

શું તે ગુસ્સામાં છે? મારે શી પ્રતિક્રિયા આપવી?

દુરુક્તિએ શરમાઈને કહ્યું, "દેવી રંભા...હું તો હમણાં જ...બસ..."

"હું કોઈ દેવી નથી. હું મારા પતિને આનંદમાં રાખવાનું એક વિશેષ સાધન માત્ર જ છું. આવ, મારી પાછળ આવ."

શું? તેનો પતિ તેની સાથે આવો વ્યવહાર કરે છે? ને તેનાથી આમ ખુશ પણ છે?

દુરુક્તિએ સાંભળેલું હતું કે યક્ષો સ્ત્રીઓ સાથે કેવી રીતે વર્તતા હતા. એ સાચે જ ઘૃણાજનક હતું. જોકે રંભાને જોઈને લાગતું હતું કે તેને કોઈ વસ્તુની જેમ વર્તવામાં વાંધો નહોતો. દુરુક્તિ વિચારમાં પડી ગઈ. તે રંભા સાથે નીચેના ખંડ તરફ જઈ રહી હતી અને વિચારી રહી હતી કે તેણે જે વાતો સાંભળી હતી તેનાથી તે દૂર જઈ રહી હતી. તેણે ચોરીછૂપીથી વાત કરવાને બદલે યોગ્ય કારણ આપવાનું વિચાર્યું, પરંતુ તે બોલે તે પહેલાં રંભા બોલી, "હું સમજી શકું છું કે તને પેલી નવી સ્ત્રી પર વિશ્વાસ નહીં આવતો હોય."

"હા... હા... મને તે સ્ત્રી પર ભરોસો નથી, પણ તમને કેવી રીતે ખબર પડી?"

રંભા તેની વાતને અવગણીને બોલી, "પ્રિય, મને અસુરો પર ભરોસો નથી. તારા પર પણ નથી, પરંતુ તું એક મૂરખ છે...અને એ...એ પાગલ છે."

દુરુક્તિને સમજ ન પડી કે તેણે રાહતનો શ્વાસ લેવો જોઈએ કે પછી તેની વાત પર ગુસ્સે થવું જોઈએ. *એના કરતાં ચૂપ રહે તે જ ઉત્તમ રહેશે!*

તે સીડીઓ ઊતરીને નીચે આવ્યાં અને ભોંયરાના માર્ગ પર પહોંચ્યાં. એક યક્ષસૈનિક ત્યાં પહેરો ભરતો હતો.

"આપણે અહીંયા કેમ આવ્યા છીએ."

"મારી પ્યારી, શાંતિ રાખ. અત્યારે તો એટલું જ સમજી લે કે હું તને મદદ કરવાનો પ્રયાસ કરી રહી છું."

રંભાએ સૈનિક સામે જોઈ માથું હલાવ્યું. તે મશાલ લઈને આગળ

ચાલવા લાગ્યો. એ લોકો થોડું ચાલ્યા બાદ એક અડધા ભરેલા પીંજરા તરફ પહોંચ્યાં. તેની અંદર રહેલા કેદીઓને લોઢાની બેડીઓથી બાંધેલા હતા.

બધી જ સ્ત્રીકેદીઓ હતી.

"આ...આ શું છે?" દુરુક્તિને તેની આંખો પર વિશ્વાસ ન બેઠો. તે મહેલની નીચે આવું ભોંયરું હતું. આ બધી સ્ત્રીઓ ગુલામ હતી તેવું તો સ્પષ્ટ હતું. તેમાંથી અમુકની તો ઘણી ઓછી ઉંમર હતી. તેણે પીંજરામાં આગળ બેઠેલી યુવતી તરફ જોયું. *તે કદાચ બારેક વર્ષની જ લાગતી હતી.*

એ બધી દેખાવમાં સુંદર હતી એટલે દુરુક્તિને ખ્યાલ આવ્યો કે એ બધી અપ્સરાઓ હતી. એ બધી કુતૂહલવશ આગળની તરફ આવી ગઈ. તેમને પણ જોવું હતું કે દેવી રંભા સાથે બીજું કોણ આવ્યું છે.

રંભા બોલી, "આ મારા પતિની મનપસંદ જગ્યા છે. તે આ જગ્યાએ દરેક યુવતી સાથે ક્રીડા કરે છે."

ઓહો... સરસ. હું અને મારો ભાઈ એક વિકૃત માનસિકતા ધરાવતા વ્યક્તિના મહેલમાં રોકાયા છીએ.

"આ બધાને બંદી કેમ બનાવવામાં આવ્યા છે?"

"કારણ કે આ બધી મૂર્ખ... ક્યાંક ભાગીને જતી ન રહે. ઘણીબધી એવું કરી ચૂકી છે. મને તો એ નથી સમજાતું કે એ લોકો એવું કેમ કરે છે. અમે તેમને ખોરાક આપીએ છીએ. તેમની સુંદરતા સાચવવા માટે વ્યાયામની વ્યવસ્થા છે અને મારા પતિ જ્યારે ક્રીડા કરવા માટે આવે તો એ લોકોને કામોત્તેજક ઔષધિ પણ આપવામાં આવે છે જેથી બધાને આનંદ આવે."

દુરુક્તિને શું પ્રતિક્રિયા આપવી તે સૂઝ્યું નહીં. તે ઘણું બધું કહેવા માગતી હતી, પણ તેને ખ્યાલ હતો કે તે નલકુબેરની પત્ની અને યક્ષ સાથે ભોંયરામાં હતી. રંભાના એક આદેશ પર સૈનિક કશું કરે તો કોઈને ખબર પણ ન પડે કે તેની સાથે શું થયું હતું.

રંભાએ સ્મિત આપતાં કહ્યું, "જો મારી વાત સમજ. હું આ રીતે તારી મદદ કરી શકું તેમ છું. આ યુવતીઓ ફક્ત મારા પતિનું મન

બહેલાવવા માટે નથી. આમાંથી ઘણી ગુપ્તચર વિદ્યામાં નિપુણ છે. તું કોઈને પણ નિયુક્ત કરીને અલક્ષ્મીની જાસૂસી કરાવી શકે છે. તારે એ માટે ઇનામ આપવું પડે. બસ, એટલું ધ્યાન રાખજે કે ખોરાક વધુ નહીં આપવાનો. નલને જાડી યુવતીઓ પસંદ નથી."

દુરુક્તિએ એ લોકોની સામે જોયું. એ બધી બહાર આવવા બેચેન દેખાતી હતી. *કેટલી બદકિસ્મતી છે કે મારે ફક્ત એકને લઈને જવાનું છે.*

એક છોકરીને તેણે પસંદ કરી જે આંખ નીચી કરીને ખૂણામાં બેઠી હતી. તેને બીજી યુવતીઓની જેમ બહાર આવવાની ઉતાવળ નહોતી. તે બેઠી બેઠી જમીન ખોતરી રહી હતી.

"હું આને લઈ જઈશ."

રંભાએ તેને સળિયાની પાછળથી બહાર કાઢીને દુરુક્તિ તરફ ધકેલી.

રંભાએ પૂછ્યું, "તારું નામ શું છે, છોકરી?"

"મીરા."

રંભા હસીને બોલી, "મીરા, દેવી દુરુક્તિ ઇચ્છે છે કે તું તેના માટે એક મહત્ત્વપૂર્ણ કામ કરે."

મીરાએ સંમતિથી માથું હલાવ્યું અને પછી દુરુક્તિ તરફ નજર કરી.

હા... કદાચ મેં મારા માટે યોગ્ય ગુપ્તચર પસંદ કરી છે.

દુરુક્તિ, રંભા અને મીરા સીડીઓ ચડીને ઉપર આવ્યાં. જ્યારે તે લોકો ઉપરના મોટા ખંડમાં આવ્યાં ત્યારે કળિ અને નલકુબેર એકબીજા સાથે ગંભીર વિચારણા કરતા હતા. દુરુક્તિએ જોયું કે કેટલાક યક્ષસૈનિકો આસપાસ ઘેરો કરીને સાવધ ઊભા હતા.

દુરુક્તિ તરત જ કળિ પાસે પહોંચી ને પૂછ્યું, "શું થયું?"

નલકુબેર એકદમ સહજ-સપાટ ભાવે બોલ્યો, "ગુરુ નરેન્દ્રની હત્યા થઈ ગઈ. રાત્રે આપણા જ રાજાએ તેનું ગળું રહેંસી નાખ્યું."

દુરુક્તિની નસોમાં જાણે એકદમ લોહી થીજી ગયું. અરજણે કોઈનો જીવ લીધો?

તેણે કળિની તરફ જોયું. તે ઘણો ખુશ જણાયો. તે માણસને મારવો જરૂરી જ હતો.

નલકુબેર તેના ગુસ્સાને વશમાં રાખતા બોલ્યો, "તને આનંદ થાય છે, પરંતુ તેને કારણે રમખાણ થશે ત્યારે શું કરશું? હવે તો પરિસ્થિતિ ખરાબ બનતી જાય છે. અરજણ એક મોટા પુરોહિતને મારીને શાંત નથી રહેવાનો. તેણે નગરનાં બધાં જ મંદિરો બંધ કરવાનું આયોજન કર્યું છે. મંદિરોમાં જનારા શ્રદ્ધાળુઓ આ વાત સાંભળી શાંત નહીં બેસે. મેં તેને ખાસ સાવધાન રહેવાનું અને સંભાળીને પગલું ભરવાનું કહ્યું જ હતું."

કળિએ તેના ખભે હાથ મૂકીને કહ્યું, "સારું મિત્ર! મને વિશ્વાસ છે કે રાજાએ કશુંક વિચારીને જ નિર્ણય લીધો હશે."

નલકુબેર માથું હલાવી બોલ્યો, "એવું તો મને નથી લાગતું. તેણે વિચાર્યા વગર પગલું ભર્યું છે. તે આખા શરીરે લોહીથી લથપથ હતો. જો હું ખોટું અનુમાન ન કરતો હોઉં તો તે હવે એક રાક્ષસ બનતો જાય છે." નલકુબેરે ઊંડો શ્વાસ લીધો, "અને તેનાથી પણ મોટી વાત એ છે કે કાલે તે યુદ્ધના મેદાનમાં જઈ રહ્યો છે."

"કળિ, મને અરજણની ચિંતા થઈ રહી છે." દુરુક્તિએ કળિને ફરિયાદ કરી.

"પ્યારી બહેન... બધું સારું થઈ જશે. તેની કોઈ ચિંતા કરવાની જરૂર નથી. આપણો રાજા કાલે દાનવોને સાથે રાખી યુદ્ધ લડવાનો છે." કળિ આનંદ સાથે દુરુક્તિને ભેટ્યો અને હળવેથી તેના કાનમાં બોલ્યો, "હવે તે એક સાચા અસુરનાં લક્ષણો બતાવી રહ્યો છે."

41

ઇન્દ્રગઢનો રાજા પોતાની સેના લઈને કોઈ સૈનિકની જેમ લડી રહ્યો હતો. અરજણે એક ભાલો સામે આવેલા નાગની છાતીમાં ઘુસાડ્યો. તે પોતાની માનું આપેલું શસ્ત્ર નહોતો વાપરતો, કારણ કે તે અમૂલ્ય હતું. તે નહોતો ઇચ્છતો કે તેને લોહીવાળું કરે.

ભાલો બરાબર તેના નિશાન પર લાગ્યો અને તેની છાતી વીંધી નાખી. અરજણના દુશ્મનના શરીરમાંથી લોહીનો ફુવારો છૂટ્યો.

તે પોતાનો ભાલો લેવા માટે ત્યાં પહોંચ્યો. હવામાં તાજા લોહીની સોડમ તેને આવી. અરજણે પોતાની જાતને બળવાન... શક્તિશાળી અનુભવી.

તેણે પોતાના ભાલાને પાછો ખેંચ્યો અને દુશ્મનના સૈનિકો પર હુમલો કરી દીધો. બે નાગસૈનિકો તેના સૈનિકોને મારવા માટે આવ્યા તો અરજણે તેમની પર પણ હુમલો કર્યો. તેણે એક નાગને લાત મારી અને બીજાનું ગળું રહેંસી નાખ્યું.

બીજો નાગ ચીસો પાડતો અરજણ તરફ દોડ્યો. તેના હાથમાં ચમચમતી તલવાર હતી.

અરજણે તેને પોતાની ઢાલથી રોક્યો.

એટલામાં જ એક નાગ તેની પાછળ આવી ગયો. તેણે પોતાની તલવારથી પ્રહાર કરવા માટે હાથ ઉગામ્યો, પણ અરજણ ગોળ ફરીને ખસી ગયો. તેણે પોતાની સામેના સૈનિક ઉપર જ તલવાર ચલાવી દીધી.

અરજણે એક ક્ષણ પણ ગુમાવ્યા વગર બીજા સૈનિકના ગળામાં ભાલો ઘુસાડી દીધો.

તેણે પોતાના સૈનિકોને ઊભા થવા માટે ટેકો કર્યો.

ત્યાં તો અચાનક તેની ઉપર તીરોનો વરસાદ થવા લાગ્યો. તેણે ઢાલથી માંડ-માંડ પોતાની જાત બચાવી, પણ તેના સૈનિકો પાસે તો ફક્ત તલવારો જ હતી.

આ હરામખોર સુપર્ણ...!

મનસાનું સૈન્ય જીતી રહ્યું હતું. અરજણે આજુબાજુ નજર કરી. તેના પોતાનાં લોકો ઘાયલ હતાં અથવા મરી ચૂક્યાં હતાં. કેટલાંક લોકો હજુય લડી રહ્યાં હતાં, પણ નાગલોકો વધુ શક્તિશાળી લાગતાં હતાં.

અને હવે આપણે પાછું જવું જોઈએ.

અરજણની યોજના એવી જ હતી કે તે પોતાના પગપાળા સૈનિકો સાથે લડવા જાય અને થોડીવાર પછી પાછો આવી જાય. એ પછી એ લોકો આરામ કરશે અને દાનવની સેના બાકીનું યુદ્ધ સંભાળી લેશે.

હવે દાનવો મેદાનમાં આવી ગયા હતા. એ લોકોએ દુશ્મન સૈનિકોને કચડવા માંડ્યા અને હવામાં ઊડતા સુપર્ણોને મારીને નીચે પાડ્યા.

અરજણ એ દાનવોને જોઈને હસ્યો. ફક્ત બે જ દાનવ તેની એ દિવસની જીત માટે કાફી હતા.

ઇન્દ્રગઢનો વિજયી રાજા પોતાની છાવણી પર આવી ચૂક્યો હતો. દાનવો મેદાનમાં ઊતર્યા એટલે દુશ્મનોએ પણ પીછેહઠ કરીને છાવણીમાં પાછા જવાનું નક્કી કરી લીધું હતું.

અરજણના હિસાબે આ યુદ્ધ ઘણું ઝડપથી પતી જવાનું હતું. તેણે જ્યાં પહેલા લડી ચૂક્યા હતા એવા એક ખુલ્લા મેદાનમાં જ પોતાનો તંબૂ નાખવાનું વિચાર્યું. તે મહેલમાં પાછો જઈ શકતો હતો, પણ તેને મેદાનમાં રહેવું હતું. તેને એમ હતું કે મેદાનમાં રહેવાથી દરેક વસ્તુ પર ચાંપતી નજર રાખી શકાશે.

બે અપ્સરાઓએ તેને માલિશ કરી અને વૈદ્ય તેના શરીર પર કોઈ ઘા પડ્યા હોય તો દવા લગાવવા માટે આવ્યા.

વૈદ્ય બોલ્યા, "આવું કેવી રીતે સંભવ છે કે એક વ્યક્તિ યુદ્ધના

મેદાનમાં લડવા જાય અને શરીર પર કોઈ ઘસરકો પણ ન પડ્યો હોય? મહારાજ, તમે કેટલા લોકોના જીવ લીધા?"

અરજણ બોલ્યો, "લગભગ સોએક માણસોને તો મેં માર્યા હતા અને હું લોહીથી લથપથ હતો." પછી અરજણે અપ્સરાઓને પૂછ્યું, "શું તમે મારા શરીર પર લાગેલું બધું જ લોહી સાફ કરી લીધું?"

વૈદ્ય બોલ્યા, "અદ્‌ભુત! હું અને મારા સાથીઓ આ વિશે વિશ્લેષણ કરવા માગીએ છીએ કે તમારું શરીર કેવી રીતે કામ કરે છે અને તમને આટલી શક્તિ કેવી રીતે મળે છે."

અરજણ બોલ્યો, "જો હું એકને મારું છું તો બીજા દસનો જીવ બચાવું છું. બસ, મારી તાકાતનું રહસ્ય આ જ છે."

"ના મહારાજ... પણ હું તો વૈજ્ઞાનિક કારણ શોધવા માગું છું."

"એવું કોઈ વિજ્ઞાન જ નથી જે આ શક્તિનું માપ કાઢી શકે. હું જાદુ જાણું છું."

"એટલે જ તમે બધાં મંદિરો બંધ કરાવ્યાં લાગે છે?"

અરજણે તે વૈદ્ય સામે નજર તાકી, "આપણો ધર્મ જૂઠાં મૂલ્યોનો પ્રચાર કરે છે. એ કારણથી જ મેં બંધ કરાવ્યાં છે."

"પણ અમુક લોકો આ નિર્ણયથી નારાજ છે."

"એવું તો થવાનું જ હતું. એ લોકો પણ થોડા સમયમાં સમજી જશે કે મેં બધાની ભલાઈ માટે જ આ નિર્ણય લીધો છે." અરજણ ઊભો થયો. તે સેનાપતિ તરફ ફર્યો, "સેનાપતિ તને શું લાગે છે? આ યુદ્ધમાં કોની જીત થશે?"

"ચોક્કસપણે તમે જ જીતવાના છો."

"વાહ સરસ...!" અરજણે તાળી પાડી, "આપણા બચી ગયેલા સૈનિકો માટે ભોજનની વ્યવસ્થા કરો. શું દાનવો કશું ખાય છે?"

સેનાપતિએ માથું ખંજવાળ્યું, "ના... મેં તો હજુ સુધી કશું ખાતા હોય તેવું જોયું નથી."

"મને પણ એ વિશે કોઈ જાણકારી નથી." અરજણે કશુંક વિચાર્યું ને બોલ્યો, "કદાચ તે કશુંય નથી ખાતા."

સેનાપતિએ પણ ખભા ઉલાળ્યા, "કદાચ...! મહારાજ, વાનરોની છાવણીમાંથી કોઈ સંદેશવાહક આવ્યું છે. કોઈ ખાસ બાબત માટે તે આપને મળવા માગે છે, પણ તે સ્ત્રીને જોઈને લાગતું નથી કે તેની પાસે આપના માટે કોઈ સંદેશો હોય."

"કેમ...?"

"કારણ કે એ વાનર નથી, મહારાજ."

વાનરોની છાવણીમાંથી? તેણે સિંહાસન સંભાળ્યા બાદ કળિના દસ્તાવેજ વાંચ્યા હતા. ભૂતપૂર્વ રાજાઓ અને રાણીઓ વિશે વાંચવાનો રિવાજ હતો, જેથી તેમના શાસન વિશેની સચોટ જાણકારી મળી રહે.

અરજણને ખબર હતી કે કળિએ તેના અમુક સૈનિકોને સેનાપતિ તાર પાસે મોકલ્યા હતા.

શું તેઓ બીજા સૈનિકો માગવા આવ્યા હશે?

"તેનું નામ શું છે?"

સંદેશવાહક જે તંબૂમાં તેની રાહ જોઈ રહી હતી તે તંબૂ તરફ જવા માટે અરજણ નીકળ્યો. જ્યારે તે તંબૂમાં ગયો તો તેને એક ઘાયલ અને અસ્ત-વ્યસ્ત યુવતી દેખાઈ.

તે એને સારી રીતે ઓળખતો હતો.

એ યુવતી પણ તેને જોઈને હળવું હસી અને તેને ભેટી પડી.

અરજણ પણ તેને જોઈને હસ્યો, "પદ્મા...!"

થોડી ક્ષણો બાદ તે દૂર થઈ. જોકે અરજણ તેને થોડા મહિનાઓ પહેલાં જ મળ્યો હતો, પણ તે અત્યારે ઘણી મોટી લાગતી હતી. તે અરજણને જોઈને હસી અને બોલી, "કોને ખબર હતી કે જે માણસને હું વેદાંતના કિલ્લામાં છોડીને ગઈ હતી તે એક દિવસ રાજા પણ બની જશે... હમ્મ."

42

એક કલાકથી વધુ સમય થયો હતો. દુરુક્તિ છત પર મીરાની રાહ જોઈ રહી હતી, પણ તેનો કોઈ અંદેશો નહોતો. સમય પસાર થતાંની સાથે તેની બેચેની વધતી જતી હતી.

તેણે બાગમાં જોયું. કળિ અને અલક્ષ્મી વાતો કરી રહ્યાં હતાં. તેના સૈનિકો થોડે દૂર જ તહેનાત હતા. દુરુક્તિએ જોયું કે અલક્ષ્મી કળિને સીટી વગાડતાં શીખવાડતી હતી જેથી પેલા જરખને કાબૂમાં રાખતાં તેને આવડી જાય.

દુરુક્તિ કળિ સાથે વાત કરવા માગતી હતી અને તેને જણાવવા માગતી હતી કે તેને અલક્ષ્મી પર ભરોસો નથી, પણ તેણે જે સાંભળ્યું પછી તેને કળિથી ડર લાગતો હતો. તે સમજી નહોતી શકતી કે તે શું વિચારી રહ્યો હતો? *શું તેને ખરેખર અરજણની ચિંતા હતી ખરી?*

તે મીરાની રાહ જોઈને થાકી ગઈ.

મારે હવે મારા ખંડમાં પાછું જવું જોઈએ.

દુરુક્તિએ ઊંડા શ્વાસ લીધા અને ખાલી પરસાળ તરફ આગળ વધી. તે જગ્યાએ પણ અમુક સૈનિક તહેનાત હતા. તેને જોઈને એ લોકોએ સલામ ભરી.

મહેલના યક્ષો તે લોકો વિશે જાણતા હતા – ત્રણ અસુર નલકુબેરની સાથે રહે છે. તે લોકોને કોઈ જ વાંધો નહોતો, કારણ કે નલ તેમના માટે ભગવાન સમાન હતો અને તમે ભગવાનને કોઈ પ્રશ્ન ન પૂછી શકો.

એક ભગવાન...

જ્યાં દુરુક્તિ તેના ખંડમાં આવી તેના મગજમાં અરજણની વાતો ઘોળાવા લાગી. એ દિવસે ને દિવસે કળિ જેવો થઈ રહ્યો હતો. જ્યારે

કળિ રાજા હતો ત્યારે એણેય મંદિરો નષ્ટ કરાવ્યાં હતાં અને અરજણ હવે તે બંધ કરાવી રહ્યો છે. શું તેને અહેસાસ હશે ખરો કે તે શું કરી રહ્યો છે?

દુરુક્તિ તેના ખંડમાં જતી હતી ત્યારે જ તેને કોઈ વિચિત્ર વાસ આવી.

કળિના ખંડમાંથી તે વાસ આવી રહી હતી. દરવાજો બંધ હતો. તેણે દરવાજો ખોલીને જોયું.

અંદર એક લાશ હતી. તે જમીન પર પડેલી હતી. ચારે તરફ લોહી ફેલાયેલું હતું. જરખ લાશને ખાઈ રહ્યું હતું. દુરુક્તિ એ લાશનો ચહેરો જોઈને સમસમી ગઈ.

મીરા...! મારી જાસૂસ.

તે અલક્ષ્મી વિશે કોઈ જાણકારી લેવા અહીં આવી હશે... અને જીવ ખોવાનો વારો આવ્યો.

દૃશ્ય જોઈને તેના મોંમાંથી ચીસ નીકળી ગઈ અને જાનવર સચેત થઈ ગયું. તેણે લોહીથી લથપથ દાંત સાથે તેની સામે જોયું અને તેની તરફ દોડ્યું. દુરુક્તિએ તરત જ દરવાજો બંધ કર્યો. થોડીવાર સુધી તેણે કસીને દરવાજો પકડી રાખ્યો.

થોડીવારે જરખનું ઘુરકિયાં કરવાનું બંધ થયું. તે પાછું જતું રહ્યું હતું. દુરુક્તિએ તેના કપાળ પરનો પરસેવો લૂછ્યો. તેને હવે શું કરવું તેની દ્વિધા થવા લાગી. પોતાનો જીવ બચ્યો એ બદલ ઈશ્વરનો આભાર માન્યો. અસુર નાસ્તિક હતા, પણ અત્યારે તેને એવી કોઈ ચિંતા નહોતી. તે એકદમ ઝડપથી પોતાના ખંડ તરફ ભાગી નીકળી.

બિચારી મીરા...! મારા લીધે મરી ગઈ.

દુરુક્તિ જાણતી હતી કે તેને પ્રશ્ન પુછાશે કે તે ઘૂસણખોર કોણ હતી અને તે કળિના ખંડમાં શું કરી રહી હતી? તેણે એવી રીતે જ વર્તવાનું હતું કે આ બનેલી ઘટના વિશે તેને કોઈ જાણકારી જ નથી.

એક કલાકથી વધુ સમય થઈ ગયો હતો, પણ તે ઊંઘી નહોતી શકતી. ત્યારે જ તેણે કોઈ પગરવ સાંભળ્યો. તે ચોંકી ઊઠી અને દરવાજો ખોલ્યો. તેણે કોકો અને વિકોકોને કળિના ખંડમાં જતાં જોયાં.

કળિ અલક્ષ્મી સાથે ઊભેલો ચિંતામાં જણાતો હતો. નલકુબેર અને રંભા પણ ત્યાં જ હતાં.

કળિએ આંખો પહોળી કરીને નલકુબેર સામે જોયું, "એક ઘૂસણખોર મારા ખંડમાં કેવી રીતે ઘૂસી? મને લાગ્યું કે તારા સૈનિકો પહેરો ભરતા જ હશે."

નલકુબેર પણ ચિંતિત હતો. તે મીરાની લાશ જોઈને બોલ્યો, "કળિ, હું શું કહું? ખબર નહીં, પણ કેમ આ ચહેરો ક્યાંક જોયેલો લાગે છે."

"આ એક અપ્સરા છે. કદાચ કશુંક ચોરવા માટે આવી હશે." રંભા બોલી. તેણે દુરુક્તિને બીજી તરફથી નજર કરતા જોઈ લીધી હતી, "આવું થતું હોય છે. કોઈ મોટી વાત નથી, પણ આ જાનવરે તેને મારી નાખવી નહોતી જોઈતી."

"મારા જાનવરને તે છોકરીથી અસુરક્ષા થઈ હશે. તેણે તો જે કરવાનું હતું એ જ કર્યું છે." અલક્ષ્મીએ કંટાળા સાથે કહ્યું અને કળિ તરફ ફરીને બોલી, "મારી વાત સાચી છે ને... પ્રિય...?"

"બિલકુલ સાચી વાત, ચોરી પણ હત્યાની જેમ પાપ જ છે." પછી એ બોલ્યો, "કોકો, લાશને અહીંથી લઈ જા અને ખંડ કોઈ સહાયકો સાથે સાફ કરાવી લે."

નલકુબેર પણ બોલ્યો, "કળિ, હું એ વ્યવસ્થા કરાવી લઉં છું. ખંડ સારી રીતે સ્વચ્છ કરાવી લઉં છું."

બધા ત્યાંથી નીકળી ગયા. દુરુક્તિ ત્યાં ઊભી ઊભી ચિંતામાં હતી. જો કે તેને રાહત પણ થઈ હતી. તે ડરી ગઈ હતી કે ક્યાંક તેની સંડોવણી બહાર ન પડી જાય.

મારે આવું નહોતું કરવા જેવું. કેટલી બેહૂદી વાત કહેવાય!

ત્યાં તો તેના દરવાજા પર અવાજ થયો. તે તરત ઊઠીને ત્યાં પહોંચી.

"દુરુક્તિ...?" અલક્ષ્મી આવી હતી.

દરવાજો ખૂલતાં જ અલક્ષ્મી અંદર આવી. તેના ચહેરા પર સ્મિત હતું.

"શું... બોલ?"

તે દુરુક્તિની ઘણી જ નિકટ આવી. તેનો ચહેરો સાવ નજીક હતો.

"મને ખબર છે કે એ તું જ હતી." અલક્ષ્મીએ સ્મિત સાથે કહ્યું, "મારા જરખે મને જણાવી દીધું."

43

મનસાના હાથમાં પેલો દસ્તાવેજ હતો અને તે પોતાની છાવણીમાં અઠવાડિયા પહેલાં જ આવી ગઈ હતી. તેણે વિભીષણને જણાવી દીધું હતું કે શું થયું હતું અને કેવી રીતે તેણે વિસ્ફોટક ગોળા બનાવવાની વિધિ મેળવી લીધી હતી.

તેણે સુપર્ણ યંત્ર વિશેષજ્ઞ લોકોને બોલાવ્યા અને તેમને જણાવ્યું કે તેમણે શું કરવાનું છે. એ લોકો વિસ્ફોટક ગોળા બનાવવાના પ્રયાસો કરી રહ્યા હતા, પરંતુ કોઈક કારણસર સફળ નહોતા થતા. તેમનું કહેવું એવું હતું કે મિશ્રણ બનાવવું થોડું અઘરું પડતું હતું.

તે સાત દિવસ સુધી કળિના સૈન્ય સાથે લડતી પણ રહી. તેને રોજ દાનવોના હાથે પરાજયનો સ્વાદ ચાખવો પડતો હતો.

પરંતુ આજે જે યંત્ર જ્ઞાનીઓને મનસાએ દારૂગોળો બનાવવા બોલાવ્યા હતા, તે લોકોને આશા હતી કે હવે તે મિશ્રણ બનાવવામાં સફળ થશે.

મનસા વિભીષણ સાથે રથ પર સવાર થઈને યુદ્ધછાવણીની દક્ષિણ તરફ જઈ રહી હતી. જ્યાં ઘનઘોર વન હતું. તે લોકો લાંબા, ઘટાદાર વૃક્ષોના અંધકારમાં ઘેરાયેલી જગ્યા પર હતાં.

મનસા પોતાના જ પ્રશ્નના ઉત્તરથી પરેશાન હતી. તેણે પૂછ્યું, "શું તને લાગે છે કે આ યોજના સફળ થશે?"

વિભીષણે ખભા ઉલાળ્યા, "પ્રિય, હું એ બાબતે કશું ચોક્કસ કહી શકું તેમ નથી."

થોડીવાર સુધી એ બંને વચ્ચે સન્નાટો રહ્યો.

વિભીષણે મનસાને તેની બહેન વિશે પૂછ્યું, "શું તને તારી બહેન કદ્રુને મારવા બદલ પસ્તાવો નથી થતો?"

"ના, મને તેની કોઈ પરવા નથી. તે દિવસની લડાઈ વખતે જ તેને

મારી નાખવા જેવી હતી. કોણ જાણે તે દિવસે તેણે સોમનું સેવન કર્યું હશે. હવે તે પાગલ થઈ ગઈ હતી. તે અમુક નાગ અનુયાયીઓને તેનાં બાળકો કહેતી હતી. મને તેનો કોઈ ડર નથી.”

વિભીષણ બોલ્યો, “તો પછી તું આટલી ચિંતામાં કેમ લાગે છે?”

કારણ કે મનસા મનોમન એ વાતને ભુલાવી નહોતી શકતી કે કદ્રુ હજુય ત્યાં જ હતી. તે શાંતિથી બેસી રહે તેવી તો નહોતી જ.

એ લોકો જંગલમાં ઘણે ઊંડે હતા ત્યારે અમુક નાગસૈનિકો ત્યાં આવતા દેખાયા. તેમની આગળ એરાવન ઊભો હતો.

તેમનો રથ ત્યાં આવીને ઊભો રહ્યો. વિભીષણ અને મનસા તેમાંથી ઊતર્યાં અને તે લોકોની સાથે ચાલવા લાગ્યાં.

“મહારાજ, આપ જાણો જ છો તેમ સુપર્ણ તમારી બતાવેલી પ્રક્રિયા પ્રમાણે વિસ્ફોટક બનાવવાનો પ્રયાસ કરે છે. તે નિર્દેશો પ્રમાણે અસ્ત્ર તો બની જાય છે પણ તે ફૂટી નથી રહ્યા.”

મનસાએ ત્યાં મૂકેલું પ્રક્ષેપાસ્ત્ર જોયું, પણ ધરતી પર કોઈ અવશેષો ન દેખાયા.

“પણ તે લોકો તો કહેતા હતા કે તેમણે ઘણી સાવચેતીથી તે બનાવ્યું છે. આજે તો તેમને સકારાત્મક પરિણામ મળવાની આશા હતી.”

એરાવને માથું હલાવ્યું. તેણે વિશેષજ્ઞો તરફ જોયું અને આદેશ આપવા માંડ્યા. તેમણે અસ્ત્રને પ્રક્ષેપાસ્ત્ર પર લગાવ્યું. તેમાં ભૂરું પ્રવાહી દેખાતું હતું.

જ્યાં અસ્ત્ર તેની પર લગાવવામાં આવ્યું ત્યાં એક વિશેષજ્ઞ મનસા પાસે આવ્યો.

“હા... બોલો.”

“અમે ભગવાન રાવણે બતાવેલી વિધિ પ્રમાણે જ અસ્ત્ર બનાવ્યું, પરંતુ કામ નથી કરી રહ્યું. એ પછી અમે તેના પ્રમાણમાં થોડા ફેરફારો કર્યા છે. આ પણ એ પરીક્ષણ જ છે. અમે પણ નથી જાણતા કે તેનું પરિણામ શું આવશે.”

“સારું... આશા રાખીએ કે તેમાંથી આપણને કશુંક ઉપયોગી નીવડે.”

"આભાર! તેમાં લખ્યું હતું કે સોમલતામાંથી નીકળેલા રસને મેદાની ઘાસના રસ સાથે ભેળવીને..."

મનસા તરત જ અકળાઈ, "મારે સામગ્રી વિશે કશું નથી જાણવું. ઝડપથી પરીક્ષણ કરો."

પેલા માણસે સંમતિપૂર્વક માથું હલાવ્યું.

વિભીષણ, એરાવન અને મનસાના ડગ એ મેદાન તરફ વળ્યા અને ત્યાં જોવા લાગ્યા જ્યાં એ અસ્ત્ર ફેંકાવાનું હતું.

"તો સારું, મહારાજ...! હું ફક્ત એટલું જણાવી દઉં કે આ પરીક્ષણ પદાર્થમાં સોમલતાનું પ્રમાણ ઘણું ઓછું રાખવામાં આવ્યું છે. પરીક્ષણ માટે આપણે વધુ દ્રવ્ય બગાડી ન શકીએ." એરાવન બોલ્યો અને તેણે ગોળો ફેંકવાનો આદેશ આપ્યો.

વિશેષજ્ઞ તૈયાર જ હતો. તેણે જેવો ગોળો છોડ્યો તો ત્યાં મેદાનમાં જઈને જમીનના સંપર્કમાં આવતાં જ એક તેજ ધડાકામાં ફેરવાઈ ગયો. એકદમ તેજ વીજળી જેવો પ્રકાશ થયો. મનસા અને બીજા લોકોને તેમની આંખો અને કાન ઢાંકવા પડ્યા હતા.

આંખ ખોલીને મનસાએ ત્યાંનું દૃશ્ય જોયું તો ત્યાંનાં બધાં જ વૃક્ષો નષ્ટ પામ્યાં હતાં. જ્યાં ગોળો પડ્યો હતો ત્યાંની જમીન પણ ધસી ગઈ હતી.

"ઓહ... આ શું?" મનસાને વિશ્વાસ નહોતો આવતો.

હકીકતમાં તેમાંથી કોઈને વિશ્વાસ નહોતો આવતો. વિશેષજ્ઞના ચહેરા પર પ્રસન્નતા હતી. એ લોકોની મહેનત રંગ લાવી હતી. વિભીષણ તો બેભાન થતા બચી ગયો. તેણે પોતાના કપાળ પરથી પરસેવો લૂછ્યો.

મનસાએ તેના હોઠ કરડ્યા અને એરાવન તરફ ફરીને કહ્યું, "આ પરીક્ષણમાં કેટલું સોમ વાપરવામાં આવ્યું હતું?"

"મહારાણી, અમે તો ફક્ત એક ચમચી જેટલું જ સોમરસ ભેળવ્યું હતું." એરાવન બોલ્યો, પણ મનસાની આંખો વિસ્ફારિત હતી.

44

પદ્માએ અરજણ સાથે જે અઠવાડિયું વિતાવ્યું તે પરથી તેને ખ્યાલ આવી ગયો હતો કે અરજણ હવે ઘણો બદલાઈ ગયો હતો. એ અરજણ સાથે તંબૂમાં બેઠી હતી.

અરજણના સૈન્યની ફરીથી જીત થઈ. તેણે વીતેલા દિવસોની જેમ આજેય સૈનિકો માટે ભોજનની વ્યવસ્થા કરી હતી. તેમાંથી અમુક લોકો શરાબ પીને જૂની વાતો ફરીથી કરી રહ્યા હતા. જો કે તેમાંનાં ઘણાં લોકો યુદ્ધ પછી પોતાને સંભાળવાના પ્રયાસમાં હતાં.

"ચાલો, થોડું ખુલ્લા વાતાવરણમાં ફરી આવીએ."

અરજણ અને પદ્મા વનમાં ફરીને પછી અરજણના તંબૂની બહારના ખુલ્લા મેદાનમાં આવ્યાં. અચાનક ક્યાંકથી વાંસળી અને સંગીતના વાદ્યોના સૂરીલા અવાજ સંભળાયા.

લોકો અરજણના સન્માનમાં માથું નમાવતા હતા, પણ પદ્માને લાગ્યું કે તે લોકો ભયથી તેવું કરતા હતા. *ઇન્દ્રગઢના લોકો પોતાના રાજા પ્રત્યે શું વિચારો ધરાવતા હતા.*

"કલ્કિને લાગ્યું કે તારી રક્ષા કરવી પડશે. એ સાવ ખોટું વિચારતો હતો." પદ્મા બોલી.

"પદ્મા, તોય પણ તું આ જગ્યાએ આવી તે મને ગમ્યું. હું વિચારતો હતો કે તારું શું થયું હશે. મને તો એ દિવસ હજુય યાદ છે, જ્યારે મેં તારો બચાવ કર્યો હતો અને હું કેવો સીધો માણસ હતો. મને લાગતું હતું કે સારું બનવું અને સારું કરવું જીવનમાં જરૂરી છે. હવે મારી તરફ જો."

"હા... તું સાચે જ બદલાઈ ગયો છું."

અરજણે થોડું વિચાર્યું ને બોલ્યો, "પણ તારી યાત્રા પણ જોરદાર

રહી. પિશાચો સાથે લડવું, વાનરોને મદદ અને ભગવાન બજરંગ સાથે મુલાકાત. પ્રિય, મને તો એમ હતું કે તેમનું કોઈ અસ્તિત્વ નહીં હોય, પણ તે હજુ જીવિત જ છે."

"અને તે એવા તો નથી જ, જેવું તું વિચારી રહ્યો છે." પદ્મા બોલી.

અરજણ અને પદ્મા મેદાનમાં નસકોરાં બોલાવતા દાનવો જોઈને ઊભા રહી ગયાં. એ બંને ચાલતાં-ચાલતાં ઘણે દૂર પહોંચી ગયાં હતાં.

"આપણે હવે જવું જોઈએ. મારો એક મહેલ છે. હું ત્યાં તારા માટે એક ખંડની વ્યવસ્થા કરાવી દઉં છું. તું જાણે છે કે મારી સાથે શું થયું, પરંતુ હજુય ઘણું એવું છે જે જાણવાનું બાકી છે."

"હા... તું કળિ સાથે લડ્યો અને તેને લગભગ હરાવ્યો. એ પછી વેદાંતની પુત્રીને સિંહાસન અપાવવામાં મદદ કરી અને હવે..." તેણે દાનવો તરફ નજર કરી, "અને હવે નાગરાણીને હરાવવા માટે આ લોકોની મદદ લઈ રહ્યો છે. કેટલું બધું બદલાઈ ગયું."

"કોણે વિચાર્યું હશે કે એક ગ્રામીણ છોકરો, એક દિવસ રાજા પણ બનશે."

"એ વાતમાં કોઈ શંકા નથી કે ઇન્દ્રગઢ તારા શાસનમાં પ્રગતિ કરશે." પછી પદ્માનું અડધું વાક્ય દાનવોનાં નસકોરાંના ઘોંઘાટમાં દબાઈ ગયું.

પદ્મા બોલી, "મને તો આ લોકોના અસ્તિત્વ પર વિશ્વાસ નથી આવતો. મને તો એમ કે અસુરોએ બીજા કબીલાઓને ડરાવવા માટે આવી દાનવોની વાતો ઉપજાવી કાઢી હશે."

"મને પણ સરળતાથી વિશ્વાસ નહોતો આવ્યો, પરંતુ એ બધા અસ્તિત્વ ધરાવે છે અને કળિની જ વાત માને છે. હું આ બધાથી પીછો છોડાવવા માગું છું, પણ મારે પહેલા યુદ્ધ જીતવું છે. મનસાએ મારા ઘણાં બધાં લોકોને મારી નાખ્યાં છે."

"તારા લોકો?" પદ્માના ચહેરા પર સ્મિત આવ્યું, "હજુ સિંહાસન સંભાળે દસેક દિવસ જ થયા છે તો પણ... તું એક સાચા રાજાની ભાષા બોલવા લાગ્યો છે."

અરજણને પણ હસવું આવ્યું.

અચાનક પદ્માએ તાળી પાડી - "તે લોકો કેટલા સહજ હતા, પરંતુ હવે ઘા અને ઘસરકાથી ભરચક હતાં." પદમા બોલી, "હું તને જણાવવા માગતી હતી કે... તે દિવસે હું બચાવવા માગતી હતી, પણ મને એમ કે તું જીવતો નથી રહ્યો, મને માફ કરજે. મારે આવવું જોઈતું હતું."

અરજણ તેનું વાક્ય પૂરું થાય તે પહેલાં તેને ભેટી પડ્યો.

"તેં જે કર્યું એ મારા કહેવાથી જ કર્યું હતું... મારા ભાઈને મદદ કરી. હું એ વાત માટે તારો એ ઉપકાર કદીયે નહીં ભૂલું."

પદ્મા હસી, "કદાચ એ વધારે એવો ન બદલાયો હોય તો સારું."

"એ ક્યારે પાછો આવવાનો છે?" અરજણે પૂછ્યું.

"એ હવે થોડા સમયમાં જ આવશે." આશા રાખું છું કે એ ઝટ આવી જાય. જ્યારથી તે ભાર્ગવ રામને મળવા ગયો છે, એ પછી તેના કોઈ સમાચાર નથી.

"હું તેને મળવા માગું છું. તેની સાથે વાતો કરવા માગું છું."

"અરજણ, એ પણ તને બહુ યાદ કરે છે."

અરજણ તેને જોઈને હસ્યો. એ લોકો છાવણી તરફ પાછા ફરી રહ્યા હતા. પદ્માને જાણવાની તાલાવેલી હતી એટલે તેણે તેને પૂછવાની હિંમત કરી જ નાખી.

"અરજણ, હું તને પૂછવા માગું છું. છેલ્લા અઠવાડિયામાં મેં સાંભળ્યું કે તેં નગરના મુખ્ય પુરોહિતને મારી નાખ્યા?" પદ્માએ એવું પણ સાંભળ્યું હતું કે નગરમાં હવે લોકોને તોફાનોની શંકા હતી. અરજણે ગુસ્સામાં આવીને નગરનાં બધાં જ મંદિરો બંધ કરાવી દીધાં હતાં. એના કારણે પણ વિદ્રોહ થવાની શક્યતાઓ હતી.

"દુર્ભાગ્યે... આ બધી અફવાઓ નથી."

"તેં એને મારી નાખ્યા?" પદ્માને વિશ્વાસ ન આવ્યો, "તને ખબર છે કે તેનું શું પરિણામ આવી શકે છે?"

"તે માણસના કારણે રુદ્ર માર્યો ગયો. નરેન્દ્ર એક એવા ધર્મનું પ્રતિનિધિત્વ કરતા હતા જેમાં બીજા પુરુષ પ્રત્યેના મારા પ્રેમને રોગ અને ખરાબ માન્યું. નગરમાં એવા ધર્મની જરૂર નથી." અરજણ ઉગ્ર

થઈ ગયો, પછી સહેજ આરામથી કહ્યું, "લોકો હંમેશાં મને કચડતા આવ્યા છે. બસ, હવે સહન નહીં થાય. લોકોને પણ અહેસાસ થવો જોઈએ કે તેઓએ ખોટા દેવતાઓને પૂજનારા પાસે કોઈ આશા ન રાખવી જોઈએ."

"હું સમજું છું, અરજણ! તારા જ લોકો ગુસ્સામાં છે. તેઓ બધા ગુસ્સામાં વિદ્રોહ કરી રહ્યાં છે. તેં એ લોકોની આસ્થા છીનવી લીધી છે."

"શું...?"

"આસ્થા. આસ્થા જ આપણને આશા પ્રદાન કરે છે. ઇન્દ્રગઢની પ્રજા તેમના ધર્મ પર આસ્થા ધરાવે છે. મેં કોઈ પ્રવચનમાં સાંભળ્યું હતું કે ભલે, દુનિયા ખરાબ હોય, પણ તેમાં સારપની આશા હંમેશાં રહેલી હોય છે. અંધકારને હંમેશાં પ્રકાશથી મિટાવી શકાય છે. શું આ એક સારી વાત નથી?"

અરજણે નવાઈ સાથે તેની સામે જોયું, "તું બદલાઈ ગઈ લાગે છે?"

"મને લાગે છે કે આપણે બંને બદલાઈ ગયાં છીએ."

એ લોકો છાવણીમાં પાછાં પહોંચી ગયાં હતાં અને અરજણ તેના તંબૂ તરફ જવા ગયો.

"અરજણ, મને તારા મહેલમાં કોઈ વ્યવસ્થા નથી જોઈતી. મને આ નગરના રસ્તા ખબર છે."

"પણ... પદ્મા...?"

"મારે કેટલાંક અધૂરાં કામ પૂરાં કરવાનાં છે."

"અરજણને ખબર ન પડવી જોઈએ કે તે નલકુબેરને મારવા માટેના રસ્તા શોધી રહી છે. આમ પણ તેણે હમણાં જ અરજણને જણાવ્યું હતું કે તેણે ગુરુ નરેન્દ્રની હત્યા કરીને સારું નહોતું કર્યું. *જો કે હું પણ અરજણની જેમ બદલો લેવા માટે જ કોઈકને મારવાની છું."*

પદ્માએ તેને કસીને આલિંગન આપ્યું અને ઘોડા પર બેસી ગઈ.

તે બોલી, "મને તો એ પણ નહોતી ખબર કે તું ભાનમતીનાં લોકો સામે પણ લડી રહ્યો છું."

અરજણે આશ્ચર્યથી તેની સામે જોયું, "એ લોકો નાગરાણીની મદદ

કરી રહ્યા છે. મેં પણ ક્યારેય નહોતું વિચાર્યું કે ભાનમતી પણ કોઈને યુદ્ધમાં સહાય કરી શકે છે."

"હા... લાગે છે કે તેમનામાં પણ હવે સાહસ આવી ગયું છે."

"કોની વાત કરે છે?"

પદ્માએ સહેજ ઊંચું જોયું અને બોલી, "કોઈને જણાવીશ નહીં – ભાનમતીના રાજા મહારાજ વિભીષણ મારા પિતા છે."

અને અરજણ તેના જવાબમાં કશું બોલે તે પહેલાં જ તે નગરના રસ્તે નીકળી ચૂકી હતી.

45

કલ્કિ એક વિશાળ વિષ્ણુ ભગવાનની પ્રતિમા પાસેથી નીકળ્યો. તે ત્યાં બે ઘડી ઊભો રહીને પ્રાર્થના કરવા ઇચ્છતો હતો, પણ તેને શિવની તલવાર મેળવવાની તાલાવેલી હતી. તેની નજર સામે રહેલા મંદિર પર હતી અને તે બસ, ત્યાં પહોંચવાની તૈયારીમાં જ હતો.

એકવાર તલવાર મળી જાય પછી આ જગ્યાએ પાછું આવવું પડશે.

દેવદત્ત રોકાયા વગર પહાડીઓના રસ્તે દોડી રહ્યો હતો. થોડીવારમાં જ કલ્કિ શિવ મંદિરમાં હતો. તે એકીટશે તેની આગળ સ્થિત ભવ્ય શિવ મંદિરને તાકતો રહ્યો.

મંદિરની દીવાલો ઊંચી અને શિલાઓની બનેલી હતી. કોઈ સાધારણ મનુષ્ય અંદર જઈ શકે તેમ નહોતું. લોખંડના પ્રવેશદ્વારમાંથી ભૂરો પ્રકાશ રેલાઈ રહ્યો હતો. કલ્કિ બહારથી જ બાગ જોઈ શકતો હતો – ફળોના ભારથી વૃક્ષો લચી પડેલાં હતાં. ઝાડીઓમાં ઊગેલાં ફૂલો ક્યારેય જોયાં ન હોય તેવાં સુંદર હતાં. જમીન પર ઊગેલાં લાંબા ઘાસ પર ચંદ્રનો પ્રકાશ ઝગમગતો હતો.

બાગ પસાર કર્યા બાદ મંદિરમાં જવાની સીડીઓ હતી.

મંદિરની આસપાસની હવામાં કંઈક અલગ જ અનુભવાતું હતું. જગ્યા તો સદીઓ જૂની હતી અને એવું લાગતું હતું કે જાણે મહેન્દ્રગિરિ પર્વતો વચ્ચે છુપાવીને સાચવી રાખી હોય.

પણ જ્યારે કલ્કિ દેવદત્ત પરથી ઊતરીને મંદિર પાસે આવ્યો તો એ મેદાનમાં પડેલા ભાલાઓ જોઈને આશ્ચર્ય થયું જેની પર લોકો ઝૂકેલા હતા.

એ કાળાં કપડાં પહેરેલા લોકો વિચિત્ર લાગતા હતા. તેમના ચહેરા પક્ષીની ચાંચ જેવાં હતાં. એ લોકો નીચી નજરે જ ઊભા હતા. તેમને કલ્કિ અને દેવદત્ત આવ્યાની કોઈ ખબર નહોતી.

આ જરાયે ખરાબ લાગે તેવું નહોતું.

કલ્કિ એક કાળા પહેરણવાળી વ્યક્તિ પાસે ગયો જેથી ખબર પડે કે એ જીવિત છે કે નહીં. તેણે તેની પથ્થરિયા આંખોમાં જોયું. તે ભૂરા રંગની હતી, પણ નાગલોકોની આંખો કરતા અલગ લાગતી હતી. કલ્કિ નજીક ગયો તો પણ તે પોતાની જગ્યાએથી હલ્યો નહીં. બધા જ લોકો એકીટશે ખાલી જગ્યા પર જોઈ રહ્યા હતા.

"એ લોકો સ્વયંને શૂન્યવાદી કહે છે." મંદિરમાંથી અવાજ આવ્યો.

એક સાતેક ફૂટ લાંબો વ્યક્તિ બહાર આવ્યો. તેના કપાળ પર મોટો ઘા દેખાતો હતો. તેના ચહેરા પર કલ્કિને જોઈને સ્મિત આવ્યું. તેના ચહેરા પર સફેદ વાળ દેખાતા હતા. તેણે એક લાંબું રુવાંટીદાર પહેરણ પહેર્યું હતું. કલ્કિએ તેણે નીચે પહેરેલા સફેદ ડગલા જેવું જોયું જે લોહીના ડાઘાવાળું હતું. તે વ્યક્તિ પગમાં પાદુકા પહેરીને નીચે ઊતરવા લાગી.

"તું કોણ છે અને આ શૂન્યવાદી કોણ છે?" કલ્કિએ પૂછ્યું.

"શૂન્યના ઉપાસક. જો કે આ બધા મૃત નથી. એક લાંબા સમયથી આ ધરતી પર છે." જ્યારે તે વ્યક્તિ નીચે ઊતરી રહી હતી ત્યારે કલ્કિએ તેના ગળા અને હાથ પરનાં નિશાન જોયાં હતાં જાણે કે કોઢ થયો હોય.

"એ સમયની શોધ સાથે અસ્તિત્વમાં આવ્યા અને તેને સાથ આપી રહ્યા છે અને અંત સુધી તેની સાથે રહેશે."

"અંત?"

"હા, જ્યારે એક યુગનો અંત થવાનો હોય ત્યારે શૂન્યવાદી લોકો અંત કરનારની સહાય કરવા માટે જીવિત થઈ ઊઠે છે. જોકે એ લોકોને એવી પરવા નથી હોતી કે તેઓ કેવા દેખાય છે અને આ લોકો સાચી ભવિષ્યવાણીની વાત કરે છે."

"એ શું છે?"

"દરેક યુગમાં અસંખ્ય કબીલાઓએ અનેક જૂઠી ભવિષ્યવાણીનો પ્રચાર કર્યો. દરેક કબીલાઓની પોતાની વાર્તાઓ છે, પણ તું જાણે છે કે એ સત્ય નથી હોતી. શૂન્યવાદી અસલી ભવિષ્યવાણી વિશે જાણતા હોય છે."

"તેનો અર્થ એ છે કે તે કળિ અને મારા વિશે જાણતા હશે." તેણે એ વ્યક્તિને પૂછ્યું, "તમે કોણ છો?"

"તું તલવાર લેવા આવ્યો છે, હેં ને? ચાલો." તે વ્યક્તિ અંદર જવા માટે પાછી ફરી તો મંદિરનાં દ્વાર આપોઆપ ખૂલી ગયાં. શૂન્યવાદી હજુય બીજે ક્યાંય નજર નહોતા માંડતા. એ લોકો ધીમે-ધીમે એકબાજુ ખસી ગયા અને કલ્કિ માટે અંદર જવાનો રસ્તો કર્યો.

કલ્કિએ દેવદત્તને એક ઝાડ સાથે બાંધ્યો અને તે વ્યક્તિની તરફ જવા ડગ માંડ્યાં.

તું મને આ વિચિત્ર લોકો વચ્ચે મૂકીને જઈ રહ્યો છે. દેવદત્ત બોલ્યો.

તને કશુંય નહીં થાય.

માણસ છે, એટલે કહેવું આસાન છે.

મને નથી લાગતું કે તે એક ઘોડાને નુકસાન પહોંચાડે.

એમ...! તો સારું મને બરાબર કસીને ન બાંધીશ. જો તે લોકોએ પીછો કર્યો તો હું ભાગી નહીં શકું.

કલ્કિએ ઊંડો શ્વાસ લીધો, "સારું... એવું કરીશ."

માણસ?

હમ્મ...?

આ પણ અજબ માણસ છે. બચીને રહેજે. એમાંથી મને બજરંગ જેવી ગંધ આવે છે.

શું...?

એક પ્રાચીન અને અવિનાશી વ્યક્તિની ગંધ.

કલ્કિ મંદિરમાં ગયો.

મંદિરમાં અમુક ભીંતચિત્રો સિવાય કશું રોચક નહોતું.

"આ મંદિર પણ ક્યારેક તીર્થ ગણાતું હતું. એક અસુરે શિવ માટે બનાવ્યું હતું." તે વૃદ્ધ વ્યક્તિ બોલી.

"અસુર...?"

"મને ખબર છે કે આવું સાંભળવું અજીબ લાગે અને જો હું ભૂલતો ન હોઉં તો આ મંદિર ભગવાન વીરભદ્રનું છે."

"આ તો ભગવાન શિવનું જ બીજું નામ છે."

"તું એવું વિચારી શકે છે, પરંતુ શૂન્યવાદીઓ માટે તો અસંખ્ય શિવ છે. તેમનું માનવું છે કે 'શિવ' એક બિરુદ છે જે અલગ-અલગ યોદ્ધાઓને આપવામાં આવ્યું હતું."

"એટલા માટે ભગવાન વીરભદ્રને આ મંદિર આપવામાં આવ્યું હતું."

"અરે... હા... એકદમ સાચી વાત કહી."

વૃદ્ધ ત્યાં જ રોકાયા. તે એક મોટા પટારા પાસે ગયા. તેની આસપાસ સળગેલી વ્યક્તિઓનાં અમુક હાડપિંજર દેખાતાં હતાં.

"ડરવાની જરૂર નથી. આ એ લોકો છે જે આ તલવાર ચોરવા માટે આવ્યા હતા, પણ તલવારે એ લોકોને સળગાવી દીધા. ફક્ત કોઈ અવતાર જ આ તલવાર ધારણ કરી શકે છે."

કલ્કિએ કુતૂહલવશ પૂછ્યું, "મને કોઈએ જણાવ્યું હતું કે આ તલવારને કોઈ અવતારને મારવા માટે જ બનાવવામાં આવી હતી. કોણ હતું એવું?"

તે વ્યક્તિએ ખભા ઝાટક્યા, "ખબર નથી, હવે તો આ ફક્ત અધર્મ અને કદાચ કોઈ અમર વ્યક્તિઓને જ મારી શકે છે."

"શું તમે આ શસ્ત્રના રખેવાળ છો?"

"ના, આના કોઈ રખેવાળ નથી. મેં ઘણા સમય સુધી તેની શોધખોળ કરી. આ શસ્ત્ર વિશે કોઈને ખબર નહોતી." આવું બોલીને તેણે પટારો ખોલ્યો.

તેની અંદર એક કવચ પહેરેલું હાડપિંજર હતું. તેના જમણા હાથમાં એક ત્રિશૂળ અને ડાબા હાથમાં શિવની તલવાર પકડેલી હતી. અંધારિયા ખંડમાં એ ઝગમગી રહી હતી. કલ્કિને અચાનક એવું લાગ્યું કે તેનું શરીર અને આત્મા સામે દેખાતી વસ્તુ સાથે એકાકાર થઈ ગયાં છે.

"ભગવાન ગોવિંદનો શાપ મળ્યા બાદ હું જંગલ-વનમાં ઘણા સમય સુધી ભટકતો રહ્યો. એક દિવસ જ્યારે હું ક્યાંક જઈ રહ્યો હતો ત્યારે

બરફથી ઢંકાયેલા પર્વતો જોયા. હું તંદ્રામાં ખોવાઈને તેની તરફ આગળ વધવા માંડ્યો. હું કશું સમજુ-વિચારું એ પહેલાં તો હું મંદિર સુધી આવી ગયો. તલવાર બરાબર અહીં જ રાખેલી હતી.”

તે માનવ ખંડમાં આમતેમ જોવા લાગ્યો.

“ખબર છે કે રાવણ એક શિવભક્ત હતો. આ મંદિર તેણે જ બનાવડાવ્યું છે.”

“રાવણે આ તલવાર કેમ ન લીધી?”

તે વ્યક્તિએ હાડપિંજરો તરફ આંગળી ચીંધીને કહ્યું, “કારણ કે તે જાણતો હતો કે તે અવતાર નહોતો.”

“પણ આ તીર્થ કોણે બનાવ્યું?”

“મેં જણાવ્યું ને, એક અસુરે.” એ માણસ હસ્યો. તેણે તલવાર જોઈને કહ્યું, “આ ક્યારની પ્રતીક્ષા કરી રહી હતી. રાઘવને પણ આના વિશે ખબર નથી. રાવણે કોઈને આ સ્થળ વિશે જાણ નહોતી કરી. તે રાઘવને જણાવીને મુશ્કેલી ઊભી કરવા નહોતો માગતો. જો તેને તલવાર મળી જતી તો તે અજેય થઈ જાત અને જ્યારે ગોવિંદને જાણ થતી તો ઘણું મોડું થઈ ગયું હોત.”

“તો ધર્મે ક્યારેય આનો ઉપયોગ નથી કર્યો?”

તે વ્યક્તિએ માથું હલાવ્યું, “આ તલવાર માંસને માખણની જેમ કાપી નાખે છે. દાનવો પણ આની સામે ટકી નથી શકતા. આ ઉપયોગમાં લેનાર સાથે સંબંધ રચી લે છે. તે અધર્મને પણ ઓળખી લે છે. જો તેણે આ તલવાર પકડી તો એ ભસ્મ થઈ જશે.”

કલ્કિની ધીરજ ખૂટી ગઈ હતી. તેણે હાથ લાંબો કર્યો અને સોનેરી મૂઠ પર હાથ મૂક્યો. સૂતેલા હાડપિંજરની ખોખલી આંખો ચમકી ઊઠી. તેનું માથું કલ્કિ તરફ ફર્યું. એક ક્ષણ માટે કલ્કિની નસોમાં ઠંડક અનુભવાઈ, તેને લાગ્યું કે એ હાડપિંજર હમણાં જીવિત થઈને તેના પર હુમલો કરી દેશે, પણ તેના હાથની ફક્ત પકડ ઢીલી થઈ. કલ્કિએ તે અમૂલ્ય તલવાર ઉઠાવી લીધી.

તે ખરેખર ઘણી ભારે હતી. જ્યારે કલ્કિએ તે હાથમાં લઈને ઊંચી

કરી તો તે તલવાર તેના હાથ અને શરીર સાથે એક થઈ ગઈ. તે હવે પીંછા જેવી હલકી લાગતી હતી.

તે એ તલવારને મ્યાનમાં મૂકવા જતો હતો ત્યાં તે વૃદ્ધ વ્યક્તિ બોલી, "નહીં, હજુ એક કામ કરવાનું બાકી છે." પછી એ વ્યક્તિ નીચે ઘૂંટણિયે બેસી ગઈ.

"મને આ તલવારથી મારી નાખ."

"અરે, ઊભા રહો... કેમ...?"

"કારણ કે હું અભિશાપિત છું. હું અશ્વત્થામા છું. સિમરીન મારા માટે જ કામ કરતી હતી. મેં જ આ બધું પ્રપંચ રચ્યું હતું જેથી તને આ જગ્યા સુધી લાવી શકાય."

કલ્કિની આંખો પહોળી થઈ ગઈ. તેને તો વિશ્વાસ જ નહોતો થતો.

"હું જ કળિયુગને લઈને આવ્યો છું." અશ્વત્થામા બોલ્યા.

46

દુરુક્તિ જાણતી હતી કે તે તકલીફમાં છે.

તે આખો દિવસ એ જ ચિંતામાં રહી કે અલક્ષ્મી કળિને બધું જણાવી દેશે, પણ તે કશું ન બોલી. એ તેને જોઈ રહી હતી અને દરેક જગ્યાએ તેનો પીછો કરતી હતી.

અંતે દિવસ પૂરો થયો. દુરુક્તિ તબિયત ખરાબ હોવાનું બહાનું કાઢી પોતાના ઓરડાને બંધ કરી બેસી રહી. તે પલંગ પર પડી પડી વિચારતી રહી કે હવે તેણે શું કરવું જોઈએ.

અચાનક તેણે કોઈના પગનો અવાજ સાંભળ્યો. તે ઊભી થઈ બહાર જોવા લાગી. અલક્ષ્મી એકલી ક્યાંક જઈ રહી હતી. તેની સાથે કોઈ પહેરેદાર નહોતો. તેના પાલતુ જાનવર પણ તેની જોડે નહોતાં.

તે આટલી મોડી રાતે ક્યાં જઈ રહી છે?

દુરુક્તિને જાણવું જ હતું. તેણે ધીમેથી ઓરડાનો દરવાજો ખોલ્યો અને અલક્ષ્મીની પાછળ ચાલી નીકળી.

અલક્ષ્મી અજાણ હતી કે તેનો કોઈ પીછો કરી રહ્યું છે, પછી તે અચાનક પાછળ ફરી.

દુરુક્તિ જલદીથી થાંભલાની પાછળ છુપાઈ ગઈ.

અલક્ષ્મીએ પૂછ્યું, “કોણ છે?” પણ કોઈ જવાબ ન મળ્યો. તેણે આજુબાજુ જોયું અને ફરી ચાલવા લાગી.

દુરુક્તિએ પીછો કરવાનું ચાલુ રાખ્યું. અલક્ષ્મી હવે કિલ્લાની બહાર હતી. તે મિનારા તરફ જઈ રહી હતી. તે જગ્યાએ કોઈ નહોતું. તે નિરીક્ષણ ચોકીની સીડીઓ ચઢવા લાગી.

દુરુક્તિ પણ સાવ ચુપકીદીથી તેની પાછળ ચાલતી રહી.

અલક્ષ્મી આખા ઇન્દ્રગઢનો નજારો જોઈ રહી હતી.

આ જગ્યાએ કેમ તે આવી હશે? તે કોને મળવા માગે છે?

"હવે મારો પીછો કરવાનું બંધ કર." તેણે દુરુક્તિને જોયા વિના જ કહ્યું.

દુરુક્તિ જાણે ચકિત થઈને સડક થઈ ગઈ.

ઓહ... ના.

અલક્ષ્મીએ સીટી વગાડી અને તે જ સમયે ઝરખ દુરુક્તિની પાછળ ઘુરકિયાં કરતાં હતાં.

"પ્રિય, અહીં આવ, નહીંતર આ તને મારી નાખશે."

દુરુક્તિએ થૂંક ઉતાર્યું, તેની તરફ ચાલવા માંડી. તે ભાગવા માગતી હતી, પણ તે એવું પગલું ભરે તો તે જાનવર તેને કાચી ને કાચી ખાઈ જાય.

"તને કેવી રીતે ખબર પડી?"

"કેમ કે હું જાણીજોઈને જ તને મારી પાછળ લઈને આવી છું." અલક્ષ્મી પાછું ફરીને બોલી, "તારા ખંડની આગળથી બે-ત્રણ વાર નીકળી જેથી તું અવાજ સાંભળી બહાર આવે અને મારો પીછો કરે."

"તું એવું કેમ ઇચ્છતી હતી?"

"કેમ કે તને આ જગ્યાએ લાવવી હતી. આ જ તો તે જગ્યા છે, જ્યાંથી તું આત્મહત્યા કરીશ."

"તું કહેવા શું માગે છે?"

અલક્ષ્મીએ નીચે જોયું, "મને વિશ્વાસ છે કે અહીંથી નીચે પડતાં જ તારું માથું ફાટી જશે."

દુરુક્તિ તેને નવાઈથી જોતી રહી. બીજા શબ્દોમાં, "તું મારો જીવ લઈશ અને બધાને કહીશ કે મેં આત્મહત્યા કરી લીધી?"

"હા પ્રિય, મને લાગે છે કે તું મારી આજુબાજુ રહીશ તો તકલીફનું કારણ બની શકે છે."

અલક્ષ્મીના ઇશારાથી પશુ દુરુક્તિની નજીક આવવાં લાગ્યાં. તેને મજબૂર થઈ કિનારા સુધી જવું પડ્યું.

"તારા પર કોઈ વિશ્વાસ નહીં કરે." દુરુક્તિ જોરથી બોલી.

"તે વિશ્વાસ કરશે. ભલે, હું ગમે તેવી વિચિત્ર વાર્તા કેમ ન બનાવું

પણ કળિને મારા પર પૂરો વિશ્વાસ છે."

દુરુક્તિએ જડબું ભીંસ્યું, "તું કળિ સાથે શું કરવા માગે છે? કમ-સે-કમ મારા જતાં પહેલાં મને જણાવી દે." દુરુક્તિએ મહામહેનતે સંતુલન બનાવ્યું. *જો આ જગ્યાએથી નીચે પડી તો બચવું અશક્ય છે.*

"તેનાથી તને શું ફરક પડે છે. કળિ એક એવી વિશાળ યોજનાનો હિસ્સો છે, જે મેં અને શુક્રએ બનાવી છે."

"એ તો મરી ગયો."

"ખબર છે. મને નવાઈ લાગી હતી કે કળિએ તેના બદલે તને પસંદ કરી, જો કે તેં તો મોકો મળતાં જ કાયમ તેને દગો આપ્યો છે."

"અલક્ષ્મી, તું મારા ભાઈ જોડે શું કરવાની છે તે મને જણાવ. આ મારી અંતિમ ઇચ્છા છે."

"સારું, તો સાંભળ. તે એક પ્રવર્તક છે."

"પ્રવર્તક... પણ કોનો?"

"કળિયુગનો."

"તો હું બરાબર વિચારતી હતી કે તે ધર્મ નથી."

અલક્ષ્મી હસી પડી, "કોણ જાણતું હતું કે કળિ આ વાતને સાચી માની લેશે. તેને લાગે છે કે તે એટલો મહાન છે કે તેણે નાયક હોવું જોઈએ. શુક્ર અને મેં વિચાર્યું... અમે એને એવું જ માનવા દઈએ કે તે નાયક છે."

"અને હવે શું? તેને મારી નાખીશ?" દુરુક્તિ જાણતી હતી કે અલક્ષ્મી એવું નહીં કરે, પણ તેને વ્યસ્ત રાખવાની કોશિશ કરી રહી હતી. તે દરમિયાન તે પોતાનો જીવ બચાવવા માટે વિચાર કરતી હતી. તેને આશા હતી કે કદાચ તેને કળિ માટે અલક્ષ્મીની કેટલીક યોજનાઓની જાણકારી મળી જાય.

"ના, ચોક્કસ એવું નહીં કરું. કહ્યું ને કે તે અસુરોનો પ્રવર્તક છે, જેમ કે યક્ષો માટે નલકુબેર છે અને મને આશા છે કે એવો જ કોઈ માનવ પણ હશે. તે લોકો જ ધર્મ અને અધર્મને અંતિમ યુદ્ધ માટે ઉતેજિત કરે છે, તે યુદ્ધ જ નક્કી કરશે કે સારાઈની જીત થશે કે નહીં."

"શુક્રને આ બધી જાણ કેવી રીતે હતી?"

"તે શૂન્યવાદીઓ જોડે વાત કરી શકતા હતા, જે શૂન્યના ભક્ત હતા." દુરુક્તિને આ બાબતમાં કશું ખબર નહોતી, "તે સાચી ભવિષ્યવાણીને જાણતા હતા."

"તું ખોટું બોલી રહી છે."

"શું...? ના, હું જૂઠું નથી બોલતી."

"જો કળિ ધર્મ કે અધર્મ નથી તો તેણે દાનવોને કઈ રીતે જગાડ્યા? શુક્રએ કહ્યું હતું કે કેવળ ધર્મ જ એવું કરી શકે."

"ઓહ...એ તો..."

"તે એક જુઠ્ઠાણું હતું." દુરુક્તિને પોતાની સાંભળેલી વાત પર વિશ્વાસ ન આવ્યો, "તે ખોટું હતું, કેમ કે દાનવોને તો કોઈ પણ જગાડી શકે છે."

"હા, પણ અસુરના લોહીનું બલિદાન આપવું પડે છે. કમનસીબે તારા બદલામાં એ માર્યા ગયા. અમારે કળિના ઘમંડને ઉત્તેજન આપવાનું હતું, જેથી તે ધર્મ હોવાની જૂઠી આશાએ કાર્ય કરતો રહે."

"પણ તેણે તેને કાબૂમાં કેવી રીતે કર્યા?"

"તેણે તેમને વશમાં નથી કર્યા. તે અધર્મના સેવક છે, એટલે તે કળિની મદદ કરી રહ્યા છે. જે દિવસે અધર્મ પોતાની નિયતિને સ્વીકારશે, દાનવ ત્યારે તેના પક્ષમાં જ હશે."

બિચારો કળિ! જ્યારે તેને સચ્ચાઈની ખબર પડશે ત્યારે તે ક્યાંયનો નહીં રહે, "તેં આ બધું શરૂ કરવા માટે આટલું બધું કર્યું. તેં અધર્મને ધર્મ બનાવવામાં મદદ કેમ ન કરી?"

"કેમ કે ભવિષ્યવાણીમાં લખ્યું છે કે કેવળ કોઈ ભોળવી કે ભડકાવી શકે તે વ્યક્તિ જ આવું કરી શકે છે અને કળિ પોતાનું કામ સારી રીતે કરી રહ્યો છે. જો બધું યોજના અનુસાર થયું, તો અધર્મ જલદીથી પૂરી રીતે જાગી જશે."

"કોણ છે તે? **ધર્મ અને અધર્મ કોણ છે?"**

અલક્ષ્મી ધીમેથી નામ બોલી.

તે સાંભળીને દુરુક્તિનો જીવ કાંપી ઊઠ્યો અને ત્યારે જ અલક્ષ્મી તેને ધક્કો મારવા થોડી નજીક આવવા માટે આગળ આવી.

પણ દુરુક્તિએ તેને જ નીચે ધકેલી દીધી.

અલક્ષ્મીએ નીચે પડતાં જોરથી ચીસો પાડી.

તેનું શરીર જમીન સાથે અથડાયું અને માથું તડબૂચની જેમ ફાટી ગયું.

તે મરી ગઈ હતી.

દુરુક્તિએ માંડ-માંડ ઊંડો શ્વાસ લીધો ને પોતાની ખુશીને અંદર દબાવી રાખી. પછી તે જાનવર તરફ ફરી. તે આદમખોર ગભરાઈને તેની સામે જ જોઈ રહ્યાં હતાં. માલિક હાજર નહોતો, એટલે તે સમજી નહોતા શકતા કે તેમને શું કરવાનું છે. છેવટે તે ત્યાંથી ભાગી છૂટ્યા.

દુરુક્તિને વિશ્વાસ નહોતો થતો કે તેણે અલક્ષ્મીની હત્યા કરી દીધી હતી.

પણ કમ-સે-કમ તેને સાચી વાતની ખબર તો પડી.

ધર્મ અને અધર્મનું સત્ય!

અને તેને તે ખબર નહોતી કે આ બધું તેણે કળિને જણાવવું જોઈએ કે નહીં.

47

અશ્વત્થામા હજુ પણ ઘૂંટણિયે બેઠો હતો, તેને લાગ્યું કે કલ્કિ તેની પર હુમલો કરશે.

પણ કલ્કિ હાથમાં શિવની તલવાર લઈને ઊભો હતો અને વૃદ્ધ માણસની ઇચ્છા પૂરી નહોતો કરી શકતો.

કલ્કિ વિશ્વાસ નહોતો કરી શકતો કે શું થઈ રહ્યું હતું, "તમે આ બધું કેમ કરી રહ્યા છો?"

"તું એક અમરના શાપને નહીં સમજી શકે."

"ઓહ! મને લાગતું હતું કે હું સમજી શકું છું." ભાર્ગવ રામનો ચહેરો તેની આંખો સામે આવી ગયો હતો.

"ના, ના." અશ્વત્થામાએ ડોકું ધુણાવ્યું, "તું નથી સમજતો. જ્યારે મને પાંડવોના સંતાનની હત્યા પછી ગોવિંદ પાસેથી શાપ મળ્યો..."

"હા, તમે બાળહત્યા કરી, તમે જ આ નામ આપ્યું હતું."

"અને હું રોજ આ જ અપરાધબોધમાં જીવતો રહ્યો." અશ્વત્થામા તરફડી રહ્યા હતા, "પણ મારો શાપ દૂર કરી દેવામાં આવ્યો હતો. બધાને એવું લાગે છે કે ગોવિંદે મને હંમેશાં જીવતા રહેવાનો શાપ આપ્યો હતો કે મારા ઇચ્છવાથી પણ મૃત્યુ નહીં આવે, પણ એવું નહોતું. ગોવિંદે કહ્યું હતું કે મારું મૃત્યુ થઈ શકે છે, પરંતુ એવા કળિયુગમાં વિષ્ણુના અવતારના હાથથી જ સંભવ હતું અને આ કામ આ જ તલવારથી થઈ શકે છે. તું મારી સામે છે, તું વિષ્ણુનો અવતાર છે અને એ બધામાં સહુથી શક્તિશાળી છે."

કલ્કિએ નાક ફુલાવ્યું, "મારો પરિવાર નષ્ટ કર્યો. મારા મિત્રોને માર્યા, જેથી હું આ જગ્યાએ આવીને આ તલવારથી તમને મૃત્યુ આપી શકું?"

અશ્વત્થામાએ નિઃસાસો નાખ્યો, "સમય સમયની વાત છે. મેં પણ

કેટલું સહન કર્યું છે. પ્રિય, હું ગુનેગાર છું. હું મારો ગુનો કબૂલ કરું છું."

"જો તમે આવો વિક્ષેપ ન કર્યો હોત તો આજે પણ હું શંભલમાં હોત."

તેણે માથું ધુણાવ્યું, "પણ તું કળિયુગનો નાયક બનવાનો અવસર ન પામી શકત."

"શું તને લાગે છે કે મને આની કોઈ પરવા છે? મારા કેટલાં પોતાનાં અને પ્રિય વ્યક્તિઓ માર્યાં ગયાં છે." કલ્કિએ અશ્વત્થામાની ડોક પકડી અને તેને સરળતાથી ઊંચકી લીધો. અશ્વત્થામાએ તેને રોક્યો પણ નહીં, "તારા લીધે લક્ષ્મી ન રહી. ખબર નહીં, મારો ભાઈ શું કરતો હશે?"

"સાંભળ, જો હું કશું ન કરું તો શૂન્યવાદી કોઈ બીજાને નિયુક્ત કરતા, જેથી તને આ જગ્યાએ લાવી શકાય. આ તો થવાનું જ હતું. બધું તે સત્ય ભવિષ્યવાણીના અનુસંધાનમાં થઈ રહ્યું છે."

"અને આ ભવિષ્યવાણી અંતમાં શું કહી રહી છે?"

"તું અધર્મને મારીશ."

તેના મનમાં એક સવાલ આવ્યો, "જો...આ ભવિષ્યવાણી સાચી ન પડી તો?"

"ખબર નહીં. હોઈ શકે કે આ ચક્ર ક્યારેય બંધ ન થાય. કદાચ આપણે હંમેશાં કળિયુગમાં જ રહીએ."

કલ્કિની પકડ વધતાં જ અશ્વત્થામાનો શ્વાસ રૂંધાવા લાગ્યો. તેણે વૃદ્ધના માથા પર લાગેલા ઘાનાં નિશાન જોયાં.

આ જગ્યાએ ક્યારેક મણિ હતો.

"મારી નાખ. મારી દે. હું વધુ જીવવા નથી માગતો."

તે ઇચ્છતો હતો કે તેને મારી નાખવામાં આવે.

તેને આ જ બરાબર લાગતું હતું.

પણ શું મારે એવું કરવું જોઈએ?

કલ્કિએ એક પળ માટે વિચાર્યું અને તે જાણતો હતો કે તેણે શું કરવાનું છે, "તેં ઘણાં પાપ કર્યાં છે, એટલે મરવું તો પડશે જ, પણ ખબર છે..." તેણે અશ્વત્થામાને છોડ્યા ને નીચે નાખી દીધા.

અશ્વત્થામાને ખાંસતાં ખાંસતાં શ્વાસ પણ લેવો મુશ્કેલ લાગતો હતો.

કલ્કિ સીડીઓથી ઊતરતાં બહાર જતાં બોલ્યો, “તમારી સહુથી મોટી સજા, કળિયુગમાં આ પ્રપંચ કરવાની સજા આ જ હશે કે તમને મારવામાં ન આવે. તમને હજુ ઘણી તકલીફ મળવી જોઈએ.”

તેણે અશ્વત્થામાની ચીસો સાંભળી અને પછી જોયું કે શૂન્યવાદી લાઇનમાં પોતાના ભાલા લઈને ઘૂંટણિયે ઊભા હતા.

તે લોકો તેને જોઈને પ્રણામ કરતા હતા

કલ્કિ તેમની પાસેથી નીકળ્યો ત્યારે તેને કશું સંભળાયું.

તેની પાછળ કોઈકના પગનો અવાજ આવતો હતો. કલ્કિ પાછળ ફર્યો અને તાત્કાલિક તેણે તલવારના પ્રહારથી પોતાની જાત બચાવી. અશ્વત્થામાએ તે જ તલવારથી ઘા કર્યો, જે કલ્કિ મંદિરમાં મૂકીને આવ્યો હતો.

અશ્વત્થામા કલ્કિના ચહેરા પર પ્રહાર કરવા માગતો હતો, પણ તેણે કોઈ નટની જેમ ગુલાંટ ખાઈ પ્રહારથી બચાવ કર્યો. ફરીથી તેણે હવામાં પલટી ખાધી અને પાછળ જઈ પડ્યો.

“તમે મારા પર હત્યા કરવાનો દબાવ ન કરી શકો.”

અશ્વત્થામાએ કલ્કિના ખભા પર પ્રહાર કરવા માંગ્યો, પણ તે ફરીથી ચૂકી ગયો. તલવાર કેવળ ઘસરકો કરીને ગઈ હતી, પણ કલ્કિના જૂના ઘામાંથી લોહી નીકળવા લાગ્યું.

ગુસ્સા પર નિયંત્રણ કરો! તમારે નબળા લોકો પર તેનો પ્રયોગ નથી કરવાનો.

અશ્વત્થામા પ્રહાર કરતા રહ્યા. તે તલવારને કલ્કિની છાતી પાસે લઈને આવ્યા, પણ કલ્કિએ શિવની તલવાર આગળ કરી દીધી.

અશ્વત્થામાની હાથની તલવાર ધ્રૂજી અને થોડી જ ક્ષણોમાં તે ભસ્મ થઈ ગઈ.

કલ્કિને પોતાની તલવારને જોઈને નવાઈ લાગી કે સાચે જ તે કેટલી તાકાતવાળી હતી. જો કે તેને વિશ્વાસ થઈ ગયો હતો કે તેની તલવાર બીજાં હથિયારોને હરાવી શકતી હતી, પણ પહેલીવારનો અનુભવ કંઈક અલગ જ હતો.

અશ્વત્થામાએ પોતાની બળેલી તલવારને જોઈ, "મહેરબાની કર. હું હાથ જોડું છું. મેં આ બધું એટલા માટે કર્યું જેથી તું મને મારી શકે. મને આ નરકના જીવનથી છુટકારો આપી દે."

કલ્કિ અને અશ્વત્થામા શૂન્યવાદીઓ વચ્ચે ઊભા હતા, જે હજુ પણ માથું જમીન પર ઝુકાવી ઊભા હતા.

અશ્વત્થામાએ હાથની મુઠ્ઠીઓ વાળી અને કલ્કિને મારવા ગયો. કલ્કિએ તેને સરળતાથી ધક્કો મારી દીધો. તેને તલવાર વાપરવાની જરૂર જ ન પડી. આ એકતરફી યુદ્ધ હતું.

કલ્કિએ અશ્વત્થામાના પેટમાં મુક્કો માર્યો. તે જમીન પર પડી ગયા અને તરફડવા લાગ્યા. તેમના મોંમાંથી લોહી વહેવા લાગ્યું.

"મારી પાસે તમારી પાછળ બગાડવાનો સમય નથી. હવે આ તલવાર અધર્મનો અંત કરશે, કળિનો અંત કરશે." આવું કહીને કલ્કિ દેવદત્ત તરફ આગળ વધ્યો અને અશ્વત્થામાને ત્યાં જ છોડી દીધા, "કેટલી નવાઈ લાગે તેવી વાત છે કે બધી યોજના વચ્ચે તમે એ વાત પર ધ્યાન ન આપી શક્યા કે મારા નિર્ણય...! તમને લાગ્યું કે હું ગુસ્સામાં આવીને તમારી વાત માની લઈશ, પણ મારો ગુસ્સો જ મારી તાકાત છે અને એને તમારા જેવા મૂર્ખો પર બગાડવા નથી માગતો. તમે અને ભાર્ગવ અજીબ માણસ છો – એક અમરત્વ ઇચ્છે છે અને બીજો તેનાથી બચવા માગે છે. આ જગ્યાએ તો એક જ સાચો માણસ છે, જે કાચી માછલી ખાય છે. આ યાત્રાએ મને ઘણું બધું શીખવાડ્યું છે."

કલ્કિ ઘોડા પર સવાર થઈ જવા તૈયાર થયો.

"હું પાછો આવીશ... હું આવીશ..."

અશ્વત્થામા પોતાનું વાક્ય પૂરું ન કરી શક્યો. તે આગળ નહોતો આવી શકતો. કલ્કિએ ફરીને જોયું કે શૂન્યવાદીઓએ અશ્વત્થામાને જકડી લીધા હતા અને તે તેમને કલ્કિ તરફ આવવા નહોતા દેતા.

"ના, જવા દો, જવા દો મને, તમે નક્કામા..."

કલ્કિને સમજણ નહોતી પડતી કે શૂન્યવાદીઓ તેની મદદ કેમ કરી રહ્યા હતા, પછી તેણે વિચાર કર્યો તો ખબર પડી કે અશ્વત્થામા તો

કેવળ આ બધું શરૂ કરવા આવ્યા હતા. તેમણે અત્યાર સુધી કલ્કિની મદદ કરવાની હતી અને હવે તેમનું કામ પૂરું થયું. શૂન્યવાદીઓ આ યુગનો અંત જોવા જીવિત રહેશે. તે સાચી ભવિષ્યવાણી પૂરી થતી જોવા માગતા હતા. તે નહોતા ઇચ્છતા કે અશ્વત્થામા ધર્મને નુકસાન કરે.

કલ્કિ હસ્યો, “તમે ખોટા માણસ પર ભરોસો કર્યો. કળિને માર્યા પછી જોઈ લઈશું.”

“તું હજુ વાત સમજી નથી શક્યો.” અશ્વત્થામા ચીસો પાડી હસવા લાગ્યા.

“શું?”

“સાચી ભવિષ્યવાણી અનુસાર કળિ અધર્મ નહીં હોય. તે તો મારી જેમ પ્રવર્તક હતો.” તે વિચિત્ર રીતે હસવા લાગ્યા.

કલ્કિ ચકિત થઈ ગયો, “કહેવા શું માગે છે? જો કળિ અધર્મ નથી તો કોણ છે?”

અશ્વત્થામાનો ચહેરો ખીલી ઊઠ્યો. તેમના હોઠ પર સ્મિત ખીલી ઊઠ્યું.

“તે તારો ભાઈ છે કલ્કિ!” તે ગરજીને બોલ્યા.

કલ્કિનો ચહેરો ફિક્કો પડી ગયો.

અરજણ?

“અને, સાચી ભવિષ્યવાણી પૂરી કરવા અને કળિયુગનો અંત કરવા માટે તું જાણે છે ને કે તારે શું કરવાનું છે?” અશ્વત્થામા બોલ્યા. તે હજુ પણ શૂન્યવાદીની પકડમાં હતા, *“તારે એને મારવો પડશે.”*

48

કલ્કિ નહોતો જાણતો કે તેને આ તાજી જાણકારી મેળવ્યા પછી શું કરવાનું છે. તે પૂરી રીતે ચિંતામાં હતો. મંદિર અને અશ્વત્થામાથી દૂર ગયા પછી તે વારંવાર પોતાના ભાઈની બાબતમાં વિચાર કરતો હતો. તે ચૂપચાપ બળી રહ્યો હતો. તેણે દેવદત્તને પોતાના મસ્તિકમાં પ્રવેશ ન કરવા દીધો.

હું આટલે દૂર મહેન્દ્રગિરિ સુધી તાલીમ લેવા આવ્યો અને શક્તિશાળી બનવા આવ્યો... ફક્ત એટલા માટે કે હું મારા ભાઈનો જીવ લઈ શકું.

અરજણના મૃત્યુ વિશે વિચારતાં જ કલ્કિનો શ્વાસ ભારે થઈ ગયો.

જ્યારે તે પહાડથી નીચે આવી રહ્યો હતો તેને તે જ વિષ્ણુની મૂર્તિ દેખાઈ જેને તે પહેલાં જોઈ ચૂક્યો હતો. તેને રોકાઈને પૂજા કરવી જ પડી. કદાચ ભગવાન પાસે તેના સવાલોનો જવાબ હોય.

કલ્કિ ઘૂંટણિયે બેઠો હતો. દૂર દૂર સુધી કોઈ નહોતું. પક્ષીઓનો અવાજ અને પાંદડાના ફફડાટ સિવાય કોઈ અવાજ નહોતો. ઘણી જ શાંતિ હતી.

કલ્કિએ શુકોનો અવાજ સાંભળી આંખો ખોલી. તે તેના ખભા પર આવીને બેસી ગયો હતો.

તેને પોતાના જૂના મિત્રને જોઈને ખુશી થઈ. પોપટ તેની યાત્રાની શરૂઆતથી તેની જોડે હતો.

તું કેમ છે?

સરસ.

બાળક, તકલીફમાં લાગે છે. શું કોઈ તકલીફ છે?

કલ્કિને ખબર ન પડી કે શું કહે. તેણે થોડીવાર ભગવાન વિષ્ણુની મૂર્તિ તરફ જોયું ને પછી તેમને પગે લાગ્યો.

જ્યારે તે ઘોડા પાસે જવા લાગ્યો ત્યારે શુકોને પૂછ્યું, "તું અહીં કેમ આવ્યો?"

તારી મિત્રએ મોકલ્યો.

પદ્મા? કેમ?

તેણે કહ્યું કે તે મજામાં છે. મારે તારી મદદ કરવી જોઈએ, પણ મને લાગે છે કે તે કોઈ બીજા આયોજનમાં વ્યસ્ત હતી.

કેમ? શું થયું?

જ્યારે કલ્કિ દેવદત્ત પર સવાર થઈને પહાડ પરથી ઊતરતો હતો ત્યારે શુકોએ તેને બજરંગના છાવણી પાસે થયેલી ઘટનાથી વાકેફ કર્યો. કલ્કિ જાણી ગયો હતો કે પદ્મા શું કરવા જઈ રહી છે. તે બદલો લેવા જઈ રહી હતી.

એવું જ હોઈ શકે.

મને કોઈ શંકા નથી કે તે નલકુબેરને મારશે. સારું છે કે અરજણ ત્યાં જ છે. કલ્કિએ વિચારવાનું બંધ કરી દીધું. તે બેચેની અને અણધાર્યો ભય મહેસૂસ કરતો હતો. તેને એ વસ્તુ જ સમજાતી નહોતી કે અરજણ જ અધર્મ હતો.

કલ્કિને યાદ હતું કે અરજણ નાનપણમાં કેટલો ડરપોક હતો અને અધર્મ હોય તો દુષ્ટ હોવું જોઈએ. અરજણ દુષ્ટ કઈ રીતે હોઈ શકે?

અને અધર્મ હોવા માટે તેણે સોમનું સેવન કરવું જોઈએ? *શું તેણે મારા ગયા પછી સોમનું સેવન કર્યું હશે? તેને તે કઈ રીતે મળ્યું હશે?* તેના ગામનું તો બધુંય સોમ બળીને ભસ્મ થઈ ગયું હતું.

તેના મગજમાં કેટલાક સવાલ ચાલી રહ્યા હતા. મનમાં આ જ વાત આવી રહી હતી કે અશ્વત્થામાનું કહેવું ખોટું હોય તો સારું, સાચી ભવિષ્યવાણી ખોટી પડે. અરજણ તેનો ભાઈ હતો. જે પણ હોય, કલ્કિ પોતાના હાથ વડે તેને ન મારી શકે.

તેણે શુકોને જોયો. રત્ના મરી ગઈ, હમ્મ?

હા. બહુ દુઃખની વાત છે.

કદાચ! હું તેને બચાવી શકત.

બળશાળી નાયક પણ બધાને ન બચાવી શકે. તારે આ વાત સમજવી પડશે.

કલ્કિએ શિવની તલવારની મૂઠને સ્પર્શીને આંખો બંધ કરી. રત્ના મારુનો ચહેરો ચમકી ઊઠ્યો.

આ તલવાર તો રત્નાને સમર્પિત હોવી જોઈએ.

એક અપ્સરા, માનવ? દેવદત્તે પૂછ્યું.

એક એવી સ્ત્રી, જે પોતાના અભિયાન માટે પૂરી વીરતાથી લડી. એક સ્ત્રી, જે મિત્રોને બચાવવામાં જરા પણ ન ડગી. એવી સ્ત્રી, જે પોતાની ઓળખ કે કબીલાઓની સીમાઓમાં ન બંધાઈ. તેને પૂરું સન્માન અને આદર મળવો જોઈએ. તે તેની અધિકારી છે.

તેણે તલવાર કાઢીને કહ્યું, “આજથી, હું શિવની આ તલવારને રત્ના મારુ નામ આપું છું.”

કલ્કિએ રત્ના મારુને ફરીથી મ્યાનમાં મૂકી. તેણે પોતાની આગળના રસ્તા પર નજર કરી, જે રસ્તો ઇન્દ્રગઢ જવા માટેનો હતો.

લાગે છે કે હવે તારી યાત્રા જલદી જ પૂરી થઈ જશે. દેવદત્તે કહ્યું.

“તો ઘણું સારું કહેવાય. અત્યાર સુધી ઘણું બધું ઘટી ચૂક્યું છે.” શુકોએ કહ્યું.

કલ્કિ હસ્યો. તેણે ઠેસ મારી સફેદ ઘોડાની લગામ હાથમાં લઈ લીધી અને તે ચાલી નીકળ્યો.

અમે પણ આવીએ છીએ.

49

પદ્મા છત તરફ દોડી.

હે ભગવાન! હું શહેરને કેટલું યાદ કરતી હતી.

તે ઘણા લાંબા સમયથી મુસાફરી કરી રહી હતી અને તેને વાનરોની છાવણીમાં ઘણી ઠંડીનો સામનો પણ કરવો પડ્યો. આ સમયે તે શહેરની મંદ વહેતી હવાનો આનંદ લઈ રહી હતી.

અંધારી રાત હતી. આખું શહેર સૂઈ ગયું હતું, પણ કેટલાક લોકો ઘરની બહાર ધીમે અવાજે અંદરોઅંદર વાતો કરી રહ્યાં હતા.

ગુરુ નરેન્દ્રની હત્યા પછી તોફાનો ફાટી નીકળ્યાં હતાં. મંદિરોને બંધ કરવાની વાત કેટલાક લોકોથી સહન ન થઈ અને નલકુબેરે પોતાના અમુક સૈનિકોને આદેશ આપ્યો હતો કે તે વિદ્રોહ કરનારને ડામી દે.

નગરમાં ચારે તરફ ગરીબી હતી. શાહી ખજાનાનો ઉપયોગ પ્રજાના વિકાસ માટે કરવાનો હોય છે, પરંતુ ઇન્દ્રગઢના રાજા પોતાના યુદ્ધ અને હથિયારો ઉપર પૈસા ઉડાવી રહ્યો હતો. તે રોજ રાત્રે સૈનિકો માટે શાહી ભોજનની વ્યવસ્થા કરાવતો.

આ સાચે જ કળિયુગ હતો.

એક પરથી બીજી છત પર દોડતી પદ્મા શાહી મહેલમાં આવી ગઈ. તે નગરનું સહુથી ઊંચું માળખું હતું, જે દરેક ઇમારત પરથી દેખાતું હતું. પહેરો ભરનારનો સામનો કરી શકે તે માટે તેણે હાથમાં ખંજર સાબદું કર્યું પણ તેને ખબર નહોતી કે આજે તેને તેનો ઉપયોગ કરવાની જરૂરત નહીં પડે. બધા જ પહેરેદાર નલકુબેરના કિલ્લાની બહાર, એક શબની સામે હાથ જોડી ઊભા હતા.

અને નલકુબેર પણ ત્યાં શબને જોઈ રહ્યો હતો. તેની પત્ની રંભા તેની સાથે ઊભી હતી.

તેની આજુબાજુ ભીડ હતી. જો હું અત્યારે તેની ઉપર હુમલો કરું તો બચવાની કોઈ આશા નહીં રહે.

પદ્માએ પોતાનું મન બદલ્યું અને ધીરેથી મહેલની અંદર જતી રહી.

અને ત્યારે જ તેને જાણીતો અવાજ સાંભળ્યો.

આ તો કળિ હતો. તે ઘણો ડરેલો અને ચિંતામાં દેખાતો હતો.

કોઈ કિલ્લામાં મરી ગયું છે, પણ મને શું ફરક પડે છે.

અરજણે તેને કળિ અને તેના દાનવો વિશે કહ્યું હતું. ઘણાં લોકોને ખબર નહોતી કે કળિ ઇન્દ્રગઢમાં હતો અને શાહી મહેલમાં જ રહેતો હતો.

પદ્માને કળિ પ્રત્યે પહેલેથી સૂગ હતી.

તેને અરજણ પર ભરોસો હતો. તેણે અરજણને પોતાના પિતા વિશે જણાવ્યું હતું. તેને હજુ પણ શક હતો કે ક્યાંક અરજણે કળિને બધું જણાવી ન દીધું હોય.

ના, તે એવું તો ન કરે.

પદ્મા મહેલમાં પહોંચી ગઈ અને ભોંયરામાં જવાનો રસ્તો શોધવા લાગી. અરજણના તંબૂમાં અઠવાડિયું વિતાવ્યા દરમિયાન તેણે અફવાઓ સાંભળી હતી કે યક્ષરાજના ભોંયરામાં અપ્સરાઓને રાખવામાં આવતી હતી.

રત્ના મારુ ઇચ્છતી હતી એ મુજબ તે અપ્સરાઓને મુક્ત કરવા જઈ રહી હતી,.

નહીંતર...

અને પદ્માને એક તરકીબ સૂઝી. તે નલકુબેરને મારવા માટેની સારામાં સારી તરકીબ હતી.

તેને નીચે જવાનો માર્ગ પણ તરત મળી ગયો.

આજે તો નસીબ સાથ આપી રહ્યું છે. આ જગ્યાએ કોઈ પહેરેદાર નહોતો. તે બધા નગરની ચોકી પાસે મળેલાં શબ જોડે વ્યસ્ત હતાં.

તેણે માથામાં લગાવેલા ચીપિયાથી તાળું ખોલ્યું અને અવાજ ન થાય તે રીતે નીચે ગઈ. ત્યાં ખૂબ જ અંધારું હતું.

સીડીઓની નીચે ગલીઓમાં રોશની હતી. દીવાલો પર દીવા પ્રગટી રહ્યા હતા અને તે અચાનક એક મોટા રૂમમાં આવી ગઈ.

તેમાં પિંજરા જ પિંજરા હતાં. અપ્સરાઓને તેમાં જ રાખવામાં આવી હતી અને એક જાડો ઠીંગણો પહેરેદાર ખુરશી પર આરામથી ઊંઘી રહ્યો હતો.

તે ધીરેથી આગળ વધી અને પિંજરા તરફ જોવા લાગી. રાત હોવા છતાં પણ અપ્સરાઓ જાગી રહી હતી. તેમને કેટલાક કલાક પહેલા ઉપરના ભાગમાંથી જોરદાર અવાજો સંભળાતા હતા. કિલ્લાના મેદાનમાં એક બીજી લાશ મળી હતી.

પદ્માએ એક અપ્સરાને ધીમેથી કહ્યું, "તમને બધાને બચાવવા આવી છું. શું તમે કહી શકો છો કે નલકુબેર કઈ જગ્યાએ છે? આપણે સિફતથી છટકવું પડશે. જો તે આ જગ્યાએ આવી ગયો તો મુશ્કેલી થઈ જશે."

"યક્ષરાજ દિવસમાં એકવાર આવે છે." અપ્સરાએ ધીરેથી કહ્યું, "કેટલીક વાર તે એકલો તો ક્યારેક તેની પત્ની સાથે આવે છે, પણ અડધી રાત્રે નથી આવતો."

વાહ... સરસ!

"પિંજરાની ચાવીઓ ક્યાં છે?" પદ્માએ પૂછ્યું.

"તે શરાબી પાસે છે." અપ્સરાએ તે દરવાન તરફ ઇશારો કર્યો, જે ઊંઘી રહ્યો હતો.

પદ્માએ માથું હલાવ્યું. તેની પાસે ગઈ અને પોતાના ખંજરથી તે દરવાનનું ગળું રહેંસી નાખવા ગઈ ને અચાનક થંભી ગઈ.

જો તેને મારીશ તો ખબર પડી જશે કે કશીક ગડબડ છે.

પદ્માએ ઊંડો શ્વાસ લીધો અને પાછળ ખસી તો તેના હાથમાં ચાવીનો ઝૂડો દેખાયો. તેણે ધીરેથી હાથ ખોલીને ઝૂડો લઈ લીધો. અચાનક પદ્માને લાગ્યું કે તેણે તેને જગાડી દીધો, પણ તે ઘેરી ઊંઘમાં હતો.

"ઘણી-ઘણી મહેરબાની." એક અપ્સરાએ કહ્યું અને બીજી અપ્સરાઓ વચ્ચે વાતો થવા લાગી.

પદ્માએ સંમતિપૂર્વક માથું હલાવ્યું, પણ તેણે દરવાજા ખોલીને અપ્સરાઓને બહાર ન આવવા દીધી. તે પોતે અંદર ગઈ અને બહારથી તાળું લગાવી ચાવી ત્યાં જ દરવાનના પગમાં ફેંકી દીધી. અપ્સરાએ અચનક પૂછ્યું, "ચાવી કેમ ફેંકી?" પદ્મા પિંજરામાં પાછળ જઈને બેઠી, "તું અમારી મદદ કરી શકતી હતી. તું પિંજરામાં કેમ આવી ગઈ?"

પદ્મા ચૂપ થઈ ગઈ.

તે તેમની મદદ કરશે, પણ પહેલાં નલકુબેરની હત્યા કરવી હતી.

પદ્માએ કપડાં ફાડીને તેને ઉત્તેજિત લાગે તેમ બનાવ્યાં. પછી તેણે પોતાના માથાના વાળ ખોલી નાખ્યા.

જેવો નલકુબેર કોઈ અપ્સરાને લેવા આવશે તો તે સ્વયં આગળ જશે અને મોકો મળતાં તેનો જીવ લઈને બહાર ભાગી જશે.

50

યુદ્ધની વચ્ચે જ અરજણને માથામાં ખૂબ જોરથી દુખાવો થવા લાગ્યો.

તે એક ક્ષણ પહેલાં એક નાગ સાથે લડી રહ્યો હતો અને બીજી જ ક્ષણે તેનું માથું દુઃખાવાથી ફાટી જાય તેવું થઈ રહ્યું હતું.

તેને પોતાના મગજમાં અવાજો સંભળાવા લાગ્યા. ઘણા બધા લોકો એક સાથે બોલી રહ્યાં હતાં. અરજણ સમજી નહોતો શકતો કે તે શું કહી રહ્યાં છે.

અરજણે પોતાનું માથું પકડ્યું. નાગ તેને મારવાનો જ હતો પણ તે માંડ-માંડ પોતાનો જીવ બચાવવામાં સફળ રહ્યો.

સુપર્ણોએ તેની દિશામાં તીરોનો વરસાદ કરી દીધો. અરજણે તો પોતાની જાત ઢાલથી બચાવી, પણ તે નાગ ત્યાં જ મરી ગયો.

અરજણ એક હાથમાં ઢાલ અને બીજા હાથમાં ભાલો લઈને મેદાનમાં દોડવા લાગ્યો. તેની કમર પર કુહાડી બાંધેલી હતી. તે એક સુપર્ણ પર ભાલો ફેંકવાનો જ હતો ત્યાં ફરીથી તેના માથામાં દુખાવો થવા લાગ્યો.

તેનાથી તે પીડા સહન થાય તેવી નહોતી. તે ધરતી પર પડી ગયો અને શસ્ત્ર તેના હાથમાંથી છૂટી ગયું.

"તું ઘણો મોડો આવ્યો. અમે વધુ રાહ નહીં જોઈ શકીએ." કોઈએ ચીસ પાડી કહ્યું.

"તું મારી પાસેથી શું ઇચ્છે છે?" અરજણે પણ બૂમ પાડી.

"તારા ભૂતકાળ સાથે જોડાણ કર."

શું?

અરજણ સમજી ન શક્યો કે તેને શું કરવું જોઈએ. તે કોણ બોલી રહ્યું હતું, તે આ બાબતમાં કશું વિચારી શકે તે પહેલાં જ એક સુપર્ણ ઊડીને તેની તરફ આવ્યો. અરજણ તેને ભાલો મારવા ગયો, પણ તે

શસ્ત્ર ઉઠાવી ન શક્યો. તેના માથામાં ખૂબ જ દર્દ થઈ રહ્યું હતું.

અરજણ અસહાય હતો. સુપર્ણએ તેને આસાનીથી હવામાં ઉઠાવી લીધો. તે તેને ઉપર લઈ ગયો પછી સુપર્ણએ તેને નીચે ફેંકી દીધો.

શું મારું મૃત્યુ આ રીતે થશે?

પણ અરજણનું શરીર જમીન પર ન અથડાયું. તે એક મોટા ગંદા દાનવના હાથમાં હતો, જેણે તેને પડતાં બચાવી લીધો હતો.

દાનવે ઝૂકીને સલામ કરી.

તેને આદેશ આપ. કોઈએ તેના મગજમાં કહ્યું.

દાનવ છાવણી તરફ જવા ગયો ત્યારે જ સુપર્ણો તરફથી એક ગોળો ફેંકવામાં આવ્યો. તે ગોળો દાનવને આવીને અથડાયો.

હવામાં ભૂરા રંગનો ધુમાડો ફેલાઈ ગયો. ત્યાં અચાનક તેજ રોશની વચ્ચે વિસ્ફોટનો અવાજ થયો હતો.

દાનવ ધરતી પર પડ્યો, પણ અરજણ તેનો હાથ ખોલીને નીચે કૂદી ગયો. અરજણના કેટલાક માણસો અને દુશ્મનના સૈનિકો દાનવની નીચે કચડાઈને મરી ગયા.

તે મરી ગયો હતો.

હે ભગવાન! આ અશક્ય છે!

અરજણ દાનવના માથા તરફ દોડ્યો. તેને તે જગ્યાએ જ ગોળો વાગ્યો હતો. એક ઊંડો ઘા પડી ગયો હતો. તેમાંથી લોહી વહી રહ્યું હતું. અરજણને તેનાં હાડકાં પણ દેખાતાં હતાં.

તેમને અમારા સહુથી મોટા યોદ્ધાઓને મારવાનો ઉપાય મળી ગયો છે.

"પાછા ચાલો." અરજણે બૂમ પાડી.

તેમને પાછું આવવું પડ્યું. હવે દાનવોનો પ્રયોગ નહીં થઈ શકે, અને તેમની મદદ વિના તે સાવ અસહાય થઈ જશે. *તેમણે કેવો ભૂરા રંગનો વિચિત્ર ગોળો ફેંક્યો હતો?*

પોતાના અતીત સાથે જોડાણ કર.

અવાજો આવવાના બંધ નહોતા થતા.

"હું આવું કેવી રીતે કરી શકું?" તેણે પોતાની જાતને પૂછ્યું. તેનું

સૈન્ય તેનો હુકમ નહોતું માનતું. બધા છાવણી તરફ જવા લાગ્યા.

તેની શોધખોળ કરો.

અરજણે હાથમાં રહેલો પ્યાલો ગુસ્સામાં નીચે ફેંક્યો.

કાચનો પ્યાલો તેના સેનાપતિઓ તરફ નીચે પગમાં પડી ગયો. તે બધાને વાત કરવા માટે બોલાવવામાં આવ્યા હતા.

અરજણ પોતાની સામે ઊભેલા માણસને જોઈને બરાડ્યો, "શું બકવાસ છે." મશાલની રોશનીમાં એનો ચહેરો ચમકી રહ્યો હતો, પણ એક ખૂણામાં અંધારું હોવાથી ચહેરા પર દુષ્ટતા પણ ઝળકી રહી હતી. તેની છાતી પર ઊંડો ઘા હતો, "બહાર મેદાનમાં શું થઈ રહ્યું હતું. આપણો એક દાનવ માર્યો ગયો. શું તને ખબર છે? એક દાનવ. એ લોકો તેને હરાવવામાં કઈ રીતે સફળ થયા? બસ, એક જ પ્રહારમાં. એક જ પ્રહાર!" તેણે રાડ પાડી.

તેના માથામાં ફરીથી હથોડા વાગી રહ્યા હતા, પણ પીડા પહેલાં કરતાં ઓછી હતી.

તેમાંથી એક માણસ બોલ્યો, "મહારાજ, માફ કરો. આપણને અંદાજ આવી જવો જોઈતો હતો. આ એક અજીબ વાત હતી કે આપણા પક્ષે દાનવો હોવા છતાં દુશ્મને આપણી સામે લડવા માટે એક નાની ટુકડીને મેદાનમાં ઉતારી હતી. હવે સમજમાં આવે છે કે તેમણે એવું કેમ કર્યું."

અરજણે તેની સામે વેધક નજરે જોયું. સેનાપતિએ ડરના માર્યા માથું ઝુકાવી દીધું.

"તે જાણતા હતા કે વિસ્ફોટક ગોળાના લીધે ફક્ત દાનવ જ નહીં, પરંતુ આજુબાજુના ઘણા લોકો મરી જશે. દાનવની આજુબાજુ આપણા કેટલાય માણસો માર્યા ગયા. આ એક ચમત્કાર છે કે તમારી પર વિસ્ફોટની અસર ન થઈ."

"એ કોઈ જાદુ નહોતો, પણ તું એ સમજી નહીં શકે." ફરી પેલો માણસ બોલ્યો, "જો પહેલાં આ વાત અમારી સમજમાં આવી ગઈ હોત

તો આ બધું ન થાત. આપણે ધ્યાન રાખવું પડશે કે તે આપણી સામે કઈ રણનીતિનો ઉપયોગ કરવાના છે."

"હા." સેનાપતિએ સંમતિપૂર્વક માથું હલાવ્યું.

અરજણે પણ સંમતિ દર્શાવી અને અચાનક સેનાપતિના પેટમાં મુક્કો મારીને બોલ્યો, "રણનીતિ પર ધ્યાન રાખવાનું કામ તારું છે. તેં તારું કામ ન કર્યું અને અમારે બધાએ તેની કિંમત ચૂકવવી પડી."

"મને અણસાર નહોતો." તે માણસ બોલ્યો.

અરજણ બરાડ્યો, "તો તને અંદાજ હોવો જોઈતો હતો. શું તને એ બધું પણ શીખવાડવું પડશે." તેણે બીજા સેનાપતિ તરફ જોયું, "લાગે છે કે આની પાંસળીઓ તૂટી ગઈ લાગે છે. લઈ જાઓ આને."

તે લોકો તેને જલદીથી ઉઠાવીને ત્યાંથી લઈ ગયા.

અરજણે ખીજાઈને નિઃસાસો નાખ્યો. તેણે જમીન પરથી પ્યાલો ઉઠાવી લૂછ્યો, ત્યારે જ તેના મગજમાં વાત આવી. દુશ્મનની છાવણીમાં કોઈ ગુપ્તચર મોકલવામાં આવે.

એવો ગુપ્તચર જેની પર કોઈ શક ન કરે.

એવી વ્યક્તિ કે જે દુશ્મન રાજાની છોકરી હોય.

આશા છે કે પદ્મા આ કામ માટે માની જશે.

51

"**એક** વાર ફરીથી બોલ" કળિએ સાંભળ્યું હતું, પણ તેને વિશ્વાસ નહોતો થતો.

તે પોતાની જગ્યાએથી ઊઠ્યો. અહીં બધું મારી યોજના પ્રમાણે નથી થઈ રહ્યું. કોઈએ થોડા કલાકો પહેલાં જ તેની ભાવિ પત્નીની હત્યા કરી દીધી હતી. કળિને લાગ્યું કે આ તે જ વ્યક્તિ હશે જેણે અપ્સરાને તેના ઓરડામાં તપાસ કરવા મોકલી હશે.

અને કળિ વિમાસણમાં હતો કે તેને પોતાની જાતને છુપાવી રાખવી પડતી હતી. નગરમાં કોઈને તેના પુનરાગમનની ખબર નહોતી. તે ઇન્દ્રગઢનો રાજા હતો અને અત્યારે તે યક્ષની કૃપા પર નિર્ભર હતો.

તેનો ભાઈ બાલિ, હવે રાજા હતો, પણ તે હજુયે માનવા તૈયાર નહોતો કે તે કળિનો ભાઈ હતો.

કશું પણ યોગ્ય રીતે નહોતું ચાલી રહ્યું.

તેણે અરજણને પોતાની તરફેણમાં કરવા ચાહ્યો, પણ અરજણ તેને પસંદ કરતો નહોતો અને એની બહેન પણ તેના વિશે ખોટા દાવાઓ કરી રહી હતી.

"તું ધર્મ નથી." દુરુક્તિ ફરીથી બોલી, "તું અધર્મ પણ નથી. તું..."

તે આગળ કશું બોલવા નહોતી માગતી, પણ કળિ સમજી ગયો હતો કે તે શું કહેવા જઈ રહી હતી.

હું કશું જ નથી.

"તો ધર્મ અને અધર્મ કોણ છે?"

"કલ્કિ ધર્મ છે અને અધર્મ આપણો ભાઈ અરજણ છે."

કળિને તો આઘાત લાગી ગયો, "તેનો ભાઈ!"

મારી સાથે આવું ન થઈ શકે. હું કશું નથી, એવું કેમ?

"તું આ બધું કેવી રીતે જાણે છે?" તે ગર્જી ઊઠ્યો.

"જે દિવસે અલક્ષ્મીનું મૃત્યુ થયું ત્યારે તે મારા ખંડમાં આવી હતી, તેણે જ કહ્યું અને બધું કબૂલ કર્યું હતું. તેને શરમ પણ હતી કે તે તને આંગળીઓ ઉપર નચાવી રહી હતી." દુરુક્તિએ આંખો નીચી કરી કહ્યું.

તે જ્યારે પણ કશું છુપાવતી હોય ત્યારે આ જ રીતે નજર ફેરવે છે.

"પણ એ તારી પાસે કેમ આવી? તેણે મને એ બધું કેમ ન કહ્યું?"

દુરુક્તિ જડ થઈ ગઈ. તે થોડો સમય ચૂપ રહીને બોલી, "અલક્ષ્મીને ડર હતો કે તું સાચું જાણી બબાલ કરીશ. તેણે દાવો પણ કર્યો કે તે તારી પાસે જૂઠું બોલવા નહોતી માગતી, પણ શુક્રએ સ્પષ્ટ કહી દીધું હતું કે આવું જ કરવું પડશે. એ તો કેવળ આદેશનું પાલન કરતી હતી."

"એ લોકો મને કાળા સાગરમાં કેમ લઈ ગયા? જો અરજણ અધર્મ છે તો દાનવોને જગાડવા માટે મને કેમ પસંદ કર્યો?"

"કેમ કે તું જ અધર્મ બનવા માટે તેને ઉશ્કેરી શકતો હતો અને મને લાગે છે કે તેણે બરાબર કર્યું. અરજણ આ જગ્યાએ આવીને બદલાવા લાગ્યો છે. અલક્ષ્મીએ કહ્યું હતું કે, તેં તારું કામ બહુ જ સરસ રીતે કર્યું."

"સાચે જ!" કળિએ ખુરશી પર પીઠ ટેકવી વાળમાં હાથ ફેરવ્યો, "હું તેના હાથનું રમકડું બની રહ્યો."

જ્યારે તેને કહેવામાં આવ્યું હતું કે તે ધર્મ હતો ત્યારે તે કેટલો ખુશ હતો. તેને લાગ્યું કે જીવનને કોઈ કારણ મળી ગયું હતું, પણ હવે કશું રહ્યું નહોતું.

"શું તું મજામાં છે?"

"હા, હું મજામાં છું. અલક્ષ્મી સાથે જે થયું તે બરાબર થયું."

કળિને પોતાના ખભા ઉપર દુરુક્તિના હાથનો સ્પર્શ થયો.

"તને લાગે છે કે આપણે અલક્ષ્મીએ જે વાત તને કહી તેના પર વિશ્વાસ કરી શકીએ? તેણે ખોટું કહ્યું હોય તો?"

"તે સાચું બોલી રહી હતી. મેં બધી કડીઓને જોડીને-તપાસીને

જોયું." દુરુક્તિએ ઊંડો શ્વાસ લીધો, "તું કોઈ સામાન્ય માણસની જેમ સોમનું સેવન કર્યાં બાદ પાગલ થયો. જો તું ધર્મ કે અધર્મ હોત તો તારા મગજ પર અસર ન થાત."

કળિ બોલ્યો, "ઓહ, મારે પોતાના ઉપર આટલો વિશ્વાસ નહોતો કરવો જોઈતો."

"ના, તું હજુ પણ મહાન અને શક્તિશાળી છે..."

કળિએ દુરુક્તિને ગળાથી પકડી લીધી. તે તેને દીવાલ નજીક લઈ ગયો અને દીવાલ તરફ ધકેલી.

આ બધું અચાનક થયું. દુરુક્તિનો શ્વાસ રૂંધાવા લાગ્યો. તેણે કળિની પકડમાંથી છૂટવા તરફડિયાં માર્યાં, પણ તે એટલું સરળ નહોતું.

"મારું માથું ન ચઢાવીશ. હું કશું નહોતો - એક નકામો માનવ હતો. હું ધર્મ-અધર્મ કશું નથી. શુક્ર અને તે સ્ત્રીના હાથનું એક રમકડું." કળિનો ગુસ્સો ખૂબ જ તીવ્ર હતો.

અને તેણે પછી દુરુક્તિ પરની પકડ છોડી દીધી. તેને બહેનની વાત સાંભળી ગુસ્સો આવી ગયો, પણ તે તેને મારવા નહોતો માગતો. દુરુક્તિ ત્યાં જ જમીન પર પડી ગઈ. તેનો શ્વાસ રૂંધાવા લાગ્યો.

તે ઘૂંટણિયે બેઠો અને પોતાની હથેળી તેના ગાલ પર ટેકવી દીધી, "મારી પ્યારી બહેન, માફ કરજે... હું ગુસ્સામાં હતો."

"હરામી, મારો જીવ જઈ શકતો હતો." દુરુક્તિએ તેને દૂર ધકેલી દીધો, "હું તારી જોડે સારી રીતે વર્તતી હતી."

કળિએ ખુરશી પર બેસીને પોતાના માટે થોડી શરાબ કાઢી, "સાચું કહું બહેન, મને લાગ્યું હતું કે તું પૂરી રીતે વફાદાર નથી. તેં પહેલાં પણ મને દગો આપ્યો હતો."

"તારે જે વિચારવું હોય તે વિચાર." દુરુક્તિ દીવાલના સહારે ઝૂકેલી હતી અને તેના બંને હાથ હજુ પણ પોતાના ગળા પર હતા, "એક પળમાં તું મારી જોડે આરામથી વાત કરે છે અને બીજી જ પળે મને મારવાની કોશિશ કરે છે. આ કેવી મનની સ્થિતિ છે?"

કળિની સમજમાં ન આવ્યું કે શું જવાબ આપે. તે ભાવનાઓમાં વહી

જતો હતો. જ્યારે કશું કહેવા જેવું ન લાગ્યું તો તે શરાબ પીવા લાગ્યો.

દરવાજા પર અવાજ થયો. તેણે દરવાજો ખોલ્યો તો એક યક્ષ અંદર આવ્યો.

"મહારાજ! એક દુર્ઘટના ઘટી છે."

"શું?"

યક્ષે દુરુક્તિ તરફ જોયું. તેનો ચહેરો ફિક્કો પડી ગયો. તેને ઊભા રહેવામાં પણ તકલીફ પડતી હતી.

"તારી નજર મારા તરફ રાખ." કળિ ગર્જી ઊઠ્યો.

યક્ષ સિપાહી સાવધ થઈ ગયો અને બોલ્યો, "યુદ્ધની છાવણીમાંથી ખબર આવી છે. અરજણે સંદેશ મોકલ્યો છે. એક દાનવ માર્યો ગયો."

"માર્યો ગયો? કહેવા શું માગે છે?"

"આપણા શત્રુએ તેને મારી નાખ્યો."

કળિ વિશ્વાસ નહોતો કરી શકતો. દુશ્મને કયો જાદુ ચલાવી દીધો હતો?

"તે તમને બતાવવા માંગતો હતો."

"જતો રહે અહીંથી." કળિ જોરથી બોલ્યો.

યક્ષ માથું ઝુકાવી ચાલ્યો ગયો.

"અરે હા." દુરુક્તિએ કહ્યું, "તને ખબર છે ને કે દાનવ અરજણના નહીં પણ તારા વશમાં છે. તે તેને નિયંત્રિત નહીં કરી શકે. તેને ખબર જ નથી કે તેમનું શું કરવાનું છે. તારી પાસે બધાની વિરુદ્ધ શસ્ત્ર છે, તારા સિવાય કોઈ એવી રીતે જોડાયેલું નથી."

કળિએ ગુસ્સામાં પોતાનાં કાળાં કપડાં લીધાં. તે લોકો વચ્ચે જાય ત્યારે જ તે પહેરતો હતો.

પણ તે ત્યાં જ એક ક્ષણ માટે રોકાઈ ગયો.

જ્યારે હું કશું જ નથી તો મારે છુપાવાની ક્યાં જરૂર છે?

કળિ ગર્વથી ઇન્દ્રગઢના રસ્તા પર નીકળી ગયો. રાત પૂરી થવા

આવી હતી. લોકો હજુ ઊઠ્યા નહોતા, પણ રસ્તા પર કેટલાક બેઘર અને પીનારા ફરતા દેખાતા હતા, અને તે ઇન્દ્રગઢના ભૂતકાળના રાજાને જોઈ રહ્યાં હતાં, પણ કળિને તેની કોઈ ચિંતા નહોતી.

તેના અંગરક્ષક કોકો અને વિકોકો તો સાથે જ હતા અને બે ઝરખ આગળ ઘુરકિયાં કરી રહ્યાં હતાં. અલક્ષ્મીના મૃત્યુ પછી તે મહેલના બગીચામાં ફરી રહ્યાં હતાં. કળિએ તેમને જોઈને જે અલક્ષ્મીએ શીખવાડી હતી એવી જ સીટી વગાડી અને તે દોડીને તેની પાસે આવી ગયાં.

તે એ સીટીથી વશમાં રહેતાં હતાં અને તેના અનુસાર વર્તતાં હતાં. તેમને આદેશ આપવા માટે અલગ-અલગ રીતની સીટી વગાડવામાં આવતી હતી. હુમલાને રોકવા માટે નાની સીટી, કોઈનો પીછો કરવા નાની પણ તીવ્ર સીટી અને કોઈને બોલવા માટે લાંબી સીટી.

અલક્ષ્મી ભલે જૂઠી હતી, પણ તેણે કેટલીક કામની વાત તો શીખવાડી જ દીધી હતી.

કળિના મનમાં અલક્ષ્મી પ્રત્યે કોઈ પણ ભાવ નહોતો. તેણે અસુરોના વંશને આગળ વધારવા માટે તેની જોડે લગ્નની અનુમતિ આપી હતી. તેના મૃત્યુના સમાચારથી તેને તો મુક્તિ જ મળી હતી.

જ્યારે તે અરજણની છાવણી તરફ વધ્યો તો લોકો તેને તાકી રહ્યા હતા કે તે કોણ છે. તેનો ચહેરો તેમના ભૂતકાળના રાજા સાથે કેટલો મળતો આવતો હતો.

કળિ અરજણના તંબૂ તરફ આગળ વધ્યો. ચારે તરફ શાંતિ હતી. હજુ સૈનિકો સૂઈ રહ્યા હતા. જ્યારે એક યક્ષ પહેરેદાર તેને રોકવા ગયો તો કળિએ સીટી વગાડી ને ઝરખ ઘુરકિયાં કરવા લાગ્યાં. પહેરેદાર ભયથી પાછળ ખસી ગયો.

અરજણ જોવા નીકળ્યો કે બહાર શું થઈ રહ્યું છે. તેણે અને કળિએ એકબીજા સામે જોયું. કળિએ ફરીથી સીટી વગાડી અને ઝરખ ત્યાં જ ઊભાં રહી ગયાં.

"તું શું કરી રહ્યો છે? આ માણસ નથી જાણતા કે તું કોણ છે?" અરજણે કળિને કહ્યું, "અને તારું પેલું પહેરણ ક્યાં છે?"

કળિ બોલ્યો, "હવે મને તેની જરૂર નથી." અરજણને જોઈને તેનું મન પીગળી ગયું. તે તેનો ભાઈ બાલી જ તો હતો, તેણે તો વિચાર્યું હતું કે તે તો નાનપણમાં જ માર્યો ગયો હતો.

અરજણે તેને અંદર આવવાનું કહ્યું. કળિએ પહેરેદારોને બહાર રહેવાનું કહ્યું અને તે પશુઓને ઝાડ સાથે બાંધી દીધાં.

બંને ભાઈ સામસામે બેસી ગયા.

"આ શું છે?"

તું અધર્મ છે. પાપ! કળિયુગની બધી બદીઓનું મૂળ, પરંતુ તું મારો ભાઈ પણ છે.

કળિ જાણતો હતો કે કલ્કિ જેવો ઇન્દ્રગઢ પહોંચશે, તે અરજણને મારવામાં સંકોચ નહીં કરે.

શું હું એ માણસને અરજણ જોડે એવું કરવા દઈશ.

"મેં સાંભળ્યું કે આજે એક દાનવ માર્યો ગયો!"

"હા!" અરજણે લજ્જિત થઈને નીચું જોયું, "માફ કરજે, તારો એક દાનવ માર્યો ગયો. ખબર નથી પડતી કે હવે આપણે શું કરવું જોઈએ. આ લડાઈમાં જીત માટે દાનવ ખૂબ જ જરૂરી છે."

"શું તને ખબર છે કે તે લોકોએ આ કેવી રીતે કર્યું?" કળિએ પૂછ્યું.

"વૈદે કહ્યું કે તેમણે વિસ્ફોટકોમાં જે દ્રવ્ય ભેળવી આપણી પર પ્રહાર કર્યો, તેમાં સોમદત વનસ્પતિને ઘાસ અને સૂવરની ચરબી સાથે મેળવી બનાવવામાં આવ્યું હતું."

"શું? વિપક્ષ જોડે સોમ છે?"

"લાગે તો તેવું જ છે."

"મનસાની સહાયમાં સુપર્ણ સેના પણ છે એટલે એ શક્ય હોઈ શકે છે. સુપર્ણિકા એવી જગ્યાએ છે, જ્યાં સોમલતાની વનસ્પતિ ઊગે છે."

કળિએ માથું હલાવ્યું, "હવે શું કરવાનું છે."

"આપણે દાનવોનો પ્રયોગ નહીં કરી શકીએ, એટલે નક્કી નથી કરી શકતો." અરજણે તેનો હાથ પકડી લીધો.

અરજણ અત્યારે એક દયામણો યુવક હતો જેને ઘણી બધી જવાબદારી આપી દીધી હતી. આ રાજા નહીં બની શકે. મારે એની મદદ કરવી જોઈએ.

કળિ જાણતો હતો કે તેને હવે શું કરવાનું છે.

તેણે અરજણને જોઈને નિ:સાસો નાખ્યો, "શું તું મારી વાત સાંભળીશ?"

"તું શું કહે છે?"

"મને લાગે છે કે આપણે જલદી જ વધુ તીવ્ર હુમલો કરી દેવો જોઈએ. બધા દાનવોને યુદ્ધમાં મોકલી દે અને દુશ્મનનો નાશ કરી દે. આ લડાઈ લાંબી ખેંચાઈ ગઈ છે."

અરજણ આઘાતમાં આવી ગયો, "શું તું એવું વિશ્વાસથી કહી શકે છે?"

"ચોક્કસપણે... એ લોકોને એક વારમાં જ ખતમ કરી દો." કળિએ જોયું કે અરજણ ચિંતામાં હતો, "મને ખબર છે કે તું મારા પર વિશ્વાસ નથી કરતો અરજણ! પણ મારું માનવું છે કે હું યુદ્ધ વિશે તારા કરતાં વધુ જાણું છું. તારે એ માનવું જોઈએ અને..."

કળિએ જોયું કે અરજણ લગભગ જાણે રડવાની તૈયારીમાં હતો.

"જો પૂરી તાકાતથી હુમલો ન કર્યો તો આપણાં હજુ વધુ લોકોનો જીવ જશે. તારે નગરની રક્ષા કરવી પડશે. વિશ્વાસ કર, જો આપણે પૂરી તાકાતથી હુમલો કર્યો તો કોઈ જોખમ નહીં રહે."

અરજણ વિચાર કરવા લાગ્યો, "જો આ સોમ વિસ્ફોટકોથી ફરી હુમલો થયો તો?"

થોડું રોકાઈને તે ફરી બોલ્યો, "તેનો પણ ઉપાય છે. નગરમાં મારી એક મિત્ર છે. તેનું નામ પદ્મા છે. તે રાજા વિભીષણ-મનસાના સાથી રાજા વિભીષણની પુત્રી છે."

કળિએ ભ્રમરો ચઢાવી, "તારી યોજના શું છે?"

"તેને એક ગુપ્તચર તરીકે મોકલશે. તે સોમને ચોરી કે બાળી શકે છે, જેથી તેનો પ્રયોગ ન થાય. આ ઉત્તમ રહેશે."

અરજણ હતાશ થઈ ગયો હતો. કળિ એવું જોઈ શકતો હતો.

ઓહ... મોટેભાગે હતાશાથી પરિણામ વધુ બગડે છે.

"અને તે માની જશે?"

"તેને પોતાના પિતાથી નફરત છે. તેણે એક વખત જણાવ્યું હતું."

"હમ્મ, પણ આપણે આટલી મોટી લડાઈના પરિણામને એક છોકરીના ભરોસે ન મૂકી શકીએ." કળિએ નક્કી કરી લીધું હતું કે આ નાગરાણીની સાથીની પુત્રી હતી તો પછી કામમાં આવી શકે છે, "અત્યારે આપણે દુશ્મનની છાવણીમાં પુરુષોને મોકલવા જોઈએ. તે એમના પ્રક્ષેપાસ્ત્ર નાશ કરી શકશે. આ રીતે વિસ્ફોટકો નકામા થઈ જશે અને સવારના સમયે આપણે દાનવો સાથે હુમલો કરી દઈશું."

અરજણે માથું હલાવ્યું, "હું સમજી રહ્યો છું."

કળિએ હાથ આગળ કર્યો, "આ યુદ્ધને પૂરું કરીએ ભાઈ!"

અરજણ દ્વિધામાં હતો, પણ તેણે હાથ આગળ કરી મિલાવ્યો.

કળિએ તેની સાથે હાથ મિલાવીને સ્મિત આપ્યું. તેને લાગ્યું હતું કે તેનો કોઈ હેતુ નહોતો, પણ તેની પાસે હેતુ હતો.

તેને પોતાના ભાઈને વિક્ષિપ્ત કલ્કિ પાસેથી બચાવવાનો હતો અને તેની શાસન પ્રણાલીમાં મદદ કરવી હતી.

જો તેને દયાહીન બનવું પડે કે દુનિયા સામે ખરાબ બનવું પડે, પણ તોય તે એવું કરશે. તે કોઈને જાણ નહીં થવા દે કે અરજણ જ અધર્મ છે.

ચિંતા ન કરીશ બાલિ! હવે બધું બરાબર થઈ જશે.

52

કલ્કિએ અત્યાર સુધી ઇન્દ્રગઢમાં પાછું આવી જવું જોઈતું હતું.

પણ તે ચિંતામાં હતો. તે નગરમાં જઈને શું કરશે? પોતાના ભાઈને શોધીને *મારી નાખશે*? શું અરજણ અધર્મ હતો? શું હવે તે બદલાઈ ગયો હશે?

મગજમાં સવાલોનું ચક્કર ચાલી રહ્યું હતું. ભયભીત અને ગભરાયેલા કલ્કિએ થોડો સમય ક્યાંક રોકાવાનું વિચાર્યું. દેવદત્તને પણ આરામ જોઈતો હતો.

કલ્કિ પાસે આવેલા જંગલમાં એક મોટા વડના ઝાડ નીચે જઈ બેઠો. તે ધ્યાનમાં જતો રહ્યો અને તરત જ માનસિક સંવાદ કરવા લાગ્યો.

આંખો ખોલતાં જ વન ગાયબ થઈ ગયું. ઝાડની જગ્યાએ તેની આગળ એક તળાવ હતું, જેમાં લોહી ભરેલું હતું. આકાશમાં કાળાં વાદળો ઘેરાયેલાં હતાં. તળાવની બીજી બાજુએ લાશો હતી. હવામાં અસંખ્ય લાશોની ગંધ હતી. આ દૃશ્ય જોઈને તેને કુરુક્ષેત્ર યાદ આવી ગયું.

"તું પાછો કેમ આવ્યો?" કોઈએ તેને બોલાવ્યો.

કલ્કિએ ફરીને જોયું તો સફેદ દાઢીવાળી વ્યક્તિ દેખાઈ. મુગટ પર મોરનું પીછું સજાવેલું હતું. તે નબળા અને અશક્ત દેખાતા હતા. શરીરની ઈજાઓમાંથી લોહી નીકળી રહ્યું હતું. તે વૃદ્ધ વ્યક્તિ ધરતીમાં ખોસેલી તલવાર પર ઝૂકેલી હતી.

"કદાચ હું તમને ઓળખું છું." કલ્કિએ કહ્યું.

"ચોક્કસપણે બાળક! આપણે પહેલાં પણ મળી ચૂક્યા છીએ."

"શું તમે...?"

"હું ગોવિંદ છું અને આ દ્વારકા છે."

કલ્કિને એકદમ નવાઈ લાગી. તેણે ક્યારેય નહોતું સાંભળ્યું કે ગોવિંદનાં

અંતિમ વર્ષ કેવા રહ્યાં હતાં. તે ક્યારેય ગુરુકુળમાં આ બાબતનું કશું નહોતો ભણ્યો, પણ આજે તે અશક્ત અને વૃદ્ધ ગોવિંદની સામે ઊભો હતો.

"આ બધું શું છે, તમને શું થયું?"

તે બોલ્યાં, "કર્મ, પણ હવે આનું કોઈ મહત્ત્વ નથી. તું મારી પાસે આવ, કારણ કે તું કશું જાણવા માગે છે. બોલ, કેમ આવ્યો છે?"

કલ્કિ ગભરાઈ ગયો. આકાશમાં વીજળી ચમકી, "હું મારા ભાઈની બાબતમાં એક વાત જાણવા માગું છું, જે મને હેરાન કરે છે. મારો ભાઈ..."

"મને ખબર છે. બધા અવતારો જાણે છે, પણ તું વિશ્વાસ નથી કરતો?" ભગવાન ગોવિંદે પૂછ્યું.

"ચોક્કસપણે નથી કરતો. આ કેટલી અજીબ વાત છે. જો ભગવાન વિષ્ણુ પણ આવી કહે તો હું વિશ્વાસ નહીં કરી શકું."

"વિશ્વાસ કરે છે કે નહીં તેનાથી શું ફરક પડે છે? જે લખ્યું છે તે બદલી નહીં શકાય."

"હું એને નહીં મારી શકું." કલ્કિ એક પગલું આગળ આવી ગયો.

"કેમ? તું એને કેમ નહીં મારી શકે?"

"તે મારો ભાઈ છે."

"તે પહેલાં અધર્મ અને પછી તારો ભાઈ છે."

"પણ મારા માટે નહીં."

"તું મૂર્ખ છે." તે કલ્કિની વધુ નજીક આવી ગયા, "તું એકને કારણે બધાના જીવનું બલિદાન ન આપી શકે."

"હું અરજણને જાણું છું. તે ક્યારેય કોઈને હેરાન ન કરી શકે."

ભગવાન ગોવિંદ ધીમું હસતાં-હસતાં બોલ્યા, "શું તું એને સાચે જ જાણે છે? તેને મળ્યે તને કેટલા મહિના થઈ ગયા. ઘણું બધું બદલાઈ ગયું છે. તેણે પણ ઘણું બધું સહન કર્યું."

"તમને કેવી રીતે ખબર?"

"હું તો બધું જ જાણું છું."

પછી ગોવિંદ પોતાની તર્જની આંગળીને ગોળ-ગોળ ફેરવવા લાગ્યા અને ચિત્ર બદલાઈ ગયું.

કલ્કિ એક મેદાનમાં હતો જેમાં લાશો જ લાશો હતી. પુરુષો, બાળકો અને સ્ત્રીઓની લાશો.

જે મર્યા નહોતા, તેમને ભયંકર પશુઓ મારી રહ્યાં હતાં.

કલ્કિનો શ્વાસ ધમણની જેમ ચાલવા લાગ્યો. તે એક નરસંહારની વચ્ચે હતો. તેણે જોયું કે લાંબા લીલા રંગના વાળવાળો છોકરો પશુઓને વશમાં કરી રહ્યો હતો. તેના ચહેરા પર અજીબ પ્રકારનાં છૂંદણાં છૂંદાવ્યાં હતાં અને તેની આંખો લાલ હતી.

છોકરાના એક હાથમાં ચાબુક અને બીજા હાથમાં તલવાર હતી. તે માથાથી પગ સુધી લોહીથી લથપથ હતો.

કલ્કિ છોકરાને જાણતો હતો.

અરજણ.

"આ શું છે?" તેણે પૂછ્યું, "તમે આ બધું કેવી રીતે કર્યું?"

"અવતારોના રૂપમાં, હું તને આવનારા સમયની ઝલક બતાવતો હતો." ભગવાન ગોવિંદ બોલ્યા.

"આવું આવનારા સમયમાં બનવાનું છે. જો તું તેને નહીં મારે તો તે દુનિયાને નષ્ટ કરી દેશે."

કલ્કિએ અરજણને આ રીતે બીજાને મારતો જોયો તો તેનું મન ભરાઈ આવ્યું. તે વિશ્વાસ નહોતો કરી શકતો તેનો નાનો ભાઈ રાક્ષસ બની ગયો છે.

તે અરજણને જોઈ નહોતો શકતો.

તેની આંખો ખૂલી તો તે ફરીથી બરફના મેદાનમાં હતો. દેવદત્ત ત્યાં આરામ કરી રહ્યો હતો. શુકો તેના ખભા પર નમ્યો, તે કશુંક કહે તેની રાહમાં હતો.

કલ્કિ અરજણને મારવા નહોતો માગતો. તે તેનો ભાઈ હતો.

પણ અરજણ એવો હત્યારો બની ગયો છે તો... બની શકે કે મારે તેને મારવો જ પડે.

53

તે રાતે કશું ન થયું, પણ અપ્સરાઓ પોતાની નવી સાથીને જોઈ શંકાશીલ બની હતી. કેટલાકને લાગ્યું કે તે પાગલ છે. એવું કોણ હોય જે જાતે જ ભોંયરામાં આવીને બંદી બને? સવારના સમયે પદ્માએ કિલ્લાનાં લોકોને ચીસો પાડતા સાંભળ્યાં. બધા સતેજ થઈ ગયા.

"આ બધું શું થઈ રહ્યું છે?" અપ્સરાઓ વચ્ચે વાતો થઈ રહી હતી.

એક દરવાન અંદર આવ્યો તો પદ્માની પાછળવાળી અપ્સરાએ પૂછ્યું, "આ બધું શું છે? બહાર શું થયું છે?"

"ચૂપ થા, તારે શું મતલબ છે?"

"પણ અમને ચિંતા થઈ રહી છે. અમને ડર લાગે છે કે બહાર કંઈક થયું છે."

પદ્માએ જોયું કે પહેરેદાર ચિંતામાં હતો, "રમખાણો શરૂ થઈ ગયાં છે અને લોકો અમારા રાજા વિરુદ્ધ વિદ્રોહ કરી રહ્યાં છે. અમારા યક્ષરાજ તેમને શાંત કરવાની કોશિશ કરી રહ્યાં છે. લોકો કિલ્લામાં ઘૂસવાની કોશિશમાં છે."

અરજણે પેલા પુરોહિતને મારી નાખ્યો. એટલે ચોક્કસ આ તો થવાનું જ હતું.

પદ્માએ પગના અવાજથી જાણી લીધું કે કેટલાંક લોકો કિલ્લામાં ઘૂસી રહ્યાં છે.

પહેરેદાર પણ ચિંતિત દેખાતો હતો.

ત્યારે જ ભોંયરાનો દરવાજો ખૂલ્યો અને એક બીજી સુંદરી સૈનિકો સાથે નીચે આવી.

"દેવી રંભા! તમારે નહોતું આવવું જોઈતું."

"મૂર્ખ, હું નથી ઇચ્છતી કે મારા કબીલાનાં લોકો નાશ પામે. તે બધા

મારી જોડે આવી રહ્યાં છે." લીલી આંખોવાળી અપ્સરાએ કહ્યું, "શું તને પૂરી ખાતરી છે કે નલ પછી આપણો પીછો કરશે?"

"જી દેવી!"

"સારું, આ લોકોનાં પિંજરા ખોલી દો." રંભાએ પહેરેદારને કહ્યું.

અપ્સરાઓ તેમની પાછળ કતારબંધ રીતે બહાર જવા લાગી. પદ્મા પણ તે જ રીતે જવા લાગી. તે સ્ત્રી તેમને બહાર લઈ જઈ રહી હતી.

"બહાર અફરાતફરી મચેલી છે. દરવાજા તોડી નાખ્યા છે." રંભા ચિંતામાં હતી. તેના માથા પર પસીનો વળી ગયો હતો.

તે કિલ્લાની પાછળની તરફ જઈ રહ્યાં હતાં.

"અમારે જવું પડશે." રંભાએ પોતાના માણસોને કહ્યું, "તમે બધા નલની મદદ કરો. અમને કેવળ ચાર સૈનિકો જોઈશે. અમને પાછળના દરવાજા સુધી સલામત પહોંચાડી દો. હવે આ જગ્યા સુરક્ષિત નથી. એક વાર બહાર નીકળી ગયા તો રથ પર સવાર થઈને જતાં રહીશું."

એક અપ્સરાએ પૂછ્યું, "આપણે ક્યાં જવાના છીએ?"

"મને એક જગ્યા ખબર છે, આપણને કોઈ નહીં શોધી શકે."

તે આ સ્ત્રીઓને છોડીને જઈ શકતી હતી, પણ તેને આ લોકોની ચિંતા હતી.

"હું સમજી નથી શકતી કે રમખાણો કઈ વાત પર થઈ રહ્યાં છે અને તે લોકો નલનો જીવ કેમ લેવા માગે છે?" રંભા બહાર જતાં વિચારી રહી હતી.

પદ્માએ પોતાની આજુબાજુ જોયું. તે વીસ અપ્સરાઓ વચ્ચે હતી, જે એક ક્રમમાં ચાલી રહી હતી. ચાર પહેરેદાર સૈનિકો ભાલા સાથે તેમની જોડે ચાલી રહ્યા હતા અને સુંદરી રંભા સૌથી આગળ હતી.

"આ સ્ત્રી કોણ છે?" પદ્માએ એક અપ્સરાને પૂછ્યું.

"નલકુબેરની પત્ની - રંભા."

શું?

"તેમને લાગે છે કે નલકુબેરની સલાહથી ગુરુ નરેન્દ્રની હત્યા કરવામાં આવી હતી." પદ્માએ એક પહેરેદારને વાત કરતા સાંભળ્યો.

"પણ એણે એવું નથી કર્યું..." રંભાએ ખભા ઉલાળ્યા, "તને જણાવવાથી શો લાભ...? તું એક મૂર્ખ પહેરેદાર છે."

તે લોકો પાછળના દરવાજાથી થોડાં જ પગલાં દૂર હતાં. પહેરેદાર દરવાજા ખોલવા આવી ગયા.

પદ્માએ જલદીથી વિચારવાનું હતું. તે બચીને કિલ્લામાંથી નીકળી શકતી હતી કે પાછી જઈને નલને મારી શકતી હતી. તે ઘૂસણખોરોને મારવામાં મગ્ન હશે, પણ પહેરેદારની અપ્સરાઓ પર નજર હતી ને તે ચાર લોકો હતાં.

હું મહેલ સુધી નહીં જઈ શકું.

એક પહેરેદારે બહાર તરફ ઇશારો કર્યો, "કળિની એક સેનાપતિ બહાર છે. તે જ તમને સુરક્ષિત જગ્યાએ લઈ જશે."

કળિની સેનાપતિ?

"તે આ જગ્યાએ કેમ આવી છે?"

"સેનાપતિનું કહેવું છે કે તે દેવી દુરુક્તિની સાથે છે, જે તમારી સાથે રહેશે. અત્યારે તે બંને રથમાં તમારાં લોકોની રાહ જોઈ રહ્યાં છે."

"ઠીક છે." તેનો અવાજ મુલાયમ થઈ ગયો. રંભાને દુરુક્તિ સાથે હોવાની મુશ્કેલી નહોતી.

તે લોકો દરવાજા પાસે હતા ને ત્યારે પદ્મા રંભાની નજીક આવી ગઈ.

એવું બને કે નલકુબેરને મારવાનો મોકો ન મળે, પણ તેની પત્નીને તો મારી શકું છું. તે યક્ષ પણ રત્ના મારુની જેમ જ પીડા સહન કરશે.

જેવી પદ્મા આગળ આવી. તે રંભાના કાનમાં બોલી, "રત્ના મારુ તરફથી આભાર!" પછી તેણે ત્વરાથી પોતાની કટારથી તેનું ગળું રહેસી નાખ્યું.

એક પળ માટે કોઈનું ધ્યાન ન ગયું, પણ ત્યારે જ લોહીનો ફુવારો ઊડ્યો અને રંભા જમીન પર પડી ગઈ. પહેરેદાર તેની તરફ ભાગ્યા અને અપ્સરાઓ ભયભીત થઈને ચીસો પાડવા લાગી.

"ભાગો!" પદ્માએ રાડ પાડી.

અપ્સરાઓએ પહેરેદારને પાછળ ધકેલ્યા અને પાછલા દરવાજામાંથી

બહાર નીકળી ગઈ. પહેરેદાર ચોંકી ઊઠ્યા, પણ તેઓ ભાગી રહેલી અપ્સરાઓને જોયા સિવાય કશું કરી શકતા નહોતા.

અચાનક કોઈએ પદ્માની પીઠ પર ધબ્બો માર્યો.

"સરસ!" એક અપ્સરાએ પદ્માને જોઈને ચીસ પાડી. **તે એક જુલમી જ હતી.**

પદ્માના ચહેરા પર સ્મિત હતું. તેણે બરાબર કામ કર્યું હતું અને મનને ખૂબ સારું લાગતું હતું.

તે આઝાદ હતી.

બહાર રથ ઊભા હતા. જેવી સ્ત્રીઓ જુદી જુદી દિશામાં ભાગી, રથવાળા માટે પરિસ્થિતિ સમજવી મુશ્કેલ પડી.

પહેરેદાર ભાનમાં આવ્યા તો અપ્સરાઓએ તેમને પાછળ ધકેલી દીધા.

તે દોડાદોડમાં એક જાણીતી એવી આકૃતિ ઊભેલી દેખાઈ.

ઓહ, આને ક્યાંક જોઈ છે.

પદ્માને યાદ નહોતું આવતું. તે તેને જોયાં પછી રથોને વટાવીને ગલી તરફ નીકળી ગઈ.

તે સ્ત્રી હજુ પણ ઊભી હતી. તે લાંબી અને પાતળી હતી અને તેનો લાંબો ચોટલો રાત જેવો કાળો હતો.

તે પદ્માનો પીછો કરવા લાગી.

પદ્મા ત્યાં રોકાઈને તેની સાથે લડી શકતી હતી. તેની પાસે એક કટાર પણ હતી, પણ તેનું મન કહેતું હતું કે તે સ્ત્રીથી દૂર ભાગવામાં જ ભલાઈ છે. તે ગલીના છેડે હતી ત્યારે તે સ્ત્રી તેની સામે આવી ગઈ અને તેના માથામાં એક મુક્કો માર્યો અને પદ્મા માથું પકડી ત્યાં જ બેસી ગઈ.

તે લાંબી સ્ત્રી પદ્મા પર નમી. પદ્માએ તેના પગમાં પ્રહાર કરવાનું વિચાર્યું, પણ તેણે પગ હટાવી લીધો.

"કોણ છે તું? મારો પીછો કેમ કરે છે?"

તે સ્ત્રીએ કશું ન કહ્યું. તેણે પદ્માને પકડી અને તેના હાથ લાંબી દોરીથી બાંધી દીધા, પછી પોતાની તલવાર તેની ગરદન પાસે રાખીને તેને ચાલવાનો હુકમ આપ્યો, "ચાલ!"

"પણ મને જ કેમ, હું તો એક અપ્સરા છું!"

"છોકરી, મૂર્ખ ન બનાવીશ. મને ખબર છે કે તું કોણ છે? મારા માલિકે તારા વિશે કહ્યું હતું, પણ તને શોધવામાં મને મુશ્કેલી ન પડી. આપણે તો પહેલાં પણ મળી ચૂક્યાં છીએ."

પદ્માએ ફરીને તેની સામે ધ્યાનથી જોયું અને એની સોનેરી કીકીઓ જોઈને ચોંકી.

ઓહ... નહીં.

"વાસુકિની હત્યારી... તું મને પણ મારવા માગે છે." પદ્માએ ઊંડો શ્વાસ લીધો.

"તું છે..."

"હમ્મ, સેનાપતિ વિકોકો, મહારાજ કળિનો ડાબો હાથ." વિકોકોના ચહેરા પર દુષ્ટતાસભર સ્મિત હતું, "અને મારો વિશ્વાસ કરજે, રાજકુમારી પદ્મા, તેમની પાસે તારા માટે એક ઘણી મોટી યોજના છે."

54

અરજણ ફરી યુદ્ધમાં રત થઈ ગયો હતો. તેનું કવચ રોશનીમાં ચમકી રહ્યું હતું અને શસ્ત્રો દુશ્મનોનાં લોહીથી રંગેલાં હતાં.

આજે મારો દિવસ છે.

બધું યોજના અનુસાર થયું. અરજણના લોકોએ નાગની છાવણી પર હુમલો કર્યો અને પ્રક્ષેપક જ નાશ કરી દીધા. ફક્ત બે જ તો હતાં. સાંજે ઇન્દ્રગઢની સેનાએ હુમલો કરી દીધો.

અરજણ સાથે કળિનો સેનાપતિ કોકો પણ હતો. કળિએ તેને લડવામાં મદદ કરવાનું કહ્યું હતું.

અરજણ નહોતો જાણતો કે કળિએ કોકોને એટલા માટે પણ રાખ્યો હતો કે કોઈ તેના ભાઈ પાસે આવીને તેને ઘાયલ ન કરી શકે.

આપણે આ યુદ્ધને જીતી લઈશું.

અરજણને વિશ્વાસ હતો કે જીત તેમની જ થશે. તેણે પોતાના માણસોને નાગ જોડે લડતાં જોયાં. સામંતોએ પોતાના કેટલાક નિપુણ લડવૈયા મોકલ્યા હતા. પગપાળા અને ઘોડા પર લડવા માટે માણસ હાજર હતા. આજે તો મેદાનમાં યક્ષ પણ આવ્યા હતા, તે તીરથી સુપર્ણોને ઘાયલ કરી રહ્યા હતા. દાનવ મેદાનની બહાર ઊભા આદેશ મળવાની રાહ જોઈ રહ્યા હતા.

હવે પાછું ફરીને જોવાનો સમય નહોતો. બસ, આ પાર કે પેલે પાર.

કળિએ નલકુબેરને કહીને ઇન્દ્રગઢના બધા માણસ દરબારીઓને પણ બોલાવી લીધા હતા, જેથી તે પણ જીતની ક્ષણના સાક્ષી બની શકે.

કદાચ, તે **સાચા અર્થમાં** જ બદલાઈ ગયો હતો.

અરજણને વિશ્વાસ નહોતો થતો કે તે કળિ વિશે સારું-સારું વિચારતો હતો. તે પોતાના મૂર્ખતાપૂર્ણ વિચાર પર હસ્યો.

જ્યારે અરજણ કોકો સાથે યક્ષો તરફ વધ્યો તો તેને જમીન પર સુપર્ણોની લાશો દેખાઈ. નાગ પૂરી બહાદુરીથી લડી રહ્યા હતા. તેમના માણસો તેને મારવા માટે ઘણી બધી કોશિશ કરી રહ્યા હતા.

હવે બાજી ફેરવવાનો સમય આવી ગયો.

અરજણે નાગ પર તીર ચલાવવાનો આદેશ આપ્યો.

નાગનાં નિર્જીવ શબ જમીન પર પડવા લાગ્યાં.

અરજણની સેનાએ દુશ્મનની સેનાને વશમાં કરી લીધી હતી. તે જ સમયે અરજણે કળિની યોજનાને પૂરી થતી જોઈ. અરજણે પોતાની સામે દેખાતાં દૃશ્યને સંતોષ સાથે જોયું. ફરી તેને રથ પર કેટલાક માણસો આવતા દેખાયા, જે તેની તરફ આવી રહ્યા હતા. તે રસ્તામાં આવતા તેના સૈનિકોને મારતા આવી રહ્યા હતા.

અરજણે રથમાંથી ભાલો ઉઠાવી એક માણસ પર પ્રહાર કર્યો, પણ તે નિશાન ચૂકી ગયો.

અરજણે પાછું ફરીને કોકોને કહ્યું, "દાનવોને મેદાનમાં આવવાનું કહો."

કોકોએ કશું ન કહ્યું. તે પોતાની સામે થતાં યુદ્ધને જોતો રહ્યો.

અરજણ કોકોના જવાબ આપવાની રાહ જોઈ રહ્યો હતો. રથમાં બેઠેલાં માણસો એમના માણસોને મારી રહ્યા હતા.

કોકો હજુ પણ ચૂપ હતો.

"શું તું દાનવોને બોલાવીશ? નહીંતર આપણે આપણા બધા માણસોને ખોઈ બેસીશું?"

કોકોએ અરજણ તરફ જોયું પણ નહીં.

"સેનાપતિ, દાનવોને આદેશ આપો."

કોકો અરજણ તરફ ફરીને બોલ્યો, "માફ કરજો."

"શું?"

"આ એમની યોજના છે. સમયની સાથે તમને અહેસાસ થશે કે તે સાચા હતા."

અરજણ તેને અચંબાથી જોઈ રહ્યો. તેની સેના હારી રહી હતી. હવે તેણે દાનવોને જોયા. તે પોતાની જગ્યાએથી એક ઈંચ પણ હલ્યા નહોતા.

અરજણ દાંત ભીંસવા લાગ્યો.

ઓહ! કળિ! મારે તેના પર ભરોસો નહોતો કરવો જોઈતો.

જેવો તે મેદાનમાં જવા લાગ્યો તો બે હાથોએ તેને પોતાની તરફ ખેંચી લીધા.

"તમારે ન જવું જોઈએ. તમારા માટે જ આ બધું કરી રહ્યા છીએ." કોકોએ સંઘર્ષ કરી રહેલા અરજણને કહ્યું.

"તે શું કરી રહ્યો છે? મારા લોકોનો જીવ જઈ રહ્યો છે?"

"ધર્મ પાછો આવી ગયો છે. તમારે સુરક્ષિત રહેવું પડશે."

"કલ્કિ? મારે મારા ભાઈથી બચવાની શી જરૂર છે?"

અરજણ બચવા માટે તરફડી રહ્યો, પણ કોકો શક્તિશાળી હતો. અરજણ કશું કરતો તેના પહેલાં, તેણે તેને કપડું સુંઘાડી દીધું અને અરજણનું માથું ભમી ગયું.

"તમને મારવા નથી માગતો. બસ, તમને બેભાન જ કરવાના છે. તમને બરાબર થઈ જશે. તે ઇચ્છે છે કે તમે સલામત રહો."

અરજણ તરફડિયાં મારતો રહ્યો, પણ જલદી જ તે બેભાન થઈ ગયો.

બેભાન થતાં પહેલાં તે એટલું જ પૂછી શક્યો, "તું મને ક્યાં લઈ જાય છે?"

"કોઈ સુરક્ષિત સ્થાન પર." અવાજ ધીરો થઈ ગયો, "કોઈ એવી જગ્યા, જ્યાં તમને કોઈ હાનિ ન પહોંચાડી શકે."

55

"અમને તારા પાછા આવવાના સમાચાર સાંભળી સારું લાગ્યું. ઉર્વશી ઘણી જ ખૂંખાર હતી. તું આટલા સમયથી ક્યાં હતો?"

"હું આરામમાં હતો. હવે પાછો આવી ગયો છું, પણ એક જરૂરી કામ પૂરું કરવાનું છે."

"જરૂર! હવે અમારો શાસક એક બીજો અત્યાચારી છે. જ્યારે તું આ જગ્યાએ હતો ત્યારે કેટલી મઝા આવતી હતી." સામંત અમરીશે કળિને કહ્યું, ફરી તે ખાલી ખુરશી તરફ ગયો અને તે જગ્યાએ બીજા લોકો પણ બેઠેલાં હતાં.

કળિએ બધા દરબારીઓને બોલાવવાનું કહ્યું હતું. તે અરજણના શાહી છાવણીમાં ભોજન કરી રહ્યા હતા. તેમની સામે ટેબલ પર સ્વાદિષ્ટ વ્યંજનો અને શરાબ પીરસવામાં આવ્યાં હતાં. તેમાંથી કેટલાકના ખોળામાં અપ્સરાઓ બેઠી હતી અને તે એમને પોતાના હાથથી ભોજન ખવડાવી રહી હતી.

નલકુબેર એક ખૂણામાં મોં ફુલાવી શરાબ પીતો હતો. તેના ગાલ પર એક નિશાન હતું. આજે સવારે તે મરતાં માંડ-માંડ બચ્યો, પણ એના પહેરેદારોએ ઘૂસણખોરોને તે જ સમયે મારી નાખ્યા. તેમના કિલ્લામાં ઘૂસવાવાળા નાગરિકોનો સફાયો કરી દીધો હતો. જો કે તેની પત્નીને ન બચાવી શક્યો. તેનું મૃત શરીર કિલ્લાની પાછળના દરવાજા પાસેથી મળ્યું.

કળિ યક્ષરાજ પાસે આવ્યો, જે પ્રવેશદ્વારને તાકી રહ્યો હતો, "તું બરાબર મજામાં તો છે ને?"

"હમ્મ! આ તો ઘણી સારી વાત છે કે અરજણ તારી વાત સાંભળે છે. હવે તે યુદ્ધ જીતી લેશે."

કળિએ નલકુબેર જોડે વાત કરતી વખતે અવાજ ઊંચો જ રાખ્યો. તે

જાણતો હતો કે બીજા લોકો પણ સાંભળી રહ્યાં હતાં, "શરૂઆતમાં મને લાગ્યું કે અરજણ એક મહાન રાજા થશે અને તેને શાસન સોંપવાનો નિર્ણય ઉચિત રહેશે, પણ હું ખોટો હતો. તે તો હજુ એક છોકરો છે. ગ્રામીણ છોકરો. તેને ઘણું બધું શીખવાનું છે. બસ, તેણે પોતાનું શારીરિક બળ જ વધાર્યું છે."

"કહેવા શું માગે છે?" નલકુબેરે કહ્યું, "તે તો સરસ રીતે બધું સંભાળી રહ્યો છે."

"ના, તે સંભાળી નહોતો શકતો. તેણે ઘણી ભૂલો કરી છે. જરા નગરને તો જુઓ. ચારે તરફ અફરાતફરી મચી છે."

"શું? પણ હું તો લોકોને..."

"તારી તકલીફ માટે મને દુઃખ છે. હું રંભાનો બદલો લઈશ. તે મને સારી લાગતી હતી."

નલકુબેર ચકિત થઈ ગયો, "તેને કિલ્લાની કોઈ અપ્સરાએ મારી. તને કેવી રીતે ખબર પડી કે તે કોણ હતી?"

કળિએ તેને જોઈને કહ્યું, "નલ, હું બધું જાણું છું." તેણે નલકુબેરના ખભા પર હાથ રાખીને તેનો ગાલ ચૂમી લીધો.

અને પછી તેણે ઊઠીને બીજા દરબારીઓ તરફ જોયું.

"સાંભળો, આશા કરું છું કે તમને ઉજાણી પસંદ આવી હશે. મેં આજની જીત માટે આનું આયોજન કર્યું હતું, પણ તમને જણાવી દઉં હજુ આપણી જીત નથી થઈ."

બધા દરબારીઓ ગભરાઈ ગયા અને કેટલાક સમજમાં ન આવતા હસવા લાગ્યા.

"આ એક ગંભીર વાત છે. તમારી આખી સેના દાવ પર છે. કાલે રાત્રે મેં રાજાને તેમનું બલિદાન આપવા માટે મનાવી લીધા હતા."

"પણ દાનવ તો છે." એક દરબારી બોલ્યો.

"તે શું છે?" કળિ હસ્યો, "મેં તેમને આદેશ આપ્યો છે કે વચમાં દખલ ન કરે."

"થોભો!" નલકુબેર બોલ્યો, "આ સાચું ન હોઈ શકે."

"પણ એવું જ છે." તે બોલ્યો, "એવું જ છે. હવે તમારી લગામ મારા હાથમાં છે. હવે તમારી બધી સેના મરશે." તેણે તંબૂનો પડદો હટાવી દીધો. બધા યુદ્ધના મેદાનને જોઈ શકતાં હતાં. નાગ અને સુપર્ણ મળીને ઇન્દ્રગઢના લોકોને મારી રહ્યાં હતાં. મનસાની સેના જીતી રહી હતી અને રાજા માર્યો ગયો. મેં તેને મારવા માટેની વ્યવસ્થા કરી દીધી હતી."

નલકુબેરે કળિ પાસે આવી બૂમ પાડી, "તેં આ બધું શું કર્યું? તે તો અમારો રક્ષક હતો."

"ના, હું તમારો રક્ષક છું – મહારાજ કળિ."

દરબારીઓ એકબીજાને જોઈ રહ્યા. તેઓ સમજી નહોતા શકતા કે શું કરે. ઇન્દ્રગઢનો શાસક માર્યો ગયો. ફરી એક વાર તેમના માણસો મેદાનમાં લડી રહ્યા હતા અને અત્યાર સુધી તો આખી સેના ખલાસ થઈ ગઈ હશે.

કળિ તે ડરેલાં લોકોની આજુબાજુ ફરતા બોલ્યો, "મેં તમને બધાને આ એલાન કરવા માટે બોલાવ્યા છે. હું ફરીથી નગરનું શાસન કરવા માગું છું. પરિષદના બધા દરબારીઓ મને રાજા બનાવી દો."

"અમે એવું શા માટે કરીએ?" સરદાર અમરીશે પોતાની અપ્સરાને ખોળામાંથી ઉતારતાં કહ્યું.

"કારણ કે જો એવું ન કર્યું તો તમારા પાસે નગરની રક્ષા માટે કોઈ નહીં બચે. મારા દાનવ મારા આદેશ વિના મદદ નહીં કરે. સેના મરી જશે અને પછી તમારા બધા પર નાગરાણીનું શાસન હશે."

નલકુબેરે તેને જોઈને સંમતિ આપી. કળિએ આંગળીઓ ઝાટકી અને વિકોકો લાંબો ગોળ વીંટાળેલ દસ્તાવેજ લઈ આવ્યો, "મેં આ કાનૂની દસ્તાવેજ તૈયાર કરાવ્યો છે. આના ઉપર સહી કરી દો. આમાં લખ્યું છે કે વર્તમાન રાજા ન રહેવાની સ્થિતિમાં, તમે બધાએ મને નવો રાજા બનાવી દીધો. એવું કરશો તો જ મારા દાનવ તમારી સેનાને બચાવી લેશે."

"આ તો ધમકી થઈ." એક દરબારીએ કહ્યું.

"અભિનંદન! બહુ ઝડપથી ખયાલ આવી ગયો." કળિએ ધીરેથી તાળી પાડી.

બધા તે દસ્તાવેજને જોઈ રહ્યાં હતાં.

કળિએ સીટી વગાડી. ધીરે ધીરે ઘુરકિયાં કરતાં ઝરખ અંદર આવી ગયાં અને તે બધાને ઘૂરી રહ્યાં હતાં.

"અને હા, જો સહી ન કરી તો આ તમને જીવતા જ ખાઈ લેશે. બસ, તમને જણાવવા માગતો હતો."

વિકોકોએ પીંછાયુક્ત કલમ આગળ કરી અને બધા એક-એક કરીને હસ્તાક્ષર કરવા લાગ્યાં.

નલકુબેર પોતાની જગ્યાએથી ન હલ્યો. કળિ તેની પાસે જઈ ઘૂંટણિયે બેસી ગયો અને તેના કાનમાં ધીરેથી કહ્યું, "ચિંતા ન કરીશ. હું ક્યારેય તારો અતિથિ-સત્કાર ભૂલી નહીં શકું. તેં અમને રહેવા માટે ઘર અને ભોજન આપ્યું અને પોતાના લોકોને અમારા પહેરેદાર પણ બનાવ્યાં. નિશ્ચિત તારું ધ્યાન રાખવામાં આવશે. તારી પાસે બધાંથી અધિક અધિકાર હશે, આ મારું વચન છે."

"મને તારા પર વિશ્વાસ નથી રહ્યો." તે બોલ્યો.

"કેમ? હું લખીને આપી શકું છું. તને મારો પ્રધાનમંત્રી બનાવી દઈશ."

"જે મનમાં આવે તે કર. હું નથી માનતો કે અમારો રક્ષક માર્યો ગયો." નલકુબેરે હસ્તાક્ષર કરી દીધા.

"નલ, હું તને વિશ્વાસ આપી શકું છું. મેં પૂરી વ્યવસ્થા કરી છે કે તે પાછા ન આવી શકે."

એક પળ માટે તો લાગ્યું કે નલ કળિ પર હુમલો કરવા જઈ રહ્યો હતો, પણ પછી તે ખુરશીને ટેકે બેસી પડ્યો. જાણે તેને દુનિયાની કોઈ વસ્તુની ચિંતા ન હોય!

"તમારા બધાનો આભાર. તમે બધા હવે સુરક્ષિત છો."

આ રીતે કળિનો ઇરાદો પૂરો થયો. તે ફરીથી રાજા બની ગયો. તેને સત્તાથી રમવાનું પસંદ હતું. તેને જીતવું પસંદ હતું.

કળિ વિકોકોની પાસે ગયો અને તેને દસ્તાવેજ સંભાળવા આપી દીધો. તેણે બધા ભયભીત દરબારીઓને જોયા.

નલે પૂછ્યું, "મહારાજ, તમારી યોજના શું છે?"

"યોજના સરળ છે. હું આ યુદ્ધને રોકી દઈશ."

"પણ કેવી રીતે?"

"આજે દાનવો લડવા જઈ રહ્યા છે અને પછી આપણે સંધિની ઘોષણા કરીશું."

"એક સંધિ? નાગરાણી એક રક્તરંજિત સંધિ માટે તૈયાર શું કામ થશે?" એક દરબારીએ પૂછ્યું.

કળિ હસ્યો, "કેમ કે મારા પાસે એવું કશુંક છે જેને તે પામવા માગશે."

56

મનસાને પહેલાં દિવસથી જ લાગી રહ્યું હતું કે દાળમાં કંઈક કાળું છે.

જ્યારથી યુદ્ધ શરૂ થયું, દાનવ કશું નથી કરતા. તે દુશ્મનના તંબૂ પાસે મેદાનની બહાર ઊભા રહેતા. જો કે તેને પોતાના પક્ષની જીત જોઈને ખુશી થઈ રહી હતી, પણ સમય પસાર થવા સાથે બેચેની વધી રહી હતી.

કળિ શું ઇચ્છે છે? તેણે દાનવને લડવા કેમ ન મોકલ્યા?

એવું નહોતું કે તેને કોઈ ફરિયાદ હતી. તેમનાં પ્રક્ષેપક નષ્ટ થઈ ગયાં હતાં. હવે તે દાનવો પર સોમના ગોળા પણ નહોતા ફેંકી શકતાં. કેટલાક સુપર્ણ તેના સમારકામમાં લાગેલા હતા, પણ તેમાં સમય લાગી રહ્યો હતો.

પણ ત્યારે યુદ્ધના થોડાંક કલાક પહેલાં જ દાનવોએ મેદાનમાં પ્રવેશ કર્યો. શત્રુનું પાયદળ અને ઘોડેસવાર સેના છાવણીમાં પાછી જતી રહી હતી અને દાનવ મનસાની સેના પર કોઈ પણ ક્ષણે હુમલો કરવા તૈયાર ઊભા હતા.

મનસા નિરીક્ષણ ચોકીથી દાનવોને જોઈ રહી હતી. તેને નીચે એરાવન દેખાયો. તેણે બૂમ પાડી, “શું પ્રક્ષેપક બરાબર કામ કરતાં થઈ ગયાં?”

“મહારાણી, તેને સરખા કરવામાં હજુ થોડો સમય લાગશે.”

ખબર નહીં, દુશ્મન શું ઇચ્છે છે. કળિ કોઈ પણ સમયે પોતાના દાનવોને હુમલો કરવા માટેનો આદેશ આપી શકતો હતો.

તે નીચે ઊતરી વિભીષણની છાવણી તરફ ચાલી ગઈ. માનવસૈનિકો વિશ્રામ કરી રહ્યા હતા. કેટલાક પોતાની ઈજાઓની સારવાર કરી રહ્યા હતા, તો કેટલાક ખાવાનું ગરમ કરતા હતા.

તે લોકોએ ઘણું સારું કામ કર્યું.

તેણે વિભીષણને પોતાના તંબૂની બહાર સેનાપતિઓ સાથે વાત કરતો જોયો. મનસાને જોઈને તે લોકો પ્રણામ કરી પાછા જતાં રહ્યાં. વિભીષણના હોઠ પર સ્મિત રમી ગયું, "પ્રિય, આપણે જીતવાના જ હતા."

"મારા પ્રમાણે મેદાનમાં ત્યારે એમની આખી સેના હતી. કદાચ તેમને લાગ્યું હશે કે દાનવો વગર જીતવું મુશ્કેલ છે, પણ હવે સમજાતું નથી કે તે શું ઇચ્છે છે. તે કેવળ ઊભા કેમ છે?"

"મને ખબર હોત તો કેટલું સારું. તે દરમિયાન એટલું તો કરી શકીએ છે કે સૈનિકો આરામ કરી લે, જેથી બમણા જોશથી આવનારી મુસીબતોનો સામનો કરી શકે."

"એવું જ સારું રહેશે."

વિભીષણ અને મનસા તંબૂમાં ગયાં. તે પલંગ પર બેઠો અને મનસાને ખુરશી પર બેસવાનો ઇશારો કર્યો.

"તું મજામાં તો છે ને?"

મનસાને કોઈ જવાબ ન સૂઝ્યો. તે કળિની સેનાને હરાવવાની કેટલી નજીક હતી. તેની અંદર કળિનું નામ લેતાં જ જાણે લોહી ઊકળી ઊઠતું હતું.

તેના મનમાં કેવળ બદલો લેવાની ભાવના નહોતી. આ યુદ્ધ પૂરું થતાં જ નાગપુરીને મજબૂત બનાવવા માગતી હતી. કદાચ તે કળિના મર્યા પછી ઇન્દ્રગઢ માટે પણ એવું કશું કરી શકે.

"આ દુનિયાને એક શાંતિપ્રિય જગ્યા બનાવી શકું. જેમાં માનવ અને કબીલાવાળા એકબીજા સાથે પ્રેમથી રહી શકે."

"ઉદૈયામાં કોઈ પણ નગર, કબીલાવાળાને પોતાનો શાસક નહીં માને."

"પછી આપણે કોઈ માનવરાજાને સિંહાસન પર બેસાડી દઈશું." વિભીષણ હસીને બોલ્યો.

શું તે પોતાની વાત કરી રહ્યો હતો?

"અને તું દક્ષિણીમાં પોતાના રાજ્ય પર ધ્યાન આપી શકીશ."

મનસા હસી. વિચાર સારો હતો.

"ભલે યુદ્ધનો જે પણ અંત હોય, પણ આપણે પોતાનાં રાજ્યોનાં

લોકોની ખુશીઓ પર ધ્યાન આપવું જોઈએ." વિભીષણે કહ્યું.

મનસા બોલી, "મને પૂરો વિશ્વાસ છે કે આપણે જીતીશું. આજે એમણે ઘણા માણસો ગુમાવ્યા. જો પ્રક્ષેપક કામ કરવા યોગ્ય થશે તો દાનવોને સંભાળવા સરળ થઈ જશે. જો કે તે રક્તપ પાસેથી વધુ માણસો લાવે તો તેમની સેના ફરીથી વધી શકતી હતી, પણ મને લાગે છે કે રક્તપ હંમેશાંની જેમ પાછળ જ રહેશે. જોકે તેમના રાક્ષસ મુસીબત જ છે. એક વાર આ યુદ્ધ પતી જાય પછી તેમને પણ જોઈ લઈશું."

"આટલી બધી મહત્ત્વાકાંક્ષા ન રાખવી."

વિભીષણ અને મનસા હસી પડ્યાં. તેણે તેના માટે પ્યાલામાં શરાબ કાઢ્યો, ત્યારે જ એરાવને અંદર પ્રવેશ કર્યો. તે ચિંતિત દેખાતો હતો.

"મહારાજ!"

મનસા અને વિભીષણ બંને તેની તરફ ફર્યાં.

"શું થયું?"

"એક સંદેશવાહક આવ્યો છે."

"ક્યાંથી?"

"કળિ તરફથી."

"તેને જલદીથી મારી નાખો." મનસા યુદ્ધ જીતતાં પહેલાં સંધિની કોઈ વાતચીત કે બિનજરૂરી અડચણ નહોતી ઇચ્છતી.

"હું એ જ કરવા જઈ રહ્યો હતો, પણ તેની પાસે તમારા બંને માટેનો એક અગત્યનો સંદેશ છે."

એરાવને વિભીષણ તરફ નજર કરી, "મહારાજ, તે આપના માટે કોઈ મહત્ત્વનો સંદેશ લાવ્યો છે."

ભાનમતીના રાજાએ ભ્રમર પર આવેલો પરસેવો લૂછી કહ્યું, "શું છે?"

"એ તમારી પુત્રીના સંબંધમાં છે." એરાવન બોલ્યો.

મનસા વિભીષણના ચહેરા પરના ભાવ જોઈ શકતી હતી.

"મારી પુત્રી તો મરી ગઈ છે."

"ના, કળિએ બંદી બનાવી રાખી છે. તેણે સબૂત તરીકે સંદેશવાહકના હાથે કહેવડાવ્યું છે કે તમારી પુત્રીનું નામ પદ્મા છે."

મનસાએ વિભીષણ તરફ જોયું. તે એક થાંભલાના સહારે નમેલો હતો અને તેની આંખમાં આંસુ ઊભરાઈ આવ્યાં હતાં.

પદ્મા? મેં જે હત્યારીને કામ સોંપ્યાં હતાં? તે વિભીષણની દીકરી છે?

"વિભીષણ, શું આ સાચું છે?"

રાજાએ સંમતિ આપી.

"ઓહ...આ અશક્ય છે."

"મહારાણી, હવે શું કરવાનું છે?" એરાવને પૂછ્યું.

"તે શું ઇચ્છે છે?"

"તે ઇચ્છે છે કે મહારાજ વિભીષણ તમારી સાથેના સંબંધ તોડી દે, તો તેમને તેમની પુત્રી પાછી મળી શકે છે."

"શું બકવાસ છે." મનસાએ રાડ નાખી. વિભીષણના માણસો તો સેનાના એક તૃતીયાંશ ભાગ જેટલા હતા. તે નાગ અને સુપર્ણોની જેમ નહોતા, તેમાંથી કેટલાક માનવ સિપાહી લુહાર અને વૈદ્ય પણ હતા. તેને સૈનિકોની દેખરેખ અને શસ્ત્રોના સમારકામ માટે તેમની જરૂર હતી.

"તેમણે એક દસ્તાવેજ મોકલ્યો છે તેની પર મહારાજ વિભીષણની મહોર ઇચ્છે છે. એક વાર દસ્તાવેજ મળી જશે તો તે પદ્માને છાવણી પર મોકલી દેશે."

"સાંભળ, મનસા!" વિભીષણ કાંપતા સ્વરમાં કશું કહેવાનો જ હતો કે મનસાએ તેને હાથ ઊંચો કરી રોક્યો. તે એરાવન તરફ ફરીને બોલી, "દસ્તાવેજ લઈ આવ. વિભીષણ મહોર લગાવી દેશે."

"મહારાણી!" એરાવનની આંખો પહોળી થઈ ગઈ હતી.

વિભીષણ પણ સાંભળી ચકિત થઈ ગયો, "પણ મનસા, જો તે ખોટું બોલી રહ્યો હશે તો?"

"વિભીષણ! આપણે એવી ભૂલ ન કરી શકીએ. તે તારી પુત્રી છે." મનસાએ મિત્રનો હાથ પકડી લીધો, "તેં મને કહ્યું હતું કે તેને મદદ ન કરી શક્યાનો તને અફસોસ હતો."

"મારાં બાળકો વેદાંત સામે લડવા માગતાં હતાં. તેનું અંકુશ વગરનું શાસન મિટાવવા માગતાં હતાં."

"હું નથી ઇચ્છતી કે તું એની મદદ કરવાનો બીજો મોકો ગુમાવી દે અને કળિ કોઈ છળ કરી રહ્યો છે, આ તેની કોઈ ચાલ છે... આપણે પણ પછી તેની રીતે યોગ્ય જવાબ આપીશું."

"પણ જો હું મદદમાંથી હટી જઈશ તો તારી સેના એક અઠવાડિયું પણ ટકી નહીં શકે."

"હું મારી રીતે બધું સંભાળી લઈશ." મનસા હસી, "આ સમયે તારી પુત્રીને બચાવવી જરૂરી છે." મનસા પોતાના સાથીને ગુમાવવા નહોતી માગતી, પણ તેની પાસે બીજો કોઈ ઉપાય નહોતો. તે પોતાના મિત્રને મદદ કરવા માગતી હતી.

વિભીષણ મનસાને ભેટીને બોલ્યો, "આભાર!"

મનસાએ એરાવનને કહ્યું, "જેટલું જલદી બની શકે તે રીતે આ બધું કામ પૂરું કરો."

57

બહાર તેજ ધડાકાનો અવાજ સંભળાયો અને અરજણ ઝટકાથી બેઠો થઈ ગયો.

આ વળી કઈ જગ્યા છે?

તે જાણતો હતો કે હવે તે છાવણીમાં નહોતો. તે કોઈ સાધારણ ઓરડો હતો. અરજણ એક પથારી પર સૂતેલો હતો. ત્યાં જમીન પર જ એક થાળીમાં ભોજન અને પાણીનો જગ મૂકેલો હતો.

અરજણની નજર બારી પર ગઈ. તેને ઊઠવામાં ઘણી તકલીફ પડી, કેમ કે તેનું માથું હજુ પણ ભમી રહ્યું હતું. બારી પર લાગેલા સળિયાની બહાર ઘાસ અને છોડ સિવાય કશું દેખાતું નહોતું. તેણે સળિયાઓ તોડવા ઇચ્છ્યા, પણ તે ન કરી શક્યો.

તેણે બહાર નજર કરતા ઊંડો શ્વાસ ભર્યો. સૂરજની રોશની ઘટવા લાગી હતી. મંદ પવનમાં પાંદડાં ઝૂલી રહ્યાં હતાં.

હું જાણે ક્યારથી આ જગ્યા પર છું?

અરજણ દરવાજા પાસે તેને ખોલવા માટે ગયો પણ દરવાજાની સાંકળ પર એક લીલા રંગનું દ્રવ્ય લગાવેલું હતું.

ઝેર!

તે દરવાજો પણ ધાતુનો હતો.

અરજણે તેના હાથ વડે લોહી નીકળ્યું ત્યાં સુધી દીવાલ પર મુક્કા માર્યા, પણ દીવાલને કશું ન થયું.

"શાંત થા યાર, હું ક્યારની સુવાની કોશિશ કરી રહી છું." દીવાલની બીજી બાજુથી કોઈએ કહ્યું.

"કોણ છે, કોણ છે, શું તું મને સાંભળી શકે છે? હું અરજણ છું." તે દીવાલ પર હાથથી મુક્કા મારવા લાગ્યો. "હું ઇન્દ્રગઢનો રાજા

છું. શું તું મને સાંભળી શકે છે? મહેરબાની કરી મને બચાવો."

"અરજણ?" બીજી તરફ કોઈએ કહ્યું, "હું પદ્મા છું." હવે અવાજ સ્પષ્ટ સંભળાતો હતો... પદ્મા દીવાલ પાસે આવીને બોલી રહી હતી.

"તેમણે તને કેમ પકડી છે." અરજણે ચિંતાથી પૂછ્યું. જો કે તેને એવો વિશ્વાસ થઈ ગયો હતો કે તે હવે એકલો નથી.

"કળિને ખબર પડી ગઈ છે કે હું રાજકુમારી છું. તેને કોણે જણાવ્યું એ પણ મને ખબર નથી." પદ્માના અવાજમાં પણ શંકા તો હતી જ.

અરજણે તેની જીભ કરડી લીધી, "માફ કરજે. મારે સાવધાન રહેવું જોઈતું હતું, પણ હું કળિ પર ભરોસો કરવા લાગ્યો હતો અને મારા વિચારો પર તેની સલાહ લેવા માગતો હતો. હે ભગવાન, મારા લીધે તું પણ મુસીબતમાં આવી ગઈ."

"મને તો તે પણ નથી ખબર કે તે મારી પાસેથી શું ઇચ્છે છે." પદ્મા બોલી, "તેં એના પર ભરોસો કર્યો? તું કેટલો મૂર્ખ છે. અરજણ, તેણે તારા બધા મિત્રોને મારી નાખ્યા. તે તને પણ મારવા માગતો હતો."

"ખબર છે." અરજણે માથામાં હાથ ફેરવ્યો, "બધું ખતમ થઈ ગયું છે. હું તને મદદ કરીશ. વચન આપું છું કે તને અહીંથી ભાગવામાં મદદ કરીશ..."

ત્યારે જ તેમણે પગલાંનો અવાજ સાંભળ્યો અને અરજણે બારીમાંથી ઘણા બધા સિપાહીઓને કદમતાલ કરતા જોયા.

"તે આવી ગયા." પદ્માએ ધીમેથી કહ્યું, **"તે મને લેવા આવ્યા છે. તે મને લઈ જઈ રહ્યા છે!"**

અરજણ દીવાલો પર મુક્કા મારી રહ્યો હતો, જેથી બીજી તરફ જઈ શકે, પણ કશું ન કરી શક્યો. તે ઘણો થાકી ગયો હતો. તેની ઊર્જા ખતમ થઈ ગઈ અને ઊંઘ આવવા લાગી.

અરજણે બીજી બાજુનો દરવાજો બંધ થવાનો અવાજ સાંભળ્યો.

હવે તેના મગજમાં એક જ સવાલ હતો, *તે પદ્મા સાથે શું કરવાના હતાં.*

58

કળિ તેના કાળા ઘોડાવાળા રથ પરથી ઊતર્યો. તેણે દૂર ઊભેલી નાગરાણીના સૈન્ય તરફ નજર કરી.

અને તેની પાછળ ઇન્દ્રગઢની આખી સેના હતી. યુદ્ધભૂમિની માટીનો રંગ લાલ થઈ ગયો હતો. તે કેટલાય દિવસોથી અંદરોઅંદર લડીને મરી રહ્યાં હતાં. એક ગીધ લાશો પર ભમી રહ્યું હતું. કળિએ દૂરબીન કાઢીને દુશ્મનો તરફ જોયું. મનસા પોતાની સેના પાછળ ઊભી હતી.

કળિએ અંદાજ લગાવ્યો કે આ યુદ્ધ કેમ થઈ રહ્યું હતું. આ બધું તેના લીધે હતું. તેણે જ નાગરાણીના ભાઈને માર્યો અને તેની હત્યા કરવાની કોશિશ કરી.

લોકો રાજનીતિ નથી સમજતા.

કળિની સાથે તેના સાથી કોકો અને વિકોકો પણ હતા. તે પોતાના ઘોડા પર સવાર, શત્રુઓ તરફ જોઈ રહ્યાં હતાં. તેમના હાથ તલવારની મૂઠ પર હતાં. જો કોઈ પોતાના મહારાજ પર હુમલો કરી દે તો તે લડવા માટે તૈયાર હતાં. કળિની આગળ બે ઝરખ ઘુરકિયાં કરી રહ્યાં હતાં.

"મહારાજ, આ ભૂખ્યાં લાગે છે." કોકોએ કહ્યું.

"એક વાર આ રાજકુંવરી સોંપવાનું કામ પતે તો તેમને ખાવાનું ખવડાવી દેજો."

નલકુબેર પોતાના યક્ષો સાથે ઊભો હતો અને એના કાયમ ખુશ રહેતા ચહેરા પર ઉદાસી છવાયેલી હતી.

આ બધું કેવું બદલાઈ ગયું. હું તેના મહેલમાં છુપાઈને રહ્યો હતો અને આજે હું રાજા છું.

"શું તને લાગે છે કે એમ કરવું યોગ્ય રહેશે?" નલકુબેરે પૂછ્યું.

"કેમ નહીં, વિભીષણથી અલગ થતાં જ મનસાની તાકાત ઘટશે અને

આપણા માટે તેને ખતમ કરવી સરળ થઈ જશે." કળિએ જવાબ આપ્યો.

"કહેવું ગમતું નથી, પણ તારાથી હજુ પણ નારાજગી છે. મેં અરજણ પર ભરોસો કર્યો હતો. તેને આપણું થોડું પણ માર્ગદર્શન મળ્યું હોત તો તે એક સારો રાજા બની શકતો હતો."

"ઓહ, મને ખબર છે." કળિ ધીરેથી બોલ્યો.

તેના સૈનિકો પદ્માને લઈને આવ્યા અને ત્યાં ઘૂંટણિયે બેસાડી દીધી. પદ્માના હાથ બાંધેલા હતા. જાનવરો તેને જોઈને ઘુરકિયાં કરવા લાગ્યાં. પદ્મા જાનવર સામે જોઈને ડરી ગઈ પછી તેણે કળિ સામું નજર કરી.

કળિને એવી આશા હતી કે તે પોતાની જિંદગી માટે આજીજી કરશે પણ તે કળિના ચહેરા પર થૂંકી.

"જંતુ... તું આને જ લાયક છે, તારા લીધે જ રાત્રિ મરી ગઈ."

કળિ મનમાં હસ્યો. તેને એ બધું યાદ હતું. એ તો દગાબાજ હતી. તેને દગાબાજોને મારવાનો કોઈ અફસોસ નથી, *પણ પદ્માને એનો અહેસાસ હોવો જોઈએ.*

"આશા કરું છું કે તને તારા પિતાને જોઈને ખુશી થશે. સાંભળ્યું છે, કે તને તે નથી ગમતા?"

પદ્મા આંખ ઝીણી કરીને કળિને ઘૂરતી રહી.

કળિ દુશ્મનની છાવણીમાંથી આવી રહેલા સંદેશવાહકની રાહ જોઈ રહ્યો હતો. તેણે મહોર લગાવેલો દસ્તાવેજ લાવીને આપી દીધો.

"ઠીક છે, આને જવા દો."

સંદેશવાહકે પદ્માને પોતાના ઘોડા પર બેસાડી દીધી. પદ્માએ પાછું ફરીને કળિ સામે કાતિલ નજરોથી જોયું.

પછી એ લોકો મનસાની છાવણી તરફ રવાના થયા.

"તારી યોજના સફળ રહી. ભલે, હું વિશ્વાસથી નથી કહી શકતો, પણ લાગે છે કે આપણે તારા લીધે આ યુદ્ધમાં જીતી શકીએ છીએ." નલકુબેરે કહ્યું.

કળિએ પોતાના દૂરબીનથી દુશ્મનો તરફ જોયું. નાગરાણીના ચહેરા પર સ્મિત ફરકતું હતું.

"આ વાતનો શો મતલબ છે?"

કળિએ દુશ્મનની સેના તરફ જોયું. આગળ ઊભેલો સેનાપતિ પણ હસી રહ્યો હતો.

તે કોકો તરફ ફરીને બોલ્યો, "આપણી જોડે દગો થયો છે."

"મહારાજ?"

"કહેવા શું માગો છો?" નલકુબેરે કહ્યું.

"દસ્તાવેજ નકલી છે. તેણે કાગળ ફાડી નાખ્યો. તે છોકરી ત્યાં પહોંચે એટલે તે લોકો આપણી પર હુમલો કરી દેશે."

"પણ તેમણે તો સમજૂતી પર મહોર લગાવી હતી ને."

"યુદ્ધમાં કોઈ નિયમ નથી હોતા મૂર્ખ. મેં પણ ક્યારેય એને નથી માન્યા." કળિ આત્મ-વિશ્વાસથી બોલ્યો.

કળિએ સીટી વગાડી. ઝરખ મેદાનમાં પદ્મા તરફ દોડવાં લાગ્યાં. હવે કળિ પોતાની સામે જે ઘટના બનવાની હતી તે સુંદર ઘાતક સંઘર્ષની રાહ જોઈ રહ્યો હતો.

59

પદ્માને જાણે એવું લાગી રહ્યું હતું કે કંઈક ખોટું થવા જઈ રહ્યું છે.

જેવી તે મનસાના તંબૂ પાસે પહોંચી તો તેને સૈનિકોની પાછળ બે લોકો દેખાયાં. તેણે વિચાર્યું હતું કે તેમને ફરી ક્યારેય નહીં મળી શકે - તેના પિતા અને તેની ભૂતપૂર્વ નિયોક્તા. પદ્મા ઘણા સમયથી મહારાજ વિભીષણથી અલગ રહેતી હતી. તે હજુ પણ તેમને પસંદ નહોતી કરતી, પણ તેને તેમની ઘણી યાદ આવતી હતી. તે તેમને કહેવા માગતી હતી કે વેદાંતની જોડે લડવા માટે એકલા જવું તેમની મૂર્ખતા હતી. તેના ભાઈ પણ તેમના લીધે જ માર્યા ગયા અને પછી પદ્માએ મનસા તરફ જોયું, તે રાણી જેણે તેને બીજાને મારવા માટે નિયુક્ત કરી હતી.

પિતા પોતે મનસાના સાથી બન્યા. શું તે બંને મિત્ર છે? મને કશું ખબર નથી.

બંનેના ચહેરા પર સ્મિત ખીલેલું હતું, ત્યારે તેમને સીટીનો તેજ અવાજ સંભળાયો. આ શું થઈ રહ્યું છે?

મનસા અને વિભીષણ હવે પદ્મા તરફ નહોતાં જોતાં. હવે તે ભયભીત થઈ તેની પાછળ તરફ જોઈ રહ્યાં હતાં. પદ્માએ પાછું ફરીને જોયું કે કળિનાં ઝરખ તેની તરફ દોડતાં આવી રહ્યાં હતાં. તેમાંથી એકે ઘોડાના પગને બચકું ભર્યું જેનાથી પદ્મા અને સંદેશવાહક નીચે પડી ગયાં.

પદ્મા ઊઠવા ગઈ ત્યારે એક ઝરખ સંદેશવાહક પર ત્રાટક્યું અને તેની ગરદન પકડી દીધી. બીજું તેની તરફ આવી રહ્યું હતું.

મનસા અને વિભીષણનો પાગલની જેમ ચીસો પાડવાનો અવાજ પદ્માના કાનમાં આવી રહ્યો હતો. તે પોતાના પહેરેદારને કહી રહ્યા હતા કે જઈને પદ્માની મદદ કરે. પદ્મા જાણતી હતી કે ગમે તેટલા જલદી એ લોકો આવે, પણ તે યોગ્ય સમયે તેની મદદમાં નહીં આવી શકે.

મારે જ મને બચાવવી પડશે.

પદ્મા ગબડીને પાછળ તરફ ખસી. તે ભાગવા લાગી તો ઝરખે તેના પર છલાંગ મારી.

પદ્માએ ચીસ પાડી. ઝરખે પોતાના પંજાથી હુમલો કર્યો. તેના ગળામાં નખ ઘૂસવાની તૈયારીમાં હતા ત્યારે સંદેશવાહકને માર્યા બાદ બીજું ઝરખ પણ તેની તરફ ત્રાટક્યું.

ઓહ, આ તો મારો અંત સામે જ છે.

હું આ રીતે ન મરી શકું. નલને માર્યા વગર તો ન જ મરી શકું. કલ્કિને મળ્યા વગર ન મરી શકું. મારા પિતાને મળ્યા વગર ન મરી શકું.

પદ્માએ ઝરખની ભયાનક આંખો જોઈ અને તેણે વિકરાળ મોં ખોલ્યું ત્યારે જ તેના મોંમાં છાણ આવીને પડ્યું.

ઝરખનો શ્વાસ રૂંધાવા લાગ્યો. બીજું ઝરખ પણ પદ્મા પર હુમલો કરવાનું મૂકી તેને જ જોવા લાગ્યું. પછી તેણે છાણ ફેંકવાની દિશા તરફ નજર કરી.

અને ત્યારે જ એક જાણીતો એવો પોપટ પદ્માના ખભા પર આવીને બેઠો.

આ તો શુકો હતો.

"તું આ જગ્યાએ શું કરી રહ્યો છે?" તેણે પૂછ્યું, "મેં તો તને..."

પોપટ ખુશીથી ટહુક્યો. બંને સૈન્યના સૈનિકો પોતાની આગળ થઈ રહેલા તમાશાને જોઈ રહ્યા હતા. સમય જાણે થંભી ગયો હતો.

પદ્માની પાસે ઊભેલું ઝરખ હજુ પણ ક્યાંક દૂર જોઈ રહ્યું હતું. પદ્માએ પણ ત્યાં જોયું.

તે રહ્યો.

કલ્કિ.

તે પોતાની ચમકતી તલવાર લઈને ઘોડા પર સવાર હતો.

"તે પાછો આવી ગયો." તે ધીરેથી બોલી અને પછી પોતાની નજર કળિ તરફ કરી, જેનો રંગ ઊડીને ફિક્કો પડી ગયો હતો, **"તે પાછો આવી ગયો, તે તમને બધાંને મારી નાખશે."**

દેવદત્ત મેદાનમાં એકધારી ઝડપે દોડીને તેની તરફ આવી રહ્યો હતો, જ્યાં પદ્મા પડી ગયેલી હતી. કલ્કિએ ઝડપથી સામે ઊભેલા ઝરખના બે ટુકડા કરી દીધા. બીજું ઝરખ છાણના લીધે શ્વાસ રૂંધાવાથી મરી ગયું હતું.

કલ્કિ ઘોડા પરથી ઊતર્યો અને પદ્મા સામે પોતાનો હાથ ધર્યો અને ત્યારે જ પદ્માએ ધ્યાનથી જોયું. તેની સમજમાં નહોતું આવતું, પણ કલ્કિના શરીરમાંથી લાલ રંગનો ધુમાડો નીકળી રહ્યો હતો.

પદ્મા તેનો હાથ પકડી ઊભી થઈ ગઈ.

"તું બરાબર છે ને?" કલ્કિએ ઘૂંટણિયે બેસી તેના પગની ઈજા જોઈ.

"ઓહ, તું યોગ્ય સમયે આવી ગયો. તને જોઈ મને કેટલી ખુશી થઈ છે."

"મેં તને બચાવી એટલે કહે છે કે તને ખરેખર મારી યાદ આવી રહી હતી?"

"ઓહ, ચૂપ કર." કલ્કિને તે વળગી પડી અને દીર્ઘ ચુંબન કરી દીધું.

"ઓહ, તો બરાબર છે." કલ્કિના ચહેરા પર મુક્ત હાસ્ય હતું.

અને તેણે પાછું ફરીને કળિ તરફ નજર કરી. તેની અને કળિની નજર એક થઈ.

"તેને અત્યારે ન મારીશ." પદ્મા ધીરેથી બોલી, "અરજણ તેની પાસે છે."

કલ્કિને એકદમ આઘાત લાગ્યો. તેને બોલવા માટે જાણે કંઈ ન સૂઝ્યું, પણ પછી તેણે માથું હલાવી કહ્યું, "ચાલ, પહેલા તારે સુરક્ષિત સ્થાન પર જવું પડશે."

તે બંને દેવદત્ત પર સવારી કરીને મનસાના તંબૂ તરફ જવા લાગ્યાં. જો કે હજુ બધું પૂરું નહોતું થયું, પદ્મા ખુશ લાગતી હતી.

60

એક લાંબા ઝોકા બાદ પદ્મા જાગી ગઈ.

તે પલંગમાંથી ઊઠી અને તેણે તંબૂનો પડદો હટાવી દીધો. બહાર અંધારું હતું.

તેને તે સમજતાં વાર લાગી કે તેના પગ પર પટ્ટી બાંધેલી હતી. તેણે પલંગ પાસે આવીને જોયું કે કલ્કિ ખુરશી પર સૂઈ ગયો હતો.

પદ્મા તેને જોઈને હસી અને તંબૂના ખૂણામાં પિતાજીને બેઠેલા જોયા. વિભીષણ ઊઠીને પુત્રી પાસે આવી ગયો. તે નજર નહોતા મિલાવી શકતા અને તેમની સમજમાં નહોતું આવતું કે શું બોલે.

પદ્મા પણ ચૂપ રહી.

થોડા સમય પછી તે કલ્કિને જોઈને બોલ્યો, "આ જે પણ હોય બહુ જ ખાસ છે. તું જાનવરો જોડે લડતાં બેભાન થઈ ગઈ હતી. આ તને આ જગ્યાએ લાવ્યો અને ત્યારથી તે તારી પાસેથી ખસ્યો નથી. જ્યારે તું આરામ કરી રહી હતી ત્યારે મેં અને મનસાએ અમારા યુદ્ધ વિશે તેને વાત કરી. બધું સાંભળ્યા બાદ, તેણે કહ્યું કે તે સૂવા જઈ રહ્યો છે. મને લાગ્યું કે તે બસ, તારી પાસે રહેવા માગતો હતો."

પદ્મા પોતાના હાથ જોડે રમત કરતી હસતી રહી.

"શું તું એને પ્રેમ કરે છે?" પિતાએ પૂછ્યું.

"શું?"

"શું તું એને પ્રેમ કરે છે?"

"તમે આવું કેમ પૂછો છો?"

"કેમ કે એ તો તને પ્રેમ કરે છે..." વિભીષણ મંદ હસ્યો, "અને જે રીતે તેણે તે પશુઓને માર્યાં છે, લોકો કહી રહ્યાં હતાં કે તે કોઈ દેવતા જેવો લાગતો હતો."

જો હું તમને કહું કે તે ખરેખરમાં દેવતા જ છે, પણ પદ્માએ એવું કશું ન કહ્યું, "તમે કેમ છો?"

"હું ઠીક છું." વિભીષણે કહ્યું, "તું કેમ છે?"

"હું પણ ઠીક છું."

મનસાએ કહ્યું કે, "તું એના માટે કામ કરતી હતી."

પદ્માએ શરમથી માથું ઝુકાવી લીધું. તે નહોતી ઇચ્છતી કે તે હત્યારી છે, તેવી જાણ પિતાને થાય.

"તેણે કહ્યું કે તું એના બધા કામમાં મદદ કરતી હતી. દૂધ વગેરે જેવો બીજો સામાન લાવીને આપતી હતી?"

પદ્માના ચહેરા પર હાશકારો પ્રસરી ગયો.

"હમ્મ, હા તેવું જ હતું."

"મને તો લાગ્યું હતું કે તું પણ આ દુનિયામાં નથી રહી. મારી પ્યારી, મને માફ કરજે. મારે તારી સાથે હોવું જોઈતું હતું."

"ના," પદ્માએ માથું હલાવ્યું, "હું જ મૂર્ખ હતી. હું ભાઈઓ સાથે ચાલી નીકળી. મેં વિચાર્યું કે અમે જે યોજના બનાવી હતી તે ઘણી મોટી વાત હતી. અમે એક આદર્શ રાજ્યની સ્થાપના કરવા જઈ રહ્યાં હતાં. મેં પોતે મૂર્ખતાને લીધે એવું વિચાર્યું કે એક રાજાને મારીને તાનાશાહીનો અંત થઈ જશે. વેદાંતના જતાં જ બીજો રાજા આવી ગયો અને હવે અરજણ ગાદી પર છે. તમારા દીકરા અને હું કેટલા માસૂમ હતાં."

"તે મારા દીકરા હતા... શું તે લોકો...?" વિભીષણે પૂછ્યું.

"હમ્મ." વિભીષણ પોતાના મનનો સંશય દૂર કરવા માગતો હતો. તેને સંદેહ તો હતો કે તેમના પુત્ર જીવિત નથી રહ્યો, પણ પુત્રી તો તેમની સામે જીવિત હતી, "તેમને બચાવી ન શકી. મેં એનો બદલો લેવા ઇચ્છ્યું, પણ હિંમત ન થઈ. જ્યારે તે પાછી આવી તો અરજણ પાસેથી ખબર પડી કે કળિએ દેશદ્રોહ માટે વેદાંતનું માથું ધડથી અલગ કરાવી દીધું." તે હસીને બોલી, "તમે વીસ વર્ષની છોકરીથી બચી શકો છો, પણ પોતાનાં કર્મોથી તો નથી બચી શકાતું."

"હું પણ એવું જ માનું છું." વિભીષણ બોલ્યો.

પદ્મા ફરીથી પથારીમાં સૂઈ ગઈ. જ્યારે તે પોતાના વાળમાં આંગળીઓ ફેરવી રહી હતી તો તેને રેતીના કણ અંદર હોય તેવું અનુભવાયું.

વિભીષણ બોલ્યો, "હું મારા માણસોને કહીશ કે તને માથું ધોવા માટે પાણી લાવી દેશે. તારા વાળ સોનેરી રંગને હિસાબે સુંદર લાગે છે."

પદ્માએ વાળને સ્પર્શ્યા, "મેં વેદાંતથી છુપાવા માટે તેને રંગ્યા હતા."

"ઓહ પ્રિય, હવે તું શું કરવા માગે છે?"

"હું તમારા માણસોની સાથે મળીને લડવા માગું છું, પણ મારે મારા દોસ્ત અરજણને પણ બચાવવાનો છે. તેને કળિએ પકડ્યો છે." *મારે નલને પણ મારવાનો છે.* પદ્માને પહેલાં એકલા યક્ષરાજનો જ હિસાબ કરવો હતો. અરજણ પોતાની રક્ષા પોતે જ કરી શકતો હતો અને કળિને તો હવે કલ્કિ જ જોઈ લેશે.

વિભીષણ બોલ્યા, "ઠીક છે, જે યોગ્ય લાગે તે જ કરજે. તું પછી આવી ગઈ તેથી ઘણું સારું લાગ્યું. જોકે મનસાએ બધાંને મળવા બોલાવ્યા છે. અમે બધા કાલે કળિની સેના પર હુમલો કરવા જઈ રહ્યાં છીએ અને તારે પણ તૈયાર રહેવાનું છે."

પદ્માને આ જોઈ સારું લાગ્યું કે તેના પિતા વિભીષણ તેની જોડે કોઈ વયસ્ક સાથે કરવામાં આવે એવો જ વર્તાવ કરતા હતા. તે ભેટવા માગતી હતી પણ કદાચ હવે ઘણું થઈ ગયું હતું.

"હા, હું હાજર રહીશ."

પદ્મા અને કલ્કિ ગોળ મેજની એક બાજુ ઊભાં હતાં. મનસા, વિભીષણ અને એરાવન બીજી બાજુ હતાં. તે લોકો ભાવિ હુમલાની યોજના પર પરસ્પર વાત કરી રહ્યાં હતાં.

મનસાએ કહ્યું, "તો આપણી પાસે કહેવાતી પસંદગી કરેલી વ્યક્તિ હાજર છે. ભગવાન વિષ્ણુનો અવતાર, જે અધર્મનો અંત કરવા જ જન્મ્યો છે. આ પહેલાં તને જોયો હતો ત્યારે તારી પર કળિની ભાવનાઓને આઘાત પહોંચાડવાનો મુકદ્દમો ચાલી રહ્યો હતો અને તું એને મારવા

માગતો હતો. મને ખુશી છે કે ત્યારથી તું પોતાની ઇચ્છા પર ટકેલો છું." આગળની કમાન પદ્માએ સંભાળતાં કહ્યું, "ખબર છે, લોકોનું કહેવું છે કે એ લોકો તારાથી ડરે છે અને કેટલાકને લાગે છે કે તું સ્વર્ગ સુધી જઈને આવ્યો છું."

"હું મહેન્દ્રગિરિથી આવ્યો છું. જો તે સ્વર્ગ હોય તો હું વિચારી નથી શકતો કે નર્ક કેવું હશે." કલ્કિએ મજાક કરી.

બધાં હસી પડ્યાં.

પદ્માને સારું લાગ્યું. તે એવા લોકોની સોબતમાં હતી, જે મળીને બુરાઈનો નાશ કરવા જઈ રહ્યાં છે.

"તો યોજના શું છે?" કલ્કિએ પૂછ્યું.

"હે વિષ્ણુના અવતાર, આ તો તારે અમને જણાવવું જોઈએ?" મનસાએ કહ્યું.

"મેં ક્યારેય વિચાર્યું નહોતું કે તું પણ ભવિષ્યવાણીમાં વિશ્વાસ કરીશ?" વિભીષણે કહ્યું.

"મેં એવું કશું જોયું છે કે જેણે મને આ માનવા પર મજબૂર કરી દીધી છે કે ભગવાન હોય છે અને તે આપણને જીતતા જોવા માગે છે." મનસાએ સ્વીકાર કર્યો, "હવે આ દેવતા આપણી સાથે છે, હું તેની આવડતનો ઉપયોગ કરવા માગું છું."

પદ્માએ કલ્કિનો ચહેરો જોયો. તેને લાગ્યું કે કલ્કિ ગુસ્સે થઈ જશે, પણ તે તો હસી રહ્યો હતો.

તે કેટલો શાંત દેખાતો હતો, પણ સમજી નહોતી શકતી કે જ્યારે તેને અરજણના વિશે ખબર પડશે તો તે કેવું મહેસૂસ કરશે.

અહીં બધાને મળવા આવતાં પહેલાં પદ્માએ કલ્કિ સાથે બેસીને જણાવી દીધું કે ભગવાન બજરંગની છાવણીમાં શું થયું અને અરજણના તંબૂમાં તેણે ગાળેલા સમય વિશે પણ જણાવ્યું. જ્યારે તેણે ગુરુ નરેન્દ્રની હત્યાનાં સમાચાર આપ્યાં તો કલ્કિ ચૂપચાપ જોઈ રહ્યો.

કલ્કિએ મનસાને જોઈ કહ્યું હતું, "હું કોઈ રાજા નથી. હું એક યોદ્ધા છું. હું લડી તો શકું છું, પણ કૂટનીતિ નથી જાણતો. તમારે જ કહેવું

પડશે કે શું કરવું છે. હું તમારા હુકમ પ્રમાણે જ ચાલીશ."

મનસાએ માથું હલાવ્યું, "ઠીક છે. આપણે એવું જ કરીશું. આપણા પાયદળ સૈનિક લડશે, પણ સુપર્ણ દાનવો પર ધ્યાન રાખશે. તે દાનવોની આંખો પર નિશાન સાધશે, જેથી તે અંધ થઈ જાય તે પછી કલ્કિ માટે તેમને મારવા સરળ રહેશે."

"પદ્માએ આ દાનવો વિશે બધું જણાવી દીધું છે. હું તેમને સંભાળી લઈશ."

"ઠીક છે, હું છાવણીમાંથી જ ધ્યાન રાખીશ. આ ચોકીથી બધું જોઈ શકાય છે." પછી તે પદ્મા તરફ ફરી, "તારે હજુ આરામ કરવો જોઈએ."

પદ્માએ માથું હલાવ્યું, "મારે આરામ નથી જોઈતો. હું હવે ઠીક છું. મારે અરજણને બચાવવાની યોજના બનાવવાની છે." તે કલ્કિ તરફ ફરતાં બોલી. એક પળ માટે લાગ્યું કે કલ્કિ સાથે આવવાનું કહેશે, પણ તેણે કશું ન કહ્યું. તેના ચહેરા પરથી કશો ખ્યાલ નહોતો આવતો.

તે નહોતી જાણતી કે એવું કેમ હતું, પણ તેને લાગતું હતું કે કલ્કિ તેનાથી કશું છુપાવી રહ્યો છે.

તે શું છુપાવે છે?

"તું ઇન્દ્રગઢ જઈ રહી છે? લોકો ઓળખી લેશે." મનસાએ કહ્યું.

"હું મારી જાતને છુપાવવાનું તો જાણું છું. હું અરજણને બચાવી લાવવાની છું."

"પણ તું અરજણને કેમ બચાવવા માગે છે, તે આપણો દુશ્મન છે."

"ના, તે દુશ્મન નથી. તેને પોતાના વશમાં કરવામાં આવ્યો છે." કલ્કિએ બચાવમાં કહ્યું. "તે મારો ભાઈ છે. જો તું એને બચાવવા માટે આને નહીં જવા દે, તો હું પણ તમારો સાથ નહીં આપી શકું."

મનસાને ગુસ્સો આવી ગયો, "એ છોકરા! શું આ ધમકી હતી? મારી પર રોફ જમાવવા માગે છે?"

"હું કોઈ રોફ નથી જમાવવા માગતો. બસ, જણાવી રહ્યો છું." કલ્કિએ કહ્યું.

તંબૂમાં થોડી વાર સન્નાટો રહ્યો.

"ઠીક છે." મનસાએ નિઃસાસો નાખ્યો. તેણે પદ્માની તરફ જોઈ કહ્યું, "દોસ્તને બચાવી લે, પણ પોતાની સલામતીનું ધ્યાન રાખજે, હું અને તારા પિતા તારા માટે ચિંતિત રહીશું."

"બિલકુલ!"

મનસાએ પછી એક કાગળ કાઢ્યો, "ઘણાં લોકો માર્યાં ગયાં છે, એટલા માટે કૂટનીતિથી ચાલવું પડશે."

અને એ જ સમયે એક મોટા ધડાકાનો અવાજ સંભળાયો. મનસાએ બહાર આવીને જોયું. સૈનિકો બેબાકળા થઈ આમતેમ દોડી રહ્યાં હતાં.

આપણે બધાં મરવાનાં જ છીએ!

61

ધડાકાનો અવાજ સાંભળતાં જ મનસાને લાગ્યું કે કળિ તેની પાછળ આવી ગયો હતો. તેણે કોઈ પણ રીતે પહેરેદારને પછાડ્યા અને હવે તે એમનો જીવ લઈ લેશે.

પણ દુશ્મનથી ડર્યા વગર સામનો કરવાની દાનતથી બહાર આવી તો બહારની સ્થિતિ જોઈ ચોંકી ગઈ.

માથાથી પગ સુધી કાળું પહેરણ પહેરેલાં લોકો, તેમના સૈનિકોને મારી રહ્યાં હતાં. ધડાકાથી કેટલાય તંબૂ ઉડાવી દીધા હતા અને કોઈ અજબ પ્રકારના લોકો તેમના ભોજન અને શરાબના ભંડારામાં આગ લગાવી રહ્યાં હતાં.

ત્યારે કલ્કિ બહાર આવ્યો અને બધું જોયાં પછી મનસા તરફ જોયું. તે બંને વિચારી રહ્યાં હતાં કે તેમના લોકો પર હુમલો કરનાર આ લોકો કોણ છે? તે થોડી ક્ષણો એમ જ જોઈ રહ્યાં અને પછી કલ્કિએ તલવાર ઉઠાવી લીધી. તે નાગનો પીછો કરનાર ઘૂસણખોરોનો સફાયો કરવા લાગ્યો. પદ્મા પણ બહાર આવી લડવા માગતી હતી, પણ વિભીષણ તેને પોતાની સાથે પાછળ ખેંચી લઈ ગયો.

મનસા પોતાના માણસોને આ રીતે મરતા નહોતી જોઈ શકતી. તે એરાવન તરફ ફરી બોલી, "મારાં હથિયાર લાવી આપો."

"મહારાણી! તમે પાછળ રહો." એરાવન બોલ્યો. તે મનસાની આગળ ઢાલ લઈને ઊભો હતો.

મનસાએ તેની બે તલવારમાંથી એકને ખેંચી ને બોલી, "સેનાપતિ, ખોટા માણસને સુરક્ષા આપી રહ્યા છો. મારી જેમ લડવા માંડ."

એરાવને મન વગર સંમતિ આપી.

"એરાવન, તું એક સારો સેનાપતિ છે."

તે લોકો પાછળ ઊભાં હતાં, ત્યારે એક પહેરણ પહેરેલી એક વ્યક્તિ તેમની તરફ આવી.

એક માણસે પોતાનું ખંજર મનસા તરફ તાક્યું, પણ મનસાએ જાતને બચાવી તેને તલવાર ઘુસાડી દીધી. એક બીજો માણસ મનસા પાસે આવ્યો, પણ તેણે હુમલો કરનારના ઘૂંટણ પર ઘા કર્યો. તે ત્યાં જ પડીને દર્દથી તરફડવા લાગ્યો.

મનસા તેનો ચહેરો જોવા માગતી હતી. પહેરણ ઉતારતાં જ એક ટકલું માણસ દેખાયો, તેની આંખો ભૂરી હતી.

નાગ.

અને તે જ સમયે તેણે પોતાના સૈનિકોને ચીસો પાડતા સાંભળ્યા, **"સાપ! સાપ!"**

જમીન પર સાપ ફરતા દેખાતા હતા. મનસાએ જોયું કે કલ્કિ માંડ-માંડ બચ્યો. સાપ તેને ડંખ મારવાનો જ હતો. તેણે યોગ્ય સમયે સાપને મારી દીધો.

મનસાએ એરાવનને જોયો, જે પોતાને બચાવવામાં મગ્ન હતો, "આ માતા છે, આ કદ્રુ છે. તેણે અમને શોધી લીધાં." મનસાએ ડરીને કહ્યું.

તેને મોકો મળતાં જ મારે મારી નાખવી જોઈતી હતી.

જ્યારે મનસા કશું વિચારતી હતી તો તે દિવસને કોસવા લાગી, જ્યારે તેણે પોતાની ભયંકર બહેનને જીવિત રાખવાનો નિર્ણય લીધો હતો. તેને ત્યારે અહેસાસ નહોતો કે એક હુમલાખોર તેની નજીક આવી રહ્યો હતો.

"મનસા!"

એરાવનનો અવાજ સાંભળી તે ભાનમાં આવી. હુમલાખોર મનસાની પીઠમાં ખંજર મારવાની અણી પર જ હતો.

એરાવન એ બંને વચ્ચે આવી ગયો. તે ખંજર તેના શરીરની આરપાર થઈ ગયું. મનસાએ ચીસ પાડી, પણ હુમલાખોરે એરાવનનું માથું અલગ કરી દીધું. પછી તેને ઉઠાવી સફેદ કપડામાં લપેટી તેઓ ભાગી ગયા.

અને તે સમયે બધા ટોપીદાર હુમલાખોર જંગલમાં ગાયબ થઈ ગયા.

મનસા પોતાના માણસોને તેમની પાછળ જવાનું ન કહી શકી. તે

સુન્ન થઈ ગઈ. તે એરાવનના ધડને નહોતી જોઈ શકતી. કલ્કિ પીછો કરવા ગયો, પણ સફળ ન થઈ શક્યો.

તે પાછો આવી બોલ્યો, “માફ કરજે. હું પીછો ન કરી શક્યો. તે આગળ જઈ એટલા જલદી ભાગ્યાં કે દેખાતાં બંધ થઈ ગયાં. જાણે ક્યાંય હવામાં જ ખોવાઈ ગયાં હોય!”

મનસા પોતાના દોસ્ત સેનાપતિનો હાથ પકડીને રડવા લાગી.

“અડધી છાવણીઓ બળી ગઈ હતી. આ એક નક્કી કરેલી યોજના હતી. આપણા કેટલાય ચિકિત્સા સહાયક માર્યા ગયા.” કલ્કિએ કહ્યું.

મનસાની અંદર ગુસ્સો ઊભરાવા લાગ્યો.

તેણે એરાવનની સામે જોતા કહ્યું, “કલ્કિ, કાલે દાનવો દ્વારા થનાર હુમલો તું સંભાળી લેજે. મારા લોકોને આજની યોજના બાબતે જણાવી દેજે. હું મારી બહેનને શોધવા જઈ રહી છું. તે લોકો પાસે કોઈ જાદુઈ તાકાત નથી. તે ક્યાંય હવામાં ગાયબ નથી થયાં. મને શક છે કે તે જંગલમાં જ છુપાયાં હશે. જો એક વાર મળી ગયાં તો હું તેમાંના એક-એક જણનો જીવ લઈશ.”

62

પોતાની જાતને સ્વીકારો. તેની અંદર કોઈ અવાજ સતત આવી રહ્યો હતો.

"મને નથી ખબર કે તું શું કહેવા માગે છે." અરજણે કહ્યું અને પોતાની સાથે વાત કરવાની મૂર્ખતા પર શરમ આવી ગઈ.

પણ તે બીજું કરી પણ શું શકતો હતો. તે એકલો હતો અને તેના મગજમાં વારંવાર અવાજો ગુંજી રહ્યા હતા. તેની લાખ કોશિશો પછી પણ અવાજો આવવાના બંધ થતા નહોતા.

શું હું મતિભ્રમનો શિકાર થઈ ગયો છું?

અરજણને કશી ખબર નહોતી કે તે કેટલા સમયથી એક નાના ઓરડામાં બંધ હતો. એ તો નક્કી હતું કે તેને ઊંઘની દવા આપવામાં આવી હતી. તે સામે રાખેલ ભોજનને કર્યા પછી થાક વગર પણ ઘણાય કલાકો સૂઈ રહેતો હતો.

કશું ન કરી શકવાની સ્થિતિ તેને પાગલ કરી રહી હતી. દીવાલો પર તિરાડો ઊભરી આવી હતી. જ્યારે તેની સમજમાં કશું ન આવે તો તે દીવાલ પર મુક્કા મારવા લાગતો.

હું એક બંદી છું અને તે પણ નથી જાણતો કે હું ક્યાં છું!

અરજણને કેવળ એટલી ખબર હતી કે કારાગૃહની બહાર એક બાગ હતો. તેને એવી પણ ખબર હતી કે કદાચ આ જગ્યા તે ઇન્દ્રગઢની બહાર હોઈ શકે છે, *પણ કળિએ મને બહાર ફેંકવાની જરૂર નહોતી. એવું પણ હોય કે તે મને મારીને રાજા બનવાની યોજના બનાવી રહ્યો હોય.*

તેં ઘણું મોડું કરી દીધું. અપનાવી લે! અવાજ ફરીથી આવ્યો.

"મારે કોને અપનાવવો જોઈએ?"

પોતાને.

"હું તો એવું પહેલાંથી જ કરી ચૂક્યો છું."

ના, તેં પોતાના અસલી રૂપને નથી સ્વીકાર્યું. આંખ બંધ કર અને પોતાના શરીરની અંદરનાં ચક્રોને મહેસૂસ કર. સ્વયંને ઓળખ. પોતાના અતીતને જો અને તેમાંથી બોધ લે.

અરજણને ખબર નહોતી પડતી કે અવાજો શું ઇચ્છતા હતા. તેનો અતીત? શું તેને તેનું બાળપણ યાદ કરવાનું કહેતા હતા?

એક વાર પોતાના સાચા સ્વરૂપને જાણી લઈશ તો આ જગ્યાએથી ભાગીને જઈ શકે છે.

અરજણ ભાગી જવા માગતો હતો. હવે તે બંદી રહેવા નહોતો માગતો. તેણે તે અવાજની વાત માનીને ધ્યાનમાં બેઠો. તે યાદ કરવા લાગ્યો કે તે કોણ હતો. તેણે પોતાના મનને ખાલી કરતા શ્વાસ પર ધ્યાન લગાવ્યું.

થોડા સમય સુધી કશું ન થયું. જ્યારે અરજણને તે અવાજ પર શંકા ગઈ તો એવું લાગ્યું કે ધરતી ધ્રૂજી રહી હતી.

મને મારા સાચા સ્વરૂપને જાણવા માટેનો રસ્તો જણાવો.

અરજણને લાગ્યું કે તે ધરતીથી ઊંચકાઈ રહ્યો હતો. તે થોડા સમય સુધી હવામાં તરતો રહ્યો અને પાછો ધરતી પર આવી ગયો, પણ ધરતી પથરાળ અને ઠંડી નહોતી.

તેણે આંખો ખોલીને જોયું તો પોતે એક પ્રયોગશાળામાં હતો.

દીવાલો પર હારબંધ પ્રયોગ કરવાની કસનળીઓ રાખી હતી. ઓરડામાં વચ્ચે ઊભેલી એક વ્યક્તિ સાવધાનીથી બે તરલ પદાર્થોને એકબીજામાં મેળવી રહ્યો હતો. તેની આંખો ભૂરી અને દાઢી લાંબી હતી. તેણે મુગટ પહેરેલો હતો. તે વૃદ્ધ હતો, પણ તેનો બાંધો મજબૂત હતો.

અરજણ તેના શરીર પર અંકિત કરેલાં છૂંદણાને જોઈ રહ્યો હતો તે પાછું ફરીને બોલ્યો, "આવી જ ગયો તું?"

"કોણ છે તું?"

"આ તો મારે તને પૂછવું જોઈએ."

તે અરજણને એક ખૂણામાં લઈ ગયો અને એક બારી ખોલી દીધી.

અરજણે જોયું કે બહાર વરસાદ પડી રહ્યો હતો, પણ વરસાદના કારણે ઇમારતોની સુંદરતા ઓછી નહોતી થઈ. સૂરજ ચમકી રહ્યો હતો અને આકાશમાં ઇન્દ્રધનુષ પણ દેખાતું હતું. રસ્તા પર બાળકો પાણીમાં ઊછળકૂદ કરતાં રમી રહ્યાં હતાં.

"હૈહ્ય રાજ્યમાં સ્વાગત છે, આ અસુરોના સોનેરી યુગ પછી સહુથી મોટું સામ્રાજ્ય હતું." તેણે બહુ ગર્વથી કહ્યું, "આ મને પિતાના મૃત્યુ પછી વારસામાં મળ્યું."

"હૈહ્ય... નામ તો પરિચિત લાગતું હતું."

અરજણ અને વૃદ્ધ થોડા સમય સુધી એકબીજાને જોઈ રહ્યા.

"ભાર્ગવે નાશ કર્યું તે પહેલાં આ રાજ્ય આવું જ દેખાતું હતું."

"તું..." અરજણે પોતાના પુસ્તકોમાંનું તે વૃદ્ધનું નામ યાદ કર્યું, "તું કાર્તવીર્ય અર્જુન છે, એક એવો રાજા જેના એક હજાર હાથ હતા."

"હમ્મ, મારા હજાર હાથ. આ તો અતિશયોક્તિ થઈ ગઈ, પણ હા, હું જ કાર્તવીર્ય છું."

અરજણ તેના વિશે ગુરુકુળમાં ભણ્યો હતો. તે પોતાના સમયના શક્તિશાળી સમ્રાટોમાંનો એક હતો. તેના વિશે ઘણી વાર્તાઓ પ્રચલિત હતી. તેણે રાવણને કેવી રીતે પકડ્યો હતો અને અંતમાં વિષ્ણુના અવતાર ભાર્ગવ રામના હાથે હાર થઈ હતી.

"અરજણ, તું સમજી ગયો હોઈશ. આ જરૂરી છે કે તું તારા યુગના અવતારને રોકે. આ બધું શું થયું તે જો. મારા રાજ્યમાં અનેક નિર્દોષ માર્યાં ગયાં, કેમ કે મારા યુગના અવતારને લાગ્યું કે તે મને હરાવીને બીજું બધું યોગ્ય કરી શકતો હતો."

"તું કહેવા શું માગે છે?"

"મને ખબર છે કે તને સત્તાનો નશો ચઢી ગયો હતો, પણ શું મારો જીવ લેવો જરૂરી હતો? શું મારા લોકોનો જીવ લેવો જરૂરી હતો? મારા દીકરા, એક અવતાર ભગવાન નથી હોતો. તે પણ ભૂલ કરી શકે છે અને મને ખબર છે કે મેં કેટલાંક ખોટાં કામ કર્યાં હતાં, પરંતુ સંસારમાં સારી અને ખરાબ શક્તિઓનું સંતુલન કરવું પડે છે, જેથી

સંસારમાં સ્થિરતા બની રહે." કાર્તવીર્યએ દયાપૂર્વક અરજણ સામે જોઈ કહ્યું, "મારા યુગના અવતારે મને નષ્ટ કર્યો અને તારા યુગના અવતાર તને મારી દેશે."

"તે એવું કેમ કરશે? હું તો સત્તાના નશામાં ચૂર નથી. મેં તો કોઈને નથી માર્યા..." અરજણ વાક્ય પૂરું ન કરી શક્યો, કેમ કે તેને ખબર હતી કે આ સાચું નહોતું.

"મારું રાજ્ય વિકસી રહ્યું હતું. દુષ્ટ હંમેશાં ખરાબ જ હોય છે. મને જે પણ કહો, પણ દરેક માણસની અંદર કોઈ ને કોઈ બુરાઈ હોય છે. શું તને લાગે છે કે તું સંપૂર્ણ છે? શું તને લાગે છે કે કોઈ પણ સંપૂર્ણ છે? જ્યારે તેં ગુરુ નરેન્દ્રની હત્યા કરી તો તેનાથી લોકોને સંદેશ મળ્યો કે તારી સામે પડનારા લોકોના શું હાલ થશે. આ એક સારું પગલું હતું, લોકો તારાથી ડરવા લાગ્યા અને રાજ કરવા માટે એવું જરૂરી છે અને જ્યારે તેં ભલું કરવા માગ્યું તો શું થયું? તું કળિની આગળ લાચાર અને બેબસ થયો અને આજે કેદમાં સડી રહ્યો છે."

અરજણે પોતાનો હોઠ કરડ્યો.

આ તો સાચું કહે છે.

તેને પોતાની નબળાઈ યાદ કરીને ગુસ્સો આવવા લાગ્યો. ગુસ્સો આવતાં જ તેના શરીરમાંથી સોનેરી ધુમાડો નીકળવા લાગ્યો.

"બાળક, પોતાના ગુસ્સાને પોતાની તાકાત બનાવી દે, જેવી રીતે તેં ઉર્વશીને મારતાં કર્યું હતું. તે દિવસ યાદ છે? તું કેટલો શક્તિશાળી થઈ ગયો હતો? વિશ્વાસ રાખ, જો પોતાના દર્દ અને ગુસ્સા સાથે માનસિક સંપર્ક કરી શકીશ તો તારી તાકાત દસ ગણી વધી શકે છે."

અરજણ થોડો સમય ચૂપ રહ્યો અને વિચારવા લાગ્યો કે તેણે શું સાંભળ્યું. તેણે ધીરેથી પૂછ્યું, "અવતાર મારો જીવ કેમ લેવા માગે છે?"

વૃદ્ધ રાજાએ પોતાના હાથ તેના ખભે મૂક્યા અને ઉદાસી સાથે હસ્યો. અરજણ પળભરમાં તેનામાં લીન થઈ ગયો હતો. તેને વિશ્વાસ નહોતો થતો કે આ બધું થઈ રહ્યું હતું. તે એક પુરાતન યુગથી આવેલી

વ્યક્તિ જોડે વાત કરી રહ્યો હતો.

"મારવા માગે છે? ના... તે તારો સંપૂર્ણ નાશ કરવા માગે છે. એ સફેદ ઘોડેસવાર તારા મૃત્યુ સિવાય બીજું કશું નથી ઇચ્છતો." કાર્તવીર્યએ કહ્યું, "અને જો તું તૈયાર નહીં હોય તો તે પોતાના ધાર્યા પ્રમાણેનું મેળવવામાં સફળ થઈ જશે. અરજણ, તારે પોતાની જાત બચાવવાની છે. તું ઘણો મહત્ત્વપૂર્ણ વ્યક્તિ છે. તું અધર્મ છે."

અરજણનું હૃદય જાણે ધબકવાનું ભૂલી ગયું.

"ના, હું અધર્મ નથી." તેણે રાજાના હાથને ખભા પરથી દૂર કરી દીધો.

"હા, તું અધર્મ જ છે. પોતાના સાચા રૂપને અપનાવી લે."

"તું જૂઠું બોલી રહ્યો છે." અરજણ બરાડ્યો અને પછી અરજણે તેને માર્યો. તે પછીથી બોલ્યો, "એમ, મારા મગજમાં તું જ સતત ચીસો પાડતો હતો?"

"બીજાં પણ લોકો હતાં."

"બીજાં પણ... કોણ હતાં?"

"બીજા અધર્મ, જેમણે પોતાને સ્વીકાર્યા હતા. તું પોતાના ગુસ્સા અને તાકાતથી અપૂર્વ શક્તિ પ્રાપ્ત કરી શકે છે, પણ પહેલાં પોતાની જાતને સ્વીકારવી પડશે."

પેલો સફેદ ઘોડેસવાર...

કાર્તવીર્ય કલ્કિની વાત કરી રહ્યો હતો. અરજણને એક વાર કૃપાએ જણાવ્યું હતું કે કલ્કિ સફેદ ઘોડેસવાર થશે, *પણ કલ્કિ મને ક્યારેય મારવા ન માગે, ભલે ને આ પાગલ રાજા કંઈ પણ કહે.*

"હું ખરાબ નથી. ભલે મેં લોકોને માર્યાં હોય, પણ હું..."

"ખરાબ હોવામાં કશું જ ખોટું નથી." કાર્તવીર્યએ માથું હલાવ્યું, "હું તને કઈ રીતે સમજાવી શકું? તારી સારપ જ તકલીફનું મૂળ છે. તેં પહેલા જોયું જ હતું કે ઉર્વશી કેટલી ખોટી રીતે રાજ કરી રહી હતી. જરા વિચાર, જો ઉર્વશીને તેં શરૂઆતમાં મારી દીધી હોત તો સારું જ હતું ને? રુદ્ર આજે જીવિત હોત."

"હમ્મ."

"હવે રુદ્રની જગ્યાએ ઈલાવર્તી દેશ અને ઉર્વશીની જગ્યાએ સફેદ ઘોડેસવારને રાખીને વિચારી જો." કાર્તવીર્યએ કહ્યું, "તારા પ્રમાણે શું થશે?"

અરજણ જલદી સમજી ગયો.

"કલ્કિ રાજ કરશે અને પછી શું થશે? તારું રાજ્ય નષ્ટ થશે. તે એક રાજા નહીં, પણ યોદ્ધા છે. તું સારી રીતે રાજ કરી રહ્યો છે. એવું જ કરતો રહે."

"મારે શું કરવું જોઈએ?"

"પોતાના સાચા સ્વરૂપને અપનાવી લે તો જ તું એ સફેદ ઘોડેસવારને હરાવી શકીશ."

અરજણે નિઃસાસો નાખ્યો, "ઠીક છે, હું મારા સાચા સ્વરૂપનો સ્વીકાર કરીશ."

આ એક ખોટી વાત હતી. અરજણ હજુ પણ વિશ્વાસ નહોતો કરી શકતો કે તે અધર્મ હતો, પણ કાર્તવીર્યની વાતમાં કંઈક વજન હતું. અરજણે તેને ચૂપ કરવા માટે આ બધું કહી દીધું હતું.

કાર્તવીર્ય રાજા હસ્યો.

"જ્યારે ભાર્ગવે તમારા રાજ્ય પર કબજો કરવાની યોજના કરી ત્યારે શું થયું હતું?"

"તે કિસ્સો હું ફરી ક્યારેક તને જણાવીશ. બસ, અત્યારે આટલું જ જાણી લે, કે હું આ નગરનો સહુથી સારો નહીં, પણ મહાન રાજા હતો. મારા યુગ, હૈહ્ય વંશનો એ સુવર્ણયુગ હતો. કોઈ નહોતું જાણતું કે હું અધર્મ હતો, કારણ કે હું એક માનવ હતો. ભાર્ગવ રામ સિવાય કોઈને શંકા નહોતી થઈ. હું અધર્મ બનનાર એકમાત્ર માનવ હતો. દેવતાઓએ મને પસંદ કર્યો હતો. જોકે જેવી રીતે તને પસંદ કર્યો છે તેમ કોઈ અસુરને જ અધર્મ તરીકે પસંદ કરાય છે."

"હું અસુર નથી."

"તું અસુર છે."

"સારું એ હશે કે તું પોતાની અસલી વંશપરંપરા પર વિશ્વાસ કરવા માંડીશ. આ ઘણી મહત્ત્વની બાબત છે."

અને ત્યારે જ અરજણ વર્તમાનમાં પાછો આવી ગયો. તે પરસેવાથી રેબઝેબ હતો અને હાંફી રહ્યો હતો. તેણે પાંપણ ઝપકાવી. તે પોતાના કારાગૃહની અંદર જ હતો.

તેને વિશ્વાસ નહોતો થતો કે તેની સાથે આ બધું શું થઈ ગયું. તેણે હમણાં જ એક શક્તિશાળી રાજા જોડે વાત કરી હતી, જે ઘણાં વર્ષો પહેલાં મૃત્યુ પામ્યો હતો.

અરજણ જાણી ગયો હતો કે હવે તેને શું કરવાનું છે.

જો આ દેશ અને પ્રજાની ભલાઈ માટે જ હોય તો તેને દુષ્ટ બનવું જ પડશે. ભલે કાર્તવીર્યની વાત ગમે કેટલી સાચી કે જૂઠી હોય, પણ આ સમયે અરજણને એ જ યોગ્ય લાગતું હતું.

63

"તે પાછો આવી ગયો." કળિ મેજ પર મુક્કો મારતાં બરાડી ઊઠ્યો.

કાગળ નીચે પડી ગયો. મેજ પર રાખેલા દીવા ધ્રૂજી ઊઠ્યા.

કળિની રક્તરંજિત આંખો ઓરડાનું નિરીક્ષણ કરવા ફરી વળી. એક ખૂણામાં ઊભેલી દુરુક્તિ ચૂપચાપ તેને જોઈ રહી હતી. તેની આંખોમાં એક આશા હતી. તે કલ્કિને પાછો આવેલો જોઈ ખુશ હતી. બીજા ખૂણામાં દીવાલના ટેકે ઊભેલો નલકુબેર મોં ફુલાવીને પોતાના નખને પરસ્પર ઘસી રહ્યો હતો. કોકો અને વિકોકો કળિની પાછળ ઊભા હતાં અને તેમના ચહેરા ભાવવિહીન હતા.

"કોણ છે એ?" નલકુબેરે પૂછ્યું.

"આ સમયે આપણી સાથે આનાથી વધુ ખરાબ બીજું કશું ન થઈ શકે. તે અધર્મ છે અને આપણે તેને હરાવવાનો છે." કળિએ ખોટું બોલવું પડ્યું. તેને ડર હતો કે કલ્કિ અરજણનું સત્ય જાણી લેશે અને કોણ જાણે કલ્કિ અત્યારે શેની યોજના કરતો હશે. તેણે જે રીતે થોડાક કલાકો પહેલાં, પદ્માને બચાવી તે જોઈને લાગે છે કે પહેલાં કરતાં ઘણો શક્તિશાળી થઈને પાછો આવ્યો છે.

"તો તું શું કરવા માગે છે?"

"દુરુક્તિ તું બહાર જા." કળિએ બહેનને હુકમ કર્યો.

"મારી પ્યારી, તું થાકી ગઈ હશે. તું જઈને સૂઈ કેમ નથી જતી? નલકુબેર અને હું રણનીતિ પર ચર્ચા કરીશું." કળિએ કહ્યું અને તેને લાગ્યું કે તે માની જશે. જો તે ન માને તો તેને જબરદસ્તી બહાર મોકલી દેશે. તે નક્કી કરવાનો હતો કે કલ્કિ જોડે શું કરવું છે અને તેને આ વાતમાં તેની બહેન પર વિશ્વાસ નહોતો, તે તેની યોજના સાંભળી ચૂપ નહોતી રહેવાની.

કળિ બહાર જતી બહેનનો ગુસ્સાવાળો ચહેરો જોઈ શકતો હતો. તે પોતાની ખુરશી પર બેસીને દાઢી ખંજવાળતો હતો, "આપણે એવું કરવાનું છે. હું તંબૂમાં રહીશ. કોકો અને વિકોકો તમે મેદાનમાં રહેજો. મેં દાનવોને કહી દીધું છે કે તે તમારી પાસેથી આદેશ લે. જ્યાં સુધી દુશ્મનની રક્ષાપંક્તિ નબળી ન થઈ જાય ત્યાં સુધી ટકીને લડતાં રહેજો. અને નલ..." પછી કળિએ યક્ષરાજ તરફ નજર કરી, "તારા પિતાએ એક વાર કહ્યું હતું કે તું ઘણો સારો અભિનય કરે છે?"

"હું એક અભિનેતા છું." નલકુબેરે ગર્વથી કહ્યું.

"ખબર છે, લોકોને નાટક જોવું ઘણું ગમે છે. તેનાથી લોકોનું મન પ્રફુલ્લિત થાય છે અને તું અજાણતામાં લોકોને લેખકના વિચાર માટે સહમત પણ કરી શકે છે." કળિ પોતાની ખુરશી પરથી ઊઠીને બારી તરફ ગયો. તેને લોહિયાળ રસ્તો દેખાયો. લોકો પાગલ થઈ ગયાં હતાં. તેમના રાજાનું મૃત્યુ થઈ ગયું છે અને ભૂતપૂર્વ જુલમી રાજા તેમના પર રાજ કરવા પાછો આવી ગયો છે. તેને લોકોના વિચારની ચિંતા નહોતી. લોકો ગુસ્સામાં હતાં, "હું ઇચ્છું છું કે તું એક નાટક લખ જેમાં મને ઇન્દ્રગઢના મહાન શાસકના રૂપમાં દર્શાવ્યો હોય. લોકોને બતાવી દે કે ભૂતકાળના રાજાઓ કરતાં હું જ સૌથી નિષ્ઠાવાન છું. હું પ્રજાથી કોઈ વેર નથી ઇચ્છતો. જો આવું કશું નહીં કરીએ તો યુદ્ધ જીતવા સુધીમાં મારી પાસે પ્રજા નહીં હોય."

નલકુબેરને યોજનામાં સંદેહ હતો. કળિ બારીના કાચમાંથી તેને જોઈ શકતો હતો. ઓહ, હવે આને સમજાવવા માટે ખોટું બોલવું પડશે – "શું તને ખબર છે કે રંભાને કોણે મારી? મારા સેનાપતિએ કહ્યું કે આ સર્પ રાણીના નિયુક્ત હત્યારાનું કામ હતું."

"શું તું વિશ્વાસથી કહી શકે છે?"

"મારા સેનાપતિએ કહ્યું કે, તેણે પોતે જોયું હતું."

નલકુબેર ગુસ્સે થઈ ગયો. તેના ચહેરા પર કોઈ અજીબ પ્રકારના ભાવ દેખાયા.

કળિ યક્ષરાજ પાસે ગયો અને તેના ખભા પર હાથ મૂક્યો, "શું

તું નાટક દ્વારા લોકોને મારી તરફ ખેંચી શકશે? તારે દિલ ખોલીને અભિનય કરવો પડશે."

"હું સારું નાટક લખીશ, પણ પ્રદર્શન દરમિયાન વિદ્રોહ થઈ ગયો તો?"

"હું વધારે માણસો મોકલી દઈશ, તું વિદ્રોહની ચિંતા ન કરીશ. જે પણ મંચ પર હુમલો કરશે, તેને છોડવામાં નહીં આવે. તમારું નાટક ચોક્કસ થશે. હું ઇચ્છું છું કે નાગરિકો મારા રાજા બનવાનો ઉત્સવ મનાવે."

નલકુબેરે સંમતિ આપી.

"તું જઈ શકે છે." કળિએ કહ્યું.

નલ ત્યાંથી ગયો. એ પછી કળિ કોકો અને વિકોકો તરફ ફર્યો, "શું તમે પક્ષી-સંદેશવાહકને મોકલ્યું?"

"હા, સરદાર રક્તપની પાસે પક્ષી મોકલ્યું છે."

કળિએ કહ્યું, "આશા રાખું છું કે તે આપણી મૈત્રીને માની લેશે. આપણી પાસે આપવા માટે કશું નથી, પણ મેં તેને કેટલાક ગામ અને નગર આપવાનો વાયદો કર્યો છે."

વિકોકો, "તમે કેવળ તે જ વાયદો નથી કર્યો. તમે તેને કહ્યું છે કે તમે નલકુબેરના અલકપુરનો કબજો અપાવી દેશો."

કળિ જાણતો હતો કે તે નગર તેનું નહોતું. તે એ પણ જાણતો હતો કે જો નલને આ ખબર પડે તો ઘણી મુશ્કેલી ઊભી થાય. જ્યારે આ વાત સામે આવશે ત્યારે જોઈ લઈશું. તે ઇચ્છતો હતો કે રાક્ષસસેનાનો સહયોગ મળી રહે. કળિ જાણતો હતો કે અત્યાર સુધીમાં મનસાએ પ્રક્ષેપાસ્ત્રોનું સમારકામ કરાવી લીધું હશે. પહેલાં તેમની પાસે દાનવો માટે કેવળ અસ્ત્ર હતાં અને હવે કલ્કિ પણ હતો.

તેને ભલે એ માનવામાં ઘૃણા થઈ રહી હતી, પણ એ સાચું હતું કે કલ્કિ એક સારો યોદ્ધા હતો.

કળિ પોતાના ઓરડા સુધી જવા નીકળ્યો કે દરવાજો ખખડ્યો. જવાબની રાહ જોયાં વગર દરવાજો ખોલ્યો અને કશુંક અંદર ફેંકવામાં આવ્યું.

સેનાપતિ સતેજ થઈ ગયો. તે જલદીથી કળિની આગળ ઊભો રહી ગયો. કળિ શાંત રહ્યો. તેણે જોઈ લીધું હતું કે શું ફેંકવામાં આવ્યું છે – તે એક માણસની ખોપરી હતી. માણસના વાળ મોતીથી ભરેલા હતા. આંખો ભૂરા રંગની હતી. ચહેરો ફિક્કો હતો અને તેની જીભ બહાર લટકી રહી હતી.

સેનાપતિઓએ હથિયાર ઉઠાવી લીધાં. ત્યાં તો એક પાતળી ઝૂકેલી આકૃતિ અંદર આવી. તે કાળા પહેરણમાં હતી.

કળિએ વિના ગભરાયા પૂછ્યું, "કોણ છો તમે?"

"એક એવી વ્યક્તિ, જે નાટકીય પ્રવેશ કરે છે, મહારાજ કળિ."

"તું મહેલમાં કઈ રીતે પ્રવેશી?"

"મારાં બાળકોએ મદદ કરી."

કળિએ આંખ ઝીણી કરીને જોયું, "આ શું મજાક છે." તેણે ખોપરી તરફ ઇશારો કર્યો, "આ કોણ છે?"

"મનસાનો સેનાપતિ."

કળિનો ચહેરો ખુશીથી ચમકી ઊઠ્યો, "તેં મનસા પર હુમલો કર્યો?"

"હા અને તમારી સાથે મિત્રતાના બદલામાં આ ભેટ લાવી છું."

"કોણ છે તું?"

તે આકૃતિએ ચહેરા પરથી કપડું હટાવ્યું, તો એક વાળ વગરનો કાળો વિકૃત ચહેરો જોયો.

"હું માતા છું."

"કોની માતા?"

"સર્પ માતા. તને એ જાણીને આનંદ થશે કે મને સંસાર માટે ભગવાન શેષનાગ તરફથી ભેટ માનવામાં આવે છે. મેં મોતને છેતર્યું છે. બાળકો મને પૂજે છે."

"હું કોઈ દેવતા કે માણસને નથી પૂજતો."

તે ભવનમાં ચક્કર લગાવવા લાગી. તે સેનાપતિઓના નિશાના પર હતી, જેથી એક પણ ખોટી હરકત તેનો જીવ લઈ લે, "તારે એવું કરવાની જરૂર નથી. હું એટલે જ આવી જ છું કે મારે અને મનસાને

વેર છે. મને લાગ્યું કે તેને મારવાથી આપણને બંનેને લાભ થશે. હું મદદ કરવા તૈયાર છું. તું તેની પર હુમલો કરી દે. હું તે દરમિયાન તેની છાવણી પર એવો હુમલો કરી દઈશ જે વિશે તેણે કલ્પનામાં પણ વિચાર્યું ન હોય."

"તું એવું કંઈ રીતે કરીશ?"

"જેવી રીતે હું આ મહેલમાં આવી ગઈ. અહીં તો ઘણી કડક સુરક્ષા હતી." તેનો કાળો ને વિચિત્ર ચહેરો ખીલી ઊઠ્યો, "મેં મનસાના તંબૂ પાસે એક છૂપો અડ્ડો બનાવી લીધો છે. હું જોઈ લઈશ કે હવે પછીનો હુમલો ક્યારે કરવાનો છે. હું એના સૈનિકો પર નહીં, પરંતુ જેના પર તે જીવિત છે તેવાં સંસાધનો અને સામગ્રી પર હુમલો કરવાની છું – અનાજ, ભોજન અને અન્ય સામાન."

"તો તું એને અંદરથી નષ્ટ કરીશ?" કળિ ધીરેથી બોલ્યો, "યોજના તો રોચક છે."

"હમ્મ, મારાં બાળકો મજબૂત છે. જ્યારે મનસા તારી જોડે લડી રહી હશે તો અમે તેની છાવણીમાંનું બધું નષ્ટ કરી દઈશું. જો ભોજન નહીં રહે તો તેના લોકો ભોજન માટે લડશે અને જ્યારે દવાઓ નહીં રહે તો ઘાયલ લોકો મરવા લાગશે. જલદી જ તેની પાસે શરણે આવવા સિવાય કોઈ ઉપાય નહીં રહે."

કળિ વિશ્વાસ નહોતો કરી શકતો. *આ સ્ત્રી દેખાવમાં અસહાય લાગતી હતી, પણ આ કોઈની નજરમાં આવ્યા વિના મારા મહેલમાં આવી ગઈ, મતલબ કે તે મનસાની છાવણીમાં ઘૂસણખોરી તો કરી જ શકતી હતી.*

"માતા, આપણે પરસ્પરના સાથી છીએ. શું તમે આ સહયોગના બદલામાં કશું ઇચ્છો છો?"

"હમ્મ...!" તે ઇન્દ્રગઢના રાજા તરફ આગળ વધી અને નજર મિલાવીને બોલી, "જ્યારે તે શરણે આવે ત્યારે હું તેનો જીવ લઈશ."

64

કલ્કિ મનસાની સેના પાછળ ઊભો હતો. તેની ડાબી બાજુ વિભીષણ હતો. મનસા જમણી બાજુ ઊભી રહીને મેદાનનું નિરીક્ષણ કરી રહી હતી.

લોકો મરતાં રહેશે. યુદ્ધ અનિવાર્ય છે. આ એક મોટું યુદ્ધ હતું.

મનસાને હજુ પણ સેનાપતિના મૃત્યુ અંગે દુઃખ હતું. તે કદ્રુની પાછળ જવા માગતી હતી, પણ પોતાના માણસોને એકલા છોડીને જઈ ન શકી. તેમનો સેનાપતિ ત્રણ દિવસ પહેલાં મૃત્યુ પામ્યો હતો. મેદાનમાં સૈનિકોને હુકમ આપી શકાય તે માટે મનસાને તેની જગ્યાએ બીજો સેનાપતિ નીમવો પડ્યો. તે જોતી આવી હતી કે યુદ્ધ દરમિયાન બધું કેવી રીતે સંભાળવાનું હતું, પણ આજે તેણે નક્કી કરી લીધું હતું કે બધું નવા સેનાપતિને સોંપીને જેણે એરાવનનો જીવ લીધો તે સ્ત્રી પાછળ તેને જવું પડશે.

કલ્કિએ મનસાની સેનાને જોઈ. નાગલોકોના પાયદળ સૈનિક હતા જેમના હાથમાં તલવારો અને ઢાલ હતી. વિભીષણના ઘોડેસવાર સૈનિક પોતાની તલવાર લઈ ઊભા હતા, અને સુપર્ણ ધનુષ-બાણ લઈને આકાશમાં ફરી રહ્યાં હતાં. શુકો મેદાનમાં આમ-તેમ ઊડતો દેખાતો હતો. દેવદત્ત ઝડપથી દોડ લગાવવા તૈયાર હતો.

અને બીજી તરફ કલ્કિ કળિની સેનાને જોઈ શકતો હતો.

બધા તૈયાર હતા.

કલ્કિએ પોતાની તલવાર ઊંચી કરી આદેશાત્મક બૂમ પાડી, “હુમલો!”

બંને સેનાઓના પાયદળ સૈનિકો એકબીજા સાથે લડવા માંડ્યા, પછી મનસાએ બીજી તરફથી ઘોડેસવારોને મેદાનમાં મોકલી દીધા.

“મારે એની અંદર હોવું જોઈએ.” કલ્કિએ કહ્યું.

“ના...!” મનસા બોલી, “હું તને છેલ્લા બે દિવસથી કહી રહી છું કે જો બહુ જરૂરી લાગે તો જ તું મેદાનમાં જજે. તારે રોજ લડવાની

જરૂર નથી. ક્યાંક એવું ન થાય કે જ્યારે તારી ખરેખર જરૂર હોય ત્યારે તું થાકી ગયેલો હોય."

બંને પક્ષોએ પાછળના બે દિવસના યુદ્ધ દરમિયાન પોતાના ઘણા બધા માણસો ગુમાવી દીધા હતા. કળિ અને મનસાની સેના આખો દિવસ લડી. બંને દિવસ મનસાએ કોઈ પણ રીતે કળિના લોકોને વશમાં રાખ્યાં હતાં. સાંજ સુધી આવતાં-જતાં મનસાને લાગ્યું કે તે જીત નજીક હતી, પણ દુશ્મને દાનવોને મોકલી દીધા. એ લોકોએ મનસાના માણસોને કચડી નાખ્યા. તરત જ મનસાના માણસો વિસ્ફોટકો ફેંકવા લાગ્યા અને કલ્કિને મેદાનમાં મોકલવામાં આવ્યો, કળિના માણસો પાછા જતા રહ્યા.

આ યુદ્ધનો ત્રીજો દિવસ હતો અને કલ્કિની વ્યાકુળતા વધી રહી હતી.

શુકો તેના કાનમાં બોલ્યો, જમણી તરફ રક્ષાપંક્તિ નબળી છે, પછી તે પાછો ઊડી ગયો.

કલ્કિએ વાતની તપાસ કરી તો તેને ખુશી થઈ.

"આપણે જમણી તરફથી હુમલો કેમ નથી કરી રહ્યા?" તેણે પૂછ્યું.

"કેમ કે તે... અરે, આ શું! તે બાજુ તો બચાવ માટે કોઈ છે જ નહીં. ઓહ...હેં ને?"

"હમ્મ! શું આ રણનીતિની ભૂલ છે?" કલ્કિ વિચારવા લાગ્યો.

"બની શકે છે કે, તે તરફ પહેરો લગાવવાનું ભૂલી ગયાં હોય." મનસાએ વિભીષણ તરફ જોયું, "કેટલાક લોકોને સાથે લઈને જમણી તરફથી હુમલો કરો."

વિભીષણે ત્વરિત એ પ્રમાણે જ કર્યું.

"જોખમ લઈ રહ્યાં છો. આ છળ પણ હોઈ શકે." કલ્કિએ કહ્યું.

"યુદ્ધ પણ આમ તો જીવનની જેમ જુગાર જ છે."

વિભીષણની સેનાની એક ટુકડીએ જમણી તરફથી હુમલો કરીને તેમને આશ્ચર્યમાં નાખી દીધા.

"મને હતું છે કે ક્યાંક ઉતાવળ ન થઈ જાય. તારો દાવ ચાલી ગયો." કલ્કિ હસ્યો.

મનસાએ હસીને જવાબ ન આપ્યો. હજુ તેમણે ખુશાલી પણ નહોતી મનાવી કે એક દાનવ મેદાનમાં આવી ગયો. તે સીધો જમણી તરફથી

મનસાની ઘોડેસવાર સેના તરફ આગળ વધ્યો.

"પ્રક્ષેપાસ્ત્ર લઈને આવો." તેણે ચીસ પાડી.

કલ્કિને પોતાના પર મનોમન તિરસ્કાર થયો. તેને આ બધું પસંદ ન હતું. મનસા દાનવોને મારવા માટે સોમથી બનેલા વિસ્ફોટકનો ઉપયોગ કરી રહી હતી. *જો આમ જ ચાલુ રહ્યું તો આ યુદ્ધ પછી મહાયુદ્ધમાં ફેરવાઈ જશે. હું ઇતિહાસનું પુનરાવર્તન ન કરી શકું.*

"ના." કલ્કિ મનસાની તરફ જતાં બોલ્યો.

"તારો કહેવાનો મતલબ શું છે?"

"તું વિસ્ફોટકનો પ્રયોગ ન કરી શકે!"

"કેમ નહીં?"

"કેમ કે તે અનુચિત છે."

"મારી પાસે ઉચિત-અનુચિત જાણવાનો સમય નથી. આ યુદ્ધ છે અને તેને મારે જીતવું છે. દાનવોને તેના વિના રોકી નહીં શકાય."

કલ્કિએ હોઠ ભીડ્યા, "તેમને રોકી શકાય છે. હું તેમને રોકીશ. હું પાછો ન આવું ત્યાં સુધી તું વિસ્ફોટક ન ફેંકીશ."

અને તેની સાથે જ દેવદત્ત પોતાના સવાર સાથે યુદ્ધના મેદાન તરફ ચાલી નીકળ્યો.

કલ્કિ અને તેનો ઘોડો મનસાના માણસોની વચ્ચે ઊભા હતા. તે શિવની તલવારથી રસ્તામાં આવતાં લોકોને ભસ્મ કરી સીધો શક્તિશાળી દાનવો પાસે જઈ પહોચ્યો.

જ્યારે તે ઝડપથી એક દાનવ તરફ વધ્યો ત્યારે તેને અહેસાસ થયો કે તે કેટલો વિશાળ દાનવ હતો. તેનો એક પગ પાંચ સૈનિકો બરાબર હતો. જેવો તે દાનવ જમણી રક્ષા-પંક્તિ તરફ આવ્યો, કલ્કિ પોતાના ઘોડા પર ઊભો થઈ ગયો.

તૈયાર છે, મનુષ્ય? દેવદત્તે પૂછ્યું.

તે દાનવની નજીક જઈ રહ્યો હતો. દેવદત્ત પૂરી ગતિમાં હતો અને

જ્યારે તે દાનવના પગ પાસેથી નીકળ્યો તો કલ્કિએ છલાંગ મારી અને તેના પગની ઘૂંટી પર ચોંટી ગયો.

પછી તલવારના મૂઠને ઘણી સાવધાનીથી મોંમાં દબાવી ને તે પંજાથી દાનવ પર ચઢવા લાગ્યો. દાનવ ઊભો રહી તેને જ જોઈ રહ્યો હતો.

કલ્કિને સમજણ ન પડી કે હવે તેણે શું કરવું જોઈએ. દાનવ તેને ઘૂરી રહ્યો હતો અને પછી ધીમેથી દાનવે કલ્કિને હાથમાં પકડી લીધો.

કલ્કિએ એક હાથથી દાનવની ચામડી પકડી અને બીજા હાથથી તેણે રાહ જોયા વગર તેની આંગળીઓને તલવારથી ચીરી નાખી.

દાનવ ગર્જ્યો. મેદાનમાં બધા તેની તરફ જોવા લાગ્યાં.

આવ, તું આ કરી શકે છે.

કલ્કિ યુક્તિ કરીને દાનવની છાતી પર ચઢી બેઠો. દાનવનો બીજો હાથ ઝડપથી તેની તરફ આવી રહ્યો હતો.

પણ કલ્કિએ સમય ન બગાડ્યો. તેણે ઊંડો શ્વાસ લીધો અને પોતાના શરીરમાંથી નીકળતા લાલ રંગના ધુમાડાને જોયો, પછી તેણે પોતાની તલવાર દાનવની છાતીમાં ખોસી દીધી અને પૂરા શરીરને ચીરીને નીચે ઊતરવા લાગ્યો.

અને તે દાનવ પોતાના જ સૈન્ય પર જઈ પડ્યો.

નાગ અને સુપર્ણ ખુશ થઈ ગયાં. કલ્કિએ તલવાર લહેરાવીને પોતાના સૈનિકોને અભિનંદન કર્યું.

અને ચમકતી રોશનીમાં લાલ રંગનો ધુમાડો સફેદ દેખાવા લાગ્યો હતો... કેટલો સફેદ, તે કોઈ દેવદૂત જેવો લાગતો હતો.

તેણે મેદાનમાં જોયું અને દૂરથી બે ઘેરી આકૃતિઓને પોતાની તરફ આવતાં જોઈ - તે તો કળિનો સેનાપતિ હતા. તે પોતપોતાના રથ પર સવાર થઈને કલ્કિને તાકી રહ્યાં હતાં. તેમનાં શસ્ત્ર દૂરથી જ ચમકી રહ્યાં હતાં અને તેમાંથી એકે પોતાની તલવાર કલ્કિ તરફ લહેરાવી. કલ્કિ મંદ-મંદ હસ્યો.

હવે તમારો જ મરવાનો વારો છે.

65

પદ્માએ પોતાના વાળને ફરીથી કાળા રંગમાં રંગી નાખ્યા હતા. કળિ હવે રાજા હતો. તેના માણસો નગરમાં ચોકી પર રહેતાં, એટલે પદ્માને અલગ દેખાવું જરૂરી હતું.

તેને ઘણું સાવધ રહેવાનું હતું.

પદ્મા સડક પર ચાલતાં વાળમાં હાથ ફેરવતી હતી. તેને કાળા રંગના વાળમાં પોતીકાપણું જેવું નહોતું લાગતું, પણ આ જ તો જરૂરી વાત હતી. તેને એવું જ દેખાવું હતું કે તેને કોઈ ઓળખી ન શકે.

રસ્તાઓ સૂમસામ હતા. પદ્માને યાદ આવ્યું કે પહેલાં આ બજારમાં કેટલી ચહલપહલ હતી. આજે દુકાનદારો ગ્રાહકોને પોતાની તરફ બોલાવવા માટે બૂમો પાડતા નહોતા દેખાતા, તેના બદલે કેટલાક ભિખારી જ આમતેમ બેઠેલા દેખાતા હતા. મોટાભાગનાં લોકો પોતાના ઘરના દરવાજા અને બારીઓને બંધ કરી અંદર જ રહેવું પસંદ કરતાં હતાં. કેટલાંક લોકો પોતાના વર્તમાન રાજાથી ખુશ નહોતાં. કેટલાંક તો પહેલાના રાજા પર ગુસ્સે હતાં અને કેટલાંક આ તાનાશાહી નહોતા ઇચ્છતાં. નગર હવે સુરક્ષિત નહોતું રહ્યું. કળિના માણસો ક્યાંય પણ વિદ્રોહીને જોતા તો તેને તરત જ મારી નાખતા.

પદ્માને એવું લાગતું હતું કે આ સંસારનો અંત હતો.

થોડીવારમાં જ તે એક સાંકડી ગલીમાં ઘૂસી અને ધર્મશાળામાં જતી રહી. તે જગ્યા ઘણી ગંદી હતી. લોકો શરાબ પી રહ્યાં હતાં. કેટલાંક લોકો એકલાં હતાં અને કેટલાંક પરસ્પર જામ ટકરાવતાં હતાં.

પદ્માએ ધર્મશાળામાં કામ કરતી એક છોકરીને જોઈ, જે ટેબલ સાફ કર્યા પછી એક ખૂણામાં જઈ ઊભી રહી. તેની પાછળના કબાટમાં કેટલાય પ્રકારના શરાબ રાખેલા હતા

પદ્માને જોઈ ઘણા બધા પુરુષોની નજર તેના પર ચોંટી ગઈ. એ છોકરી સીધી તે તરફ ગઈ અને બોલી, "હું પણ શરાબનો એક પ્યાલો લઈશ."

તે છોકરી તેને જોઈને એકદમ સમસમી ગઈ.

"રીના, કેમ છે." પદ્મા દુષ્ટતાથી હસી. તે છોકરી ભાગવા ગઈ, પણ પદ્મા તેને વાળથી ઢસડીને દરવાજા તરફ લઈ આવી.

"મારી જોડે ગદ્દારી કરી, હેં ને?"

"તેણે મને ડરાવી નાખી હતી. પછી હું શું કરી શકતી હતી? મારે તેને જણાવવું પડ્યું કે તું આ જગ્યાએ રોકાઈ હતી અને નલકુબેરના મહેલ તરફ જઈ રહી હતી."

પદ્માએ રીનાને એટલી જોરથી મુક્કો માર્યો કે તેના કેટલાક દાંત નીકળીને ત્યાં જ પડી ગયા, "તું એને કશું પણ જણાવવા માટે ના પાડી શકતી હતી. આપણે પરસ્પર મિત્રો હતાં. આપણે વેદાંતના સમયમાં, ઇન્દ્રગઢમાં થયેલા વિદ્રોહમાં સાથે હતાં. તેં તો મારા ભાઈઓની મદદ કરવાનો વાયદો પણ કર્યો હતો, તો પછી મને દગો કેમ કર્યો?"

લોકો તેમની આજુબાજુ જમા થવા લાગ્યાં. પદ્માએ ખીજાઈને પોતાનું ખંજર બધાની તરફ તાકી દીધું. લોકો તે જોઈ ચૂપ થઈ ગયાં. તે બોલી, "એક પણ ડગલું નજીક આવ્યાં તો આના પછી તમારો વારો હશે."

લોકો ડરનાં માર્યાં પાછળ ખસવા લાગ્યાં.

પદ્માએ પોતાનું ધ્યાન રીના તરફ કર્યું, "બોલ, કેમ કર્યું એવું?"

"સમય બદલાઈ ગયો છે."

"તારું કિસ્મત પણ બદલાઈ ગયું છે. હવે તું મરીશ." તે ખંજરની ધારને રીના પાસે લઈ આવી.

"ના! ના!" રીના આજીજી કરવા લાગી. "હું તારી મદદ કરી શકું છું. જાણકારી આપી શકું છું. મારી પહોંચ દરેક જગ્યાએ છે. તું શું જાણવા માગે છે?"

પદ્માએ ખંજર નીચે મૂકી દીધું. *હું કેવી રીતે ભૂલી શકું છું. રીના પાસે હંમેશાં દરેક પ્રકારની જાણકારી મળતી હતી,* "કળિ શું કરી રહ્યો

છે? તેણે બંદી કઈ જગ્યાએ છુપાવ્યા છે?" પદ્માએ પૂછ્યું. તેને આંખો પર પટ્ટી બાંધીને કારાગૃહમાં લઈ જવામાં આવી હતી અને જ્યારે તેને બહાર લાવ્યાં તો પણ તેને કશું જોવા નહોતું દીધું. તેને તે જગ્યા વિશે કંઈ ખબર નહોતી.

રીનાએ આજુબાજુ જોયું, "અવાજ નીચો રાખ." ઘણાં લોકો દૂર જતાં રહ્યાં હતાં, પણ હજુય કેટલાંક લોકો દૂરથી તેની તરફ જોઈ રહ્યાં હતાં, "મને નથી ખબર કે રાજાના મગજમાં શું ચાલી રહ્યું છે, પણ લોકો પોતાના ઘરમાં પણ તેનું નામ લેવાથી ડરે છે. ખબર નહીં કે બંદી કઈ જગ્યાએ રાખવામાં આવે છે, પણ તું મહેલના કેદખાનામાં જોઈ શકે છે."

"બની શકે કે કળિ સાધારણ બંદીઓને તે જગ્યાએ રાખતો હોય અને વિશેષ બંદીઓને કોઈ બીજી જગ્યાએ છુપાવતો હોય. મતલબ તેં કશું ન જણાવ્યું." પદ્માએ ફરી ખંજર કાઢ્યું.

"ઊભી રહે – ઊભી રહે! એક બીજી વાત ખબર છે."

"કઈ?"

"બની શકે કે રાજાની બાબતમાં હું કશું ન જણાવી શકું, પણ યક્ષરાજના વિશે હું કશુંક જણાવી શકું, કદાચ તે તને કામ આવી જાય."

"જલદી બોલ." પદ્માનું ખંજર રીનાના ગળા પર હતું.

"તેણે હમણાં જ એક રંગમંચ ટુકડીને નિયુક્ત કરી હતી. નગરના પશ્ચિમમાં એક ઇમારતમાં નાટકની તૈયારી ચાલી રહી છે. તે ટુકડીના એક સભ્યએ જણાવ્યું હતું કે તે લોકો કેટલાક વધારાના કલાકારોની નિયુક્તિ પણ કરી રહ્યાં છે. સરદાર નલકુબેરે ઇન્દ્રગઢના મહારાજ કળિની વાર્તા પર નાટક લખ્યું છે, પણ વિશ્વાસથી નથી કહી શકતી."

પદ્મા હસી. *મને ખબર છે કે હવે મારે શું કરવાનું છે.*

"તેણે એ પણ જણાવ્યું કે બધા કલાકારોને અભ્યાસ અને પૂર્વાભ્યાસ દરમિયાન મહોરું પહેરાવવામાં આવશે."

"મહોરું?"

"હમ્મ, રંગીન મહોરું."

"એમ!"

પદ્મા રીનાને ત્યાં જ છોડી અને બહાર નીકળી ગઈ.

અરજણ, ભગવાનના માટે જીવિત રહેજે. મારે પહેલાં નલકુબેરને જોવાનો છે પછી તારી શોધ કરીશ.

પદ્માએ સામે રહેલી ઇમારતને જોઈને પોતાની યોજના વિશે વિચાર્યું.

તેણે લોકો પાસેથી સાંભળ્યું હતું કે નાટકમાં કળિને મહાન અને સર્વોચ્ચ નેતાના રૂપમાં દેખાડવામાં આવશે. કેટલાંય લોકો નાટકમાં તોફાન કરવાનું કાવતરું ઘડી રહ્યાં હતાં, પણ તે જગ્યાએ ભારે સુરક્ષાનો પ્રબંધ હતો.

જ્યારે પણ કોઈને મારવો હોય તો તે પરિસ્થિતિની યોગ્ય તપાસ કરી લો.

તેને ઇમારતમાં ઘૂસવું જ હતું. હોઈ શકે કે નલ બીજા લોકો સાથે અભિનયની પૂર્વતૈયારી કરતો મળી જાય. જો એવું હશે તો તેને મારવાની વ્યવસ્થા પણ થઈ શકશે અને જો એવું નહીં હોય તો તેના આવવા સુધી ઇમારતમાં રહેવા માટેની વ્યવસ્થા કરવી પડશે અને જો તે ન આવ્યો તો તે નાટકમાં હિસ્સો લેવાની વ્યવસ્થા કરી લેશે, જેથી મોકો મળતાં જ તેને મારી શકાય.

પદ્મા મુખ્ય દ્વાર તરફ વધી અને ત્યારે જ બે યક્ષોએ રસ્તો રોકી લીધો.

"દેવી, ક્યાં જાઓ છો?"

"મારે મંચ સંયોજકને મળવું છે." તેણે કહ્યું.

બંને યક્ષોએ એકબીજાને જોયા. તેમાંથી એક બોલ્યો, "તે સ્વયં બહાર આવી શકે છે. તને અંદર નહીં જવા દેવાય."

"તેમને કહો કે આ દેશની સહુથી શ્રેષ્ઠ અભિનેત્રી બહાર ઊભી છે."

પહેરેદાર અચંબો પામી ગયો અને અંદર જતો રહ્યો. થોડા સમય પછી એક લાંબો અને દૂબળો માણસ બહાર મળવા આવ્યો.

"ઉત્તમ અભિનેત્રી?" તેણે અક્કડ અવાજે કહ્યું. તેના કપાળ પર

કરચલી હતી. તેણે ગળામાં લાલ રંગનો ખેસ પહેર્યો હતો, "આ બધું શું બકવાસ છે? કોણ છે તું?"

"હું સરદાર નલકુબેર માટે કામ કરવા માગું છું. તેમનું ઘણું સન્માન કરું છું. હું ઘણી પ્રતિભાશાળી છું અને કોઈ જાતની ના મને પસંદ નથી."

"બીજા વધારાના કલાકારોની પસંદગી થઈ ચૂકી છે. તું મોડી આવી છે." તે બોલ્યો, "મારો સમય બરબાદ ન કરીશ."

મારે કોઈપણ રીતે ઇમારતમાં ઘુસવું છે.

પદ્મા સંયોજકના પગમાં પડીને વિનંતી કરવા લાગી, "મહેરબાની કરો, મહેરબાની કરો મારી પર. તમારી આગળ હાથ જોડું છું. મારે કશું ખાવું છે. ભૂખથી જીવ નીકળી જાય છે. હું અનાથ છું અને કેટલાય દિવસથી પેટમાં અનાજનો દાણો નથી ગયો."

સંયોજક ઘૃણાથી સમસમી ગયો, "સારું! મારાં જૂતાં છોડીને ઊભી થા."

પદ્મા ઊભી થઈ ગઈ. તેનો ચહેરો રડવા જેવો થઈ રહ્યો હતો.

"ઠીક છે, ઠીક છે. જો કોઈ બીમાર થયું તો અભિનય માટે તને લઈ લઈશું."

"જી, શ્રીમાન."

"અને ત્યાં સુધી તું સાફસફાઈનું બધું કામ સંભાળી લેજે."

પદ્માના ચહેરા પર જબરદસ્ત ખુશી ઊભરાઈ ગઈ. તેને આ કરવું જ હતું, કેમ કે ઇમારતમાં ઘૂસવાનો બીજો કોઈ ઉપાય નહોતો. તેને કોઈ પણ રીતે નલકુબેરનો જીવ લેવો હતો.

"ઠીક છે." તેણે સાવરણી ઉઠાવી લીધી, "જેવું તમે કહો."

66

મનસાનો નવો સેનાપતિ તેને જંગલની નજીક બનાવેલી છાવણીના પાછળના ભાગમાં ઊભા ઊભા યુદ્ધની જાણકારી આપી રહ્યો હતો. સૂરજ આથમવાની તૈયારીમાં હતો. થોડીવાર પછી મનસા તેની છાવણીમાં ફાટેલા અને બદતર થઈ ગયેલા તંબૂઓ તરફ પાછી આવી.

જ્યારે કલ્કિએ દાનવને આટલી સહેલાઈથી મારી નાખ્યો તો દુશ્મને પાછા જવાનું જ ઉચિત સમજ્યું હતું. અનેક સૈનિકો યુદ્ધમાં ઘાયલ થયા હતા. તેમને આરામની જરૂર હતી અને કેટલાકની સારવાર હજુ બાકી હતી, પરંતુ તેના સેનાપતિએ આવીને જણાવ્યું કે જે તંબૂઓમાં ઘાયલોનો ઇલાજ કરવાનો હતો તે બધા તંબૂઓ સળગાવી નાખવામાં આવ્યા છે.

મનસાને મનોમન ઘૃણા થઈ આવી, ચોક્કસપણે આ કામ પાછળ એક જ વ્યક્તિ હતી – *કદ્રુ અને તેનાં બાળકો.*

તે ઘોડા પરથી નીચે ઊતરી અને ત્રણેય ચિકિત્સાલયો તરફ પહોંચી. તેના અંગરક્ષકો તેને અનુસરીને પાછળ આવી રહ્યા હતા.

એ લોકો એકમાત્ર બચેલા ચિકિત્સાલયમાં ગયા. જે સૈનિકો એ તંબૂમાં સળગતા બચી ગયા હતા તેમને બીજા ઘાયલો સાથે ત્યાં સારવાર આપવામાં આવી રહી હતી. તંબૂ બધા લોકોથી ભરચક હતો. જાણે કે ત્યાં ઊભા રહેવાની પણ જગ્યા નહોતી!

"હું મુખ્ય વૈદ્યને મળવા માગું છું." મનસાએ કોઈ સહાયક ચિકિત્સકને કહ્યું. તે માથું હલાવીને ત્યાંથી નીકળી ગઈ.

મનસાએ થોડીવાર રાહ જોઈ, પણ વૈદ્ય આવ્યા નહીં. તેના અંગરક્ષકે બોલાવી લાવવાનું કહ્યું, પણ મનસાએ તેને ના પાડી.

ચોક્કસપણે કોઈના ઇલાજમાં રોકાયેલા હશે. તેમને હેરાન કરવા ન જોઈએ.

થોડીવારમાં ચિકિત્સા સહાયિકા તેને વૈદ્યના તંબૂમાં લઈ ગઈ. તે સફેદ દાઢીવાળા ટાલિયા અને વૃદ્ધ હતા. તે થોડા કાગળોમાં હસ્તાક્ષર કરી રહ્યા હતા. તેમની સહાયિકા વારંવાર તંબૂમાંથી આવ-જા કરી રહી હતી.

"મહારાણી, સ્વાગત છે. તમે અમારા નાનકડા તંબૂમાં પધાર્યાં."

મનસાએ તેમના ચહેરા પરનો અસીમ થાક જોયો. તે એક નાગ હતા. તે જાણે કેટલાય સમયથી સૈનિકોના જીવ બચાવવાના કામમાં રોકાયેલા હતા. મનસાને તેમના નામની પણ ખબર નહોતી.

"શું થયું હતું? શું તમે તેના વિશે જાણકારી આપી શકો છો?"

"આ કામ મોઢું ઢાંકીને આવેલા હરામીઓનું છે. તેમણે તેમના માથા પર એવી ટોપી પહેરી હતી કે, જાણે તે સર્પ હોય! અમારી પાસે તેમનો વિરોધ કરવા માટે પર્યાપ્ત માણસો નહોતા. હવે બધા રોગીઓને અમારે એક જ સ્થળે રાખવા પડે છે. એ લોકો ઘણા દુષ્ટ અને વિચિત્ર હતાં. મેં તેમાંના એકને નજીકથી જોયો હતો. સાચું કહું તો તેને જોઈને એવું લાગતું હતું કે કદાચ એને સંમોહિત કરેલો હતો."

"તે કોઈ દુષ્ટાના અનુયાયી છે." મનસાએ વૈદ્યને જણાવ્યું. "મને તો એવું જ લાગે છે કે તેમને સંમોહિત કરવામાં આવ્યાં હતાં, પણ ચિંતા ન કરશો, હું બધું હવે સંભાળી લઈશ." મનસાએ વૈદ્યની આગળ પડેલા કાગળોનો ઢગલો જોઈને કહ્યું, "તમે તમારું કામ ઘણું નિષ્ઠાથી સંભાળી રહ્યા છો. હું તમારી આભારી છું."

એક રાણીએ ફક્ત જીતવા તરફ ધ્યાન ન આપવું જોઈએ. તે પોતાના માણસોની, પોતાના કબીલાની અને પોતાની પ્રજાની ચિંતા કરતી હોય છે. મનસા તેનો બદલો લેવાની આગમાં આ બધું ભૂલી ગઈ હતી. આજે તે લોકોને અથાગ મહેનત કરતા જોઈને તેની ભૂલનો અહેસાસ થયો. *યુદ્ધમાં લડવું એ બહાદુરી છે તો ઘાયલોનો ઇલાજ કરવો એ પણ નાનીસૂની વાત નથી.* એક જંગમાં ફક્ત સૈનિકો જ નાયક નથી હોતા.

"મારા પ્રિય મિત્ર, હું આ જગ્યાએ સૈનિકોની સંખ્યા વધારી દઉં છું. મારાં લોકો કોઈ પગેરું મેળવવા માટે આસપાસમાં તપાસ કરી રહ્યાં છે."

"હું જાણું છું મહારાણી, આભાર આપનો." તેણે આદરથી માથું

નમાવ્યું, "મને શંકા છે કે તેઓ જંગલમાં છુપાયા છે. એ લોકો પહેલા પણ પીછો કરવા જતા ત્યાંથી ગાયબ થઈ ગયા હતા. ખબર નથી કે તેમને આપણી આયુર્વેદિક દવાઓનો શો મોહ હશે? બધું સળગાવ્યા પછી દવાઓ પણ ચોરી ગયા છે."

ત્યારે જ શોધખોળ કરવા ગયેલો એક સૈનિક આવીને કાનમાં કહેવા લાગ્યો, "મારા સૈનિકોને જંગલમાં કોઈ છાવણી કે પગેરું નથી મળ્યું." મનસાએ નિરાશા સાથે કહ્યું.

વૈદ્યને કશો જવાબ સૂઝ્યો નહીં. તે બેઠકનો ટેકો લઈને બેસી રહ્યા.

એ લોકો અહીં જ ક્યાંક છે. મને એવો આભાસ થાય છે.

"શું તમે સળગી ગયેલું ચિકિત્સાલય જોવા આવ્યા હતા?"

"ના, મારી પાસે તમારા માટે એક ખતરનાક પ્રસ્તાવ પણ છે. તમે તો જાણો જ છો કે આપણે તેમને પકડવા જરૂરી છે."

"ચોક્કસપણે, મારો મિત્ર પણ તે લોકોને કારણે માર્યો ગયો છે."

"ઠીક છે, તો મારી યોજના સાંભળી લો."

તે નીચે નમીને બોલ્યો, "એક એવી યોજના કે જેમાં ચિકિત્સક પણ સામેલ છે."

તે બોલી, "ફક્ત સામેલ છે એમ નહીં... પણ આખી યોજના જ તેની આસપાસ રચાયેલી છે."

અને તેના હોઠ પર એક તાજું સ્મિત રેલાઈ ગયું.

રાત ઘેરી થઈ ચૂકી હતી.

વૈદ્યના તંબૂને જંગલ નજીક લગાવી દેવામાં આવ્યો હતો. દૂર-દૂર તેની આસપાસ તેના સિવાય કશું જ નહોતું. તે કશું વાંચવામાં મગ્ન હતા અને તેની પાછળ ઘણીબધી દવાઓનો જથ્થો મૂકેલો હતો.

શિકારને ફસાવવા માટેનો પ્રબંધ થઈ ગયો હતો.

મનસા નજીકની ઝાડીમાં છુપાઈને ચારે તરફ નજર કરી રહી હતી.

તેની પાછળ અંગરક્ષકો હથિયારો સાથે સજ્જ હતા.

"મહારાણી, તમારે આવવાની જરૂર નહોતી. અમે બધું સંભાળી લેત." એક સૈનિક બોલ્યો.

"ના, મારે આ લોકો સાથે વ્યક્તિગત વેર છે."

વૈદ્યના તંબૂના પડદાઓ જાણીજોઈને ખુલ્લા રાખવામાં આવ્યા હતા. મનસાએ જોયું કે તે ઊભા થઈને પથારીમાં જઈને સૂઈ ગયા. થોડીવારમાં જ નસકોરાં બોલવા લાગ્યા.

શું અભિનય છે!

જો કદ્રુ કે તેનાં બાળકો આસપાસ હશે તો પોતાની જાતને દવાઓ ચોરવાથી રોકી નહીં શકે.

જ્યારે મનસા નાની હતી ત્યારે પિતાએ મધમાખીઓને જાળમાં ફસાવવાનું શીખવ્યું હતું. તેમને મધની લાલચ આપીને એક તરફ આકર્ષવામાં આવતી જ્યાં હકીકતમાં ગુંદર લગાવવામાં આવ્યો હોય અને મધમાખીઓ તેમાં ચોંટી જતી. વિભીષણ તેને મધયુક્ત જાળ કહેતો હતો.

હું પણ આજે એવું જ કરવાની છું.

વૈદ્યે સૂઈ જવાનો અભિનય કર્યો. મનસા અને તેના સૈનિકો સાવધ થઈને પ્રતીક્ષા કરવા લાગ્યા.

કલાકો વીતી ગયા. સૈનિકો થાકવા લાગ્યા. કેટલાક ત્યાં જ બેસી ગયા. કેટલાક ઊંઘથી બચવા માટે પાણી પી રહ્યા હતા. મનસાની આંખો પણ ઘેરાવા લાગી હતી. તેની આંખો મીંચાય તે પહેલાં જ તંબૂની આસપાસ પડછાયા દેખાયા. તે એકદમ સાવધાન થઈ ગઈ.

"મારા નિર્દેશો યાદ રાખજો." તેણે સૈનિકોને જણાવ્યું.

મનસાને શંકા હતી કે તે લોકો વૈદ્યની હત્યા નહીં કરે. આ પહેલાં પણ તેઓએ એવું જ કર્યું હતું. જ્યારે તે લોકો ચોરી કરીને ભાગશે તો તેમનો પીછો કરીને તેમનું ઠેકાણું જાણી શકાશે.

મનસાના ધાર્યા પ્રમાણે જ થયું, એ લોકોએ બધી દવાઓ તેમના થેલાઓમાં ભરી દીધી.

"મહારાણી, તમને કેવી રીતે ખબર કે એ લોકો વૈદ્ય પર હુમલો નહીં કરે?" એક સૈનિકે પૂછ્યું.

"મારી બહેનની કામ કરવાની રીત સમજી શકાય તેવી છે." મનસા બોલી, "ચાલો, તેમનો પીછો કરીએ."

જે લોકો દવાઓ ચોરીને જંગલ તરફ જઈ રહ્યાં હતાં તેમની પાછળ એ લોકો એક નિશ્ચિત અને સુરક્ષિત અંતરે ચાલી રહ્યાં હતાં.

બધાં સાવધાનીથી ચૂપકીથી ચાલી રહ્યાં હતાં ત્યાં અચાનક મનસાના એક સૈનિકનો પગ કોઈ ડાળી સાથે અથડાતાં અવાજ થયો.

ઓહ... નહીં.

બાળકોએ પાછળ જોયું અને તરત જ આગળની તરફ દોટ મૂકી દીધી.

મનસાએ તેમનો પીછો તેજ ગતિએ કરવા માંડ્યો. તેણે એવી ચિંતા ન કરી કે તે ઘેરાઈ જશે તો તેની પર હુમલો થઈ શકે તેમ હતો. તેમની પાસે કોઈ હથિયાર નહોતું. તેના અંગરક્ષકો પણ સતત પીછો કરવામાં મગ્ન હતા.

મનસાએ બે બાળકોને પકડવાની કોશિશ કરી. પાછું ફરીને જોયું તો તેના અંગરક્ષકો પણ નજીક આવી ગયા હતા.

એટલામાં જ તે લોકોએ અચાનક જમીનમાં ઝાડીઓ વચ્ચે છલાંગ લગાવી. મનસાને પહેલા તો કશું જ ન સમજાયું કે એ લોકો અચાનક ક્યાં ગાયબ થઈ ગયા.

તેણે સહેજ સાવચેતીથી ત્યાં તપાસ કરી. તેના સૈનિકો પણ સાવધ હતા. ત્યારે જ તેમને ઝાડીઓની વચ્ચે એક સુરંગ જેવું દેખાયું, જે સિફતથી ખોદવામાં આવી હતી.

તો એ લોકો જમીનની નીચે છુપાયા છે?

મનસાને નવાઈ લાગી. તેણે વિચાર્યું કે એ લોકો લાંબા સમય માટે રહી શકે તે માટે આ જગ્યા તૈયાર કરી રહ્યા હશે.

કદ્રુના છુપાવાની જગ્યા મળતાં જ તેના ચહેરા પર સ્મિત ફરકી ગયું. આ તકને તો મારે ઝડપી જ લેવી પડશે. મારે બને તેટલી જલદીથી આ જગ્યાએ આગ લગાવવી પડશે.

67

અરજણ ફરીથી ધ્યાનમાં બેઠો તો તેની સામે એક સળગી ગયેલું ઘર હતું. તે ઘર એક ઘેરા જંગલની નજીક હતું. ચારે તરફ ગુલાબ અને જંગલી ફૂલોની સુવાસ ફેલાયેલી હતી. તે સાથે સળગેલાં લાકડાંની ગંધ પણ તેમાં સામેલ હતી.

આ જગ્યા તો કોઈ જાણીતી હોય તેમ લાગે છે.

તે અંદર ગયો. અંદરની હવા બેચેન કરે તેવી હતી. તેણે ઊંડો શ્વાસ લીધો અને ખાંસી ખાધી, પછી તેને ધાતુ અને તાજા લોહીની ગંધ આવવા લાગી. ચારે તરફ ધૂળ હતી – તૂટેલા સામાન અને તસવીરો પર પણ ધૂળ જામેલી હતી. ત્યાં ઓરડામાં વચ્ચે બેઠેલો એક વ્યક્તિ સામે પડેલી છ લાશોને તાકીને બેઠો હતો – એક સ્ત્રી અને પાંચ સંતાનો.

મોટી સાવરણી જેવી મૂછો અને તેલ-ચપ્પટ વાળ ધરાવતી એ વ્યક્તિ રુદન કરી રહી હતી. તેણે આંસુ લૂછ્યાં અને અરજણ તરફ ફરીને ઊંડો શ્વાસ લીધો.

"લોકો સારપની પૂજા કરે છે અથવા તેને સારું માને છે. જીતનારા ઇતિહાસ લખે છે, પણ આપણું સંસ્કરણ ક્યાં છે? આપણો ઇતિહાસ ક્યાં છે?"

અરજણ વિચારતો હતો કે તે વ્યક્તિ કોણ હતી. તેના વસ્ત્રો પરથી તે કોઈ રાજ પરિવારનો લાગતો હતો, પણ તેની ઓળખ કરવી અઘરી હતી.

"તમે કોણ છો?"

તેણે ઊંડો શ્વાસ લીધો, "તને ખબર છે કે કોઈ અવતાર સંસાર માટે શું કરે છે? તને ખબર છે કે તે કશું જાણ્યા વગર કેવો ભ્રષ્ટ હોય છે?"

"કહેવા શું માગો છો?"

"તે નિર્દોષ લોકોના જીવ લે છે." તેણે બાળકો તરફ ઇશારો કર્યો.

અરજણને તરત ખ્યાલ આવ્યો કે તે કઈ જગ્યાએ હતો. તેણે આજુબાજુ જોયું, "એ તો લાક્ષાગૃહ હતું જે પાંડવોને મારવા માટે બનાવવામાં આવ્યું હતું. કૌરવોએ તેમને જીવતા સળગાવવાની યોજના કરી. જોકે પાંડવો સુરંગના રસ્તે બહાર ભાગી છૂટ્યા..."

"વિદુરે નિષાદો અને તેમની માતાને અંદર આવવા આમંત્રણ આપ્યું. પાંડવોને બદલે એ લોકો માર્યા ગયા અને બધાને લાગ્યું કે પાંડવો મરી ગયા. મારો મિત્ર પુરોચન પણ ઊંઘમાં માર્યો ગયો." તે વ્યક્તિએ ઘરના વાસ્તુકાર તરફ ઇશારો કર્યો, "તેમણે બાળકોનો જીવ લીધો અને એક અવતારે તે હત્યારાઓને સાથ આપ્યો." તેના નાકનાં ભૂંગળાં ફૂલી ગયાં.

"તું દુર્યોધન છે?" અરજણને વિશ્વાસ ન પડ્યો. તે એ વ્યક્તિ સાથે વાત કરી રહ્યો હતો જે તેને પહેલેથી પસંદ હતો. જ્યારે ગુરુકુળના શિક્ષણ દરમ્યાન તેને દુર્યોધન વિશેની કથાઓ સાંભળવા મળી ત્યારે તેણે કોઈને કહ્યું નહોતું, પણ તેને સાચે જ દુર્યોધન પ્રત્યે સહાનુભૂતિ હતી. હસ્તિનાપુરનો સાચો વારસદાર તે જ હતો.

દુર્યોધનના ગાલ પર આંસુ સરક્યાં, "મને તો છેલ્લે સુધી ખબર નહોતી કે હું અધર્મ હતો. હું તો જે સાચું લાગતું હતું તેવું જ કરી રહ્યો હતો." દુર્યોધન થોડી ક્ષણો ચૂપ રહીને અચાનક બરાડ્યો, "એ મને રોકી શકતા હતા. લોકો મારા વિશે અફવાઓ ફેલાવતાં રહ્યાં. તેમને લાગ્યું કે હું ગોવિંદનું સૈન્ય માગીશ. મને તેમના સહયોગની અપેક્ષા હતી, પણ અર્જુને તેમના અહમ્‌ને બરાબર પોષ્યો. એ તેમના ચરણોમાં નજર ઝુકાવીને ઊભો રહ્યો હતો. આ જ કારણે તેમણે અર્જુનને સાથ આપવાનો નિર્ણય કર્યો." અરજણ તરફ ફરેલી તેની આંખોમાં લાલાશ હતી, "હું દુષ્ટ નહોતો. હું મારા સાથીઓ અને મિત્ર કર્ણ પ્રત્યે હંમેશાં નિષ્ઠાવાન હતો. હું છેલ્લે સુધી મારી સારપ સાથે વળગી રહ્યો. જે સાચું હતું તેને માટે હું લડ્યો. હવે મને જણાવ કે

ગોવિંદ સારા માણસ કહેવાય? ભીમ સાથેના યુદ્ધ દરમ્યાન તેમણે જ ભીમને ઉશ્કેર્યો કે તે મારી જાંઘ પર પ્રહાર કરે. ભીમે પણ તેવું જ કર્યું, જોકે યુદ્ધના નિયમ અનુસાર કમરની નીચે પ્રહાર કરવા પર નિષેધ હતો."

અરજણને કોઈ જવાબ ન સૂઝ્યો. દુર્યોધનનો ગુસ્સો વાજબી હતો.

"જો ગોવિંદ હસ્તક્ષેપ ન કરત તો હું ભીમને પરાજિત કરી દેત." દુર્યોધને તે સળગેલા ઘર તરફ નજર કરી કહ્યું, "અને રાજ્યમાં... મારા રાજ્યમાં સુખ અને શાંતિ જ રહ્યાં હોત, પણ એવું ન થયું. તેમણે મને માર્યો અને પછી વારાફરતી માર્યા ગયા. ખબર છે કે ગોવિંદનું... તેમની સાથે શું થયું."

"તેઓ એક બાણ લાગવાથી મૃત્યુ પામ્યા."

"હમ્મ... પણ હું તેના પહેલાંના સમયની વાત કરું છું. જ્યારે તેમની હત્યા થઈ એ પહેલાંની વાત." દુર્યોધનની આંખોમાંથી અંગારા વરસતા હતા, "દ્વારકા જળમગ્ન હતી અને યાદવોએ આખરે એકબીજાને મારી નાખ્યા. ગોવિંદે બધું જ ગુમાવી દીધું. તેમનો પુત્ર પણ ન રહ્યો. અંતે પોતાના જ કર્મ આગળ આવે છે અને પછી પ્રલય થયો. આખી દુનિયા કેટલાય પ્રકારની બદીઓથી ઘેરાઈ ગઈ. આજે તે સફેદ ઘોડેસવાર એ રીતે જ અસ્ત્રનો ઉપયોગ કરી રહ્યો છે. જેમ ગોવિંદે મહાયુદ્ધમાં કર્યું હતું તેમ જ... અને એ જ બીજા પ્રલય અને મહાસંકટનું કારણ બનશે. શું તું એવું ઇચ્છે છે?"

"એ ક્યારેય એવું ન કરે." અરજણ હળવેથી બોલ્યો. તેણે કેટલાય સમયથી કલ્કિને જોયો નહોતો. *જો એ સાચે જ બદલાઈ ગયો હશે તો?*

"પોતાના સાચા સ્વરૂપનો સ્વીકાર કર." દુર્યોધન બોલ્યો, "તારે એવું કરવું જ પડશે, નહીંતર અવતાર ફરીથી અંધકાર યુગ લાવશે. અધર્મ હોવાનો અર્થ ખરાબ હોવું તેમ નથી. તું ફક્ત અવતારથી વિપરીત ઊભો છે. તે જે માને છે તેની પર ક્યારેય ભરોસો ન કરીશ. અરજણ તારે તેની સામે જીતવું પડશે. હું ઘણા સમય પહેલાં જ અવતારને મારી નાખત પણ મેં એવું ન કર્યું. હું નથી ઇચ્છતો કે તું પણ એ

જ રસ્તે ચાલે. સાવધાન થઈ જા. તેની પાસે શક્તિશાળી ખડગ છે. પોતાના સાચા સ્વરૂપને ઓળખ પછી તું તેને પરાજિત કરી શકીશ."

અને તે ક્ષણભરમાં ઓઝલ થઈ ગયો.

અરજણ થોડીવાર ત્યાં ઊભો રહીને લાશોને જોતો રહ્યો.

પછી તેણે આંખો મીંચી દીધી. પછી તેણે આંખો ખોલી તો તે ફરીથી કેદમાં હતો. હવે તે હાંફી નહોતો રહ્યો અને પરસેવો પણ નહોતો છૂટતો. તે ચૂપચાપ પલંગ પર આડો પડીને વિચારતો રહ્યો.

તેને યાદ આવ્યું કે તે અને કલ્કિ કેવી રીતે સમય વિતાવતા હતા, શંભલના પર્વતો પર બેસીને સૂર્યાસ્ત જોતા હતા! અરજણને કલ્કિ સાથે થયેલી વાતચીત યાદ આવી કે જ્યારે પોતાના અંતિમસંસ્કાર કેવી રીતે ઇચ્છતો હતો તે એણે જણાવ્યું હતું.

કેટલાંય વર્ષો પહેલાં...!

અરજણ બોલ્યો, "હું નથી ઇચ્છતો કે મને અગ્નિદાહ આપવામાં આવે. મને દફનાવવામાં આવે. હું માટી અને ધરતી સાથે એકાકાર થવા માગું છું. મને એમાં જ શાંતિ મળશે."

કલ્કિ બોલ્યો, "તું આપણા ધર્મના નિયમોથી વિપરીત જઈ રહ્યો છે."

"આ મારું શરીર છે. હું જ નક્કી કરીશ કે મારા મર્યા બાદ શું કરવાનું છે."

કલ્કિએ અરજણના ગળે હાથ પરોવ્યા અને બોલ્યો, "કોને ખબર કે ક્યારે કોનું કેવી રીતે મૃત્યુ થશે, પણ એટલું તો નક્કી છે કે આપણને નાયક કે મહાન વ્યક્તિઓની જેમ યાદ કરવામાં આવશે."

"તું કેવી જગ્યાએ મરવા માગે છે?"

"હું...? આ જગ્યાએ તો નહીં જ. કદાચ ક્યારેક કોઈ એક સુંદર મહેલમાં." કલ્કિએ જવાબ આપ્યો.

"ઓહ... આ તારા કાયમના અભરખા."

"ખબર છે... પણ હું તો આવો જ રહેવાનો." કલ્કિએ અરજણના માથે ટપલી મારી, "અને આટલા સારા દિવસે મૃત્યુની વાતો બંધ કરીએ. ચલ... જીવનની જ ઉજવણી કરીએ."

વર્તમાન.
અરજણની આંખો ભરાઈ આવી.
હું એને ન મારી શકું.
પણ કદાચ...
મારે એવું કરવું જ પડશે.

68

એક વધુ દિવસ... એક વધુ યુદ્ધ!

પણ જાણે કેમ, કલ્કિને લાગવા માંડ્યું હતું કે યુદ્ધ જલદી પૂરું થઈ જશે.

કલ્કિ અંદર જવાની રાહ જોઈ રહ્યો હતો. તે અને વિભીષણ મેદાનમાં જોઈ રહ્યા હતા. તેની પાયદળ અને ઘોડેસવાર સેના દુશ્મનોની સેના સાથે લડી રહી હતી. શુકો હંમેશની જેમ તેના ખભા પર ઘૂમરાઈ રહ્યો હતો.

અને હજુ સુધી દાનવની કોઈ એંધાણી નહોતી. આ સારી વાત હતી, કેમ કે કલ્કિ ફરીથી બીજા દાનવનો સામનો કરવા નહોતો માગતો. જોકે તેણે પેલા દાનવને મારી નાખ્યો હતો, પણ તેમાં ઘણી મહેનત કરવી પડી હતી અને પીડા સહન કરવી પડતી હતી.

કલ્કિ પોતાના દૂરબીનની મદદથી મધ્યમાં પોતાની સેનાને કચડાતા જોઈ શકતો હતો

“મનસા આ જગ્યાએ હોત તો સારું હોત.” કલ્કિએ વિભીષણને કહ્યું.

“મને વિશ્વાસ હતો કે આપણે તેના વગર બધું સંભાળી લઈશું પુત્ર!” વિભીષણે કહ્યું, “મને તારા પર વિશ્વાસ છે. મનસાને આરામની જરૂર છે અને તેણે યોજના બનાવવાની હતી કે આજે જ્યારે તે વનમાં પ્રવેશ કરશે તો ત્યારે તેને શું કરવાનું છે.”

જેમ પદ્મા કહેતી હતી એટલો વિભીષણ બેદરકાર નથી લાગતો. તે તો મને પ્રોત્સાહન આપીને મારી પર વિશ્વાસ બતાવે છે. કલ્કિએ આંખો બંધ કરી અને શુકો સાથે વાત કરવા લાગ્યો.

શું ચાલી રહ્યું છે? કલ્કિએ પોપટને પૂછ્યું.

તે લોકો મધ્યમાં સૈનિકોને મારી રહ્યાં છે.

મેં પણ આ જ વિચાર્યું હતું. શું તેની કોઈ નબળાઈ દેખાય છે. કોઈ એવી વાત કે જેના પર તેમનું ધ્યાન ઓછું હોય અને અમારા સૈનિકો હુમલો કરી શકે?

કોઈ અવાજ ન આવ્યો.

મેદાનમાં વચ્ચે સૈનિકો હાજર હતા... ઢોલ વગાડનારા પણ દુશ્મનના સૈનિકોને નિર્દેશ આપી રહ્યા હતા.

શું કોઈ સેનાનો વધારાનો અંશ દેખાય છે?

ના, કોઈ દાનવ આજુબાજુ નથી.

કલ્કિએ આંખો ખોલી દીધી. તેણે એક યોજના બનાવવી પડશે, પણ તે નહોતો જાણતો કે તે બરાબર કામ કરશે કે નહીં. તે પોતાની જોડે ઊભેલા સેનાનાયક તરફ ફર્યો અને બોલ્યો, "આપણી ડાબી અને જમણી ટુકડીને કહો કે મધ્યમાં દુશ્મનોની આસપાસ એક કડક બંધ બનાવી દે."

"જો તેમણે બીજી સેનાથી હુમલો કરી દીધો તો?"

"મને હમણાં જ સૂચના મળી છે કે તેમની પાસે કોઈ બીજી સેના નથી." કલ્કિએ કહ્યું, "આપણી ટુકડીઓને ઘેરી લેવાનું કહો, જેથી જ્યારે તે પાછળ ખસવા માગે તો ખસી ન શકે. આ રીતે તે લોકો આપણી સેના વચ્ચે ફસાઈ જશે."

સેનાનાયક હસ્યો, "વાહ, યોજના તો જોરદાર છે."

કલ્કિ બોલ્યો, "તે સિવાય દુશ્મનોની સેનાને ઢોલ વગાડનારા પણ નિર્દેશ આપી રહ્યાં હતાં. સેનાનાયક કાયમ ઢોલ વગાડનારાની મદદ લે છે, જેથી સૈનિકોને જણાવી શકાય કે દુશ્મન પર કઈ રીતે અને કઈ જગ્યાએથી હુમલો કરવાનો છે. તેમને મારી નાખો. તે નહીં રહે તો તેમના હુમલા એટલા સુનિયોજિત નહીં રહે."

વિભીષણે પણ ફરીને કહ્યું, "આણે સાચું કહ્યું. સુપર્ણોને આદેશ આપો કે મેદાનની વચ્ચે ઊડીને જાય અને ઢોલ વગાડનારાને મારી નાખે."

સેનાનાયકે સંમતિ આપી અને મેદાન તરફ જતો રહ્યો. તરત જ કલ્કિએ ઘોડેસવારોને મેદાનની વચ્ચે જતા જોયા. તે રસ્તામાં આવતાં

દરેક વ્યક્તિને મારી રહ્યા હતા. સુપર્ણોના તીરોના પ્રહારથી ઢોલવાળા એક-એક કરીને મરી રહ્યા હતા. દુશ્મનોના સૈનિકો આ રણનીતિથી ચકિત થઈ ગયા.

વિભીષણે કલ્કિની પીઠ થાબડી, "આ તો કામ આવી ગઈ. તે કહ્યું હતું કે તું એક યોદ્ધા છે, પણ તું તો રણનીતિ પણ ખૂબ સરસ બનાવે છે."

કલ્કિ કશું ન બોલ્યો. એ વખાણ સાંભળીને શરમાયો. તે મેદાનમાં જોઈ રહ્યો હતો કે તેના દુશ્મનોની છાવણીમાંથી બે રથ બહાર આવતા હતા.

અને તે રથોની પાછળ એક દાનવ ચાલીને આવી રહ્યો હતો.

"હે ભગવાન, આ ખુશ નથી લાગતા." વિભીષણે કહ્યું.

"હમ્મ, લાગે છે કે મારો યુદ્ધમાં જવાનો સમય થઈ ગયો છે."

અને ત્યારે જ દેવદત્ત હણહણ્યો. કલ્કિએ રત્ના મારુને ખેંચ્યું અને યુદ્ધના મેદાન તરફ ચાલી નીકળ્યો. તેનું ધ્યાન મેદાનમાં આવી રહેલા રથો તરફ હતું.

કોકો અને વિકોકો!

આખરે આપણી વચ્ચે લડાઈ થશે.

69

પદ્મા બે દિવસથી રંગમંચની ટુકડી સાથે હતી, પણ તેણે નલકુબેરને નહોતો જોયો. આજે સવારે તેણે સાંભળ્યું હતું કે તે ઇમારતમાં અભિનેતાઓને કંઈક સલાહ આપી રહ્યો હતો, પણ પદ્મા જાગી ત્યાં સુધી તે જતો રહ્યો હતો.

તે ભોંયતળિયું સાફ કરી રહી હતી. તેની સમજમાં નહોતું આવતું કે હવે શું કરવું જોઈએ. તેને કોઈ ને કોઈ રીતે નાટકમાં રહેવું હતું. *તેને મારવાની આ જ એક તક હોઈ શકે.*

તેણે કાલે કલાકારોને પૂર્વતૈયારી કરતા જોયા. નલકુબેર નહોતો, પણ એક અભિનેતા તે દશ્યને સતત ભજવી રહ્યો હતો, જેમાં નલકુબેર, જે નાટકમાં કળિનો અભિનય કરશે, તે એક મહોરું પહેરેલી સ્ત્રી પર નકલી વાર કરે છે, જેને મનસા માનવામાં આવે છે. તેને નાટકમાં દુષ્ટ નાગરાણીના રૂપમાં દેખાડવામાં આવશે.

પદ્મા જાણતી હતી કે તેને શું કરવાનું છે. તે હસી અને પોતાનું કામ કરવા લાગી.

બીજા દિવસે પ્રદર્શનનો દિવસ હતો અને મનસાનો અભિનય કરનારી છોકરી બીમાર થઈ ગઈ.

પદ્મા બારી સાફ કરી રહી હતી, તેણે જોયું કે લોકોનું એક દળ બિચારી છોકરી પાસે ઊભું હતું, જે તાવને લીધે હાંફી રહી હતી. સંયોજક પરેશાન હતો. તે પ્રાર્થના કરી રહ્યો હતો કે કદાચ નાટક શરૂ થતાં સુધી છોકરી સાજી થઈ જાય.

જો કે સંયોજક એ પણ જાણતો હતો કે એવો કોઈ જાદુ ન થઈ શકે. થોડા સમય પછી પદ્મા પાસે આવી બોલ્યો, "આશા કરું છું કે તારી તૈયારી હશે. તું તો બધી પૂર્વતૈયારી જોઈ રહી હતી. તારે બસ,

એક દૃશ્યમાં મરવાનો અભિનય કરવાનો છે. શું તું એવું કરી શકીશ?"

પદ્માએ હા કહ્યું.

સંયોજક એ ઓરડામાંથી ચાલ્યો ગયો.

પદ્મા તે છોકરી પાસે ગઈ. તે પરસેવાથી લથપથ હતી અને ઘણી જ ખાંસી ખાઈ રહી હતી.

"કેવું લાગે છે?"

"ઘણું ખરાબ! થોડું પાણી આપીશ?"

પદ્માએ તેને પાણી આપ્યું, પછી પદ્મા પલંગ નજીક જઈને બોલી, "તને સારી રીતે ચાદર ઓઢાવી દઉં?"

"હમ્મ, જે મનમાં હોય તે કર. બસ, મને આ દુર્ગંધથી બચાવી લે. ખબર નહીં ક્યાંથી આવી રહી છે. તું કોઈ અગરબતી નથી લાવી શકતી?" તેણે કહ્યું અને તે સૂઈ ગઈ.

પદ્માએ તેને ચાદર ઓઢાવીને તે વસ્તુને જોઈ જેના લીધે દુર્ગંધ આવી રહી હતી. ગઈકાલે તે સ્ત્રી નશામાં બેભાન થઈ ગઈ તો પદ્મા તેને પથારીમાં લઈ ગઈ. તેને કશી ખબર નહોતી કે પદ્માએ તેની બગલની નીચે ડુંગળીના કાપેલા ટુકડા મૂકી દીધા હતા. રાત આરામથી વીતી ગઈ. જ્યારે તે સૂઈને ઊઠી તો જેવું પદ્માએ વિચાર્યું હતું તેમ તેને તાવ હતો.

તેણે ધીરેથી ડુંગળીના ટુકડા બહાર કાઢી દીધા.

"સૂઈ જા." પદ્માને ખુશી હતી કે તેની યોજના કામ આવી ગઈ. તેને એવું કરવું જ હતું. તેની પાસે નાટકમાં જવા માટે બીજો કોઈ ઉપાય નહોતો.

હવે કશું કરી બતાવવાનો સમય હતો.

તેણે તે સ્ત્રીનું રંગીન મહોરું લઈને પોતાના ચહેરા પર પહેરી લીધું.

70

મનસા વનમાં જ્યાં નાની સુરંગ જેવું હતું ત્યાં પોતાના માણસોને લઈ આવી. તે કળિની સેના સામેનું યુદ્ધ પૂરું થાય તેની રાહ નહોતી જોઈ શકતી. તેણે એક સંદેશવાહક મોકલીને પોતાની સહાય માટે કેટલાક નાગ અને માનવસૈનિક બોલાવી દીધા હતા. તેને ભરોસો હતો કે કલ્કિ અને વિભીષણ બધું સંભાળી લેશે. પહેલાં તેને કદ્રુ સાથે હિસાબ કરવાનો હતો.

તે આજે વધુ માણસો સાથે આવી હતી. તેણે નાગ જોડે માનવસૈનિકોને આવવાનો આદેશ આપ્યો હતો.

બાળકો લડશે, પણ મારા માણસો તેને સંભાળી શકશે.

તે માણસો સુરંગના મુખની ચારે તરફ ઊભેલા અને પૂછ્યું, "મહારાણી, આપણે શું કરવું જોઈએ?"

તે કાતિલ સ્મિત સાથે બોલી, "બાળકોનું ધ્યાન ભટકાવી દો. જ્યારે હું અંદર જાઉં તો તમે બે જણ મારી પાછળ આવજો."

અને જ્યાં તે લોકો અંદર કૂદવાની અણીએ હતાં ત્યારે મનસાએ તેમને રોકીને કહ્યું, "મને તમારા બધા પર ગર્વ છે. લડતમાં મને સાથ આપવા બદલ આભાર."

સૈનિકો રાણીના આ આભારપ્રદર્શનથી વિચારમાં પડી ગયા. જેવા તે અંદર કૂદવા ગયા તો કેટલાંક બાળકો તેમના ગળા પર સવાર થઈ ગયાં.

મનસા બે નાગ સાથે હતી. તેણે આ દૃશ્ય જોયું. સૈનિકો અને બાળકો એકબીજા જોડે લડી રહ્યાં હતાં.

મનસા એક તેજ ખંજર લઈને કૂદી. બે નાગ તેની પાછળ કૂદ્યા અને બાકી સૈનિક પણ પાછળ આવી ગયા. તેમાંથી કેટલાક ત્યાં જ રોકાયા, જેથી બાળકો મનસાની પાછળ ન આવે.

તે ધડામ અવાજ સાથે નીચે પડી, પછી હિંમત ભેગી કરીને ઊભી

થઈ ગઈ. બીજાં લોકો થોડી ક્ષણો પછી નીચે આવ્યાં. અંદર ગુફા તરફ એક સુરંગ જઈ રહી હતી.

જ્યારે મનસા અને માણસો ચાલવા લાગ્યાં તો એક બાળક તેની પર કૂદ્યો. તેણે તેને ખંજર ઘૂસાડી દીધું અને દૂર ઉછાળી દીધો.

જ્યારે તે ગુફા પાસે પહોંચ્યા તો બીજાં બાળકોએ તેની પર હુમલો કરી દીધો, પણ આજે તો મનસાને કદ્રુ પાસે જતાં ભગવાન પણ રોકી નહોતા શકતા. તે બાળકોને મારીને ઝડપથી આગળ ચાલવા લાગી. તેના માણસો પાછળથી હુમલો કરતાં બાળકોને સંભાળી રહ્યા હતા.

જેવા તે ગુફામાં ગયા તો તેણે જોયું કે તેમના છાવણીમાંથી ચોરેલી દવાઓ ત્યાં જ રાખી હતી. મનસા આગળ ગઈ તો દીવાની રોશનીમાં એક વ્યક્તિનો પડછાયો દેખાયો.

કદ્રુ!

તેની આજુબાજુ બેઠેલાં બાળકોએ મનસા પર તરાપ મારી, પણ મનસાના માણસોએ એ સંભાળી લીધું. તેમણે પોતાની ગદાના પ્રહારથી બાળકોને કચડી નાખ્યાં.

મનસા કદ્રુ પાસે પહોંચી, જે હજુ પણ આરામથી બેઠી હતી. થોડાક જ પગલાના અંતરે તેને સર્પનો ફુત્કાર સંભળાયો.

મને આ વસ્તુઓથી નફરત છે.

તે જગ્યાએ બે હતાં. મનસા ધીરેથી પાછળ ખસી, તેના હાથમાં ખંજર હતું. તે ખૂણામાં કૂદી અને સર્પ તેના પર હુમલો કરવા ગયો, પરંતુ તે બીજા સર્પને ચકમો આપવામાં કામિયાબ રહી.

આ રીતે હું ગભરાઈ ન શકું.

મનસાએ ઊંડો શ્વાસ લીધો અને પોતાનું ખંજર એક સર્પ પર ચલાવી દીધું. ચાકુ તેના શરીરને ચીરતું ચાલી ગયું. તે ત્યાં જ માર્યો ગયો.

મનસા હસી, પણ આ થોડી જ ક્ષણોની રાહત હતી. બીજો સર્પ તેની તરફ આવવા લાગ્યો અને મનસા પાસે કોઈ હથિયાર નહોતું.

તેણે ભાગવાની કોશિશ કરી, પણ કદ્રુ તેની સામે હતી. હવે શું થઈ શકે છે.

મનસા ગુફામાં પોતાની બહેન તરફ ધપી તો સર્પે તેના હાથ પર દંશ મારી દીધો. તેણે પીડાના લીધે ચીસ પાડી.

હું આ ઝેરથી મરવાની છું, પણ આ કદ્રુનેય સાથે લઈને જઈશ.

તે કદ્રુ તરફ વધી, જે અચંબાથી ઊભી હતી. તેને આશા નહોતી કે મનસા હજુ સુધી જીવિત રહી હશે. તે કશું પણ બોલે કે કરે તે પહેલાં મનસાએ ઝેરયુક્ત હથેળી તેના મોંમાં નાખી દીધી. અચાનક હુમલાથી તેનું વિષયુક્ત લોહી કદ્રુની અંદર જતું રહ્યું.

પહેલેથી જ નબળી એવી કદ્રુ ખાંસી ખાવા માંડી અને ઝેર તેના ગળાની નીચે ઊતરી ગયું. તે ત્યાં જ ઢળી પડી. મનસા ઘૂંટણિયે બેઠી અને કદ્રુને કેટલાય મુક્કા માર્યા.

"મહેરબાની કરીને... ન મારીશ - ન મારીશ."

"હું તને નફરત કરું છું."

મનસાને ત્યાં જ પડેલો એક પથ્થર દેખાયો. તેણે પથ્થરના પ્રહારથી કદ્રુનો ચહેરો કચડી નાખ્યો. આ પ્રહારથી તેનું નાક તૂટી ગયું હતું.

અને ફરી એક વખત વધુ પ્રહાર કર્યો.

તે કદ્રુના ચહેરા પર જ્યાં સુધી તે લોહીલુહાણ ન થઈ ગઈ ત્યાં સુધી પ્રહાર કરતી રહી.

"માથાની ફરેલી હું તને બીજી વાર પાછી નહીં આવવા દઉં."

પછી મનસાના માણસો પણ ત્યાં આવી ગયા હતા. તે તેને ચિંતિત થઈને જોઈ રહ્યા હતા.

"મહારાણી, આ મરી ચૂકી છે." તેમાંથી એક બોલ્યો.

મનસાએ તે વિકૃત ચહેરા તરફ જોયું. તેણે પોતાના ચહેરા પરથી લોહી લૂછ્યું અને રાહતનો શ્વાસ લીધો – "ત્યાં રાખેલી દવાઓનો ડબો લાવો. મારે મારા શરીરમાં ફેલાઈ રહેલા ઝેરને રોકવાની દવા લેવી પડશે."

જ્યારે એ દવા લઈને પાછી જવા લગી તો તેણે કેવળ આટલું કહ્યું, "અંતમાં કાર્ય પૂર્ણ થઈ જ ગયું."

71

રથ તેની તરફ આવી રહ્યો હતો. કલ્કિ હજુ પણ રણભૂમિ વચ્ચે હાજર હતો.

તે જાણતો હતો કે તેને જલદીથી કોકો અને વિકોકો સાથે હિસાબ કરવાનો હતો, કેમ કે દાનવો તેમની સેનાની નજીક આવી રહ્યા હતા અને જો તે દાનવોને નહીં મારે તો તે બધાને મારી દેશે.

મેં મનસાને કહ્યું હતું કે વિસ્ફોટકોનો પ્રયોગ ન કરે. તેમની હત્યાનો આરોપ મારા માથે આવશે.

કલ્કિ પોતાની તલવાર ઘૂમાવી રહ્યો હતો કે તેણે કોકો અને વિકોકોના રથને પોતાની આજુબાજુ ગોળ વર્તુળમાં ફરતા જોયા.

તે એટલી જલદીથી ચક્કર લગાવી રહ્યા હતા કે કલ્કિને પાછળ ખસવાનો સમય જ ન મળ્યો. તેના પૈડાના કારણે તેના ખભા છોલાઈ ગયા. વિકોકો પોતાના ભાઈ સાથે હસવા લાગી.

કલ્કિ વિકોકો તરફ આગળ વધવા લાગ્યો, પણ કોકોએ પોતાના રથની ગતિ વધારી પોતાની તલવાર દેવદત્તની પીઠમાં મારી.

આ માણસ પણ કેટલા નક્કામા હોય છે. દેવદત્ત બોલ્યો.

આપણે એમને એક-એક કરીને નહીં મારી શકીએ. આ કામ તો એકસાથે કરવું પડશે.

તો કરવું શું છે, શ્રીમાન?

કલ્કિએ ઊંડો શ્વાસ લઈને પરિસ્થિતિ સમજવાનો પ્રયાસ કર્યો. તે બંને તેને જોઈને હસી રહ્યાં હતાં.

તું ભાગીને એકની પાસે જા અને હું બીજાની પાસે જાઉં છું. કલ્કિએ ઘોડાને કહ્યું અને તેણે સંમતિ આપી.

જેવો કલ્કિએ પડકાર ફેંક્યો, વિકોકો પોતાનો રથ લઈને તેની તરફ

આવી. તે હાથમાં તલવાર લઈને તેની તરફ આવી રહી હતી. તેને વિશ્વાસ હતો કે જેવો કલ્કિ પ્રહાર કરશે, કોકો પાછળથી હુમલો કરી દેશે.

પણ કલ્કિએ એવું ન થવા દીધું.

ભાગ. તેણે કહ્યું અને ઘોડા પરથી કૂદી પડ્યો.

દેવદત્ત કોકો તરફ ભાગ્યો અને આ રીતે તે વિકોકોની મદદ માટે ન આવી શક્યો. કલ્કિએ વિકોકોના રથ પર છલાંગ લગાવી દીધી. તેણે વિકોકોની હાથમાં રહેલી લગામ છીનવી લીધી અને બીજી જ ક્ષણે તેના પેટમાં તલવાર ઉતારી દીધી.

કલ્કિએ તલવાર બહાર કાઢી તો વિકોકોના મોંમાંથી લોહી નીકળી રહ્યું હતું. તેણે વિકોકોને નીચે ધકેલી, બીજા રથ તરફ જોયું અને તે કોકોના વિકૃત ચહેરાને જોઈ નવાઈ પામી ગયો.

દેવદત્તે ઘોડા પર પ્રહાર કર્યો અને કોકો પોતાના રથ પરથી નિયંત્રણ ખોઈ બેઠો. જ્યારે કોકો પોતાના ઘોડાને વશમાં કરવા માગતો હતો ત્યારે કલ્કિએ પોતાની તલવારથી તેના પર પ્રહાર કર્યો. તે દુષ્ટ ત્યાં જ મરી ગયો.

કલ્કિ રથમાંથી કૂદીને દેવદત્ત તરફ ભાગ્યો અને તેના પર સવાર થઈ ગયો. ઘોડો તલવાર તરફ ભાગ્યો, જે હજુ પણ કોકોના શરીરમાં હતી. કલ્કિએ તેને ખેંચી અને તે દાનવ તરફ વધ્યો, જે પોતાના માણસોને કચડવાની તૈયારીમાં હતો. સૈનિકો ગભરાઈ ગયા અને તંબૂ તરફ પાછા જવા લાગ્યા.

આવો, મારી સાથે મુકાબલો કરો.

દેવદત્ત વીજળીની ઝડપથી દાનવના પગ તરફ આગળ વધ્યો. કલ્કિ ઘોડા પરથી કૂદ્યો અને પોતાની તલવારને દાનવના ઘૂંટણમાં ઘુસાડી અને તેના પગ ચીરી નાખ્યા. તે એડી પાસે આવ્યો તો તે જમીન પર ફસડાઈ પડ્યો. એક જ ઝાટકામાં દેવદત્ત પાછો આવ્યો અને કલ્કિ તેના પર બેસી ગયો.

તલવારથી પ્રહાર કર્યો. દાનવ પોતાનું સંતુલન ખોઈને જમીન પર પડી ગયો, તેણે પોતાનો ઘાયલ પગ પકડી રાખ્યો હતો.

જ્યારે તે ઊઠવા ગયો તો કલ્કિએ પોતાના ઘોડા પર તેની આજુબાજુ ચક્કર લગાવા માંડ્યો. તે દાનવના હાથ પર કૂદ્યો. કલ્કિ સાવધાનીથી તેના ખભા પાસે ગયો અને પૂરું બળ લગાવી પોતાની તલવાર તેની આંખમાં ખોસી દીધી.

દાનવે ત્રાડ પાડી. તેણે ફરીને કલ્કિ તરફ જોયું ને ઘુરક્યો. જેવો તેનો હાથ કલ્કિ તરફ આવ્યો કલ્કિએ સરળતાથી તેની આંગળીઓને કાપી નાખી.

દાનવની હથેળીમાંથી લોહી વહેવા લાગ્યું અને તે પીડાના લીધે બૂમો પાડવા લાગ્યો.

દાનવની ચામડીને પકડી કલ્કિ તેની છાતી પર ઊભો રહી ગયો. તે ઊંડો શ્વાસ લેવા લાગ્યો, તેના શરીરમાંથી લાલ ધુમાડો નીકળી રહ્યો હતો. કલ્કિએ ભયંકર અવાજ કરીને દાનવનું માથું કાપી નાખ્યું.

દરેક જણ પોતાની લડાઈ રોકીને માથું કપાયેલા દાનવને નીચે પડતો જોવા લાગ્યા. તે બધા ભયભીત થઈને જોઈ રહ્યાં હતાં અને કલ્કિ દાનવના લોહીથી લથપથ તલવાર સાથે તેના નિર્જીવ શરીર પર ઊભો હતો.

72

પદ્મા મહોરું પહેરીને બીજા અભિનેતાઓ સાથે પડદા પાછળ રાહ જોતી હતી. તેની આંખો દુશ્મન એટલે કે નલકુબેર પર જ હતી. તે પોતાનો અભિનય આબેહૂબ નિભાવી રહ્યો હતો. અભિનેતા યુદ્ધનું દૃશ્ય બતાવી રહ્યો હતો.

પદ્મા તેનો વારો આવવાની રાહ જોતી હતી ત્યારે જ સંયોજકનો અવાજ સંભળાયો, **લાશ ક્યાં છે? લાશ ક્યાં છે?**

પદ્માએ હાથ ઊંચો કર્યો.

"શું કરી રહી છે? તારું દૃશ્ય હવે આવનારું છે."

પદ્માને માન્યામાં નહોતું આવતું કે તે પોતાના લક્ષ્યની કેટલી નજીક હતી.

ઓહ, ક્યાંક કશુંય ખોટું ન થાય તો સારું.

તેની નજીક એક ખાટલો લાવવામાં આવ્યો. તે ઝડપથી તેના પર સૂઈ ગઈ અને તેને મંચ પર લઈ જવામાં આવી. તે ખાટલાને નલકુબેર પાસે રાખવામાં આવ્યો તો તેનું હૃદય જોરથી ધબકવા લાગ્યું.

તેણે ફક્ત મહોરું પહેર્યું હતું એમ નહીં, પણ તેના હાથમાં એક નકલી ચાકુ પણ હતું. નલ તે ચાકુને પદ્માની છાતી નજીક લાવ્યો.

તેણે મોટા અવાજે એલાન કર્યું, "હવે હું નાગરાણી, જે આપણી દુશ્મન છે તેના પ્રાણ હરી લઈશ. કોઈ પણ નાગ મારી પ્રજાને નુકસાન પહોંચાડી ન શકે." નલકુબેર ખાટલા પાસે ઉભડક બેસી ગયો. તે હળવેથી પદ્મા સામે નજર કરી બોલ્યો, "મને ખબર છે કે તું કોણ છે."

પદ્માની નસોમાં એક ઝાટકે જાણે લોહી થીજી ગયું.

શું...?

"તને એમ લાગ્યું હશે કે વાળના રંગ બદલવાથી તું ઓળખાઈ નહીં

શકે. મને સંયોજકે ઘણા સમય પહેલાં જ તારા વિશે જણાવ્યું હતું અને મેં તને ઓરડામાં શાંતિથી નિદ્રા લેતી જોઈ પણ હતી. જો કે ચિંતા ન કરીશ મને એક નાટકીય મંચ અનુભવ જોઈતો હતો જે જાહેરમાં તને મારીને પૂરો થશે. મા પણ આવું જ ઇચ્છે છે. તેનું માનવું છે કે મારે નગરજનોને જણાવવું જોઈએ કે હું દુશ્મનના મોકલેલા કોઈ પણ હત્યારાથી ડરતો નથી."

નલકુબેર તેના ચાકુની અણી વધુ નજીક લાવ્યો. તેનો અંગૂઠો તેની પર હતો. ત્યારે જ પદ્માને ખયાલ આવ્યો કે તે મુલાયમ નહોતો. તે નકલી હોવાની તેની માન્યતા ખોટી હતી.

તેની ધાર પદ્માના ગળાની થોડા અંતરે જ હતી ત્યાં તો દર્શકોની ભીડમાં હોબાળો થઈ ગયો.

કોલાહલ સાંભળીને નલે દર્શકો તરફ નજર ફેરવી તો જોયું કે સૈનિકોએ અમુક લોકોને સડેલાં ઈંડાં અને ટામેટાં સાથે પકડ્યા હતા. તેમાંના અમુક તો પથ્થરો ફેંકી રહ્યા હતા. લોકો સૈનિકોને ધક્કે ચડાવીને બૂમો પાડતા હતા કે નગર કોઈ પણ શાસક વગર પણ ચાલી શકે તેમ છે, પછી એ કળિ હોય કે કોઈ બીજું. બધા રાજાઓ ભ્રષ્ટ જ હતા અને તેમણે ક્યારેય પ્રજાની ચિંતા નથી કરી.

"નહીં... આ શું... જો કે આ તો થવાનું જ હતું." એ બોલ્યો, "કળિએ કહ્યું હતું કે કોઈ વિદ્રોહ થશે તો તેના સૈનિકો સંભાળી લેશે."

મારા માટે તો આ એક મોટી તક છે.

પદ્મા ત્વરિત ખાટલામાંથી ઊભી થઈ અને તેનું ખંજર નલના ગળામાં ઘૂસાડી દીધું. તેની આંખો પહોળી થઈને બહાર આવી ગઈ.

પદ્મા તેને ધકેલીને ઊભી થઈ ગઈ.

"કેમ... પણ કેમ? શું તને મનસાએ અહીં મોકલી છે?"

પદ્મા નીચે ઘૂંટણિયે બેઠી, "ના, રત્ના મારુએ મોકલી હતી. તું એને ઓળખે તો છે ને?" પદ્માએ તેના વાળ પકડી લીધા.

"એ કોણ... મને યાદ..."

"તારા ભાઈની પત્ની."

"પરંતુ... પરંતુ." નલકુબેરનો ચહેરો સાવ ફિક્કો હતો.

"હું એ મારી મિત્રને કારણે અહીં આવી હતી. મારું કામ પૂરું થયું."

પછી તેણે તેનું ખંજર નલના ગળામાંથી પાછું ખેંચ્યું.

લોહીનો અચાનક ફુવારો ઊડ્યો અને નલ ચીસ પાડી ઊઠ્યો.

પદ્માએ ભીડ તરફ નજર કરી. સૈનિકો બધું પડતું મૂકી તેની તરફ દોડ્યા.

મારે જવું પડશે.

એ દોડીને ભીડમાં ભળી ગઈ. યક્ષ તેનો પીછો કરવા માગતા હતા પણ ભીડની ધક્કામુક્કીમાં એ અઘરું હતું.

પદ્માએ મહોરું ઉતાર્યું.

યક્ષ તેને શોધતા રહ્યા અને તે સિફતથી બહાર નીકળી ગઈ. યક્ષને કંઈ સમજ જ ન પડી.

ઘણો બધો શરાબ પીધા પછી હવે કલ્કિની પાસે પહોંચવાનો સમય થઈ ગયો હતો. અરજણને શોધવાનું કામ બાકી હતું.

73

છેલ્લા કેટલાય વખતથી કળિનો સમય ખરાબ ચાલી રહ્યો હતો. નગર આખું અંધારામાં ડૂબેલું હતું. લોકોને નાટક ગમ્યું નહોતું. નલકુબેર મરી ગયો હતો. દાનવો સહિત સૈન્ય પણ ઘણું ઓછું થયું હતું. સુરક્ષા કરનારી ગુપ્ત સેના પણ રહી નહોતી. કોકો અને વિકોકોના મૃત્યુની ખબરથી કળિ અને દુરુક્તિ ભારે દુ:ખી હતાં.

દુરુક્તિ વિચારી રહી હતી કે હવે પછી શું થવાનું છે. એ કળિના ઓરડા તરફ જતી હતી ત્યારે એક સૈનિકને ખુલ્લા દરવાજામાંથી બહાર આવતો જોયો.

તે અંદર ગઈ. તેણે જોયું કે કળિ એકદમ થાકેલો લાગતો હતો. તે નીચું નમીને મેજ પર મૂકેલો એક પત્ર વાંચી રહ્યો હતો. જે હમણાં જ સૈનિક આપીને ગયો હતો.

શું કોઈ બીજા ખરાબ સમાચાર હશે?

“દુરુક્તિ, તું અહીં નજીક આવી શકે છે.” કળિ બોલ્યો.

એક ક્ષણ માટે દુરુક્તિ ત્યાં જ સ્થિર થઈ ગઈ. તેની ચુપકીદી હોવા છતાં કળિને તેના આવવાની ખબર પડી ગઈ હતી.

ત્યારે એણે પોતાની જાતને સમજાવી. મારે હવે તેનાથી ડરવાનું બંધ કરી દેવું જોઈએ.

તે એક ઊંડો શ્વાસ લઈને તેના દુષ્ટ અને પાગલ ભાઈ પાસે ગઈ. તે પહેલાં કરતાં વધુ સુંદર દેખાતો હતો.

“બસ, તારી ખબર કાઢવા જ આવી હતી.”

“તો ઠીક છે.” તે પોતાની બેઠકમાં વ્યવસ્થિતપણે બેઠો, “શું તેં ક્યારેય મારી બહેન હોવા ઉપરાંત જીવનમાં શું કરવું છે તેના વિશે વિચાર્યું છે?”

દુરુક્તિ બોલી, "હું પહેલેથી જ ગુરુકુળમાં બાળકોને ભણાવવાનું સપનું જોતી આવી છું."

કળિએ મોં મચકોડ્યું, "એક અસુર સ્ત્રીનું ગુરુકુળ. આ તો એક આદર્શ જીવનમાં જ શક્ય બને."

"મને લાગે છે એવો સમય નજીક જ છે. આપણા સમાજમાં બધા કબીલાઓમાં સ્ત્રીઓને સમાન માનવામાં આવશે."

"હમ્મ... સરસ. બાલી કેમ છે?"

"સારો છે...! તું એને ક્યાં સુધી કેદી બનાવીને રાખીશ?"

"ખબર નથી. હું એક ભયને કારણે તેને બહાર નથી આવવા દેતો. એવું લાગે છે કે મારે નગરની જવાબદારી લેવા જેવી નહોતી. બધું જ ખોટું થઈ રહ્યું છે. લોકો હજુય મને નફરત કરે છે અને હવે હું યુદ્ધ હારવાની અણી પર છું. મારા કેટલાય લોકો માર્યા ગયા ને મારા ત્રણ દાનવ પણ નથી રહ્યા. હવે એક જ દાનવ રહ્યો છે. મારો એકમાત્ર સાથી નલ પણ માર્યો ગયો." તેની આંખો ભીની હતી, "અને ખબર છે કે હું વિચારું છું કે આ બધું કોણે શરૂ કર્યું?"

દુરુક્તિ સ્થિર આંખે તેને જોઈ રહી.

"તેં જ." તેણે નજર કરીને તેની તરફ આંગળી ચીંધી, "તું એ ગ્રામીણ વિસ્તારમાં ગઈ હતી. તું જો એ જગ્યાએ ન ગઈ હોત તો આજે આવી પરિસ્થિતિ ન હોત."

"હું તો તને બચાવવાના પ્રયાસમાં હતી. તેનો આરોપ મારા માથે નાખવાની જરૂર નથી. આખું નગર તારા કારણે સળગી રહ્યું છે."

"તેં શું કરવાનું વિચાર્યું તેનાથી શો ફેર પડે છે. હાલનું પરિણામ જો. તું મારા માટે એવું શું લાવી કે મારું મગજ ફરી ગયું હતું. બધું તારા કારણે જ થયું છે. આ બધું તેં જ શરૂ કર્યું."

દુરુક્તિનું નાક ચઢી ગયું. *"આ સાવ કાયર છે, જે પોતાની ભૂલ સ્વીકારતો નથી. મારે તેને બચાવવાની કોશિશ ન કરવી જોઈએ."*

તે હાથના પ્યાલાને એક ઘૂંટડામાં ખાલી કરીને બોલ્યો, "રક્તપ તરફથી જવાબ આવ્યો છે." તેણે પત્ર હાથમાં લીધો, "તેના માણસો આવી ગયા છે."

દુરુક્તિને નવાઈ લાગી, "અરે વાહ... એ માની ગયો."

"હમ્મ...! તેના માણસો મારા આદેશની રાહ જોઈ રહ્યા છે." કળિ હસ્યો, "હું મનસા અને કલ્કિનું મૃત્યુ ઇચ્છું છું. આપણે આજે રાત્રે જ હુમલો કરીશું. તે લોકોને પૂરી રીતે નષ્ટ કરી દો. રક્તપની ઉદારતાના બદલામાં હું તેને કશુંક આપવા માગું છું, જેથી તેને ખબર પડે કે હું તેની સહાય માટે આભારી છું."

"શું...?"

"તને..."

એક ક્ષણ માટે તો દુરુક્તિને લાગ્યું કે કળિ મજાક કરે છે, પણ તે ગંભીર લાગતો હતો. તેને લાગ્યું કે મારે ભાગવું પડશે પણ તે શક્ય ન બન્યું. તેણે ડગ પાછળ માંડ્યાં તો સૈનિક તેની પાછળ જ ઊભો હતો.

"ખબર નથી કે તે વિવાહ કરવાનું પસંદ કરશે કે નહીં, પણ મારી પ્રિય, મારી પૂરેપૂરી કોશિશ રહેશે. હું ઇચ્છું છું કે તું કષ્ટ ભોગવે. તારી સાથે એક રાક્ષસની પત્ની જેવો વ્યવહાર થાય. મારી જાસૂસી કરવા, મને દગો કરવા અને મારા પતન સાથે જોડાયેલી દરેક ઘટનાઓ માટે આ સજા હોવી જોઈએ."

"તું સાવ પાગલ છે. તારું મગજ ફરીથી ખરાબ થઈ ગયું છે. તેં તો મારી માફી માગી હતી."

"હુંહહ." કળિએ ભીંત પર મુક્કો માર્યો, "હું દુર્બળ હતો, પણ હવે એવો નથી." કળિએ ગુસ્સામાં પ્યાલો ભીંત પર ફેંક્યો ને દુરુક્તિ તરફ ફર્યો, "કાલથી તું એની થઈ જઈશ."

"તારી મરજી બધેય ન ચાલે." દુરુક્તિ તેની તરફ થૂંકી અને ત્વરાથી સૈનિકની તલવાર તેને જ ઘુસાડી દીધી.

અને કળિ તરફ જોયા વગર જ તે ત્યાંથી ભાગી નીકળી.

74

કલ્કિએ પદ્માનો હાથ પકડી લીધો.

તે મનસાના તંબૂની બહાર બેસીને તારાઓ જોઈ રહ્યો હતો. તેમને પરસ્પર વાત કર્યે કલાકો થઈ ગયા હતા, પણ તેમને લાગતું હતું કે હજુ થોડી વાર પહેલાં જ તે લોકો બેઠાં છે. કલ્કિ દૂરથી આવતા સંગીતનો અવાજ સાંભળી શકતો હતો. તે જોઈ શકતો હતો કે વિભીષણ તેના માણસો સાથે ખીલીને વાતો કરતો હતો અને મનસા પોતાના હાથમાં પ્યાલો લઈને હસી રહી હતી.

જો કે હજુ યુદ્ધ સમાપ્ત નહોતું થયું, પણ એ જાણતી હતી કે જીત તેમની જ થશે. તેણે કોઈ પણ રીતે એ સ્ત્રી - કદ્રુને મારી નાખી જેણે તેના સેનાપતિ જેવા મિત્રને માર્યો હતો. તેનો જ ઉત્સવ થઈ રહ્યો હતો.

પણ કલ્કિ અને પદ્મા પોતાનામાં મગ્ન હતાં. તેઓ છૂટાં પડ્યાં પછી બનેલી પોતપોતાની ઘટનાઓ એકબીજાને જણાવી.

"તો તેં મારા ભાઈને બચાવવાના વિષયમાં ખોટું જણાવ્યું?" તેણે પદ્માને ચીડવી. કલ્કિ નારાજ નહોતો. પદ્માએ ઇમાનદારીથી બધું જણાવી દીધું.

"મેં જુઠ્ઠું નહોતું જણાવ્યું. મેં તપાસ કરવા ઇચ્છ્યું, પણ કોઈ જાણતું નહોતું કે કળિ પોતાના કેદીઓને ક્યાં રાખતો હશે. હું જાણતી હતી કે તેમને એવી જગ્યાએ રાખતો હશે કે કોઈ તેને શોધી ન શકે. તે મહેલની કેદમાં નહીં હોય. કાલે આપણે ઇન્દ્રગઢ જઈને તેને શોધીશું. બરાબર ને?"

કલ્કિ હસ્યો, "હજુય વિશ્વાસ નથી થતો કે તે રાજા બની ગયો. એકવાર કળિ મરી જાય તો એને સિંહાસન પાછું મળી જશે."

"હમ્મ... તેની મદદ કરીશું."

કલ્કિએ સંમતિ દર્શાવી.

કેટલું બધું બદલાઈ ગયું હતું. તેને આશા હતી કે અરજણ એવો જ હશે, "ચાલો, કાલે જઈશું. જીત તો પાક્કી છે, પણ એ પહેલાં મારા ભાઈને બચાવવો જરૂરી છે."

પદ્માએ હસીને હળવેથી કલ્કિના હોઠ પર ચુંબન કર્યું ને બોલી, "હા, મારા પ્યારા."

"તેં તો વિશ્વાસ આપી દીધો કે જીવનમાં બીજીવાર પણ પ્રેમ થઈ શકે છે." કલ્કિ બોલ્યો.

"તને ખબર છે હું એટલી પ્યારી છું કે કોઈ પ્યાર કર્યા વગર રહી જ ન શકે. એની પણ ખુશી છે કે જે કરવા માટે આવી હતી તેને પૂરું કરી શકી અને આપણે..."

તેનો અવાજ રણશિંગડાંના અવાજમાં ખોવાઈ ગયો.

કલ્કિ અને પદ્મા ઊભાં થઈ ગયાં. મનસા તેનો પ્યાલો મૂકીને કલ્કિ તરફ આવી. લોકોએ તાપણા પાસે નાચવાનું બંધ કરી દીધું. સંદેશવાહક મનસાને બદલે કલ્કિ તરફ આવ્યો.

"સરકાર કલ્કિ, એક સંદેશવાહક આવ્યો છે."

"એ કોણ છે?"

"તેણે કહ્યું કે તે દુરુક્તિ છે. તે કળિની બહેન છે અને તેની યોજનાઓ વિશે બધું જાણે છે."

પદ્મા અને કલ્કિ નવાઈ સાથે એકબીજાની સામું જોવા લાગ્યાં. દુરુક્તિ ભાગીને આવી. એ કશું બોલે તે પહેલાં મનસા બોલી, "એ જુઠ્ઠું બોલી રહી છે. તેનું માથું કલમ કરી નાખો."

"ના... રોકાઈ જાઓ" કલ્કિ એકદમ પ્રતિભાવમાં બોલ્યો, "એ ઇમાનદાર સ્ત્રી છે." તેણે સૈનિકને કહ્યું, "તેને અંદર લઈને આવો. તેની પાસે આપણા માટે કોઈ કામની માહિતી હશે."

સૈનિક ત્યાંથી ગયો તો મનસા કલ્કિ સામે ગુસ્સાથી તાકી રહી.

"આ શું કરી રહ્યો છે? આ મારું યુદ્ધ છે. તું મારા માણસોને આદેશ ન આપી શકે."

કલ્કિએ જવાબ આપ્યો, "આ તમારું નહીં, પણ આપણું યુદ્ધ છે. આપણે

બધા જ લડી રહ્યાં છીએ. કળિથી છુટકારો પામવો એ જ લક્ષ્ય છે. દુરુક્તિની પાસે જરૂરી ખબર હશે. આપણે તેને સાંભળી લેવી જોઈએ."

મનસાને વિશ્વાસ નહોતો આવતો કે દુશ્મનની બહેનને છાવણીમાં કેવી રીતે આવવા દેવાય. જો કે તે જાણતી હતી કે તેણે કોઈ ખોટું પગલું ભર્યું તો તે જીવતી નહીં રહે. એ ધીમેથી બોલી, "હું જાણું છું. હું પણ તે જાણું છું."

થોડીવારમાં જ દુરુક્તિ અંદર આવી. તે હાંફી રહી હતી અને આખું શરીર કાળા વસ્ત્રથી ઢંકાયેલું હતું.

તેણે તે કપડું હટાવ્યું અને કલ્કિની સામે જોવા લાગી. કલ્કિને ઘણા લાંબા સમય પછી જોઈ રહી હતી. પહેલા તે નફરત કરતો હતો. તેણે ઘર ઉજાડ્યું હતું, પણ પછીથી તેની ભલાઈનો અનુભવ તેને થઈ ગયો હતો.

"દેવી દુરુક્તિ!" તેણે માથું નમાવ્યું.

"ના, મને દેવી ન કહીશ. અહીંયા આવવા માટે મેં એ સંબોધનનો ત્યાગ કરી નાખ્યો છે."

તેણે ગભરાઈને આસપાસ જોયું. બધા જ તેની તરફ જોઈ રહ્યા હતા, "કલ્કિ તું કેમ છે?"

"હું... બરાબર છું. તું કેમ છે?"

"હું...?"

પદ્મા વચ્ચે બોલી ઊઠી, "શું આપણે આ બધી વાત રોકીને પહેલા તેની પાસે કઈ ખબર છે તે જાણી લઈએ?"

કલ્કિના હોઠ પર સ્મિત રમ્યું. પદ્માને ઈર્ષ્યા થઈ રહી છે?

તેણે દુરુક્તિની તરફ નજર કરી. તે ગળું ખંખેરીને બોલી, "કળિએ હુમલાની યોજના બનાવી છે. હું એ ખબર આપવા માટે મહેલથી ભાગીને આવી છું. તેને રક્તપની મદદ મળી ગઈ છે. એ રાત્રે જ હુમલો કરી દેશે."

"રાક્ષસ...?" મનસા એક પગલું આગળ વધી, "એ તો શેતાનોની રીતે લડે છે. મારા માણસો મજબૂત છે, પણ એ તો સાવ શેતાન છે."

"આપણી પાસે કલ્કિ છે." વિભીષણ બોલ્યો.

"ચિંતા ન કરો." કલ્કિનો હાથ પોતાની તલવારની મૂઠ પર ગયો. શુકો તેના ખભા પર આવીને બેઠો, "આપણે સુરક્ષિત રહીશું. આ મારું વચન છે. શું એને ખબર છે કે તું અહીં આવી છું."

"ખબર નથી મને..."

અને ત્યારે જ શુકો બોલ્યો, "બચ્ચા... એ લોકો આવી ગયાં. ઘણા બધા માણસો છે."

હજુ કલ્કિ બીજા લોકોને સાવચેત કરે તે પહેલાં જ હવામાં સાવધાન કરનારો અવાજ ગુંજી ઊઠ્યો. રણશિંગુ ફૂંકાયું હતું.

"હુમલો! દુશ્મનનો હુમલો! એ લોકો છાવણી નજીક આવી ગયા છે. ઘણા નજીક છે." *એક સૈનિક બરાડ્યો.*

75

કલ્કિ જાણતો હતો કે આ અંતનો આરંભ છે.

તેમને પોતાનો જીવ બચાવવાનો સમય ન મળ્યો, કારણ કે રાક્ષસોની સેના છાવણીમાં ઘૂસી આવી હતી. દુશ્મનના સૈનિકો મનસાના સૈનિકોની ખુશીને રગદોળી નાખતા ગરજી રહ્યા હતા. નાગ, સુપર્ણ અને માનવો ડરના માર્યા આમતેમ ભાગી રહ્યા હતા. કેટલાંક લોકો પાસે શસ્ત્રો હતાં, પણ બીજાં લોકો એ લેવા માટે દોડ્યાં. દુરુક્તિ વિભીષણ સાથે તંબૂમાં ભાગી અને મનસા સૈનિકો સાથે બહાર રહી.

કલ્કિએ તલવાર લીધી અને દેવદત્તને બોલાવવા માટે સીટી મારી. દેવદત્ત વિસ્ફોટોથી બચીને તેની પાસે આવી ગયો.

કલ્કિએ પદ્મા પાસેથી વિદાય લીધી જે બે તલવારોથી રાક્ષસો સામે લડી રહી હતી. તેણે એક રાક્ષસને જોયો જે નાગસૈનિકોને મારી રહ્યો હતો. કલ્કિ સીધો ત્યાં દોડ્યો. તેનો ઘોડો પણ તેજીથી દોડ્યો અને તેની તલવારે તેનું માથું એક ઝટકાથી ઉડાવી દીધું.

કલ્કિને શંભલનું છેલ્લા દિવસનું યુદ્ધ યાદ આવ્યું. ત્યારે પણ રાક્ષસોએ હુમલો કર્યો હતો, પરંતુ આ વખતે તે શક્તિશાળી હતો. તે પોતાની ચમત્કારિક તલવાર ઘુમાવતો રાક્ષસોને મારી રહ્યો હતો, જે પાગલોની જેમ ભાગી રહ્યા હતા.

તેણે જોયું કે કેટલાક લોકો તંબૂ સળગાવવાનો પ્રયાસ કરી રહ્યા હતા. કલ્કિ ઝડપથી ત્યાં પહોંચ્યો અને એ લોકોને ત્યાં જ મારી નાખ્યા.

"રાક્ષસો, મારાથી બચીને ક્યાંય નહીં જઈ શકો."

વિભીષણ તેમને તંબૂમાં આવવા માટે રોકી રહ્યો હતો જ્યાં તે અને દુરુક્તિ રોકાયાં હતાં. *આ લોકો લડવાનું જાણતાં નથી. મારે આ લોકોને ક્યાંક સુરક્ષિત સ્થાને લઈ જવા પડશે.*

તે ઘોડા પરથી ઊતર્યો. એક રાક્ષસે વિભીષણને મુક્કો માર્યો, પણ કલ્કિએ ત્યાં પહોંચીને તેની પીઠમાં તલવાર ઘુસાડી દીધી. રાક્ષસના મોંમાંથી લોહીનો કોગળો થયો અને તેનું શરીર નિષ્પ્રાણ થઈને જમીન પર ઢગલો થઈ પડ્યું.

વિભીષણના જીવમાં જીવ આવ્યો. દુરુક્તિ પણ સંકોચથી બહાર આવી ગઈ.

કલ્કિએ આજુબાજુ જોયું. તંબૂઓ સુધી આગ ફેલાતાં તે સળગી રહ્યા હતા. તેણે જોયું કે પદ્મા એકસાથે બે રાક્ષસો સાથે લડી રહી હતી. મનસા તેના ખંજર વડે સામે આવનારા દરેક રાક્ષસનો સામનો કરી રહી હતી.

કલ્કિએ વિભીષણ અને દુરુક્તિને કહ્યું, "ચાલો અહીંથી. આ જગ્યાએ રહેશો તો જીવતાં નહીં રહો."

તે બંનેએ માથું હલાવ્યું અને દેવદત્ત પર સવાર થઈ ગયા.

છાવણીમાંથી બહાર નીકળતાં એક રાક્ષસ સામે આવ્યો, પણ તલવારના એક પ્રહારથી તેનું પ્રાણપંખેરું ઊડી ગયું.

એ ત્રણેય જંગલ તરફ નીકળી ગયાં. કલ્કિને ત્યાં એક ખાલી તંબૂ દેખાયો. રાક્ષસ ત્યાં સુધી નહોતા આવ્યા. તેણે દેવદત્તને ત્યાં રોક્યો અને એ બંનેને ત્યાં સંતાવાનું કહ્યું.

એ લોકો અંદર જતાં હતાં ત્યારે દુરુક્તિ ઊભી રહી ગઈ ને બોલી, "સાંભળ... હું માફી માગું છું. મેં તારું ઘર ઉજાડ્યું. હું કળિનો જીવ બચાવવા માગતી હતી. તે હંમેશાં ખોટો જ હતો, પણ મને એ દેખાયું નહીં. આશા રાખું છું કે તેં મને માફ કરી દીધી હશે."

"મેં તો તને ઘણા સમય પહેલાં માફ કરી દીધી હતી. હવે અંદર જાઓ." કલ્કિ બોલ્યો.

અને એટલામાં જ દુરુક્તિના ચહેરા પરના ભાવ બદલાયા. તેની આંખો બહાર આવી ગઈ હતી. કલ્કિ કશું સમજી ન શક્યો, પણ તેને ખયાલ આવ્યો કે તેની પીઠમાં એક તીર વાગ્યું હતું. એ ત્યાં જ પડી ગઈ.

"અરે... ઊભા રહો..." તેણે નજર ફેરવી કે તીર ક્યાંથી આવ્યું.

પછી તેણે તેને જોયો.

એ કળિ હતો.

એ પોતાના ધનુષ્ય પર હાથ ફેરવતો મલકાઈ રહ્યો હતો.

"આ તો એક હાથ લેવાની અને બીજા હાથે આપવાની વાત છે. જેને તેં પીઠમાં ખંજર માર્યું એ જ તમારી પીઠમાં ખંજર મારશે."

કલ્કિએ દુરુક્તિનું ધ્રૂજી રહેલું શરીર જોયું તો તેને દયા આવી ગઈ.

"હું તને મારી નાખીશ." કલ્કિની આંખમાં ગુસ્સો તરવરતો હતો.

"જેવી તારી ઇચ્છા, કલ્કિ. હું તો મારી બહેનનું કામ તમામ કરવા માટે જ આવ્યો હતો અને હવે તું પણ નથી બચી શકવાનો." કળિએ ફરીથી એક તીર છોડ્યું.

કલ્કિએ તેને વચ્ચેથી જ ઝડપી લીધું અને તોડી નાખ્યું. તેણે દુરુક્તિને ધીમેથી નીચે જમીન પર સુવાડી અને આંસુ લૂછીને કળિની સામે જોયું.

તેની અંદર ગુસ્સો ઊકળી રહ્યો હતો. અચાનક તેના શરીરમાંથી લાલ ધુમાડો નીકળવા લાગ્યો. તે કળિની તરફ દોડ્યો અને પોતાનું માથું તેના પેટમાં મારી દીધું.

બંને જણા જમીન પર ગડથોલિયાં ખાવા લાગ્યા. કલ્કિ તેની તલવાર કાઢવા ગયો, પણ તે પહેલાં કળિએ તેના ધનુષ્યથી કલ્કિનો હાથ કચડી કાઢ્યો.

કલ્કિ પીડાનો માર્યો કળિને ધક્કો મારવા લાગ્યો. તેણે પોતાના ઘાયલ હાથથી તલવાર કાઢવા ઇચ્છ્યું, પણ કળિએ તેની કટારથી તેનું કાંડું ચીરી નાખ્યું.

તલવાર ધરતી પર જઈને પછડાઈ.

"તું હજુય નબળો છે. લોકો કહે છે કે તું મોટો યોદ્ધા બની ગયો છે, પણ જ્યારે જરૂર પડે ત્યારે પોતાની રક્ષા પણ નથી કરી શકતો. કલ્કિ મારા ચહેરાને ધ્યાનથી જોઈ લે... કારણ કે મરતાં પહેલાં તું બીજું કશું જોઈ નથી શકવાનો."

કળિએ તેની કટાર કલ્કિની છાતીમાં ખૂંપાવી દીધી. કલ્કિ તે કટારને

પોતાના શરીરની અંદર જઈને હાડકાને અડતી અનુભવી શકતો હતો. કળિ કોઈ પાગલની જેમ અટ્ટહાસ્ય કરી રહ્યો હતો.

"જ્યારે તેં મારી બહેન પર નજર નાખી હતી ત્યારે જ હું તને મારી નાખવા માગતો હતો. જો, આજે તારે કારણે જ એણે જીવ ગુમાવ્યો. આજે તેની જેમ તું પણ મરીશ."

કલ્કિ ચૂપ રહ્યો. તે પોતાની પીડાને અનુભવી દાંત ભીડતો હતો.

અને પછી કલ્કિએ છાતીમાંથી કટાર કાઢી તો કળિની આંખો પહોળી થઈ ગઈ, "આજે હું નહીં, પણ તું મરવાનો છે. તને તો..." પછી એ જ કટાર તેણે કળિની છાતીમાં ઘૂસાડી દીધી.

કળિ ત્યાં જ ફસડાઈ પડ્યો. તેને નવાઈ લાગી રહી હતી કે કલ્કિમાં પ્રહાર કરવા જેટલી તાકાત ક્યાંથી આવી.

કલ્કિનો ગુસ્સો ચરમસીમાએ હતો. તેના શરીરમાંથી નીકળતા લાલ ધુમાડાએ તેના ઘાને ભરવાનું કામ શરૂ કર્યું.

થોડી ક્ષણોમાં જ તેનો ઘા હતો-ન હતો થઈ ગયો.

અને પછી કલ્કિએ જે કર્યું એ કોઈએ વિચાર્યું પણ ન હોય. તેણે આંખો બંધ કરી અને તેની તલવાર સાથે વાત કરવા લાગ્યો. અચાનક તલવાર જ્યાં પડી હતી ત્યાંથી ઊભી થઈ અને પોતાના માલિકના હાથમાં આવી પહોંચી.

"ઓહ... આ તું કેવી રીતે કરી રહ્યો છે?" કળિનો રંગ એકદમ ફિક્કો પડી ગયો, "આ તો... આ તો..."

"આ શિવનું ખડ્ગ છે અને હું વિષ્ણુનો અવતાર છું." તે રત્નામારુ ખડ્ગ કળિના ગળા પાસે લાવ્યો, "અને હું તને મૃત્યુદંડની સજા આપી રહ્યો છું."

કળિ અટ્ટહાસ્ય કરવા લાગ્યો. તેની છાતીમાં કટાર ઘૂસેલી જ હતી, "તને એમ લાગે છે કે મને એકવાર મારવાથી બધું બરોબર થઈ જશે? મારા જેવા કેટલાય દુષ્ટ-પાપી બહાર ફરી રહ્યા છે અને આ સમયે તું એક ખોટા વ્યક્તિને મારી રહ્યો છે."

"હું તો એક દુષ્ટના પ્રાણ હરી રહ્યો છું."

"અરજણ અધર્મ છે." કળિ ફરીથી હસ્યો, "એ પાપ છે, તું એક સાવ ખોટા માણસને મારવા જઈ રહ્યો છું."

અને જાણે કેમ ત્યારે કલ્કિ હસ્યો. તેને બાલી, રાત્રિ, દુરુક્તિ અને પોતાના બધાં જ મિત્રો યાદ આવ્યા જેને તે ગુમાવી ચૂક્યો હતો, "વાત તો સાચી લાગે છે."

કલ્કિએ તેની તલવાર ઊંચી કરી અને તેના પર પ્રહાર કરવા ગયો ત્યારે જ કળિ અચાનક પલટી ખાઈ ગયો અને ઊભો થઈને દોડવા લાગ્યો. તેણે બૂમો પાડવા સાથે પોતાની છાતીમાંથી કટાર કાઢી નાખી.

"તું મને એટલી આસાનીથી નહીં મારી શકે." તે બરાડ્યો. તેની છાતીમાંથી લોહી ટપકી રહ્યું હતું. કલ્કિએ જોયું કે તે વસ્ત્રમાંથી ટુકડો ફાડીને ઈજા પર બાંધી રહ્યો હતો – *ઓહ, આ કટાર હૃદય સુધી ઊંડી નથી ગઈ... મેં થોડી તાકાતથી ઊંડો ઘા કર્યો હોત તો સારું થાત.*

અને તે સમયે કેટલાક રાક્ષસો એક દાનવ સાથે તેની તરફ આવતા જોયા.

"હું તો તૈયાર જ છું." કલ્કિના હોઠ પર સ્મિત હતું.

એ ભાગી રહ્યો છે.

કલ્કિની સમજમાં એ નહોતું આવતું કે શું કરે? દાનવ સામે લડે કે કળિની પાછળ દોડે.

મારે તેને મારવો જ પડશે.

તેને ભરોસો હતો કે મનસાના લોકો આ અચાનક થયેલા હુમલાને સંભાળી લેશે. કલ્કિએ ઝડપથી તલવાર મ્યાન કરી અને કળિનો પીછો કરવા લાગ્યો.

આ અંત જ છે.

76

અરજણ ઘણો પ્રસન્ન હતો. તે એવી જગ્યા સાથે માનસિક સંપર્ક કરવામાં સફળ થયો જેની તેને ખૂબ યાદ આવતી હતી – શંભલ.

તે પોતાનું ઘર જોઈ શકતો હતો. એ જોતાં જ તેની આંખોમાં પાણી આવ્યાં. બહાર અંધારું હતું. બધું શાંત અને સ્થિર હતું, જાણે કે શંભલમાં કોઈ યુદ્ધ થયું જ ન હોય!

તે ઝૂંપડીમાં માને મળવા માટે ગયો, પણ એ જગ્યાએ કોઈ નક્કર સોનેરી કવચ પહેરેલી વ્યક્તિ હાજર હતી. તે પોતાની મૂછો મરડી રહ્યો હતો. તેની કીકીઓનો રંગ સોનેરી હતો અને માથા પર મોટો મુગટ પહેરેલો હતો.

તે અરજણને જોઈ રહ્યો હતો.

"કોણ છે તું? મારા ઘરમાં શું કરી રહ્યો છે?" અરજણે પૂછ્યું.

"હું તો સત્ય બતાવવા આવ્યો છું. એવું સત્ય... કે કેવી રીતે આપણને પોતાનું લોહી જ છળતું હોય છે." એ વ્યક્તિએ જવાબ આપ્યો.

"શું કહેવા માગે છે?"

તે માણસે કશું ન કહ્યું. તેણે અરજણને તેની પાછળ આવવા માટે ઇશારો કર્યો. એ લોકો અરજણના ઓરડામાં પહોંચ્યા. ત્યાં અરજણનું બાળ-સ્વરૂપ સૂઈ રહ્યું હતું.

"શું તને એ રાત યાદ છે? તે વ્યક્તિએ કહ્યું.

"ના..."

"આ રાત્રે જ કોઈ ઘૂસણખોરે તારા પર હુમલો કર્યો હતો?"

"હા... કોઈ ચોરે હુમલો કર્યો હતો."

"એક એવો ચોર... જેણે કશું ચોર્યું નહોતું, પણ એ તને મારી નાખવા માગતો હતો." તે વ્યક્તિ બોલ્યો.

અરજણે માથું હલાવ્યું. તેની સમજમાં કશું ન આવ્યું કે એ રાત્રે ખરેખર શું થયું હતું, "તું કોણ છે?"

"હું હિરણ્યકશ્યપ છું. એ વ્યક્તિ જેની સાથે તેના લોહીએ જ છળ કર્યું. મારા પુત્રએ. જેણે મને પૂજવાનો હતો." તેના હાથની મુઠ્ઠીઓ ભીંસાઈ ગઈ.

અને તે કશું બોલે એ પહેલાં જ અરજણે કોઈને ઓશીકું લઈને ઓરડામાં જતો જોયો.

તે વ્યક્તિએ અરજણના મોં પર ઓશીકું દબાવ્યું. અરજણે તેનો પ્રતિકાર કર્યો અને એ કોણ છે તે જાણે તે પહેલાં એ ભાગી ગયો.

હિરણ્યકશ્યપ અને અરજણ તેની પાછળ ભાગ્યા. અરજણ જોવા માગતો હતો કે કોણ છે? પછી બહાર ચંદ્રના અજવાળામાં તેનો ચહેરો દેખાયો.

તે કલ્કિ હતો.

"નહીં!"

"તેણે તને એક વાર મારી નાખવા પ્રયાસ કર્યો, પણ સફળ ન થયો. તેને બીજી તક ન આપીશ."

અરજણનું લોહી થીજી ગયું. તેની અંદર ગુસ્સાનો દાવાનળ ભભૂકી રહ્યો હતો. હિરણ્યકશ્યપે આવીને તેના ખભે હાથ મૂક્યો, "તું કોણ છે તે ઓળખ અને જે પડી ગયા છે તેને બેઠા કર."

"દાનવોને?"

"હા."

"અને પછી શું?"

"અવતારની હત્યા કરી નાખ."

77

પદ્મા હજુ નક્કી નહોતી કરી શકતી કે શું ખોટું હતું – કલ્કિને બીજી સ્ત્રી સાથે વાત કરતો જોવો કે પછી રાક્ષસો સાથે લડવું, પણ પદ્માને આ સમયે તો રાક્ષસો પર ધ્યાન આપવું જરૂરી લાગ્યું.

તે બંને હાથમાં તલવાર લઈને બેધડક લડી રહી હતી.

બે રાક્ષસ તેની તરફ આવ્યા. તેણે સમય બગાડ્યા વગર બંનેનાં માથાં ઉડાવી દીધાં.

રાક્ષસ કદાવર હતા એટલે સાવધાનીથી પ્રહાર કરવો પડતો હતો. તેમની સંખ્યા પણ વધારે હતી. તે સતત એ બધાને મારી રહી હતી અને તે સતત સામે આવતા જ જતા હતા.

પદ્મા મનસાની મદદ કરવા ગઈ. રાક્ષસ તેની પર ચડી બેઠો હતો અને તેને મારવા માટે હથિયાર ઉગામ્યું એ પહેલાં જ પદ્માએ તેના પેટમાં તલવાર ઘુસાડીને જોરદાર લાત મારી દીધી. તે નાગરાણી પરથી બાજુમાં પડ્યો ને પદ્માએ ટેકો આપીને તેને બેઠી કરી દીધી.

“જ્યારે તને કામ પર રાખી હતી ત્યારથી અત્યાર સુધી તું સહેજેય નથી બદલાઈ.” મનસા બોલી.

“તું બદલાઈ ગઈ છું. તું લડવાનું ક્યારે શીખી? તું તો હંમેશાં કહેતી હતી કે તને કૂટનીતિ સિવાય બીજું કશું નથી આવડતું. તેં મને લોકોની હત્યા કરવાનું સોંપ્યું હતું, એવું મારા પિતાને નથી જણાવ્યું એ બદલ આભાર.”

“હું કશું શીખી નથી. બસ, મારા લોકો મરી રહ્યાં હોય ત્યારે તંબૂમાં સંતાઈ ન શકું. ને તારી વાત વિભીષણને જણાવતી તો અમારી મિત્રતા ખતરામાં પડતી.” મનસાએ આસપાસ જોયું, “પદ્મા! આ બધું આમ પૂરું નથી થવાનું. આપણે હારી રહ્યા છીએ. આપણે અહીંથી જવું પડશે.”

"તો પછી આ યુદ્ધ?"

"આપણે હારી ગયાં." મનસાએ નિરાશા સાથે કહ્યું, "મારા માણસો લડત આપી રહ્યા હતા, પણ આ રાક્ષસો સાથે લડવું પડશે તેવું નહોતું વિચાર્યું. ક્યારેક એ જાણવું પણ જરૂરી ને યોગ્ય હોય છે કે તમારે ક્યારે પીછેહઠ કરવાની છે."

અચાનક બે રાક્ષસ તેમની સામે આવી ગયા. એ લોકો કશું વિચારે એ પહેલાં તેમની અને રાક્ષસો વચ્ચે કોઈ આવી ગયું.

પદ્મને ખ્યાલ ન આવ્યો કે તે કોણ છે. તે માણસે રૂવાંટીદાર લાંબું વસ્ત્ર પહેરેલું હતું.

"ઓહ ભગવાન!"

"જાઓ અહીંથી તમે બંને. તમે એક પ્રાચીન યુગના અમર સાથે મુકાબલો નહીં કરી શકો."

મનસા અને પદ્મા હતપ્રભ થઈ ગયાં. એ લોકો વધુ કશું સમજે તે પહેલાં ત્યાં વાનરોએ હુમલો કરી દીધો હતો. એ લોકો તેમની ગદાઓ વડે બધાને ઘાયલ કરી રહ્યા હતા.

ભગવાન બજરંગ તેમની સામે જોઈ હસ્યા.

"કદાચ હું યોગ્ય સમય પર જ આવ્યો છું."

પદ્મા ત્વરિત જ તેમને ભેટી પડી.

"ઠીક છે." બજરંગે તેની પીઠ થપથપાવી. તે મનસા તરફ ફરીને બોલ્યા, "મહારાણી, મારી સેના પ્રસ્તુત છે. અમે હમણાં જ ભેગા મળીને રાક્ષસોનો સફાયો કરી દઈશું. મોડા પડવા બદલ દિલગીર છું. હજારો વાનરોને તેમના આરામપ્રિય ઘરોમાંથી બહાર આવવા માટે સમજાવવામાં સમય લાગ્યો."

મનસા થોડી ક્ષણો સુધી તેમને તાકતી રહી.

"હે પ્રભુ, પદ્મા અને કલ્કિએ મને તમારી સાથે ગાળેલા સમય વિશે જણાવ્યું હતું. તમને જોઈને હું ધન્ય થઈ ગઈ. મારી મદદ માટે આવ્યા એ બદલ આપનો આભાર." મનસાએ પ્રણામ કર્યાં, "પણ શું હું આપને પૂછી શકું કે તમને અહીં આવવા માટે કોણે જણાવ્યું?"

તેમણે પદ્મા તરફ સંકેત કર્યો, "આણે બોલાવ્યા."

મનસાએ ફરીથી તેમને પ્રણામ કર્યા અને સૈનિકોને મદદ કરવા માટે જતી રહી.

ભગવાન બજરંગ બોલ્યા, "પદ્મા, હું દરેક વાત માટે ક્ષમા માગું છું. તું સાચી હતી. મેં દંડકના પોતાના કોચલામાંથી બહાર આવવાની ન પાડી હતી. સંસારનાં લોકોને મારી અને મારાં લોકોની જરૂર છે અને કલ્કિ અને તને પણ મારી જરૂર છે. ધાર્યા પ્રમાણે વહેલો ન આવવા બદલ દિલગીર છું. મને ખબર હતી કે હું નહીં આવી શકું તો તમે બંને મચ્ચાનુની જેમ મારાથી નારાજ થશો. હું કોઈનો સાથ છોડવાનો નથી."

પદ્માના હોઠ પર હાસ્ય હતું અને તેની આંખોમાં હર્ષનાં આંસુ હતાં.

ત્યારે જ જમીન હલતી હોય તેવું અનુભવાયું. બજરંગ અને પદ્માએ એ તરફ નજર કરી તો એક દાનવ બંને હાથે તંબૂઓ ઉખાડીને બુમરાણ કરીને છાતી પીટતો હતો.

"હું તેને સંભાળું છું." બજરંગ બોલ્યા.

પરંતુ એ તરફ ડગ માંડે તે પહેલાં જ એ જાતે જ ચૂપ થઈ ગયો.

અને બધાએ જોયું કે દાનવ ત્યાંથી પરત જવા લાગ્યો.

"અરે... આ શું?" એ બંનેને નવાઈ લાગી, "શું એને એમ લાગ્યું કે આપણી જીત થવાની છે એટલે એ પરત થયો."

"ના, પણ મને લાગે છે કે તેને પાછો બોલાવવામાં આવ્યો હશે."

"પણ કોણે બોલાવ્યો હશે?" પદ્માએ પૂછ્યું.

"મને યાદ છે કે જ્યારે દાનવ રાવણના વશમાં હતા ત્યારે કેવી રીતે વર્તતા હતા. મારું અનુમાન છે કે તેને અધર્મે પાછો બોલાવ્યો હશે."

78

કલ્કિ દેવદત્ત પર સવાર હતો અને કળિ તેની આગળ પોતાના ઘોડા પર બેસીને ભાગી રહ્યો હતો. એ બંને ઘોડા પર સવાર થયેલા ઇન્દ્રગઢના રસ્તે આગળ વધી રહ્યા હતા.

કલ્કિની ગતિ વારંવાર ધીમી થઈ જતી હતી કારણ કે રાક્ષસો તેને રસ્તામાં રોકી રહ્યા હતા. જો કે હવે કલ્કિ તેની ઘણી નજીક હતો.

થોડીવારમાં જ એ લોકો નગરમાં પહોંચી ગયાં. કલ્કિ એ દરવાજામાંથી નીકળ્યો જ્યાંથી તે લક્ષ્મીની સાથે પ્રવેશ્યો હતો અને મલેચ્છો સામે લડવા માટે પણ હથિયાર લેવા અહીંથી જ પ્રવેશ્યો હતો. એ સમયે નગરની સુરક્ષા એકદમ કડક હતી. જો કે આજે કોઈ પહેરો હતો નહીં.

કલ્કિએ પાછળ જોયું. એ દૂર છાવણીની પાસે લડાતું યુદ્ધ જોઈ શકતો હતો. તે પોતાના મિત્રોની મદદ કરવા માગતો હતો.

હું તરત પાછો જવા માગું છું, પણ પહેલા આ કળિનો ખાતમો તો બોલાવવો જ પડશે.

તેણે માથું હલાવ્યું. તેને વિશ્વાસ રાખવો પડશે કે બધું સારું જ થશે. પછી એ સંકલ્પ સાથે જ તે આગળ વધ્યો.

કલ્કિએ આસપાસ જોયું. રાતના અંધારામાં રસ્તાઓ સાવ ખાલી હતા. લોકો ઘરોમાં ઊંઘી રહ્યાં હતાં.

કલ્કિએ બૂમ પાડી, "**કળિ,** તું ભાગીને ક્યાંય નહીં જઈ શકે. હવે બહુ થઈ ગયું."

આશ્ચર્યજનક રીતે કળિ ત્યાં જ રોકાઈ ગયો. તે ઘોડા પરથી નીચે ઊતર્યો અને ઘા પરનું કપડું કસીને બાંધવા લાગ્યો. એ કપડું લોહીથી લથપથ હતું.

"મારા મિત્ર, મારી ભાગી જવાની યોજના જ નથી." કળિ હસ્યો.

કલ્કિ, મને આ સાચું નહીં, પણ છળ જેવું લાગે છે. દેવદત્તનો અવાજ આવ્યો.

કલ્કિ જેવો ઘોડા પરથી નીચે ઊતર્યો ત્યાં જ એક તીર આવીને તેના હાથમાં ઘૂસી ગયું. કલ્કિ સહેજેય હલ્યો નહીં. તેણે તીર કાઢ્યું અને ક્યાંથી આવ્યું તે જોયું. એક સૈનિક પાસેની ઇમારત ઉપર ઊભો હતો.

કલ્કિએ આંખો ઝીણી કરી. તેણે પોતાની કટાર તેની તરફ ફેંકી. બીજી જ પળે તે સૈનિક નીચે ઢગલો થઈને પડ્યો.

"કળિ... શું તારી આવી જ યોજના હતી?" કલ્કિએ અસુરરાજને પૂછ્યું.

"શું આટલું બધું જલદી અનુમાન લગાવી દીધું?"

અને ત્યારે જ કલ્કિને હાથમાં પીડા થવા લાગી. જે જગ્યાએ તીર વાગ્યું હતું ત્યાં ચામડી સુન્ન થઈ ગઈ હતી.

કલ્કિ તેનો હાથ હલાવી નહોતો શકતો.

"ઓહ... નહીં. મારી તલવાર... મારો હાથ."

"એ તીર એક રસાયણમાં ડુબાડેલું હતું, જે શરીરને સુન્ન કરી દે છે. તને ઝેરયુક્ત તીર મારવા માટે જ વિશેષ તૈયાર કરાવ્યું હતું. હું જાણતો હતો કે તારી સામે લડીને નહીં જીતી શકાય, પણ આ રીતે તને નબળો કરી શકાય તેમ હતું."

કલ્કિ હાથ હલાવવા ગયો, પણ હલ્યો નહીં. તેણે કમરબંધમાં બાંધેલી તલવાર તરફ નજર કરી. તેનો જમણો હાથ હલ્યો જ નહીં. તલવાર કોઈ કામની જ નહોતી.

કળિ તેની તરફ આગળ વધ્યો તો દેવદત્ત વચ્ચે આવી ગયો. દેવદત્ત કળિ સામે દોડ્યો. કળિએ તેના માથા પર પ્રહાર કર્યો અને બાજુમાં ધકેલી દીધો.

લોહીલુહાણ દેવદત્ત ધરતી પર પડ્યો.

કળિ કલ્કિ તરફ આવ્યો અને તેના ચહેરા પર એક મુક્કો માર્યો. કલ્કિ નીચે પડી ગયો. તે ઊભો થવા ગયો તો તેણે પેટમાં એક લાત મારી

દીધી. કલ્કિના મોંમાંથી લોહી નીકળ્યું અને તે ફરીથી નીચે પડી ગયો.

કળિએ તેનું ગળું પકડ્યું ને જમીન પર ખેંચીને તેનું ગળું દબાવવા માંડ્યો, "મેં તને પહેલાં પણ આવો જ કમજોર જોયો હતો ને અત્યારે પણ એવો જ કમજોર છે."

કલ્કિ કળિના હાથથી પોતાની જાતને છોડાવવા માટે ધમપછાડા કરવા લાગ્યો.

"હવે બહુ થયું." કળિએ કલ્કિને નીચે પાડ્યો. કલ્કિ તરફડી રહ્યો હતો, "મેં મારું કામ કરી લીધું. હવે હું આરામ કરીશ અને મારા માણસો તારા ટુકડાઓ કરશે."

કલ્કિએ કળિની પાછળ ડઝનબંધ સૈનિકો ઊભેલા જોયા. તેઓ હાથમાં ગદાઓ અને બીજાં હથિયારોથી સજ્જ હતા. કળિનો ઇશારો થતાં જ તે બધા કલ્કિ તરફ તેનું નામોનિશાન મિટાવવા આગળ વધ્યા.

"મારે તને ભોળવીને તારા મિત્રોથી દૂર અને નગરની નજીક લાવવો હતો જેથી તને કોઈ મદદ ન મળે. હવે તું મારી મન મુજબની જગ્યાએ છે અને હું તેનો આનંદ માણવાનો છું."

મારે માનસિક સંપર્ક કરવો પડશે. મારે પ્રશ્નોના ઉત્તર જોઈએ.

તેણે આંખો બંધ કરીને ધ્યાન લગાવ્યું અને પછી તેને કંઈક અહેસાસ થયો. તેણે આંખો ખોલી તો કોઈએ તેના હાથને સ્પર્શ કર્યો. એ તો યુવા ભગવાન ગોવિંદ હતા.

ગોવિંદ – અહીંયા ઇન્દ્રગઢમાં વળી ક્યાંથી?

એ કલ્કિનો હાથ સ્પર્શ કરી બોલ્યા, "તું સાજો થઈ જઈશ." તેમની હથેળીમાંથી એક પ્રકાશ નીકળ્યો અને તેના હાથની બહેરાશ એકદમ જતી રહી.

કલ્કિ ઊભો થયો અને બમણાં જોશથી સૈનિકો પર તૂટી પડ્યો. ભગવાન ગોવિંદ અદશ્યરૂપે ત્યાં જ ઊભા હતા.

કલ્કિએ કળિ તરફ નજર કરી. તે હવે ચિંતા અને ભય વચ્ચે ઊભેલો દેખાતો હતો. કળિએ કલ્કિની આસપાસ જોયું તો આઘાત પામી ગયો.

કલ્કિની ડાબે-જમણે બીજા અવતારો આવેલા હતા – ભગવાન

રાઘવ હાથમાં ધનુષ-બાણ લઈને, ભગવાન વામન સ્મિત સાથે, ગર્જના કરતા ભગવાન નરસિંહ કોઈ પણ હુમલો કરનારને નખથી ચીરી કાઢવા તૈયાર લાગ્યા અને ભગવાન વરાહ પોતાનું સૂવર જેવું શિરત્રાણ પહેરીને હાથમાં ગદા લઈને ઊભા હતા.

"આ બધા અહીંયા કેમ આવ્યા?" કળિને કશી સમજ નહોતી પડતી.

કલ્કિ નહોતો જાણતો, પણ તેને ખુશી હતી કે એ તેની પાસે આવ્યા હતા.

"અમે તારી માનસિક સંપર્કની છાયા છીએ. તું લાંબા સમયથી અમારા સંપર્કમાં છે. તારી તાકાત વધવાથી જ અમે તારા બાહ્ય રૂપમાં સમાવિષ્ટ થઈ શક્યા." ભગવાન ગોવિંદ બોલ્યા.

"ભલે, અમારી પાસે અસલમાં હોય તેવી શક્તિ ન હોય, પણ તું એ વ્યક્તિ સાથે મુકાબલો કર. અમે તેના માણસોને પહોંચી વળીશું."

"આનો શો મતલબ?"

"તેં અવતારની સાચી અને પૂર્ણ શક્તિ પ્રાપ્ત કરી લીધી છે." ગોવિંદ હસ્યા અને કળિના સૈનિકોને મારવા માટે મ્યાનમાંથી તલવાર કાઢી.

કલ્કિએ કળિ તરફ નજર ફેરવી, "તો એવું જ કરવું પડશે."

અવતારોના રૂપ બધા કળિના સૈનિકો સામે લડવા લાગ્યા. પ્રભુ રાઘવ તીરોની વર્ષા કરી રહ્યા હતા. પ્રભુ વામન સૈનિકોના પગમાં ખંજરથી પ્રહાર કરતા હતા. ભગવાન નરસિંહ માટે તેમના નખ જ ધારદાર શસ્ત્ર હતું. ભગવાન વરાહ ગદા વડે સૈનિકો પર પ્રહાર કરી રહ્યા હતા. ભગવાન ગોવિંદ છળ કરીને સૈનિકોને પરસ્પર લડાવી રહ્યા હતા.

કલ્કિનો હાથ સાવ સાજો થઈ ગયો હતો. તે તલવાર લઈને કળિની દિશામાં દોડ્યો. કળિ પણ ડરનો માર્યો ત્યાંથી નાઠો.

પરંતુ બહુ દોડી ન શક્યો. ઝડપથી કલ્કિએ કળિને ગરદનથી પકડીને ઊંચો કરી દીધો.

કળિએ કલ્કિને લાત મારીને બચવું હતું, પણ એ સફળ ન થઈ શક્યો.

"તું જીતી નથી શકવાનો. મને માર્યા પછી પણ અધર્મ તારો પ્રાણ હરી લેશે."

"એ ક્યાં છે?" કલ્કિએ પૂછ્યું.

"તારે જાણીને શું કરવું છે. એનાથી કોઈ ફરક નથી પડવાનો."

કલ્કિએ તેને ગુસ્સામાં વધુ ભીંસ્યો, **"મને જણાવી દે."**

કળિએ તોય જવાબ ન આપ્યો અને કલ્કિ સમય નષ્ટ કરવા નહોતો માગતો. તેણે કળિની છાતીમાં તલવાર ઘુસાડી દીધી. તેનાં આંતરડાં બહાર આવી ગયાં. કલ્કિએ તલવાર પાછી ખેંચી તો તેનું શરીર નિષ્પ્રાણ થઈને નીચે પડ્યું.

તેણે અવતારોના રૂપના દર્શન કર્યા. તેમણે પણ કામ પૂરું કરી નાખ્યું હતું. કળિના બધા જ માણસો માર્યા ગયા હતા.

આ તો પૂરો થયો.

અને પછી તેને અરજણ વિશે વિચાર આવ્યો.

એ કઈ જગ્યાએ હોઈ શકે?

79

કલ્કિએ છાવણી પર આવીને જોયું તો મનસાનું સૈન્ય સુરક્ષિત હતું.

રાક્ષસોને ભગવાન બજરંગે તેમની વાનરસેના વડે પરાજિત કરી દીધા હતા. આગ ઓલવાઈ ગઈ હતી. ઘાયલોનો ઇલાજ થઈ રહ્યો હતો. આ બધા કોલાહલ વચ્ચે એક વ્યક્તિનું મૃત્યુ થયું હતું.

કલ્કિ દુરુક્તિના નિર્જીવ દેહ પાસે ઊભો હતો. પદ્મા તેને દિલાસો આપી રહી હતી. એવામાં મનસા, ભગવાન બજરંગ અને વિભીષણ પણ ત્યાં આવી પહોંચ્યાં.

"આ એક સાહસી સ્ત્રી હતી. તેણે તો મારા પિતાએ ભગવાન રાઘવ માટે કર્યું હતું એવું જ કામ કર્યું." વિભીષણે કહ્યું.

કલ્કિએ માંડ તેનાં આંસુ રોક્યાં હતાં, "આ મરી ન શકે. હું તેને આમ મરવા ન દઈ શકું." ભગવાન બજરંગે તેમની આંખો બંધ કરી અને તેમની હથેળી દુરુક્તિની છાતી પર મૂકી.

"હજુ તેનામાં જીવ છે. આત્મા તેના દેહમાંથી નીકળ્યો નથી."

કલ્કિના ચહેરા પર હાશ પ્રવર્તી અને તેણે વાનરરાજ તરફ જોયું, "આપણે શું કરવું જોઈએ?"

"શું તું એને અમરત્વનું વરદાન આપી શકીશ?"

"અમરત્વ?"

"હા, જેવું મને પ્રભુ રાઘવે આપ્યું હતું."

"જેવું મારા પિતાને પણ મળ્યું હતું." વિભીષણ બોલ્યો.

"પ્રભુ રાઘવ વિશેષ હતા એટલે એ બે વખત એવું કરી શક્યા. એ સંપૂર્ણ પુરુષ હતા. મને નથી લાગતું કે તું કેટલીવાર એવું કરી શકે છે. જો તેને જીવન મળે તેવું ઇચ્છતો હોય તો એને અમરત્વનું વરદાન આપી દે."

કલ્કિએ આંખો બંધ કરી અને પોતાના દેહનાં ચક્રો પર ધ્યાન કેન્દ્રિત કર્યું. થોડી વારમાં જ તેનું શરીર ચમકવા લાગ્યું. તેને પોતાના શરીરમાં થતો ઉષ્માનો સંચાર અનુભવાયો. ધીરે ધીરે તેણે પોતાનો હાથ દુરુક્તિના માથે મૂક્યો અને તેના કાનમાં કહ્યું, **"હું તારી વચનબદ્ધતા, માન અને સત્ય માટે અમરત્વ પ્રદાન કરું છું. તું હંમેશાં જીવિત રહીશ."**

તેણે આ વાતનું પોતાના મનમાં અમુક વાર રટણ કર્યું. જ્યારે ઉષ્મા ઓછી થવા લાગી તો કલ્કિએ આંખો ખોલી. દુરુક્તિમાં કોઈ પરિવર્તન જણાયું નહીં.

શરીર હજુય ઠંડું હતું.

અને ત્યારે જ દુરુક્તિએ આંખો હળવેથી ખોલી. આંખો ગભરાઈને ચારે તરફ ફરવા લાગી.

પછી તેણે કલ્કિ તરફ નજર કરી જે એને સ્મિત આપી રહ્યો હતો. કલ્કિ તેને કસીને ભેટી પડ્યો.

એક અંધારી કમનસીબ રાત પછી ઊજળી સવાર પ્રગટી હતી.

શુકો કલ્કિના ખભે આવીને બેસી ગયો અને છાવણીની સામેના ઉજ્જડ ખેતર સામે જોયું. તે ધરતી પરના દાનવના પગનાં નિશાન જોઈ શકતો હતો જે ઉત્તર દિશામાં જઈ રહ્યાં હતાં. પદ્માએ કલ્કિને એ દાનવો વિશે જણાવ્યું હતું જે અચાનક લડવાનું છોડી જતા રહ્યા હતા. એ ભગવાન બજરંગ સાથે સહમત હતો. અધર્મે જ તેને બોલાવ્યો હશે. તે જાણતો હતો કે ઉત્તરમાં શું હતું – શંભલ.

ત્યારે મનસા બહાર આવી. તે ધાબળો ઓઢીને વિભીષણના તંબૂ તરફ જઈ રહી હતી. કલ્કિએ સાંભળ્યું હતું કે તેણે દંડક પર્વતો પર ઘર બનાવવાનો પ્રસ્તાવ મૂક્યો હતો અને વાનરોને યુદ્ધમાં સહાયતા કરવા બદલ ગરમ વસ્ત્રો આપ્યાં હતાં.

મનસાએ તેની નગરી નાગપુરી પાછું જવાનો નિર્ણય કર્યો હતો. એ થોડો સમય ત્યાં રહીને રક્તપનો સામનો કરશે. રક્તપે તેને મારી

નાખવાનો પ્રયાસ કર્યો હતો એ વાત ભૂલી નહોતી. વિભીષણ ભાનમતી પાછો જશે તો ઇન્દ્રગઢ પર કોણ રાજ કરશે એ વિશે મનસા અને વિભીષણ મળીને નક્કી કરશે. તેમાંથી કોઈ સિંહાસન ઇચ્છતું નહોતું, પણ પોતાના રાજ્યમાં પાછા જવા માગતા હતા.

પદ્મા તંબૂમાંથી બહાર આવી. તે કલ્કિને જોઈને હસી અને પૂછ્યું, "તું મજામાં છે?"

કલ્કિ બોલ્યો, "ખબર નથી. મને તો અરજણની ચિંતા થઈ રહી છે. તને ખબર છે કે એ..." એ મૌન થઈ ગયો. તે જણાવવા નહોતો માગતો. તે અરજણને દોસ્ત માનતી હતી. *જો તે અરજણ અધર્મ છે તેવું જાણે અને કદાચ નફરત કરવા લાગશે તો?*

"એ સાજો-સમો થઈ જશે. બસ, તેને પાછો લઈ આવ." પદ્માએ તેનું માથું કલ્કિના ખભે ઢાળી દીધું, "કેટલાંક લોકોને લાગે છે કે તું એક મહાન રાજા બનીશ."

"કેટલાંક લોકો?"

"મારા પિતા અને મનસા."

કલ્કિ મૂછમાં હસ્યો.

"હમ્મ... તું જો ઇચ્છે તો મારી સાથે લગ્ન કરવાં પડશે અને રાજા બનવું પડશે. નહીંતર મારા પિતા મારો હાથ બીજા કોઈ રાજાને સોંપી દેશે."

"ઓહો... એમ! મને તો એમ કે તું આજીવન હત્યારી રહેવા માગે છે."

"કલ્કિ, હું બદલાઈ ગઈ છું. હું હવે શાંતિથી રહેવા માગું છું." પદ્માએ તેને ભેટીને કહ્યું, "હું પ્રસન્ન રહેવા માગું છું. હું એ વ્યક્તિ સાથે રહેવા માગું છું જેને પ્રેમ કરું છું. તારા મનની વાત હવે તું જણાવ."

કલ્કિએ તેના ગાલ પર પ્રેમથી હાથ ફેરવ્યો, "ચોક્કસપણે, જો તારા માટે રાજા બનવું પડે તો એવું કરીશ, પણ એમ ન વિચારીશ કે હું અક્કડ-જડ નહીં બનું. તને ખબર નથી કે હું કેટલો દંભી રાજા હોઈ શકું છું."

એ હસવા લાગ્યા.

અને કલ્કિ તેની સાથે રહેવા માગતો હતો, પણ તેને પોતાના ભાઈને મળવાની ઇંતેજારી હતી.

"શું... હું પણ સાથે આવું?" પદ્માએ પૂછ્યું.

"ના... હું તેને શોધી લઈશ." કલ્કિ નહોતો જાણતો કે હવે શું થવાનું હતું. ક્યાંક એવી પરિસ્થિતિ સર્જાય તો બંને એકબીજાનો જીવ લેવાનો પ્રયાસ કરશે અને પદ્મા આવુંબધું ન જુએ તે જ યોગ્ય રહે.

અને પછી તેણે દેવદત્તને બોલાવવા માટે સીટી મારી. તે ઘોડા પર સવાર થઈને ઉત્તર દિશા તરફ ચાલી નીકળ્યો – એ જગ્યાએ, જ્યાંથી આ બધું શરૂ થયું હતું.

૪૦

કલ્કિ શંભલ પહોંચ્યો ત્યારે પરોઢ થઈ ગયું હતું.

કોઈ સામાન્ય ઘોડાને અહીં આવતાં ઘણા દિવસ લાગે, પરંતુ દેવદત્ત સાધારણ ઘોડો નહોતો. તે ઘણો જ તાકતવાળો અને મજબૂત હતો. તે એક સામાન્ય ઘોડાની તુલનામાં ત્રણ ગણી ઝડપે દોડી શકતો હતો, તેને ગામ સુધી આવવામાં કેવળ એક દિવસનો સમય લાગ્યો.

કલ્કિ પોતાની જૂની યાદોમાં ખોવાઈ ગયો. ગામ કેટલું શાંત અને સ્થિર દેખાતું હતું. તે ગામને હુમલા પછી ફરીથી વસાવવામાં આવ્યું હતું.

શુકો આકાશમાં હતો, તે અરજણની શોધ કરી રહ્યો હતો.

કલ્કિ શંભલની ગલીઓમાં ફરી રહ્યો હતો. કેટલાંક લોકો આમતેમ આવતાં-જતાં દેખાતાં હતાં. તેમણે તેને અને સફેદ ઘોડા તરફ નવાઈથી જોયું – એક છોકરાને તેનો પિતા મારી રહ્યો હતો અને બીજો છોકરો ચોપડીમાં મોં નાખીને બેઠો હતો અને છોકરી માર ખાનારા છોકરાને ચીડવી રહી હતી.

અને જાણે કેમ તેને પોતાની, લક્ષ્મીની અને અરજણની નાનપણની યાદ આવી ગઈ.

કલ્કિ તેમને જોઈને હસ્યો. એક જ ક્ષણ પછી શુકો નીચે આવ્યો અને તે બોલ્યો, *"તે ગામની સૌથી ઊંચી ટેકરી પર બેઠો છે."*

તે શું કરી રહ્યો છે?

બસ બેઠો છે, સામેનું દશ્ય જોઈ રહ્યો છે.

અને દાનવોનું શું થયું?

ક્યાંય નથી દેખાતા.

કલ્કિ બાળકોને છોડી પહાડ તરફ વધ્યો, પછી તેને યાદ આવ્યું કે તે બંને એ જગ્યાએ બેસીને કાયમ સૂરજ ઢળવાનું દશ્ય જોતાં હતાં.

તે રહ્યો. અરજણ પલાંઠી વાળીને બેઠો હતો અને ઊગતા સૂરજને જોઈ રહ્યો હતો. કલ્કિ દેવદત્ત પરથી ઊતર્યો અને શુકો અને ઘોડાને ત્યાં જ રહેવાનું કહ્યું.

કેમ? દેવદત્તે પૂછ્યું.

હું એની સાથે એકલો વાત કરવા માગું છું.

પોપટ અને ઘોડો ત્યાં જ રહ્યાં અને કલ્કિ આગળ વધી ગયો. તેની કમરમાં તલવાર લટકી રહી હતી.

અરજણ પોતાની આગળ દેખાતાં દૃશ્યને જોઈ રહ્યો હતો. તે શાંત હતો.

"તેં મને હજુ સુધી કેમ નથી માર્યો, કલ્કિ!" અરજણે ભાઈને જોઈને હસીને કહ્યું.

"તને ખબર હતી કે હું આવી રહ્યો છું." તે કેટલો અલગ દેખાતો હતો. અરજણના વાળ સફેદ થઈ ગયા હતા. શરીર ઘરડું થઈ ગયું હતું અને છાતી પર અનેક ઘા હતા.

"મેં દાનવોને એક યોજનાથી બોલાવ્યા હતા. મને આશા હતી કે તમારામાંથી કોઈ દાનવને ઉત્તર તરફ આવતાં જોઈ લેશે." અરજણે કહ્યું, "હું ઇચ્છતો હતો કે તું આ જગ્યાએ આવીને જુએ."

"અત્યારે તે ક્યાં છે?"

"મેં તેને મારી નાખ્યો છે. હવે તે રાખની ઢગલીમાં છે. હું તેના મૃત્યુને પણ વશમાં કરી શકું છું." અરજણે કહ્યું.

તે કલ્કિ તરફ થોડાં પગલાં આગળ વધ્યો અને કલ્કિનો હાથ તરત જ પોતાની તલવારની મૂઠ પર જતો રહ્યો.

"હું તને મારવાનો નથી." અરજણનું મન ભારે થઈ ગયું.

"કેમ?"

"કેમ કે મને વિશ્વાસ છે કે આ કેટલું મૂર્ખતાભર્યું હશે. તું મારો ભાઈ છે. હું તારો જીવ નહીં લઉં. ભલે તેં મને એકવાર મારી નાખવાનો પ્રયાસ કર્યો હતો, પણ હું એવું નહીં કરું."

"તે એક ભૂલ હતી, અરજણ!" કલ્કિએ પોતાનો બચાવ કર્યો, "હું મૂર્ખ હતો."

"તું હજુ પણ મૂર્ખ છે." અરજણ ધીમેથી મૂછમાં હસ્યો, "હું જૂઠું નથી બોલતો. એક પળ માટે લાગ્યું કે તને મારી નાખવો જોઈએ. મને લાગતું હતું કે ભૂતકાળના અધર્મ સાચા હતા, પણ અંતમાં એક અહેસાસ થયો. તે જે અવતારોની સામે હતાં તે બધા અલગ હતાં. તું પ્રભુ ગોવિંદની જેમ અભિમાની નથી. તું ભગવાન રાઘવની જેમ સમાજનાં કહેવા પ્રમાણે નથી ચાલતો. તને ભગવાન નરસિંહની જેમ ગુસ્સો નથી થતો. કલ્કિ, તું એક ઇમાનદાર માણસ છે અને હું પણ ખુદને આ જ સમજતો હતો. જો કે હવે આ વાત પર વિશ્વાસ નથી રહ્યો."

કલ્કિનો ચહેરો આંસુઓથી ઊભરાઈ ગયો. તે અરજણને ભેટી પડ્યો. તલવાર તેની પાસે હતી, પણ તેને તેની જરૂરત નહોતી.

"તું પણ સારો માણસ છે, મારા ભાઈ! ક્યારેય આ વાત પર સંદેહ ન કરીશ." કલ્કિએ કહ્યું, "હવે શું કરવાનું છે."

"શું તું મને તારી તલવાર બતાવીશ?"

કલ્કિએ હા કહેતા પોતાની તલવાર આપી દીધી.

"આ જગ્યાએ આવતાં પહેલાં હું માનસિક સંપર્કથી જાણવા માગતો હતો કે જો અંધકાર યુગની ભવિષ્યવાણી સાચી ન પડી તો શું થશે?" અરજણે કહ્યું. તેણે શિવની તલવાર પર અંકિત લેખન પર હાથ ફેરવ્યો, "મેં કેટલાય અધર્મીઓને પૂછ્યું. તેમાંથી બધાએ આ જ કહ્યું કે, જો ભવિષ્યવાણી પૂરી નહીં થાય તો સંસારમાં ઊથલપાથલ મચી જશે. ચારે તરફ બુરાઈ અને દુષ્ટતાનું સામ્રાજ્ય હશે અને સમયની અવધારણા નહીં રહે. તું જાણે છે કે આપણે એવું ન થવા દઈએ."

"અરજણ, તું શું કહી રહ્યો છે?"

"તું જાણે છે કે હું એવું ન થવા દઉં." અરજણે કહ્યું, "કોઈ ઘટનાઓ ઘટે છે, પણ આપણે તેને રોકી નથી શકતાં. આપણે આપણું ભાગ્ય નથી બદલી શકતાં."

કલ્કિ ત્યાં જ જડ થઈ ગયો. અરજણનો હાથ તલવારની મૂઠ પર હતો. કલ્કિએ વગર વિચાર્યે તે તલવાર અરજણના હાથમાં આપી દીધી હતી. તે જ તેનું એકમાત્ર હથિયાર હતું.

આ મને મારવા જઈ રહ્યો છે,

અને ત્યારે જ અરજણે તલવારની મૂઠ કલ્કિ તરફ કરી દીધી.

"આને પકડ."

"કેમ... શેના માટે?"

"મારું માન અને તલવાર પકડ."

કલ્કિએ ચકિત થઈને તલવાર પકડી લીધી. *આની યોજના શું છે? આ શું કરવા જઈ રહ્યો હતો?*

અને કલ્કિ કશું કરે તે પહેલાં જ અરજણે તલવારની ધાર પોતાની તરફ કરી લીધી... પોતાના પેટ તરફ.

તે ઇચ્છે છે કે હું તેને મારી દઉં?

"મને ખબર છે કે તું શું કરવા જઈ રહ્યો છે, પણ હું સાફ શબ્દોમાં કહેવા માગીશ. હું એવું નહીં કરું અને તને પણ એવું નહીં કરવા દઉં." કલ્કિએ રાડ પડી ને અરજણ પાસેથી તલવાર છીનવી લીધી.

તેણે અચાનક આવું કર્યું અને અરજણ ચકિત થઈ ગયો. એટલે કલ્કિ અને તે સંતુલન ખોઈ બેઠા અને તે બંને પડી ગયા.

અરજણે ગુસ્સાથી પોતાના હાથને જમીન પર પછાડ્યો.

કલ્કિ પણ પોતાની ધૂળ ઝાટકીને ઊભો થઈ ગયો.

"ભાઈ જો! અત્યારે પરિસ્થિતિ બદલાઈ ગઈ છે. તું જેને ઓળખે છે એ અરજણ હું નથી રહ્યો. *મેં ગુસ્સામાં આવીને લોકોને મારી નાખ્યા છે. મેં લોકોનો જીવ લીધો છે અને મને તેનો કોઈ અફસોસ પણ નથી."* અરજણ પોતાનાં આંસુઓ રોકીને જોરથી બોલ્યો, "જો હું નહીં મરું તો મને ડર છે કે હું આનાથી પણ ખરાબ થઈ શકું છું."

"તેનાથી કોઈ અંતર નથી પડતું. અરજણ તું બદલાઈ શકે છે. તેં અત્યાર સુધી જે ખરાબ કામ કર્યાં તે બધા માટે હું તને માફ કરું છું. હું ધ્યાન રાખીશ કે તારે વધુ દુષ્ટ ન બનવું પડે. તારે મરવાની કોઈ જરૂર નથી." કલ્કિએ કહ્યું.

અરજણે મોં મચકોડ્યું, "તું સમજ્યો નહીં. તું ફક્ત આદર્શવાદી થઈ રહ્યો છે. આપણે બંને કોઈ આદર્શ દુનિયામાં નથી જીવી રહ્યા."

"ભાઈ, તું અહીં જ ખોટો છે. મને ખબર છે કે પરિસ્થિતિ ખરાબ છે, પણ હું તને સીધા રસ્તા પર લઈ આવીશ. મારી સાથે રહીશ તો બધું બરાબર થઈ જશે. હું વચન આપું છું."

અરજણના ભાવ એકદમ બદલાઈ ગયા. તે કલ્કિ તરફ જોઈને બોલ્યો, "હું તારો ભાઈ છું, પણ હું તેના પહેલાં અધર્મ છું. કલ્કિ, જો મને રોકવામાં ન આવ્યો તો મારા હાથથી હજુ હત્યાઓ થતી રહેશે. જે પણ મારો વિરોધ કરશે, મારી વાત નહીં માને તેને હું જીવતો નહીં રાખું."

"મને તારી વાત પર વિશ્વાસ નથી." કલ્કિએ કહ્યું.

અરજણ વીજળીની ઝડપે કલ્કિ તરફ આવ્યો અને તેના ચહેરા પર મુક્કો મારી દીધો. કલ્કિને તો નવાઈ લાગી. અરજણ આટલો શક્તિશાળી કેવી રીતે થઈ ગયો? તેણે પોતાના ગાલ પર હાથ ફેરવ્યો અને માથું હલાવી ઊભો થઈ ગયો.

અરજણ આગળની તરફ આવ્યો અને કલ્કિને વાળથી પકડી લીધો, પછી તેણે કલ્કિની તલવાર પોતાની તરફ કરી લીધી. તેની મૂઠ કલ્કિના હાથમાં હતી – 'મારી નાખ મને."

"ના...!" કલ્કિએ કહ્યું. તેના નાકમાંથી લોહી નીકળી રહ્યું હતું, "મારા હાથે આવું કૃત્ય ન કરાવીશ."

કલ્કિ અરજણને નહોતો મારવા માગતો, પણ તેને યાદ આવ્યું. પ્રભુ ગોવિંદે તેને જણાવ્યું હતું – જો અરજણ ન મર્યો તો એ કેવો બની જશે.

"કલ્કિ, મારી નાખ મને. આ દુનિયા મારા વગર જીવવા માટેની સાચે જ એક સુંદર જગ્યા હશે. માર મને."

એક પળ માટે અરજણને દુઃખનો અનુભવ થયો અને ફરી તેના ચહેરા પર ઉદાસીભર્યું હાસ્ય રમવા માંડ્યું.

કલ્કિએ પોતાની તલવાર અરજણની છાતીમાં ઘુસાડી દીધી અને તેનો ચહેરો આંસુઓથી ભીનો થઈ ગયો હતો.

અને ત્યારે જ અરજણ નીચે પડી ગયો. કલ્કિએ પોતાની આંખો બંધ કરી લીધી.

સૂર્ય ઊગ્યો અને અધર્મે અંતિમ શ્વાસ લીધો.

કલ્કિએ અરજણને પોતાના ખોળામાં લીધો, “તેં મને મજબૂર કરી દીધો. અરજણ, આપણે ભવિષ્યવાણીને માનવાની ક્યાં જરૂરત હતી? આપણે એવું નહોતું કરવું જોઈતું.” તે પીડાનો માર્યો ચીસો પાડવા લાગ્યો.

અરજણ હસ્યો, “હું... કોઈ... જોખમ... લેવા નહોતો માગતો.” આ તેના પોતાના ભાઈને કહેલા અંતિમ શબ્દો હતા.

કલ્કિએ અરજણના શરીરથી નીકળતા સોનેરી ધુમાડાને જોયો. તેની બંધ થતી આંખોમાંથી આંસુ વહી રહ્યાં હતાં. તેણે હંમેશ માટે આંખો બંધ કરી દીધી હતી. તેણે તલવાર ખેંચી અને અરજણના નિર્જીવ શરીરને ભેટી પડ્યો.

અધર્મ મરી ચૂક્યો હતો અને ધર્મ તેના માટે રડી રહ્યો હતો.

ઉપસંહાર

થોડા મહિના પછી.

કળિયુગનો અંત થઈ ચૂક્યો હતો.

કલ્કિ પોતાની માતાને લેવા બજરંગ મંદિર પહોંચી ગયો.

તેને આટલા લાંબા સમય બાદ માને મળીને ખુશી થઈ. સુમતિ પોતાના છોકરાને જોઈને ચોધાર આંસુએ રડી પડી. બંને જણાં એકબીજાને કસીને વળગી પડ્યાં.

“તું નથી જાણતો કે મેં તને કેટલો બધો યાદ કર્યો, અરજણ ક્યાં છે?”

“ચાલો મા!” કલ્કિએ સવાલ ટાળવા નજર ફેરવી.

સુમતિએ માથું હલાવી આંસુ લૂછ્યાં, “હું મારો સામાન લઈ આવું છું.” તે અંદર જવા ફરી, પણ ફરી અચાનક પાછી ફરીને બોલી, “પણ ક્યાં? શંભલ જવું છે?”

“ના, મા, ઇન્દ્રગઢ.”

“કેમ?” તેણે તેને સવાલ કર્યો, “બેટા, આપણે શહેરી નથી, ગ્રામવાસી લોકો છીએ.”

“પણ રાજાને ત્યાં જ રહેવાનું હોય છે, જ્યાં રાજગાદી હોય છે.” કલ્કિએ કહ્યું.

“રાજા?”

કલ્કિએ મંદિરની બહાર ઇશારો કર્યો. સુમતિ બગીચામાં ઊભેલી વિશાળ સેનાને જોઈને અચંબો પામી ગઈ. તે લોકો રાજા અને તેમની માતાની રાહ જોઈ રહ્યાં હતાં અને તેમની સામે પદ્મા ઊભી હતી.

કલ્કિએ મંદિરમાં ફરી રહેલાં લોકોની તરફ જોઈને કહ્યું, “મેં સેનાને આ તરફ એટલે નથી આવવા દીધી કે આ લોકો ડરી ન જાય.”

“શું તું સાચે જ મારો પુત્ર છે?” સુમતિએ મજાક કરી, “તું કેટલો

બદલાઈ ગયો છે."

"ના, મા, હું એ જ છું. હું ક્યારેય નહીં બદલાઉં અને આ રહી તારી વહુ." તેણે પદ્મા તરફ ઇશારો કર્યો.

સુમતિએ કાન પર હાથ મૂકી દીધા, "તેં મારા આશીર્વાદ લીધા વગર લગ્ન કરવાનું સાહસ કેવી રીતે કર્યું?"

"અરે, ના-ના. હું એની જોડે વિવાહ કરવા જઈ રહ્યો છું." કલ્કિએ કહ્યું, "તમારા આશીર્વાદ લેવા જ આવ્યો છું."

"કેટલો પ્યારો દીકરો છે મારો. વહુ તો સુંદર છે. હવે હું સામાન લઈ આવું છું. તું એ જણાવ કે અરજણ ક્યાં છે?"

સુમતિ મંદિરમાં ચાલી ગઈ.

તેમને જણાવી દે બાળક! શુકોએ કલ્કિને કહ્યું.

હમ્મ, માણસ... તેમને સાચું કહીને તેમનું દિલ તોડી દે. મૂર્ખ આવું જ કહે છે.

ઓહ, મૂર્ખ કોને કહી રહ્યો છે? સાવ ઘોડા જેવો. શુકો બોલ્યો.

અરે વાહ, શું પલટવાર છે, મારું દિલ દુભાવી દીધું. દેવદત્ત બોલ્યો.

કલ્કિ નીચું જોઈને વિચારી રહ્યો હતો કે હવે તેને શું બોલવું પડશે. શુકો અને દેવદત્ત સિવાય સાચું કોઈ નહોતું જાણતું. કલ્કિએ બીજા બધાને જુઠ્ઠું કહ્યું હતું કે અરજણ કળિના લોકો સામે લડતાં માર્યો ગયો, જ્યારે તે બચવાની કોશિશ કરી રહ્યો હતો, પણ તે ખરાબ રીતે ઘાયલ હતો. કોઈને એ જાણવાની જરૂર નહોતી કે અરજણ જ અધર્મ હતો. કલ્કિ તેની છબિ ખરડાય તેવું કરવા નહોતો માગતો. કેવળ એક જીવિત વ્યક્તિને અરજણનું સત્ય ખબર હતી અને તે દુરુક્તિ હતી. તેણે કોઈને ન કહેવાની કસમ લીધી હતી.

થોડી ક્ષણો પછી સુમતિ પોતાના સામાન સાથે પરત આવી.

કલ્કિ પોતાના હાથથી તેને પકડીને સીડીઓથી નીચે લઈ આવ્યો.

તેને ખુશી હતી. બધું સરસ રીતે પતી ગયું હતું.

મનસા નાગપુરી પાછી જતી રહી અને પોતાની યોજના અનુસાર વરુણગઢનો ભાર સંભાળી લીધો. ભગવાન બજરંગ અને તેમની સેનાની

મદદથી રક્તપ અને તેના રાક્ષસોની સેનાને હરાવવાનું આસાન રહ્યું. વિભીષણ ભાનમતીના શાંત રાજ્યમાં પાછો આવી ખુશ હતો. તે અને પદ્મા વચ્ચે હજુ પણ સહજતા નહોતી, પણ કલ્કિ જાણતો હતો કે જલદી જ બધું બરાબર થઈ જશે.

કલ્કિને ખુશી હતી કે તેણે દુરુક્તિને અમર કરી દીધી. તે પૂરી રીતે સ્વસ્થ હતી અને એક ગુરુકુળ ખોલવાનું સ્વપ્ન પૂરું કરી ચૂકી હતી. એ તેને થોડાંક અઠવાડિયાં પહેલાં મળ્યો હતો, જ્યારે તેણે પોતાનો પહેલો વર્ગ લીધો હતો. તેણે ગુરુકુળમાં શિક્ષણ આપવા માટે બીજી સ્ત્રીઓને પણ રાખી હતી.

અને પોતાના મિત્રોને યાદ કરતા તેને તે લોકોની યાદ આવી ગઈ. જે પોતાના જીવ આપી ચૂક્યાં હતાં. તેને બાલી, રાત્રિ, લક્ષ્મી; બધાના ચહેરા દેખાતા હતા. તે તેને જોઈને હસી રહ્યા હતા.

પછી તેને પ્યારા ભાઈનો ચહેરો દેખાયો. અરજણ એક પહાડી પર પલાંઠી વાળી બેઠેલો હતો. તેને જોઈને હસી રહ્યો હતો. તેને અરજણનું એ સ્મિત હંમેશાં પ્યારું હતું.

જેવું અરજણ ઇચ્છતો હતો તે મુજબ કલ્કિએ અરજણને દફનાવી દીધો હતો. તેને શંભલના સહુથી ઊંચા પર્વત પર દફનાવાયો હતો, જ્યાંથી તે બંને એકસાથે બેસીને સૂર્યાસ્ત જોતા હતા, જ્યાં તે થોડા મહિના પહેલા લડ્યા હતા.

કલ્કિએ સુમતિને જોઈને કહ્યું, “મા, તમે જાણવા માગો છો ને કે અરજણને શું થયું?”

સુમતિએ માથું હલાવ્યું. તે મનમાં જાણી ચૂકી હતી કે તેના બાળકને શું થયું હતું. જો તે જીવિત હોત તો તેમને મળવા અવશ્ય આવત, પણ તે કલ્કિના બોલવાની રાહ જોવા લાગ્યાં. તેમને હજુ પણ આશા હતી કે કદાચ તેમના મનની વાત ખોટી નીકળે.

“તે મરી ચૂક્યો છે મા, પણ તેણે દુનિયાનો જીવ બચાવવા માટે પોતાનો જીવ આપી દીધો. તે એક નાયકની રીતે મૃત્યુ પામ્યો.”

કલ્કિની યાત્રાનો અંત.

કબીલા

રાક્ષસ – આ બુદ્ધિમાની માનવ જેવા લાગતાં પ્રાણીઓએ ઈલમ દ્વીપ પર દક્ષિણમાં જન્મ લીધો. આ લોકો સામસામે થનારા યુદ્ધમાં ઘણા તાકતવર હોય છે. બીજા કબીલાવાળાની સરખામણીમાં તેમની ચામડી જાડી હોય છે. તેમની સરેરાશ ઊંચાઈ છ ફૂટથી વધારે હોય છે. તેમનો પિતૃસત્તાક સમાજ અને સંસ્કૃતિ હોય છે તેમ જ તેમની ભયંકરતા છતાં પછાત જોવા મળે છે. તેમાંના મોટાભાગના શિવ ભગવાનના ઉપાસક છે, પરંતુ લોકો તેમને નાસ્તિક સમજે છે. તેમની ત્વચા કાળી અને વાળ તૈલીય જોવા મળે છે.

નાગ – આ કુલીન અને અભિજાતીય વંશ નાગપુરીમાં રહેતા હતા. એ નગર સરોવરમાં તરતું હતું. નાગલોકો શેષ અને ભગવાન વિષ્ણુની ઉપાસના કરતા હતા. નાગલોકો યોદ્ધા કરતાં કૂટનીતિજ્ઞ વધુ હોય છે, પરંતુ એક લાંબા સમયથી તેમણે સૈન્યતંત્ર વિકસિત કર્યું હતું. તેમની સભ્યતામાં સ્ત્રીઓને પૂરું સન્માન આપવામાં આવે છે. તેમની આંખો ભૂરા રંગની અને ત્વચા ગોરી હોય છે.

યક્ષ – કદ નાનું અને નટખટ હોય છે. એ લોકો ભયાવહ નથી હોતા પરંતુ નાણાકીય બાબતે નિપુણ હોય છે. આ પ્રજા રાજા સિવાય કોઈને પૂજે નહીં. તેમનામાં સૈન્ય અને રાજનીતિ બાબતે કુશળતાનો અભાવ જોવા મળે છે. યક્ષોને સંગિની, યક્ષિણીઓ દુર્લભ હોય છે જે મરુભૂમિ સ્થિત અલકપુરમાં નિવાસ કરે છે. બીજા કબીલાની સરખામણીમાં આ લોકો વધુ સંપન્ન જોવા મળે છે.

અસુર – દુર્લભ પ્રજાતિ કહી શકાય છે. આ કબીલાના વિષયમાં વધુ જાણકારી મળતી નથી. તેમને સંસારની બધી જ બદીઓનું મૂળ માનવામાં આવે છે. એક વખત અંધવિશ્વાસના પરિણામે ભારે શોધખોળ

બાદ અનેક અસુર બાળકો, સ્ત્રીઓ ને પુરુષોને મારીને લટકાવી દેવામાં આવ્યા. તેમાંથી કેટલાક લોકો બચી ગયા, જે આમતેમ ભટકતા જોવા મળે છે. આ લોકો નાસ્તિક હોય છે.

દાનવ – અસુરોના ભાઈ કહેવાય. એ વૃક્ષો જેટલાં લાંબા તથા ટેકરીઓ જેવા વિશાળ હોય છે. આ લોકો દેવતાઓના પરમ વિરોધી મનાય છે. એવું કહેવાય છે કે આ લોકો અત્યારે સૂઈ રહ્યા છે, કારણ કે તેમના ચાલવાથી ધ્રુજારી પેદા થાય છે. આ લોકો રાત્રે ધીરે-ધીરે કહેવામાં આવતી વાર્તાઓની કલ્પનાઓમાં દેખાવા લાગ્યા. પ્રલય બાદ આ લોકો ક્યાંય જોવા નથી મળ્યા.

પિશાચ – નરભક્ષી લોકોનો સમાજ. આ લોકો કાદવ જેવી અંધારી ભૂમિ પર નિવાસ કરે છે. આ લોકો જે 'ઉત્તમ' હોય તેમની પૂજા કરે છે. આ લોકો કર્મ પર વિશ્વાસ ધરાવે છે અને તેઓના દરેક અપરાધ તેમના શરીર પર અંકિત હોય છે. આ લોકોને માનસિક રીતે અસ્થિર માનવામાં આવે છે, તેમ જ તેમના વિસ્તારમાં ભાગ્યે જ કોઈ જવાની હિંમત કરતા હોય છે.

વાનર – આ લોકો દંડક અરણ્યમાં નિવાસ કરે છે. તેમને ઘણા જ્ઞાની માનવામાં આવ્યા છે. તેમના શરીર પરના વાળ જોઈને તેમની હાંસી ઉડાવાય છે. કોઈની સાથે મૈત્રીપૂર્ણ સંબંધો નહીં રાખવાનું નક્કી કરીને આ લોકો અત્યારે ભૂગર્ભમાં જતા રહ્યા છે. તે લોકો તેમના સંરક્ષક ભગવાન બજરંગની પૂજા કરે છે જેમને અમર દેવતા માનવામાં આવ્યા છે.

નોંધ : *મહેરબાની કરીને ધ્યાન આપો, બીજા ઘણા કબીલા અસ્તિત્વ ધરાવે છે, પણ તેમને આ યાદીમાં સામેલ કરવામાં આવ્યા નથી, કારણ કે તેમના વિશે શોધ અને લેખન કરવાનું બાકી છે.*

– વેદ વ્યાસ

આભાર

કલ્કિ નવલકથાત્રયીનું આ છેલ્લું પુસ્તક હોવાથી, હું કેટલાંક મહત્ત્વપૂર્ણ લોકોનો ખૂબ ખૂબ આભાર માનું છું, જેમણે મને આ શ્રેણીને બેસ્ટ સેલર બનાવવામાં મદદ કરી છે.

સૌ પ્રથમ, હું મારાં માતાપિતાનો આભાર માનું છું. તેઓએ મને લેખન આગળ વધારવા સતત પ્રોત્સાહન આપ્યું. તેમણે હંમેશાં મારાં પુસ્તકોમાં વિશ્વાસ રાખ્યો છે.

મારા અમૂલ્ય માર્ગદર્શક શ્રી અનુજ બહારીનો આભાર, જે રેડ ઇન્ક લિટરેરી એજન્સીમાંથી છે. તેમણે મને મારા લેખનને કારકિર્દીમાં કેવી રીતે બદલી શકાય તે અંગે માર્ગદર્શન આપ્યું.

મારા પ્રકાશકો, ગૌરવ સબરવાલ અને શિખા સબરવાલનો આભાર, જેમણે આ પુસ્તકને બેસ્ટ સેલર બનાવવા માટે ખરેખર સખત મહેનત કરી. તેમનું યોગદાન અમૂલ્ય છે.

હું ફિંગરપ્રિન્ટ ટીમ પ્રત્યે કૃતજ્ઞતા વ્યક્ત કરવા માગું છું! જેમાં સંપાદકીય દળના – પૂજા ડડવાલ અને ગરિમા શુક્લાનું નામ સામેલ છે. તેમણે મને આ પુસ્તક વધુ સારું બનાવવામાં મદદ કરી. ગરિમાએ મને સૂચન કર્યું કે, હું અંતમાં ફેરફાર કરું અને તેના કારણે આ વાર્તામાં અસરકારક ફેરફાર આવ્યા.

માર્કેટિંગ ટીમનો આભાર – નીરજ સર અને યોલા, જેમણે મને ખૂબ મદદ કરી અને મયંક, જેણે આ પુસ્તક ઍમેઝોન પર સારી રીતે વેચાય છે તે સુનિશ્ચિત કર્યું. સેલ્સ ટીમનો આભાર – મહેશ સર, રાજારામ સર, નિહાર સર, સુરેન્દ્ર સર અને નટરાજ સર.

અર્થાત્ સ્ટુડિયોમાં મારી ડિઝાઇન ટીમનો ખૂબ ખૂબ આભાર, તેમણે મારાં પુસ્તકોનાં અદ્ભુત આવરણ ચિત્રો બનાવ્યાં. તેમના વિના આ પુસ્તક આજે આ જગ્યાએ ન હોત.

અને મારા સંપાદક અને મારા સારા મિત્ર બિજીત સિંહાનો પણ આભાર.

www.ingramcontent.com/pod-product-compliance
Ingram Content Group UK Ltd.
Pitfield, Milton Keynes, MK11 3LW, UK
UKHW042125021026
15589UKWH00003B/607